செர்னோபிலின் குரல்கள்

செர்னோபிலின் குரல்கள்

ஸ்வெட்லானா அலெக்ஸியேவிச்

ஆங்கில மொழிபெயர்ப்பும் முன்னுரையும்:

கீத் கெஸன்

தமிழில்:

சித்தார்த்தன் சுந்தரம்

எதிர் வெளியீடு

செர்னோபிலின் குரல்கள்
ஸ்வெட்லானா அலெக்ஸியேவிச்
தமிழில்: சித்தார்த்தன் சுந்தரம்

முதல் பதிப்பு: ஜூன் 2016
எதிர் வெளியீடு
96, நியூ ஸ்கீம் ரோடு, பொள்ளாச்சி - 642 002.
தொலைபேசி: 04259 - 226012, 99425 11302.
வடிவமைப்பு: ரவிந்திரன் க.

விலை: ₹ 300

Voices from Chernobyl
Svetlana Alexievich
Translated by Siddarthan Sundaram

© 2013 by Svetlana Alexievich
Tamil Edition Copy Right with Ethir Veliyedu
First Edition: June 2016
Published by Ethir Veliyedu,
96, New Scheme Road. Pollachi - 642 002.
Phone: 04259 - 226012, 99425 11302.
Email: ethirveliyedu@gmail.com
www.ethirveliyedu.in

This edition was published by arrangement with
Literary Agency Galina Dursthoff, Germany.

Proof Reader: Thambi

Price: ₹ 300

All rights reserved. No part of this book may be reprinted or reproduced or utilised in any form or by any electronic, mechanical or other means, now known or hereafter invented, including photocoping and recording, or in any information storage or retrieval system, without permission in writing from the Publisher.

உள்ளடக்கம்

மொழிபெயர்ப்பாளர் முன்னுரை 11

வரலாற்றுக் குறிப்பு 19

முகவுரை: தனித்த மனிதக் குரல் 23

பகுதி 1: மரணித்தவர்களின் நிலம்

- நாம் ஏன் நினைக்க வேண்டும் 53
- வாழ்பவர்களுடனும், இறந்தவர்களைப் பற்றியும் என்ன பேச முடியும் 57
- கதவுகளில் எழுதப்பட்டிருந்த வாழ்க்கைக் குறிப்பு 67
- திரும்பிவந்தவர்கள் குறித்து 71
- கதிர்வீச்சு எப்படியிருக்கும் 87
- சொற்கள் இல்லாத பாடல் 92
- தாய்நாடு குறித்து மூன்று தனியுரைகள் 94
- கேடு விளையும்போது மட்டும் எப்படி ஒருவர் புத்திசாலியாகவும், பண்பட்டவராகவும் இருக்க முடியும் 109
- இராணுவத்தினரின் குரல்கள் 113

பகுதி 2: வாழ்ந்து கொண்டிருப்பவர்களின் நிலம்

- பழைய தீர்க்கதரிசனங்கள் 139
- நிலவொளியில் இயற்கைக்காட்சி 144
- இயேசுவின் படம் கீழே விழுவதைப் பார்த்தபோது ஒருவருக்கு ஏற்பட்ட பல்வலி 147
- குண்டு பற்றி மூன்று தனியுரைகள் 156
- செக்காவும் டால்ஸ்டாயும் இல்லாமல் நம்மால் வாழ முடியாது, எப்படி? 167
- போர்ப் படங்கள் 174
- ஒரு கூக்குரல் 186
- ஒரு புதிய தேசம் 188
- செர்னோபில் பற்றி எழுதியவை 199
- பொய்களும் உண்மைகளும் 208
- மக்களின் கூக்குரல் 222

பகுதி 3: சோகத்தின் வியப்பு

- மரணமும் அழகானதாக இருக்கமுடியும் என்பது நமக்குத் தெரியாது 239
- மண்வாரியும் அணுவும் 244
- அளவீடுகள் 254
- வாழ்க்கையில் பயமுறுத்தக்கூடிய விஷயங்கள் எப்படி அமைதியாகவும், இயற்கையாகவும் நடக்கின்றன 258
- பதில்கள் 268
- நினைவலைகள் 272
- இயற்பியலைக் காதலிப்பது 276
- அதிக விலையிலான சலாமி 284
- சுதந்திரமும், சாதாரண மரணம் பற்றிய கனவும் 288
- மரணத்தின் நிழல் 296
- குறையுள்ள குழந்தை 303
- அரசியல் யுத்தி 306
- சோவியத் அரசின் ஆதரவாளர் 314
- வழிமுறைகள் 317
- ஒருவர் மீது இன்னொருவர் கொண்டிருக்கும் வரையறையற்ற அதிகாரம் 322
- நாங்கள் ஏன் செர்னோபிலை காதலிக்கிறோம் 333
- குழந்தைகளின் குரல்கள் 338
- தனித்த மனிதக் குரல் 344

முடிவுரைக்குப் பதிலாக 362

ஸ்வெட்லானா அலெக்ஸியேவிச்

2015ஆம் ஆண்டு இலக்கியத்திற்கான நோபெல் பரிசு பெற்றவர் ஸ்வெட்லானா அலெக்ஸான்ட்ரோவ்னா அலெக்ஸியேவிச். இவர் சோவியத் யூனியன் உக்ரைனில் உள்ள ஸ்டானிஸ்லாவிவ் என்கிற இடத்தில் 1948 ஆம் ஆண்டு மே மாதம் 31 ஆம் தேதி பிறந்தவர். இவருடைய தந்தை பெலாரஸையும், தாய் உக்ரைனையும் சேர்ந்தவர்கள்.

பெலாரஸில் வளர்ந்துவந்த இவர் பள்ளிக்கூடப் படிப்பை முடித்த கையோடு பல உள்ளூர் பத்திரிகைகளில் நிருபராக பணிபுரிந்தார். பெலாரஸ் ஸ்டேட் யுனிவர்சிட்டியில் படித்து பட்டம் பெற்ற பின் மின்ஸ்க்கைச் சேர்ந்த ‘நீமன்’ பத்திரிகையில் பணிபுரிந்து வந்தார்.

ஒரு நிகழ்வைப் பார்ப்பவர்கள், அந்நிகழ்வு பற்றி அறிந்தவர்கள், அதில் சம்பந்தப்பட்டவர்கள் என பலதரப்பினரையும் சந்தித்து அந்நிகழ்வின் பின்னணிக்கான உண்மைகளை வாக்குமூலங்களாக தனது உணர்வுப் பூர்வமான எழுத்தின் மூலம் உலகிற்குக் கொண்டு செல்வதில் புகழ் பெற்றவர் இந்த புலனாய்வு பத்திரிகையாளர்.

‘20 ஆம் நூற்றாண்டில் நிகழ்கிற பயங்கரமான சம்பவங்களை மையமாக வைத்து எழுதக்கூடிய புனைவுகளை விட அச்சம்பவத்தை அறிந்த, தெரிந்த சாட்சிகளின் ‘வாய்மொழி வரலாறாக’ பதிவு செய்வது மிகவும் சக்தி வாய்ந்தது என்று ரஷ்ய எழுத்தாளர் அலெஸ் ஆடமோவிச் கூறிய கருத்தைப் பிரதிபலிப்பதாக ஸ்வெட்லானாவின் எழுத்துக்கள் இருக்கின்றன’ என்று ரஷ்ய எழுத்தாளரும் விமர்சகரும் ஆன டிமிட்ரி பைகாவ் கூறியிருக்கிறார்.

இலக்கியத்தில் ஒரு புதுவிதமான பாணியை - வாய்மொழி வரலாறு உருவாக்கி அதன் மூலம் மனிதர்களின் உணர்ச்சிகளை உணர்வுப்பூர்வமாக வெளிப்படுத்தி வருவதற்காக அவருக்கு நோபெல் இலக்கியப் பரிசு அளிக்கப்பட்டதாக ஸ்வீடிஷ் அகாதெமி கூறியது. இது உண்மை என்பதை இப்புத்தகத்தைப் படிக்கும் நீங்கள் கண்டிப்பாக உணர்வீர்கள்.

சோவியத் யூனியன் சிதறுண்டு, பெலாரஸ் தனி பிரதேசம் ஆன பின் அதன் ஜனாதிபதியாக பதவி வகித்து வரும் லுகாஷென்கோவின் அரசியல் ரீதியான துன்புறுத்தல் தாங்காமல் 2000மாவது ஆண்டில் பெலாரஸை விட்டு வெளியேறிய இந்நூலாசிரியை பாரீஸ், பெர்லின் போன்ற நகரங்களில் வசித்துவிட்டு 2011 ஆம் ஆண்டு மின்ஸ்க் நகருக்குத் திரும்பினார். நோபெல் பரிசு தவிர்த்து வேறு பல பரிசுகளையும், விருதுகளையும் தனது துணிச்சலான எழுத்திற்காக பெற்றிருக்கிறார் ஸ்வெட்லானா.

இவர் எழுதிய பிரபலமான மற்ற புத்தகங்கள்:

- The Second World War
- The Afgan War
- The Fall of the Soviet Union

சித்தார்த்தன் சுந்தரம்

மதுரையைச் சேர்ந்த சித்தார்த்தன் சுந்தரம் மேலாண்மைத் துறையில் முதுகலை பட்டம் (எம்.பி.ஏ) பெற்றவர். தற்சமயம் பெங்களூருவில் உள்ள தனியார் நிறுவனம் ஒன்றில் இயக்குநராக பணிபுரிந்து வருகிறார். இதற்கு முன்பு, மால்கம் கிளாட்வெல் எழுதி விற்பனையில் சாதனை ஏற்படுத்திய 'டிப்பிங் பாயிண்ட்', 'அவுட்லையர்', 'ப்ளிங்க்' ஆகிய நூல்களையும், காமத் ஹோட்டல் புகழ் விட்டல் வெங்கடேஷ் காமத் அவர்களின் சுய சரிதமான 'இட்லி, ஆர்கிட், வில்பவர்' என்கிற நூலையும், ஜெ.டி. சாலின்ஜர், ஹார்ப்பர்லீ ஆகியோருடைய புத்தகங்களையும் தமிழில் மொழி பெயர்த்திருக்கிறார்.

பிரபல ஆங்கில மற்றும் தமிழ் பத்திரிகைகளில் ரீடெயில், மார்க்கெட் ரிசர்ச் பற்றி கட்டுரைகள் எழுதுவதுடன் புத்தக விமர்சனமும் செய்து வருகிறார்.

தொடர்புக்கு: https://www.facebook.com/siddharthan.sundaram
(or) sidvigh@gmail.com

முன்னுரை

2001ஆம் ஆண்டு செப்டெம்பர் மாதம் 11 ஆம் தேதி முதலில் கடத்தப்பட்ட விமானம் உலக வர்த்தக மையத்தை தாக்கியவுடன் நியூயார்க் நகரம் முழுவதும் முதலுதவி மையங்கள் அமைக்கப்பட்டன. டாக்டர்களும், நர்ஸ்களும் மேலதிக வேலை செய்வதற்காக அவர்களுடைய மருத்துவமனையை நோக்கி வேகமாக சென்று கொண்டிருக்கையில் பெரும்பாலான மக்கள் ரத்த தானம் செய்வதற்காக ஓடிக் கொண்டிருந்தார்கள். பெருந்தன்மையையும், ஒற்றுமையையும் வெளிப்படுத்தும் செயல்பாடுகளாக அவை இருந்தன. ஆனால் ரத்த தானமும், முதலுதவி மையங்களும் அந்த நேரத்தில் அவசியமற்றதாக இருந்ததோடு அதிர்ச்சியை ஏற்படுத்தக்கூடியதாகவும் இருந்தது. காரணம், உலக வர்த்தக மையத்தின் இரண்டு கோபுரங்களும் தாக்கப்பட்டதில் சிலர் மட்டுமே தப்பிப் பிழைத்திருந்தார்கள்.

1986ஆம் ஆண்டு செர்னோபிலில் அணுமின்சக்தி நிலைய வெடிப்பினாலும், தீயினாலும் ஏற்பட்ட பாதிப்பு இதற்கு முற்றிலும் எதிராக இருந்தது. ஆரம்பத்தில் ஏற்பட்ட வெடிப்பில் கொல்லப்பட்டவர் அந்த அணுசக்தி நிலையத்தைச் சேர்ந்த வலேரி கோடோம்சுக் (Valeriy Khodomchuk) என்கிற தொழிலாளிதான். சம்பவம் நடந்து முடிந்த அடுத்த சில வாரங்களில் கடுமையான கதிர்வீச்சுத் தாக்கத்தின் விளைவாக

முப்பது தொழிலாளர்களும், தீயணைப்பு படை வீரர்களும் இறந்தார்கள். ஆனால் ஆயிரக்கணக்கானவர்கள் மிகவும் அதிக மான கதிர்வீச்சினால் பாதிக்கப்பட்டிருந்தார்கள் — இந்த விபத்தில் பாதிக்கப்பட்டவர்களைக் காட்டிலும் உயிர் பிழைத் தவர்கள்தான் அதிகமாக இருந்தார்கள் — அவர்களைப் பற்றிய புத்தகம்தான் இது.

இது சம்பந்தமாக சேகரிக்கப்பட்டத் தகவல்களில் பெரும் பாலானவை வெறுப்பூட்டுவதாக இருந்தன. விபத்து ஏற்பட்ட வுடன் முதன் முதலாக அணு உலையை அணுகிய தீயணைக்கும் படையில் இருந்தவர்களில் ஒருவரின் மனைவி, லிட்மில்லா இக்னாடென்கோ அளித்த பேட்டியில், "என் கணவர் இறப் பதற்கு ஒரு வாரத்துக்கு முன்பு அவருடைய தோல் முழுவதும் சீரழிந்து போயிருந்தது. அது இயற்கைக்கு மாறாக இருந்தது. படுக்கையில் இருந்த மிகச்சிறிய முடிச்சுகள்கூட அவரைக் காயப்படுத்தியிருந்தன. எனது விரல் நகங்கள் தற்செயலாக அவர் மேல் பட்டுவிடக் கூடாது என்பதற்காக எனது நகத்தை ரத்தம் வரும் வரைக்கும் வெட்டியிருந்தேன்" என்றார்.

எனது பேட்டிகளில் சில இரக்கமற்றவையாக இருந்தன. வெடிவிபத்து நடந்து முடிந்த சில மாதங்களுக்குப் பின் பிராந்திய அளவிலான கட்சித் தலைவர்களைச் சந்தித்துப் பேசியதை 'கோய்நிக்கி சொஸைட்டி ஆஃப் வாலண்டீர் ஹண்டர்ஸ் அண்ட் ஃபிஸர்மேன்' என்கிற அமைப்பின் தலைவர் விக்டர் அயோசிஃபோவிச் வெர்ஸிகோவ்ஸ்கி நினைவு கூர்ந்தார். செர்னோபில் அணுமின்சக்தி கூடத்திலிருந்து 30 கிலோமீட்டர் பரப்பளவுக்கு 'விலக்கல் பிராந்தியம்' என அறிவிக்கப்பட்டு அங்கு வசித்துவந்த மக்கள் எல்லோரும் வெளியேற்றப்பட்டிருந்தாலும் வீட்டுச் செல்லப் பிராணிகள் எல்லாம் அங்கு குவிக்கப்பட்டிருந்தன என்று கூறினார். நாய்கள் மற்றும் பூனைகளின் மென்முடிகள் கதிரியகத்தின் தாக்கத்தை அதிகமாக உள்வாங்கியிருந்தது. அவை பெரும்பாலும் அந்தப் பிராந்தியத்திற்கு வெளியே அலைந்து கொண்டிருந்தன. இந்த அமைப்பைச் சேர்ந்த வேட்டைக்காரர்கள் அந்தப் பிராணி களைப் பார்த்த இடத்தில் எல்லாம் சுட்டுத் தள்ளினார்கள். அந்த பிராந்தியத்தில் முடக்கப்பட்டதாக சொல்லப்பட்ட இடமும் 'கோகோலியன் *(Gogolian)*' உணர்வையேக் கொண்டிருந்தது. அவை சாதாராண மனித செயல்பாடாக இருந்தாலும் மிகவும் மோசமான வெறித்தனத்திற்கு உள்ளாகியிருந்ததாக பலரும்

கூறினார்கள். வெட்டிய மரங்களும், இடிக்கப்பட்ட வீடுகளும் நியூக்ளியர் கழிவு எனக் கருதி நிலத்தில் குழி தோண்டிப் புதைக்கப்பட்டது.

ஆனால், சாதாரணமாகத் தோன்றக்கூடிய இந்த சாட்சியங்கள் தான் இறுதியில் தனித்துவமான மனித ஆவணமாக உருவாகும். "நீங்கள் மிகவும் ஆர்வமாக இருக்கிறீர்கள் என்று எனக்குத் தெரியும்" என செர்னோபில் சேவையில் 'கலைப்பாளர்' அல்லது 'துப்புரவு பணியாளர்' ஆக இருக்கும் ஆர்காடி ஃபிலின் கூறினார். 'அந்த இடத்தில் இருந்திராத மக்கள் எப்போதும் ஆர்வத்துடன் தான் இருப்பார்கள். ஆனால் அது இன்னும் மனிதர்கள் நிறைந்த உலகம்தான். ஆண்கள் வோட்கா குடித்தார்கள். சீட்டு விளை யாடினார்கள். பெண்களை அடைய முயற்சி செய்தார்கள்' அல்லது, ஒரு வேட்டைக்காரரின் வார்த்தைகளில் சொல்ல வேண்டுமென்றால், "ஜீப் ஒரு ஆமையின் மேல் ஏறிவிட்டது ஆனால் அதனுடைய ஓடு உடையவில்லை. நாங்கள்தான் குடித்திருக்கும்போது அப்படி செய்தோம்" என்றார். ரொம்பவும் நம்பிக்கை இழந்தவர்கள்கூட பிரச்சனைகளும், கவலைகளும் கொண்ட 'இந்த உலகத்தைச் சேர்ந்த மக்களின்' ஒரு பகுதிதான். வாலெண்டினா டிமோஃபீவ்னா பானாஷெவிச்சின் கணவர், அவரும் ஒரு 'கலைப்பாளர்' தான். செர்னோபிலில் வேலை பார்த்து பல ஆண்டுகள் ஆன பின் புற்றுநோயால் இறக்கும்போது, "காரையும், உபரியாக உள்ள டயரையும் விற்று விடு. டோலிக்கை திருமணம் செய்து கொள்ள வேண்டாம்" என்று அவளிடம் கூறினார். டோலிக் அவருடைய சகோதரன். வாலெண்டினாவும் அவரைத் திருமணம் செய்து கொள்ளவில்லை.

♦

இந்த பேட்டிகளையெல்லாம் ஸ்வெட்லானா அலெக்ஸியேவிச் 1996 ஆம் ஆண்டு — சோவியத் காலத்திற்குப் பிறகும் 'கம்யூனிச எதிர்ப்பு' என்கிற அரசியல் கருத்து இருந்து வந்தது — சேகரித்தார். யாரும் வேண்டுமென்றே செர்னோபில் விபத்தை நிகழ்த்தவில்லையென்றாலும், பொதுமக்களை நோக்கிய ஒரு பாரபட்சமான பண்பாடு, சோம்பேறித்தனம், மிகவும் ஆழமாக வேரூன்றிய அலட்சியப் போக்கு ஆகியவற்றின் மொத்த உருவம்தான் அது என்பது தீர்மானமான உண்மையாகும். இது சம்பந்தப்பட்ட அனைத்துத் தகவல்களையும் படித்தபோது மிகவும் மோசமாக வடிவமைக்கப்பட்ட அணு உலையை

சோவியத் அமைப்பு நிறுவியதோடு திறமையற்றவர்களை வேலைக்கு அமர்த்தி நிர்வகித்து வந்தது என்பது சேகரித்த அனைத்து தகவல்களிலிருந்தும் தெரிய வந்தது. அதோடு இந்த பேரழிவு பற்றி அப்பட்டமாகப் பொய் சொல்லப்பட்டது என்பது இந்த புத்தகத்தில் உள்ள பேட்டிகள் மூலம் உறுதியாகத் தெரியவருகிறது. அணு உலை எரிந்து கொண்டிருந்தபோது அதிலிருந்து வெளியான அதிக வீரியம் கொண்ட கதிர்வீச்சு சுற்றுப்புறமெங்கும் பரவிக்கொண்டிருந்த மிகவும் அபாயகரமான அந்த முதல் பத்து நாட்களில் கூட அனைத்தும் கட்டுப்பாட்டுக்குள் இருப்பதாக குறிப்பிட்ட அதிகாரபீடத்தைச் சேர்ந்தவர்கள் திரும்பத் திரும்ப சொல்லி வந்திருக்கிறார்கள். செர்னோபிலுக்கு கலைப்பாளராக சென்ற ஒருவரின் மனைவி, "இதனால் அவருக்கு உடம்பு சரியில்லாமல் போகும் என்று தெரிந்திருந்தால் நான் எல்லாக் கதவுகளையும் மூடி வைத்திருப்பேன். இருக்கக்கூடிய அனைத்துப் பூட்டுகளையும் போட்டு கதவுகளைப் பூட்டி வைத்திருப்பேன். ஆனால், யாருக்கும் அது தெரியாமல் போய்விட்டது" என வருத்தப்பட்டு அலெக்ஸியேவிச்சிடம் கூறியிருக்கிறார்.

இந்த சாட்சியங்களிலிருந்து தெளிவாகத் தெரிவது போல சோவியத்தும் செர்னோபிலை வெறுமனே எரியவிட்டுக் கொண்டிருக்கவில்லை. இது ஒரு முக்கியமான விஷயமாகும். ஒரு பக்கம் தகுதியின்மை, அலட்சியம், முழுக்க முழுக்க பொய். இன்னொரு பக்கம் விளைவை சமாளிப்பதற்கு என்னவெல்லாம் முயற்சி செய்ய வேண்டுமோ அதையெல்லாம் ஒழுங்காகவே செய்து கொண்டிருந்தனர். விபத்து நடந்து முடிந்து ஒரு வாரம் ஆனாலும் விஷயம் அபாயகரமானதாக இருக்கிறது என்பதை ஒத்துக் கொள்ள அரசு மறுத்துவிட்டது. சோவியத் அரசு ஆயிரக்கணக்கானவர்களை வேலையில் ஈடுபடச் செய்திருந்தது. அவர்கள் ஹெலிகாப்டரிலிருந்து திறந்த கதவு வழியாக அணு உலையின் மேல் மண் மூட்டையைப் போட்டனர் (இது நல்லது செய்வதை விட அதிகக் கேட்டையே உருவாக்கியது என பகுப் பாய்வாளர்கள் கூறினார்கள்). தீ நின்றபின் அவர்கள் அதன் கூரையின் மேல் ஏறி கதிரியக்கக் குப்பைகளை சுத்தம் செய்தனர். கதிரியக்கத்தின் தீவிரத்தினால் அவர்கள் கொண்டு வந்த இயந்திரங்களும் சரியாக வேலை செய்யவில்லை. வாரங்கள், மாதங்கள் பல ஆன பின்னும் மனிதர்கள் மட்டும் செயலற்று போவதற்குப் பதிலாக மிகவும் கொடூரமான முறையில் இறந்து

கொண்டிருந்தனர். 1941 ஆம் ஆண்டு பயிற்சியற்ற, ஆயுதம் தரிக்காத மனிதர்களை ராணுவத்துக்கு அனுப்பி அப்படியாவது ஜெர்மானியர்கள் சுடுவதை நிறுத்தமாட்டார்களா என்றெண்ணிய சோவியத் அதே போல 1986 ஆம் ஆண்டு பயிற்சியற்ற, பாதுகாப்பு உடைகள் எதுவும் அணியாதவர்களை அணு உலையில் ஏற்பட்ட தீயை அணைக்க அனுப்பியது. செர்னோபில் மியூசியத்தில் இருந்த பொறுப்பாளர், 'இந்த முயற்சியை எடுத்திருக்கவில்லையெனில் அந்தப் பேரழிவு இன்னும் மோசமாக இருந்திருக்கும்' எனக் கூறினார்.

இந்தப் பேட்டிகள் எடுத்ததிலிருந்து இன்றுவரை பெலாரஸ் கொஞ்சம்தான் மாறியிருக்கிறது. 1996 ஆம் ஆண்டு ஐரோப்பாவின் 'கடைசி இரண்டு சர்வாதிகாரி'களில் அலெக்சாண்டர் லுக்கசென்கா அதிகம் அறியப்படாதவராக இருந்தார். ஸ்லோபோடான் மிலோசெவிக் இப்போது ஹேக் நீதிமன்றத்தில் விசாரணையில் இருப்பதால் லுக்கசென்கா அந்த இடத்தைத் தக்க வைத்துக் கொண்டிருக்கிறார். சுதந்திரமாக யாராவது கருத்துத் தெரிவிக்க முயற்சி செய்தால் அதை அடியோடு நசுக்கி விடுவதோடு அவரது அரசியல் எதிரிகளும் தொடர்ந்து 'மறைந்து' கொண்டிருந்தனர். செர்னோபில் பாதுகாப்பான பிரதேசம் என்றும், அதிகமான நிலப் பிரதேசம் விவசாயத்தின் கீழ் வெகுவிரைவில் வந்துவிடும் என்று குறிப்பிடவேண்டுமென்பதற்காக ஆய்வுகளை ஊக்குவித்தார். 1999 ஆம் ஆண்டு வாஸிலி போரிஸோவிச் நெஸ்ட்ரெங்கோவின் (Vasily Borisovich Nesterenko — இவருடைய பேட்டி இதில் இடம் பெற்றிருக்கிறது) நண்பரும் சக இயற்பியலாளருமான யூரி பண்டாஸெவ்ஸ்கி அரசுக் கொள்கையை எதிர்த்து எழுதியதோடு தெரிந்து கொண்டே மாசுபட்ட உணவுப் பொருட்களை பெலாரஸ் ஏற்றுமதி செய்து வருகிறது என்றும் கட்டுரையொன்றில் எழுதியிருந்தார். அதிலிருந்து அவர் சிறைச் சாலைக்குள் இருந்து வருகிறார்.

கீத் கெஸன், 2005

செர்னோபிலின் குரல்கள்

வரலாற்றுக் குறிப்பு

பெலாரஸில் அணுமின்சக்தி நிலையங்கள் எங்குமில்லை. முன்னாள் சோவியத் ரஷ்யாவில் இயங்கி வரக்கூடிய நிலையங்களில் பெலாரஸுக்கு மிக அருகில் இயங்கி வரும் அணுமின் சக்தி நிலையம் பழைய சோவியத் வடிவமைத்த ஆர்பிஎம்கே வகையைச் சேர்ந்தது. வடக்கில் இக்னாலின்ஸ் நிலையமும், கிழக்கில் ஸ்மோலென்ஸ்க்கில் ஒன்றும், தெற்கில் செர்னோபிலும் இருந்தன.

1986ஆம் ஆண்டு ஏப்ரல் மாதம் 26 ஆம் தேதி 1:23:58 மணிக்கு செர்னோபில் அணுசக்தி நிலையத்தில் 'எனர்ஜி ப்ளாக் 4-ல்' ஏற்பட்ட தொடர் வெடிவிபத்து அங்கிருந்த அணு உலையை முற்றாக அழித்துவிட்டிருந்தது. செர்னோபில் வெடிவிபத்து 20ஆம் நூற்றாண்டில் தொழில்நுட்பத் துறையில் ஏற்பட்ட மிகப் பெரியச் சீரழிவாகும்.

கிட்டத்தட்ட 10 மில்லியன் மக்கள் தொகையைக் கொண்ட மிகவும் சிறிய நகரமான பெலாரஸைப் பொருத்தவரை இது ஒரு தேசியப் பேரழிவு. இரண்டாம் உலகப்போரின்போது நாஜிகள் 619 கிராமங்களையும், கிராம மக்களையும் அழித்தொழித்தனர். செர்னோபில் விபத்தின் விளைவாக, 485 கிராமங்களையும் குடியிருப்புகளையும் அந்த நாடு இழந்தது. இதில் 70 கிராமங்கள்

மண்ணோடு மண்ணாக பூமிக்குள் சென்றுவிட்டது. போரின் போது நான்கு பெலாரஷ்யன்களில் ஒருவர் கொல்லப்பட்டார். இன்றைக்கு ஐந்து பெலாரஷ்யன்களில் ஒருவர் மாசடைந்த நிலத்தில் வாழ்ந்து வருகிறார். அதாவது கிட்டத்தட்ட 2.1 மில்லியன் மக்கள்; இதில் 700,000 பேர் குழந்தைகள். பெலாரஸின் மக்கள் தொகை குறைவுக்குக் காரணமான காரணிகளில் இந்த கதிர் வீச்சும் ஒன்றாகும். கோமல் *(Gomel)* மற்றும் மோகிலெவ் *(Mogilev)* பிராந்தியங்களில் இறப்பு பிறப்பை விட 20 சத—விகிதம் அதிகமாக இருந்தது. இந்த இரண்டு பிராந்தியங்களும் செர்னோபிலினால் மிகவும் பாதிக்கப்பட்டவை ஆகும்.

இந்த விபத்தின் விளைவாக கதிரியக்கச் சிதைவு அணுக்கரு 50 மில்லியன் க்யூரி *(Ci)* அளவுக்கு சுற்றுப்புறத்தில் கலந்து பரவியது. இதில் 70 சதவிகிதம் பெலாரஸ் பிராந்தியத்தில்தான் பரவியிருந்தது. அதில் 23 சதவிகித நிலப்பரப்பில் 1 கியூரி/கிமீ^{2} அடர்த்தி என்கிற அளவில் சீசியம்—137 என்கிற கதிரியக்கச் சிதைவு அணுக்கரு பரவி மாசடைந்திருந்தது. உக்ரைன் நிலப்பரப்பில் 4.8 சதவிகிதமும், ரஷ்யாவின் நிலப்பரப்பில் 0.5% சதவிகிதமும் மாசடைந்திருந்தது. விளைநிலத்தில் 18 மில்லியன் ஹெக்டேருக்கும் அதிகமான நிலப்பரப்பில் 1 கியூரி/கிமீ^{2} அளவுக்கு இந்த மாசின் அடர்த்தி இருந்தது. 2,400 ஹெக்டேர் நிலம் விவசாயப் பொருளாதாரத்துக்காக இதிலிருந்து எடுக்கப் பட்டிருந்தது. பெலாரஸ், காடுகள் நிறைந்த நிலப்பரப்பைக் கொண்டது. காடுகளில் 26 சதவிகிதமும், ப்ரீபியாட் *(Pripyat)*, நீபர் *(Dniepr)*, சோஷ் *(Sozh)* ஆகிய ஆறுகளுக்கு அருகிலிருக்கும் சதுப்புநிலத்தில் பெரும்பாலான பகுதிகளும் கதிர்வீச்சுப் பிராந்தியம் என அறிவிக்கப்பட்டது. சுற்றுப்புறத்தில் கதிர்வீச்சு எப்போதும் இருந்து கொண்டேயிருந்ததால் புற்றுநோய், மனநிலை பாதிப்பு, நரம்பியல் கோளாறு, மரபியல் பிறழ்வு போன்ற நோய்களால் பாதிக்கப்பட்ட மக்களின் எண்ணிக்கை ஒவ்வொரு வருடமும் அதிகரித்துக் கொண்டே இருந்தது.

— "செர்னோபில்" பெலாரஷ்யன் கலைக்களஞ்சியம்

1986ஆம் ஆண்டு ஏப்ரல் 26 ஆம் தேதி போலந்து, ஜெர்மனி, ஆஸ்திரியா, ருமேனியா போன்ற நாடுகளில் கதிர்வீச்சு அதிக அளவில் இருந்ததாக அளவுமானிகள் பதிவு செய்திருந்தன. ஏப்ரல் 30 ஆம் தேதி, ஸ்விட்சர்லாந்திலும், வடக்கு இத்தாலி

யிலும், மே 1, 2 ஆம் தேதிகளில் பிரான்ஸ், பெல்ஜியம், நெதர்லாண்ட்ஸ், கிரேட் பிரிட்டன், வடக்கு கிரீஸிலும், மே 3 ஆம் தேதி இஸ்ரேல், குவைத், துருக்கியிலும்... காற்றில் பரவும் துகள்கள் உலகம் முழுவதும் பயணம் செய்து கொண்டிருந்தன. மே 2 ஆம் தேதி ஜப்பான் நாட்டில் பதிவானது, மே 5 ஆம் தேதி இந்தியாவிலும், மே 5, 6 ஆம் தேதிகளில் அமெரிக்கா, கனடாவிலும் பதிவாகி இருந்தது. ஒரு வாரத்துக்கும் குறைவான அவகாசத்தில் செர்னோபில் ஒரு உலகளாவிய பிரச்சனை ஆனது.

பெலாரஸில் நடந்த செர்னோபில் விபத்தின் விளைவுகள், மின்ஸ்க், சகாரோவ் இண்டர்நேஷனல் காலேஜ் ஆஃப் ரேடியோஈகாலஜி

இப்போது 'கவர்' என அழைக்கப்படும் நான்காவது அணு உலையின் ஈய உலோக பகுதியில் இன்றைக்கும் 20 டன் அணு எரிபொருள் இருக்கிறது. அது என்ன ஆகிக் கொண்டிருக்கிறது என்பது யாருக்கும் தெரியாது.

சுற்றுப்புறத்தை மேலும் மாசுபடுத்தக்கூடாது என்பதற்காக அதை முற்றிலும் கவர் செய்யும் வகையில் கற்களினாலும், கான்க்ரிட்டினாலும் ஆன தனித்துவமான ஒரு பெரிய கட்டமைப்பு செயிண்ட் பீட்டர்ஸ்பர்க்கில் உள்ள வடிவமைப்பு பொறியியலாளர்களால் வடிவமைக்கப்பட்டது. இதற்காக அவர்கள் பெருமைப்பட்டுக் கொள்ளலாம். ஆட்கள் உதவியில்லாமல் ரோபோக்கள் மற்றும் ஹெலிகாப்டர்களின் உதவியுடன் இது ஒருங்கிணைக்கப்பட்டது. அதன் விளைவாக, அங்கங்கே வெடிப்புகள் ஏற்பட்டன. இப்போது கிட்டத்தட்ட 200 சதுர மீட்டர் வெளியில் வெடிப்புகள் இருப்பதாகவும் அதன் மூலம் கதிர்வீச்சுத் துகள்கள் வெளியேறுவதாகவும் சில புள்ளிவிபரங்கள் கூறுகின்றன...

அந்த பெரிய கட்டமைப்பு (கல்சவப்பெட்டி) விழக்கூடுமா? இந்தக் கேள்விக்கு யாராலும் பதில் சொல்லமுடியாது. பெரும்பாலான தொடர்புகளும், கட்டமைப்பும் இன்னும் அணுகமுடியாத நிலையிலேயே இருப்பதால் அது உறுதியாக இருக்கிறதா என்று யாராலும் பார்க்கமுடியாது. ஆனால் இந்த "கவர் (கல்சவப்பெட்டி)" மட்டும் விழுந்துவிட்டால் அது 1986ல் நடைபெற்ற பேரழிவை விட மோசமாக இருக்கும் என்பது மட்டும் எல்லோருக்கும் தெரியும்.

முகவுரை
தனித்த மனிதக் குரல்

நாங்கள் காற்று, நாங்கள் பூமியல்ல...

— எம். மாமர்டாஷ்விலி

எதைப் பற்றி என்ன பேசுவதென்று எனக்குத் தெரியவில்லை — மரணத்தைப் பற்றியா? காதலைப் பற்றியா? அல்லது இரண்டும் ஒன்றா? — எதைப் பற்றி நான் பேசுவது?

நாங்கள் புதிதாக திருமணம் ஆனவர்கள். நாங்கள் கடைக்குச் செல்லும்போதுகூட ஒருவரின் கையை இன்னொருவர் பிடித்துக் கொண்டுதான் செல்வோம். நான் அவரிடம், "நான் உங்களைக் காதலிக்கிறேன்" என்று சொல்வேன். ஆனால் எந்த அளவுக்கு என்று எனக்கு அப்போது தெரிந்திருக்கவில்லை, அது பற்றி எந்தவொரு ஐடியாவும் இல்லை... நாங்கள் அவர் வேலை பார்த்து வந்த தீயணைப்பு நிலையத்தோடு இணைந்திருந்த விடுதியின் இரண்டாவது மாடியில் வசித்து வந்தோம். அங்கு இன்னும் மூன்று இளம் தம்பதிகள் தங்கியிருந்ததால் நாங்கள் எல்லோரும் சமையலறையைப் பகிர்ந்து கொண்டோம். முதல் தளத்தில் சிவப்பு நிறத்திலான தீயணைப்பு வண்டிகள் நிறுத்தப்பட்டிருந்தன. அது அவருடைய வேலை. அவர் எங்கே

இருக்கிறார், எப்படி இருக்கிறார் என்று எனக்கு எப்போதும் தெரிந்திருந்தது.

ஒரு நாள் இரவு சத்தம் கேட்டவுடன் நான் ஜன்னல் வழியே வெளியே பார்த்தேன். அவர் என்னைப் பார்த்தார். "ஜன்னலை மூடிவிட்டு மீண்டும் படுக்கச் செல். அணு உலையில் தீப்பிடித் திருக்கிறது. நான் பார்த்துவிட்டு வந்து விடுகிறேன்" என்று சொல்லிவிட்டுச் சென்றார்.

தீ கொழுந்துவிட்டு எரிந்ததைப் பார்க்க முடிந்தது. ஆனால் வெடித்ததை என்னால் பார்க்கமுடியவில்லை. வானம் முழு வதும் ஒரே பிரகாசமாக இருந்தது. ஒரு நீண்ட தீப்பிழம்பு, எங்கும் ஒரே புகை மயம், தாங்கமுடியாத அளவுக்கு சூடு. ஆனால் அவர் அதுவரை திரும்பி வரவில்லை.

மேல்விட்டத்தை மூடியிருந்த கனிப்பொருள் எரிவதிலிருந்து புகை வந்து கொண்டிருந்தது. தாரில் நடந்து சென்றது போல இருந்தது என்று பின்னொரு நாளில் என்னிடம் கூறினார். அவர்கள் தீப்பிழம்புகளை அணைக்க முயற்சி செய்தனர். எரிந்து கொண்டிருந்த கிராஃபைட் துண்டுகளை தங்களது கால்களைக் கொண்டு எத்தினார்கள்... அவர்கள் யாரும் கேன்வாஸினால் ஆன பாதுகாப்புப் பொருட்களை அணிந்திருக்கவில்லை. அவர்கள் போட்டிருந்த சாதாரண சட்டையுடனே அங்கு சென் றார்கள். "தீப்பிடித்து எரிகிறது" எல்லோரும் வாருங்கள் என்று சொன்னதோடு சரி. யாரும் அவர்களிடம் விபரம் எதுவும் சொல்லவில்லை.

மணி நான்கு, ஐந்து, ஆறு. ஆறு மணிக்கு உருளைக் கிழங்கு செடி நடுவதற்காக அவருடைய பெற்றோர் வீட்டுக்குச் செல்வதென திட்டமிட்டிருந்தோம். ப்ரீபியாட்டிலிருந்து அவருடைய பெற்றோர் வசித்துவந்த ஸ்பெரிஷ்யே (Sperizhye) வுக்குமான தூரம் சுமாராக 40 கிலோமீட்டர். அவர் விதைப்பதையும், உழுவதையும் மிகவும் நேசிப்பவர். அவர் நகரத்துக்கு குடிபெயர்வதை அவருடைய அம்மா ஒருபோதும் விரும்பவில்லை. அதற்காக ஒரு வீடுகூட கட்டிக் கொடுத்ததாக அவருடைய அம்மாவே என்னிடம் கூறியிருக்கிறார். அவர் ராணுவத்தில் பணிபுரிந்தார். அவர் மாஸ்கோவில் தீயணைப்புப் படையில் வேலை பார்த்தார். அதிலிருந்து வெளியே வந்தபோது ஒரு தீயணைப்பு வீரனாக வேலை செய்ய ஆசைப்பட்டார். அதைத் தவிர வேறெந்த

ஆசையும் இல்லை! *(அமைதி).*

சில நேரங்களில் அவரது குரலை, உயிரோடு இருந்தபோது கேட்டது போல கேட்டிருக்கிறேன். புகைப்படங்கள்கூட அவரது குரலைப் போல என்னிடம் பாதிப்பு ஏற்படுத்தியதில்லை. அவர் என்னை என்றைக்கும் அவரிடத்தில் கூப்பிட்டதில்லை... கனவுகளில்கூட. நான் தான் அவரைக் கூப்பிடுவேன்.

ஏழு மணியாயிற்று. அவர் மருத்துவமனையில் இருப்பதாக என்னிடம் அப்போதுதான் கூறினார்கள். அதைக் கேட்டவுடன் நான் அங்கே ஓடிச் சென்றேன். ஆனால் அதற்குள் காவல் துறையினர் அதைச் சுற்றி வளைத்திருந்தனர். அவர்கள் ஆம்புலன்ஸ்களைத் தவிர எதையும் உள்ளே அனுமதிக்கவில்லை. "ஆம்புலன்ஸ் கதிரியக்கம் கொண்டது. எனவே அதைவிட்டு விலகிச் செல்லுங்கள்" என்று போலீசார் கத்திக் கொண்டிருந்தனர். அங்கு நான் மட்டுமில்லை. யாருடைய கணவன்மார்கள் எல்லாம் அந்த ராத்திரியில் அணு உலையில் இருந்தனரோ அவர்களின் மனைவிகள் எல்லோரும் அங்கிருந்தனர். நான் அந்த மருத்துவமனையில் வேலை பார்த்து வந்த தோழியைத் தேட ஆரம்பித்தேன். அவர் ஆம்புலன்ஸிலிருந்து வெளியே வந்தபோது அவருடைய வெள்ளைக் கோட்டைப் பிடித்துக்கொண்டு, "என்னை உள்ளே கூட்டிச் செல்லுங்கள்!" என்றேன். "என்னால் முடியாது. அவர் மட்டும் இல்லாமல் எல்லோரும் மோசமான நிலையில் இருக்கிறார்கள்" என்றார். நான் அவரை விடவில்லை. அவரும், "சரி, என்னோடு வந்து அவரை மட்டும் பார். பதினைந்து அல்லது இருபது நிமிடங்கள் தான் இருக்க வேண்டும்" எனக் கூறினார்.

நான் அவரைப் பார்த்தேன். அவருக்கு உடம்பெங்கும் வீங்கியிருந்தது. அவருடைய கண்களைக்கூட பார்க்க முடிய வில்லை.

"அவருக்கு பால் தேவை. அதிகமாக வேண்டும். அவர்கள் ஒவ்வொருவரும் கிட்டத்தட்ட மூன்று லிட்டர் பாலாவது குடிக்க வேண்டும்" என்று எனது தோழி கூறினார். "ஆனால் அவர் பால் குடிப்பதில்லை" என்றேன். அதற்கு அவர், "அவர் இப்போது குடிக்க வேண்டும்" என்றார். அங்கிருந்த டாக்டர்களும், நர்ஸ்களும் குறிப்பாக உதவியாளர்களில் பெரும்பாலோர் நோய்வாய்பட்டு பின்னாளில் இறந்து விட்டனர் என்பது அந்த

நேரத்தில் எங்களுக்குத் தெரியாது.

காலை மணி பத்து, கேமராமேன் ஷிஸ்ஷெனாக் (Shishenok) இறந்து விட்டிருந்தார். அவர்தான் முதல் நாளில் முதலாவதாக பலியானவர். இன்னொருவர் — வலேரா கோடெம்சுக் (Valera Khodemchuk) — இடிபாடுகளுக்கிடையே சிக்கிக் கொண்டிருக்கிறார் என்பது எங்களுக்குத் தெரியவந்தது. அவரை ஒரு போதும் அவர்கள் அணுகவில்லை. அவர்கள் அவரை கான்க்ரீட்டுகளுக்கு அடியிலேயே புதைத்துவிட்டார்கள். அவர்தான் முதலாவதாக இறந்தவர் என்பது எங்களுக்கு அப்போது தெரிந்திருக்கவில்லை.

"வாஸ்யா, நான் என்ன செய்ய வேண்டும்?" என என் கணவரிடம் நான் கேட்டேன். அதற்கு அவர், "இங்கேயிருந்து உடனே போய்விடு! நம்முடைய குழந்தை உனக்குள் இருக்கிறது. போ!" என்றார். ஆனால் அவரை விட்டுவிட்டு நான் எப்படி போகமுடியும். அவரோ என்னிடம், "போ, இங்கிருந்து சென்று விடு! குழந்தையைக் காப்பாற்று" எனக் கூறினார். "முதலில் நான் உங்களுக்கு பால் கொண்டு வருகிறேன். அதற்குப் பிறகு என்ன செய்வதென்று பார்க்கலாம்" எனக் கூறினேன். என்னுடைய தோழி தன்யா கிபெனாக் ஓடி வந்து கொண்டிருந்தாள் — அவளுடைய கணவனும் அதே அறையில்தான் இருந்தார். அவளோடு அவளது அப்பாவும் இருந்தார். அவரிடம் கார் இருந்தது. நாங்கள் எல்லோரும் அந்தக் காரில் ஏறிய பின் பால் வாங்குவதற்காக பக்கத்தில் உள்ள கிராமத்திற்குச் சென்றோம். அது நகரத்திலிருந்து மூன்று கிலோமீட்டர் தொலைவில் இருந்தது. நாங்கள் மூன்று லிட்டர் பாட்டில் ஆறு வாங்கிக் கொண்டோம். அது எல்லோருக்கும் போதுமானதாக இருக்கும் என நினைத்தோம். ஆனால் அவர்கள் பால் குடித்தவுடன் வாந்தி எடுக்க ஆரம்பித்தார்கள். அதன் பின் அவர்களுக்கு ஐ.வி. ஏற்றப்பட்டது. அவர்களுக்கு 'கேஸ்' மூலம் விஷம் பரவியிருக்கிறது என டாக்டர்கள் சொல்லிக் கொண்டிருந்தனர். அதுவரை கதிர்வீச்சு பற்றி யாரும் எதுவும் சொல்லவில்லை. ராணுவ வண்டிகளின் நடமாட்டம் நகரமெங்கும் வியாபித்திருந்தது. போக்குவரத்துக்கான அனைத்து சாலைகளும் மூடப் பட்டிருந்தன. ட்ராலிகளும், ரயில்களும் ஓடவில்லை. அவர்கள் ஏதோ ஒரு வெள்ளை நிற பவுடரை வைத்து சாலைகளை சுத்தம் செய்து கொண்டிருந்தனர். அடுத்த நாள் பால் வாங்கு

வதற்கு மீண்டும் அந்த கிராமத்துக்குச் செல்வது எப்படி என்பது பற்றிய கவலையில் நான் இருந்தேன். யாரும் கதிர்வீச்சு பற்றி பேசவில்லை. ராணுவத்தைச் சேர்ந்தவர்கள் மட்டும் அறுவைசிகிச்சையின்போது அணியக்கூடிய முகமூடியை அணிந்திருந்தனர். நகர மக்கள் கடைகளிலிருந்து ப்ரெட் வாங்கி சென்றனர். அவர்கள் கப் கேக்குகளை தட்டில் வைத்து சாப்பிட்டுக் கொண்டிருந்தனர்.

அன்றைக்கு சாயங்காலம் என்னால் மருத்துவமனைக்கு செல்ல முடியவில்லை. கடல் போல மக்கள் கூட்டம். நான் அவர் இருக்கக்கூடிய அறையின் ஜன்னலுக்குக் கீழ் நின்று கொண்டிருந்தேன். என்னைப் பார்த்தவுடன் என்னை நோக்கி வந்து ஏதோ சத்தமாகக் கூறினார். கூட்டத்தில் இருந்த யாரோ ஒருவர் அவர் கூறியதைக் கேட்டிருக்கிறார் — அன்றைக்கு இரவு அவர்களை மாஸ்கோவுக்கு கொண்டு செல்லப் போகிறார்களாம் என்றார். மனைவிமார்கள் அனைவரும் ஒரு குழுவாக சேர்ந்திருங்கள் என சொல்லப்பட்டது. அவர்களோடு நாங்களும் செல்வது என்று தீர்மானித்தோம். நாம் நம் கணவர்களுடன் செல்வோம்! என நினைத்துக் கொண்டிருந்தபோது "உங்களுக்கு அதற்கான உரிமையில்லை" என சொல்லப்பட்டது. ஏற்கனவே அந்த இடத்தில் நின்று கொண்டிருந்த ராணுவ வீரர்கள் எங்களை பின்னால் தள்ளிவிட்டனர். அதன் பின் டாக்டர் வெளியே வந்து, "ஆமாம், அவர்கள் மாஸ்கோவிற்குச் செல்லவிருக்கிறார்கள். எனவே அவர்களுடைய உடைகள் எங்களுக்குத் தேவை. அவர்கள் மின்சக்தி நிலையத்தில் அணிந்திருந்த உடைகளை எரித்து விட்டோம்" என்றார். அந்த நேரத்தில் பஸ் போக்குவரத்து நிறுத்தி வைக்கப்பட்டிருந்ததால் நாங்கள் வீட்டிற்கு ஓடிச் சென்று துணிகள் அடங்கிய பேக்குகளைக் கொண்டுவந்தோம். ஆனால் அதற்குள் விமானம் புறப்பட்டுப் போயிருந்தது. அவர்கள் எங்களை ஏமாற்றிவிட்டார்கள். சத்தம் போடுவதற்கும், அழுவதற்கும் அங்கு நாங்கள் இருக்கமாட்டோம் என அவர்கள் நினைத்திருக்கக்கூடும்.

இரவு நேரம். ஒரு பக்கம் நூற்றுக்கணக்கான பஸ்களால் சாலை நிரம்பி வழிந்தது. அங்கிருக்கும் எல்லோரையும் வெளியேற்று வதற்கான ஆயத்தங்கள் நடந்து கொண்டிருந்தன. சாலையின் இன்னொரு பக்கம் நூற்றுக்கணக்கான தீயணைப்பு வண்டிகள் நின்று கொண்டிருந்தன. அனைத்து இடங்களிலிருந்தும் அவை

வந்திருந்தன. தெரு முழுவதையும் வெள்ளை நிற நுரை மூடியிருந்தது. நாங்கள் திட்டிக்கொண்டும், அழுதுகொண்டும் அதன் மேல் நடந்து சென்று கொண்டிருந்தோம். இன்னும் மூன்றிலிருந்து ஐந்து நாட்களுக்குள் எங்கள் அனைவரையும் அங்கிருந்து வெளியேற்ற இருப்பதாகவும், நாங்கள் காடுகளில் டெண்ட்களில் வசிக்க இருப்பதால் எங்களை வெது வெதுப்பான ஆடைகளை எடுத்து வருமாறும் வானொலி மூலம் அறிவித்தார்கள். இது முகாமுக்கான ஒரு பயணம் என நினைத்து மக்கள்கூட சந்தோஷப்பட்டனர்! பெரும்பாலும் நாங்கள் மே தினத்தை வழக்கமான நாட்கள் போல இல்லாமல் வித்தியாசமாக கொண்டாடுவது வழக்கம். பார்பேக்யூவுடன் மக்கள் தயாராக இருந்தார்கள். அதோடு கிடார், ரேடியோ போன்றவைகளையும் அவர்களோடு எடுத்து வந்தனர். அணு உலை வெடிப்பினால் பாதிக்கப்பட்ட கணவன்மார்களின் மனைவிகளாகிய நாங்கள் மட்டும் அழுது கொண்டிருந்தோம்.

எனது பெற்றோர் வசித்துவரும் கிராமத்துக்கு நான் சென்றது எனக்கு நினைவில்லை. நான் தூங்கி எழுந்தபோது என் அம்மாவைப் பார்த்தது போல இருந்தது. “அம்மா, வாஸ்யா மாஸ்கோவில் இருக்கிறார். அவர்கள் அவரை தனி விமானத்தில் கொண்டு சென்று விட்டார்கள்!” என்றேன். அந்த நேரத்திலும் நாங்கள் பயிரிட நினைத்திருந்தபடி தோட்டத்தில் பயிரிட்டு விட்டோம் *(ஒரு வாரத்தில் அந்த கிராமத்தில் இருந்தவர்களும் வெளியேற்றப்பட்டார்கள்)* ஒரு வாரத்தில் அங்கிருந்து வெளியேற்றப்படுவோமென்று அப்போது யாருக்குத் தெரியும்? அன்றைக்கு பிந்திய பொழுதில் நான் வாந்தி எடுக்க ஆரம்பித்தேன். அப்போது நான் ஆறு மாத கர்ப்பிணி. மிகவும் மோசமாக இருப்பது போல உணர்ந்தேன். அன்றிரவு அவர் என்னை தூக்கத்தில், லூஸ்யா, லூஸென்கா! எனக் கூப்பிடுவது போல கனவு கண்டேன். ஆனால் அவர் இறந்த பிறகு ஒரு நாளும் என்னுடைய கனவில் அவர் என்னைக் கூப்பிட்டதில்லை. ஒரு தடவை கூட இல்லை *(அவள் அழ ஆரம்பித்தாள்)*. நான் மறுநாள் காலையில் எழுந்தவுடன் நான் மட்டும் மாஸ்கோவுக்குச் செல்ல வேண்டும் என நினைத்தேன். என்னுடைய அம்மா அழுது கொண்டிருந்தார்: “இப்படியிருக்கும் போது நீ எங்கே போகப் போகிறாய்?” எனவே என்னோடு அப்பாவைக் கூட்டிச் சென்றேன். அவர் பேங்க்குக்குச் சென்று இருந்த பணம் முழுவதையும் எடுத்துக்கொண்டு வந்தார்.

எனக்கு அந்தப் பயணம் குறித்த நினைவில்லை. அது என் மனதில் நிலைக்கவில்லை. மாஸ்கோவில் முதன் முதலில் நாங்கள் பார்த்த காவல்துறை அதிகாரியிடம், "செர்னோபிலிருந்து வந்த தீயணைப்பு வீரர்களை எங்கே வைத்திருக்கிறார்கள்" எனக் கேட்டதற்கு அவர், "மருத்துவமனை எண் 6, ஷ்சுகின்ஸ்காயா நிறுத்தம்" என்று கூறினார். ஆனால் அதற்கு முன்னால் எல்லோரும் அது 'அதி ரகசியம்' என்று கூறி எங்களைப் பயமுறுத்தினார்கள்.

அது கதிரியக்கவியலுக்கென்று உள்ள ஒரு பிரத்யேக மருத்துவமனை ஆகும். அதற்குள் அனுமதிச் சீட்டு இல்லாமல் செல்ல முடியாது. நான் கேட்டில் இருந்த பெண்ணிடம் பணம் கொடுக்கவும் அவள் என்னை உள்ளே போக அனுமதித்தாள். அதன் பின் இன்னொருவரிடம் கெஞ்சிக் கூத்தாடி இறுதியாக அத்துறையின் தலைவியான, ஏஞ்சலினா வாசிலியவ்னா குஸ்கோவா என்பவரின் அலுவலக அறையை அடைந்து அங்கே உட்கார்ந்திருந்தேன். ஆனால் அந்த நேரம் வரை எனக்கு அவருடைய பெயர் என்னவென்று தெரியாது. எனக்கு எதுவும் நினைவில்லை. எனக்குத் தெரிந்த தெல்லாம் அவரைப் பார்க்க வேண்டும் என்பதுதான். உடனே கதிரியக்கவியல் துறையின் தலைவர் என்னிடம், "உங்களுக்கு குழந்தைகள் இருக்கிறார்களா?" எனக் கேட்டார்.

நான் அவரிடம் என்ன சொல்வது? நான் கர்ப்பிணியாக இருப்பதை மறைக்க வேண்டும். இல்லையென்றால் அவரைப் பார்க்க என்னை அனுமதிக்கமாட்டார்கள். நான் ஒல்லியான உடல்வாகைக் கொண்டிருந்ததால் என்னைப் பார்த்தால் கர்ப்பிணி பெண் போல் தெரியாது.

"ஆமாம்" என்றேன்.

"எத்தனை குழந்தைகள்?"

நான் நினைத்துக் கொண்டிருந்தேன். "நான் இரண்டு என சொல்ல வேண்டும். ஒன்று என சொன்னால்கூட அவர் என்னை உள்ளே விடமாட்டார்'

"ஒரு பையனும், ஒரு பொண்ணும்" என்றேன்.

"அப்படியென்றால் உங்களுக்கு இதுக்கு மேலும் குழந்தைகள் தேவையில்லை. அப்படித்தானே. அவருடைய மத்திய நரம்பு

மண்டலமும், தலையும் முற்றிலும் கெட்டுப் போய்விட்டது" என்றார்.

சரி. அவரால் லேசாக பேசமுடியும் என நினைத்தேன்.

"நீங்கள் அழ ஆரம்பித்தால் நான் உங்களை இங்கிருந்து வெளியேற்ற வேண்டிவரும். கட்டிப்பிடிப்பதோ அல்லது முத்தம் கொடுத்துக் கொள்ளவோ கூடாது. அவருக்கு அருகில்கூட நீங்கள் போகக் கூடாது. உங்களுக்குக் கொடுக்கப்பட்டிருக்கும் நேரம் அரைமணி நேரம்தான் என்பதை கவனத்தில் வைத்திருங்கள்" என்றார்.

நான் அவரைவிட்டுப் போகப் போவதில்லை என்பதை ஏற்கனவே தீர்மானம் செய்திருந்தேன். அப்படிப் போவதாக இருந்தால் அவரோடுதான் போவேன் என்று எனக்குள் உறுதியெடுத்துக் கொண்டேன். நான உள்ளே நுழைந்தேன். எல்லோரும் படுக்கையில் உட்கார்ந்து சீட்டு விளையாடிக் கொண்டும், சிரித்துக்கொண்டும் இருந்தனர்.

"வாஸ்யா" என அவர்கள் கூப்பிட்டார்கள்.

அவர் திரும்பிப் பார்த்தும், "ஓ, இப்போது எல்லாம் முடிந்துவிட்டது. இங்கேயும் இவள் என்னைக் கண்டுபிடித்து விட்டாள்!"

அவரைப் பார்க்கவே வேடிக்கையாக இருந்தது. அவருடைய 52 இஞ்ச் சைஸுக்கு 48 சைஸ் அளவு பைஜாமா கொடுக்கப்பட்டிருந்தது. பைஜாமாவின் கைப்பகுதி மிகவும் சிறிதாக இருந்தது. அவர் போட்டிருந்த பேண்ட்டும் சிறிதாக இருந்தது. ஆனால் அவருடைய முகம் முன்பு போல வீக்கமாக இல்லை. அவர்கள் ஏதோ ஒரு திரவத்தை அவருக்குக் கொடுத்திருக்கவேண்டும்.

"நீங்கள் எங்கே ஓடப் பார்க்கிறீர்கள்?" என்று கேட்டேன்.

அவர் என்னைக் கட்டிப்பிடிக்க விரும்பினார்.

டாக்டர் அதை அனுமதிக்கவில்லை. "உட்காருங்கள், உட்காருங்கள். இங்கெல்லாம் கட்டிப்பிடிக்கக் கூடாது" என்றார் அவர்.

அதை அப்படியே ஒரு நகைச்சுவையாக நாங்கள்

மாற்றிவிட்டோம். வேறு அறைகளிலிருந்து மற்றவர்களும் வர ஆரம்பித்தார்கள். அவர்கள் அனைவரும் ப்ரீபியாட்டைச் சேர்ந்தவர்கள். விமானத்தில் மொத்தம் 28 பேர்கள் இருந்தனர். என்ன நடந்து கொண்டிருக்கிறது? நகரத்தில் என்ன நடக்கிறது? அங்கிருக்கும் எல்லோரையும் வெளியேற்றும் வேலையை ஆரம்பித்திருக்கிறார்கள். அந்த நகரமே இன்னும் மூன்று அல்லது ஐந்து நாட்களில் காலியாகிவிடும் என்றேன். அங்கிருந்தவர்கள் யாரும் எதுவும் சொல்லவில்லை. அங்கிருந்த இரண்டு பெண்களில் ஒரு பெண்-விபத்து நடந்த அன்று தொழிற்சாலையில் வேலையிலிருந்தவர்-இதைக் கேட்டவுடன் அழ ஆரம்பித்துவிட்டார்.

"அடக் கடவுளே! என்னுடைய குழந்தைகள் அங்கிருக்கின்றன. அவர்களுக்கு என்ன நடந்து கொண்டிருக்கிறதோ?"

நான் அவரோடு குறைந்தபட்சம் ஒரு நிமிடமாவது தனியாக இருக்க விரும்பினேன். அங்கு அவரோடு இருந்த ஒவ்வொருவரும் அதை உணர்ந்தது போல ஏதாவது ஒரு காரணம் சொல்லிவிட்டு அங்கிருந்து ஹாலுக்குச் சென்றனர். அதன்பின் நான் அவரை கட்டிப்பிடித்து, முத்தம் கொடுத்தேன். அவர் என்னை விட்டு விலகிச் சென்றார்.

"என் அருகில் உட்காராதே. அந்த நாற்காலியை எடுத்துப் போட்டு உட்கார்" என்றார்.

"இதென்ன முட்டாள்தனமாக இருக்கிறது" என்று நான் அதை தள்ளிவிட்டேன். "நீங்கள் வெடிக்கும்போது பார்த்தீர்களா? என்ன நடந்தது என்று பார்த்தீர்களா? முதலில் நீங்கள்தானே அங்கு இருந்தீர்கள்."

"அநேகமாக அது யாராவது ஒருவர் செய்த நாசவேலையாக இருக்கலாம். இங்கிருக்கும் நாங்கள் எல்லோரும் அப்படித்தான் நினைக்கிறோம்."

அப்படித்தான் மக்களும் அந்த நேரத்தில் பேசிக் கொண் டார்கள். அப்படித்தான் அவர்கள் நினைத்தார்கள்.

மறுநாள். அவர்கள் ஒவ்வொருவரும் தத்தமது அறையில் படுத்திருந்தனர். அவர்கள் ஹாலுக்குச் சென்று ஒருவருக்கொருவர் பேசிக் கொள்ள அனுமதிக்கப்படவில்லை. அவர்கள் தங்கள்

விரல் முட்டியைக் கொண்டு *dash-dot, dash-dot* என்று சுவற்றில் தட்டிக்கொண்டார்கள். கதிர்வீச்சுக்கு உட்பட்ட ஒவ்வொருவரின் உடம்பும் வித்தியாசமாக செயல்படும். ஒருவரால் கையாள முடிந் ததை இன்னொருவரால் கையாள முடியாது என டாக்டர்கள் கூறினார்கள். அவர்கள் இருந்த இடத்திலிருந்த சுவரில் வலது, இடது, தரையில் எந்த அளவுக்கு கதிர்வீச்சு இருக்கிறது என் பதையும் கணக்கிட்டிருந்தார்கள். அவர்கள் இருந்த தளத்துக்கு கீழ் மற்றும் மேல் தளத்தில் நோய்வாய்ப்பட்டிருந்த மக்களை அங்கிருந்து அப்புறப்படுத்தினார்கள். அந்த இடத்தில் வேறு யாருமில்லாமல் பார்த்துக் கொண்டார்கள்.

அந்த நாட்களில் நான் எனது நண்பர்களுடன் மாஸ்கோவில் வசித்து வந்தேன். அவர்கள் என்னிடம், “குவளையோ, தட்டோ எது வேண்டுமானாலும் எடுத்துக் கொள்” என்று சொன்னார்கள். நான் என் கணவரோடு சேர்ந்த ஆறு பேருக்கும் வான்கோழி சூப் செய்தேன். அவர்கள் — பாஷுக் *(Bashuk)*, கிபெநாக் *(Kibe-nok)* டைட்டெநாக் *(Titenok)*, ப்ராவிக் *(Pravik)*, திஸ்சுரா *(Tischura)* எல்லோரும் விபத்து நடந்தபோது அங்கு வேலையிலிருந்தவர்கள். நான் கடைக்குச் சென்று அவர்களுக்குத் தேவையான டூத் பேஸ்ட், டூத் ப்ரஷ் மற்றும் சோப் ஆகியவற்றை வாங்கி வந்தேன். மருத்துவமனையில் இது எதுவும் இல்லை. அதோடு அவர்களுக்காக சிறிய அளவிலான துண்டுகளையும் வாங்கி வந்தேன். அப்போது நடந்ததைத் நினைத்துப் பார்க்கிறேன்: என் நண்பர்களுக்கு நான் ஒரு ஆச்சரியக்குறியாக இருந்தேன். அவர்கள் கண்டிப்பாக பயந்துபோய்தான் இருந்திருப்பார்கள். அப்போது பரப்பப்பட்டிருந்த வதந்திகளினால் அவர்கள் எப்படி பயப்படாமல் இருக்கமுடியும். இருந்தாலும் அவர்கள் என்னிடம், என்ன வேண்டுமோ எடுத்துக் கொள், எடுத்துக் கொள்! என்று சொல்லியதோடு அவர் எப்படியிருக்கிறார்? அவர்கள் எப்படியிருக்கிறார்கள்? அவர்கள் உயிரோடு இருப்பார்கள்தானே? உயிரோடு... *(அமைதியாக இருந்தாள்)* என விசாரித்துக்கொண்டே இருந்தனர். அப்போது நான் நல்ல மனிதர்கள் பலரை சந்தித் தேன். அவர்கள் அத்தனை பேருடைய பெயர்களும் எனக்கு நினைவில் இல்லை. ஒரு பெண் துப்புரவாளர் எனக்குக் கற்றுக் கொடுத்தது நன்றாக நினைவில் இருக்கிறது: “குணமாக்க முடியாத சில நோய்கள் இருக்கத்தான் செய்கிறது. நீ அவற்றை பேசாமல் உட்கார்ந்து பார்த்துக் கொண்டிருக்கத்தான் வேண்டும்” என்றார்.

அதிகாலையில் நான் மார்க்கெட்டுக்குச் சென்றுவிட்டு நண்பர்கள் இருக்குமிடத்திற்குச் சென்று அங்கு சூப் தயாரிப்பேன். நானே எல்லாவற்றையும் நறுக்கி அரைக்க வேண்டியிருந்தது. அப்போது ஒருவர், "எனக்கு ஆப்பிள் ஜூஸ் கொண்டு வாருங்கள்" என்றார். நான் ஆறு அரை லிட்டர் ஆப்பிள் ஜூஸ் கேன் வாங்கிக் கொண்டு சென்றேன். எது வாங்கினாலும் ஆறு! நான் மருத்துவமனைக்கு விரைந்து சென்று மாலை வரை அங்கேயே இருப்பேன். அதன் பின் நகரத்தை நோக்கிச் செல்வேன். எவ்வளவு நாட்கள்தான் நான் இப்படியே இருக்க முடியும்? மூன்று நாட்களுக்குப் பிறகு அவர்கள், மருத்துவ தொழிலாளர்களுக்கென்று உள்ள விடுதியில் தங்கிக் கொள்ளலாம் எனச் சொன்னார்கள். அது மருத்துவமனை இருந்த இடத்திலேயே இருந்தது. கடவுளே! எவ்வளவு அற்புதமாக இருக்கிறது!

ஆனால் அங்கு சமையல்கட்டு எதுவும் இல்லை. அப்படி யிருக்கும்போது நான் எப்படி சமைக்க முடியும்?

"இனிமேல் நீங்கள் எதுவும் சமைக்க வேண்டாம். அவர்களினால் சாப்பாட்டை ஜீரணிக்க முடியாது" என்று கூறினார்கள்.

ஒவ்வொரு நாளும் அவரிடத்தில் மாற்றம் தோன்ற ஆரம் பித்தது. ஒவ்வொரு நாளும் புதியவரைச் சந்திப்பது போன்ற உணர்வு. விபத்தில் ஏற்பட்ட காயங்கள் கொஞ்சம் கொஞ் சமாக வெளியே தெரிய ஆரம்பித்தன. அவருடைய வாயில், நாக்கில், கன்னங்களில் — ஆரம்பத்தில் சிறிய புண்கள் போல ஆரம்பித்து நாளாக நாளாக அவை பெரிதாக வளர ஆரம் பித்தன. அது வெள்ளை நிறத்தில் அடுக்கடுக்காக தோன்ற ஆரம்பித்தன... அவருடைய முகம்... உடம்பு... நீல நிறத்திலும், சிவப்பு நிறத்திலும், ப்ரௌன் நிறத்திலும் தோற்றமளிக்க ஆரம் பித்தன. அதை விவரிக்கவே முடியாது! அனைத்தும் வேகமாக நடந்தேறியதால் எனக்கு சிந்திக்கவோ, அழுகவோ நேரம் கிடைக்கவில்லை.

நான் அவரை நேசித்தேன்! எந்த அளவு நேசித்தேன் என்பதை என்னால் சொல்ல இயலாது! அப்போதுதான் எங்களுக்குத் திருமணம் ஆகியிருந்தது. நாங்கள் சாலையில் நடந்து சென்று கொண்டிருக்கும்போது என் கைகளை பிடித்து இழுத்து என்னைச் சுற்றி வருவார். முத்தமிடுவார், முத்தமிடுவார். சாலையில் நடந்து போய்க் கொண்டிருப்பவர்கள் எங்களைப்

பார்த்து சிரித்துவிட்டுச் செல்வார்கள்.

கதிர்வீச்சினால் அதிகமாகப் பாதிக்கப்பட்டவர்களுக்கென்று உள்ள பிரத்யேகமான மருத்துவமனை அது. பதினான்கு நாட்கள் ஆனபோது ஒருவர் இறந்து போனார்.

நான் அங்கு சென்ற முதல் நாள் கதிர்வீச்சுமானி மூலம் அயனியாக்கக் கதிர்வீச்சு எவ்வளவு இருக்கிறது என்பதை கணக்கிட்டனர். என்னுடைய உடைகள், பேக், பர்ஸ் என அனைத்தும் பயங்கர சூடாக இருந்ததால் அதையெல்லாம் என்னிடமிருந்து வாங்கிக் கொண்டனர். நான் வைத்திருந்த பணம் தவிர்த்து என்னுடைய உள்ளாடைகளைக்கூட அவர்கள் வாங்கி வைத்துக்கொண்டு நான் அணிந்து கொள்வதற்காக 56 அளவில் ஒரு உடுப்பும், 43 அளவில் ஒரு செருப்பும் கொடுத்தனர். துணிகளைத் திருப்பித் தந்துவிடுவதாகக் கூறினார்கள். அவர்கள் அதைத் திருப்பித் தந்தாலும் உண்டு, இல்லையென்றாலும் இல்லை. ஏனெனில் அந்த நேரத்தில் 'துவைப்பதற்கான' வசதி அங்கே இருக்கவில்லை. இந்த புதிய கோலத்தோடு நான் அவரைப் பார்க்கச் சென்றபோது அவர் என்னைப் பார்த்து பயந்திருக்க வேண்டும். என்னிடம் அவர், 'ஹே, என்ன ஆச்சு உனக்கு?' எனக் கேட்டார். ஆனால் அப்போதுகூட அவருக்கு சூப் செய்து கொடுக்கக்கூடிய நிலையில் நான் இருந்தேன். நான் கண்ணாடி குடுவையில் தண்ணீரை சூடாக்கி, அதில் சின்னஞ் சின்னமாக சில சிக்கன் துண்டுகளைப் போட்டேன். அதற்கு பிறகு யாரோ ஒருவர் — துப்புரவாளரோ, பாதுகாவலரோ — அவருடைய குவளையை என்னிடம் கொடுத்தார். இன்னொருவர் நான் வோக்கோசு நறுக்குவதற்காகக் காய்கறி நறுக்கும் பலகையைக் கொடுத்தார். மருத்துவமனை உடையை அணிந்துகொண்டு நான் மார்க்கெட்டுக்குப் போகவில்லை. அங்கேயிருப்பவர்களே எனக்காக காய்கறி வாங்கி வந்தார்கள். ஆனால் எல்லாம் உபயோகமற்று போய்விட்டது. ஏனெனில் அவரால் எதையும் குடிக்க முடியவில்லை. அவரால் அவிக்காத முட்டையைக்கூட விழுங்க முடியவில்லை. ஆனால் எனக்கோ ஏதாவது சுவையாக சாப்பிட வேண்டும் போல இருந்தது! நான் போஸ்ட் ஆபிஸிற்குச் சென்று அங்கிருந்த பெண்களிடம், "நான் இவானோ — ஃப்ராங்கோவ்ஸ்க் (*Ivano-Frankovsk*)க்கில் இருக்கும் என் பெற்றோருக்கு இப்போதே போன் செய்ய வேண்டும். எனது கணவர் இறந்து கொண்டிருக்கிறார்" எனக்

கூறினேன். அவர்கள் உடனே நான் எங்கிருந்து வருகிறேன், எனது கணவர் யார் என்பதைப் புரிந்துகொண்டு எனக்கு தொடர்பு ஏற்படுத்திக் கொடுத்தனர். என் அப்பா, சகோதரி, சகோதரன் என அனைவரும் உடனே மாஸ்கோவுக்குப் புறப்பட்டு வந்தனர். எனக்குத் தேவையான சாமான்களையும், பணத்தையும் அவர்கள் கொண்டு வந்தனர். அன்றைக்கு தேதி மே 9. என்னிடம் எப்போதும் அவர், 'மாஸ்கோ எவ்வளவு அழகாக இருக்கும் என உனக்கு எந்த ஐடியாவும் இருக்காது! குறிப்பாக *V-Day** அன்று வாணவேடிக்கையெல்லாம் அமர்க்களப்படும். நீ அதைப் பார்க்க வேண்டும் என நான் விரும்புகிறேன்' என சொல்வதுண்டு.

நான் அவரோடு அறையில் உட்கார்ந்திருந்தேன். கண்களைத் திறந்த அவர், "இது இரவா, பகலா?" என்று கேட்டார்.

"இரவு ஒன்பது மணி" என்றேன்.

"ஜன்னலைத் திற! இப்போது வாணவேடிக்கை ஆரம்பமாகும்!" என்றார்.

நான் ஜன்னல் கதவைத் திறந்தேன். நாங்கள் எட்டாவது மாடியில் இருந்தோம். அங்கிருந்து பார்க்கும்போது நகரம் முழுவதும் தெரிந்தது. வானத்தில் வாணவேடிக்கை வண்ண மயமாக இருந்தது.

"அங்கே பாருங்கள்."

"நான் மாஸ்கோவை உனக்கு காண்பிப்பேன் என்று சொன்னேன். விடுமுறை நாட்களில் உனக்கு பூக்கள் தருவேன் என்று சொன்னேன்..."

நான் அவரைப் பார்த்துக் கொண்டிருந்தேன். அவர் தனது தலையணைக்குக் கீழிருந்து மூன்று கார்னேஷன் பூக்களை எடுத்தார். அவர் நர்ஸிடம் பணம் கொடுத்துவிட்டு வாங்கி வரச் சொல்லியிருக்கிறார்.

நான் அவரை நோக்கி ஓடி இறுக்கமாக ஒரு முத்தம் கொடுத்தேன்.

---

* இரண்டாம் உலகப்போரின்போது ரஷ்யா ஜெர்மனியை வென்ற தினம்.

“என் அன்பே! எனக்கிருக்கும் ஒரேயொரு அன்பு நீங்கள் தான்!”

அவர் லேசாக உறுமினார். “டாக்டர் உன்னிடம் என்ன சொல்லியிருக்கிறார்? கட்டிப்பிடிக்கக்கூடாது, முத்தம் கொடுக்கக் கூடாது! இல்லையா?”

அவர்கள் என்னைக் கட்டிப்பிடிக்க விடமாட்டார்கள். ஆனால் நான்.... நான் அவரைத் தூக்கி அவர் மேல் உட்கார்ந்து கொண்டேன். நான் அவருக்கு படுக்கை தயார் செய்து கொடுத் தேன். தெர்மோமீட்டர் வைத்துப் பார்த்தேன். துப்புரவு சாமான் களைக் கொண்டு வந்து வைத்தேன். அவரோடு அன்றிரவு முழு வதும் இருந்தேன்.

நான் அறையில் இல்லாமல் ஹாலில் இருந்தேன். எனது தலை சுற்ற ஆரம்பித்தது. ஜன்னல கமபியைப் பிடித்துக் கொண்டேன். அந்த நேரத்தில் அந்தப் பக்கம் சென்று கொண்டிருந்த டாக்டர் ஒருவர் என்னைப் பிடித்துக்கொண்டு திடீரென்று, “நீ கர்ப்பிணியா?” என்றார்.

நான், “இல்லை, இல்லை” என்றேன். யாராவது இதைக் கேட்டு விடுவார்களோ என்று எனக்குள் ஒரு பயம்.

“பொய் சொல்லாதே” என்றார்.

மறுநாள் தலைமை டாக்டர் அலுவலகத்திலிருந்து எனக்கு அழைப்பு வந்தது.

“நீ ஏன் என்னிடம் பொய் சொன்னாய்?” என்றார்.

“எனக்கு வேறுவழி தெரியவில்லை. நான் உண்மையைச் சொல்லியிருந்தால் நீங்கள் என்னை வீட்டிற்குத் திருப்பி அனுப்பி யிருப்பீர்கள். இது ஒரு புனிதமான பொய்!” என்றேன்.

“நீ என்ன செய்திருக்கிறாய்?”

“நான் அவருடன் இருந்தேன்...”

ஏஞ்சலினா வாசில்யவ்னா குஸ்கோவா-வுக்கு நான் என் வாழ்நாள் முழுவதும் கடமைப்பட்டவளாக இருப்பேன். என் வாழ்நாள் முழுவதும்! மற்ற மனைவிமார்களும் சிகிச்சை

பெற்றுக் கொண்டிருக்கும் தங்களது கணவன்மார்களைப் பார்க்க வந்திருந்தாலும் அவர்களை உள்ளே அனுமதிக்கவில்லை. அவர்களுடைய அம்மாக்கள் என்னுடன் இருந்தார்கள். வோலோட்யா ப்ராவிக்கின் அம்மா, "அவனுக்குப் பதிலாக என்னை எடுத்துக் கொள்" என கடவுளிடம் மன்றாடிக் கொண்டிருந்தார். டாக்டர் கேல் — இவர்தான் எனக்கு எலும்பு மஜ்ஜை அறுவை சிகிச்சை செய்தவர் — என்னை ஆறுதல்படுத்திக் கொண்டிருந்தார். இன்னும் கொஞ்சம் நம்பிக்கை இருக்கிறது என்று அவர் என்னிடம் கூறினார். என் கணவர் மிகவும் சக்தியுள்ளவர், மிகவும் வலுவானவர்! அவர்கள் அவருடைய உறவினர்கள் அனைவரையும் அழைத்திருந்தனர். பெலாரஸிலிருந்து அவருடைய இரண்டு சகோதரிகளும், லெனின்க்ராடிலிருந்து அவருடைய சகோதரரும் — இவர் அந்த சமயத்தில் ராணுவத்தில் பணிபுரிந்து வந்தார் — வந்திருந்தனர். இளைய சகோதரி பதினான்கு வயதே ஆன நடாஷா. ஆவள் மிகவும் பயந்து போய் அழுதுகொண்டே இருந்தாள். ஆனால் அவளுடைய எலும்பு மஜ்ஜைதான் மிகவும் பொருத்தமாக இருந்தது *(அமைதி).* இப்போது நான் அதைப் பற்றி பேசலாம். இதற்கு முன்பு, கிட்டத்தட்ட 10 வருடங்களாக, நான் இது பற்றி பேசியதில்லை *(அமைதி).*

அவர்கள் தங்கையிடமிருந்து எலும்பு மஜ்ஜையை எடுக்கப் போகிறார்கள் என்பதைத் தெரிந்து கொண்ட அவர் அதற்குத் திட்டவட்டமாக மறுப்பு தெரிவித்தார். "அதற்கு நான் இறந்து போவதே மேல். அவள் சிறிய பெண் அவளை சிரமப்படுத்த வேண்டாம்" என்றார். அவருடைய பெரிய சகோதரி லியுடாவுக்கு வயது 28. அவரே ஒரு நர்ஸ், தன்னை இது எங்கே இட்டுச் செல்லுமென்று அவருக்குத் தெரியும். நான் அறுவை சிகிச்சையைப் பார்த்துக் கொண்டிருந்தேன். அவர்கள் மேஜையில் அடுத்தடுத்துப் படுத்திருந்தார்கள். அறுவைசிகிச்சைச் செய்யப்பட்ட அறையில் மிகப் பெரிய ஜன்னல் இருந்தது. அறுவை சிகிச்சைக்கு 2 மணிநேரம் ஆயிற்று. அறுவை சிகிச்சை முடிந்தபின் லியுடா என் கணவரை விட மோசமாக இருந்தார். அவருடைய மார்பில் பதினெட்டு இடத்தில் குத்தப்பட்டிருந்தது. மயக்கநிலையிலிருந்து அவர் சாதாரணமான நிலைக்கு வருவதற்கு மிகவும் சிரமப்பட்டார். இப்போது அவருக்கு உடல்நலமில்லை. பார்ப்பதற்கு அழகாக இருப்பதோடு மிகவும் வலுவானவர். அவர் ஒருபோதும் திருமணம் செய்து

கொள்ளவில்லை. நான் ஓர் அறையிலிருந்து இன்னோர் அறை என ஓடிக் கொண்டிருந்தேன். அதாவது அவருடைய அறையிலிருந்து லியுடாவின் அறைக்கு. இதற்குப் பிறகு என் கணவர் சாதாரண அறையிலிருந்து பிரத்யேகமான 'பயோ - சேம்ப'ருக்கு மாற்றப்பட்டார். அந்தச் சேம்பருக்குப் பின்னால் ஊடுருவி பார்க்கக்கூடிய திரை ஒன்று போடப்பட்டிருந்தது. அந்தச் சேம்பருக்கு உள்ளே யாரையும் அனுமதிக்கவில்லை.

தேவையான உபகரணங்கள் அனைத்தும் அங்கே இருந்தன. எனவே திரைக்கு உள்ளே செல்லாமல் வெளியில் இருந்தபடியே ஊசி, வடிகுழாய் போன்றவற்றை வைத்தனர். அந்தத் திரைகளை 'வெல்க்ரோ' வைத்து இணைத்திருந்தார்கள். எப்படி அதை உபயோகப்படுத்துவதென்று நான் கற்றுக் கொண்டேன். ஆனால் நான் அதை ஓரமாக தள்ளிவிட்டுவிட்டு உள்ளே அவரிடம் செல்வேன். அவருடைய படுக்கைக்குப் பக்கத்தில் சிறிய நாற்காலி ஒன்று இருந்தது. அவருடைய நிலைமை அப்போது மிகவும் மோசமாக இருந்ததால் என்னால் ஒரு வினாடிகூட அவரை விட்டுப் பிரிந்திருக்க முடியவில்லை. அவர் என்னை "லியூஸ்யா, நீ எங்கே இருக்கிறாய்? லியூஸ்யா" எனத் தொடர்ந்து சொல்லிக்கொண்டே இருந்தார். மற்ற பயோ - சேம்பரில் இருந்தவர்களை ராணுவத்தினர் கவனித்துக் கொண்டார்கள். ஏனென்றால் அங்கு வேலை பார்த்து வந்த உதவியாளர்கள் அவர்கள் அணிந்து கொள்வதற்குப் பாது காப்பு உடுப்பு கேட்டனர். அது கொடுக்கப்படாததால் அவர்கள் சேவை செய்ய மறுத்து விட்டார்கள். ராணுவத்தினர் துப்புரவு பாத்திரங்களைக்கூட கையாண்டார்கள். அவர்கள் தரையைத் துடைத்தார்கள்; படுக்கை மாற்றினார்கள். அவர்கள் அனைத்துக் காரியங்களையும் செய்தார்கள். அவர்களுக்கு அந்த ராணுவ வீரர்கள் எங்கிருந்து கிடைத்தார்கள்? அது குறித்து நாங்கள் கேட்கவில்லை. ஆனால் அவர் — அவர் — ஒவ்வொரு நாளும் அவர் சொல்ல நான் கேட்டது: மரணம். மரணம். திஸ்சுரா இறந்து விட்டான். டைட்டெநாக் இறந்து விட்டான். மரணம். இது எனது தலையில் சுத்தியல் வைத்து அடித்தமாதிரி இருந்தது.

அவர் ஒரு நாளைக்கு 25லிருந்து 30முறை மலம் கழித்தார். அதில் ரத்தமும், சளியும் கலந்திருந்தது. கைகளிலும், கால்களிலும் தோல் வெடிக்கத் தொடங்கியது. அவர் உடம்பு முழுவதும்

கொப்புளங்களால் மூடியிருந்தது. அவர் தலையைத் திருப்பினால் தலையணையில் கொத்தாக முடி கொட்டியிருந்தது. இதைப் பார்த்த நான், "இது மிகவும் வசதியாக போயிற்று, உங்களுக்குத் தலைசீவுவதற்கு இனி சீப்பு தேவையில்லை" என ஜோக்கடித்தேன். கூடியவிரைவில் அவர்கள் சிகிச்சை பெற்று வந்த மற்றவர்களின் முடியை வெட்டி விட்டார்கள். அவருடைய முடியை நான் வெட்டினேன். அவருக்குச் செய்ய வேண்டியதையெல்லாம் நானே செய்ய வேண்டுமென்று விரும்பினேன். உடம்பு இடம் கொடுத்தால் அவரோடு 24 மணி நேரமும் தங்கியிருக்க ஆசைப்பட்டேன். ஒரு நிமிடத்தைக்கூட வீணாக்கவில்லை *(நீண்ட அமைதி).* என்னுடைய சகோதரன் வந்து அவரைப் பார்த்து பயந்து, "நான் உன்னை அனுமதிக்க மாட்டேன்" என்றான். என் அப்பா அவனிடம், "அவளைத் தடுக்க முடியுமென நீ நினைக்கிறாயா? அவள் ஜன்னல் வழியாகவோ, ஃபயர் எஸ்கேப் வழியாகவோ சென்று விடுவாள்!" என்றார்.

நான் மருத்துவமனைக்குச் சென்றபோது படுக்கைக்குப் பக்கத்தில் இருந்த மேஜையில் ஆரஞ்சுப் பழங்கள் இருந்தன. அது பெரிதாக இளஞ்சிவப்பு நிறத்தில் இருந்தது. அது தனக்கு பரிசாகக் கிடைத்ததாகவும், அதை எடுத்துக் கொள்ளுமாறும் சொல்ல இதற்கிடையில் வெளியிலிருந்து நர்ஸ் அதை நான் சாப்பிடக் கூடாது என்று கூறினார். அவருக்கு அருகிலேயே இருந்ததால் நீ அதை சாப்பிடுவது மட்டுமல்ல, தொடக்கூட கூடாது என்றார். ஆனால், அவரோ 'சாப்பிடு' என்றார். 'உனக்கு ஆரஞ்சு பிடிக்கும் தானே' என்று அவர் சொல்லியவுடன் நான் அதை எனது கையில் எடுத்துக் கொண்டேன். அவரோ கண்களை மூடி தூங்க ஆரம்பித்து விட்டார். அவர்கள் அவரைத் தூங்க வைப்பதற்காக அவ்வப்போது ஊசி போட்டுக்கொண்டே இருந்தனர். நர்ஸோ என்னைப் பயத்துடன் பார்த்துக் கொண்டிருந்தார். ஆனால் நானோ? அவர் மரணம் பற்றி நினைக்காமல் இருப்பதற்கு என்னென்ன செய்ய முடியுமோ அதையெல்லாம் செய்யத் தயாராக இருந்தேன். அவருடைய மரணம் பயங்கரமாக இருந்தது. அதனால் அவரைப் பார்த்து நான் பயந்தேன். அப்போது நடந்த உரையாடலில் ஒரு சில பகுதிகள் என் நினைவில் இருக்கிறது. இனிமேல் இவர் உனது கணவரோ, அன்புக்குரியவரோ இல்லை. மாறாக கதிர்வீச்சால் பாதிக்கப்பட்ட அபரிதமான விஷம் கொண்ட ஒரு 'ஜடம்' அவ்வளவுதான். நீ உன்னைப் பாதுகாத்துக் கொள். இதை நீ

புரிந்து கொள்ள வேண்டும்' என யாரோ ஒருத்தர் சொல்லிக் கொண்டிருந்தார். ஆனால் இதைக் கேட்டவுடன் நான் என்னையே மறந்து, "நான் உங்களை நேசிக்கிறேன்! நான் அவரை நேசிக்கிறேன்!" என்று கூறினேன். அவர் தூங்கிக் கொண்டிருந்ததால் 'நான் உங்களை நேசிக்கிறேன்' என முணுமுணுத்தேன். வரந்தாவில் நடந்து செல்லும்போது 'நான் உங்களை நேசிக்கிறேன்' என்றும், அவருடைய துப்புரவு ட்ரேயை எடுத்துக்கொண்டு செல்லும்போது 'நான் உங்களை நேசிக்கிறேன்' என்றும் சொல்லிக்கொண்டே இருந்தேன். நாங்கள் வீட்டில் எப்படி வாழ்ந்து கொண்டிருந்தோம் என்பதை நினைத்துப் பார்த்தேன். இரவில் என்னுடைய கையை எடுத்து தன்னோடு வைத்துக் கொண்டுதான் தூங்குவார். தூங்கும்போது இரவு முழுவதும் என் கையைப் பிடித்துக்கொண்டு தூங்குவதுதான் அவரது பழக்கம். எனவே, மருத்துவமனையில் நான் அவரது கையை பிடித்துக்கொண்டு எங்கேயும் போகாமல் பார்த்துக் கொண்டேன்.

ஒரு நிசப்தமான இரவில் நாங்கள் தனியாக இருந்தோம். அவர் என்னை மிக மிகக் கவனமாகப் பார்த்துவிட்டு திடீரென்று, "நான் நமது குழந்தையைப் பார்க்க விரும்புகிறேன். அவன் எப்படியிருக்கிறான்?" என்றார்.

"அவனுக்கு என்ன பேர் வைக்கப் போகிறோம்?"

"நீயாக அதை முடிவு செய்து கொள்."

"நாம் இரண்டு பேர் இருக்கும்போது ஏன் நான் மட்டும்?"

"அப்படியென்றால் பையனாக இருக்கும்பட்சத்தில் அவனுக்கு வாஸ்யா என்றும், பெண்ணாக இருந்தால் நடாஷா என்றும் பெயர் வைக்கலாம்."

நான் அவரை எந்த அளவு நேசித்தேன் என்பது குறித்து அப்போது எந்த ஐடியாவும் இல்லை. அவர்... அவர்தான். கண் தெரியாதவளைப் போல நான் இருந்தேன். எனது இதயத்தில் லேசாக குத்திக் கொண்டிருப்பதைக்கூட என்னால் உணரமுடியவில்லை. நான் ஆறுமாத கர்ப்பிணியாக இருந்தாலும் கூட. என்னுடைய அந்தக் குட்டி எனக்குள் பாதுகாப்பாக இருப்பதாக நினைத்தேன்.

பயோ - சேம்பரில் இரவில் நான் அவருடன் இருக்கிறேன் என்பது எந்த டாக்டர்களுக்கும் தெரியாது. நர்ஸ்கள் தான் என்னை உள்ளே செல்ல அனுமதித்தார்கள். "நீ மிகவும் இளையவள். நீ ஏன் இப்படி செய்து கொண்டிருக்கிறாய்? இந்த நிலைமையில் அவர் ஒரு மனிதர் இல்லை. அவர் ஒரு அணு உலை. நீங்கள் இரண்டு பேரும் சேர்ந்து எரிந்து போவீர்கள்" என வேண்டிக் கொண்டார்கள். நான் ஒரு நாய் போல அவர்கள் பின்னால் ஓடினேன். அவர்கள் இருக்கும் அறையின் கதவருகில் மணிக்கணக்காக நின்றுகொண்டு கெஞ்சிக் கூத்தாடிக் கொண்டிருந்தேன். அதற்குப் பிறகு அவர்கள், "நீ எக்கேடு கெட்டுப் போனாலும் சரி! நீ சாதாரண மனிதர்கள் போல இல்லை!" என்றார்கள். டாக்டர்கள் ரவுண்ட் ஆரம்பமாகும்போது, காலை எட்டு மணிக்கு முன்னால் திரையின் மறுபுறத்தில் இருந்து "ஓடு!" என்பார்கள். நான் உடனே ஒரு மணிநேரம் விடுதியில் இருப்பதற்காகச் சென்றுவிடுவேன். அதன் பின் காலை ஒன்பது மணியிலிருந்து இரவு ஒன்பது மணிவரை நான் உள்ளே செல்வதற்கு எனக்கு அனுமதி அளித்திருந்தார்கள். எனது முழங்காலுக்குக் கீழ் வீங்கியும், நீல நிறத்திலும் இருந்தது. அந்த அளவுக்கு நான் சோர்வடைந்திருந்தேன்.

நான் அவரோடு இல்லாத நேரத்தில் அவரை நிர்வாணமாக்கி ஒரு மெல்லிய துணியை மட்டும் அவர் மேல் போர்த்தி புகைப்படம் எடுத்தார்கள். அந்த மெல்லிய துணியை நான் தினமும் மாற்றினாலும் சாயங்காலத்துக்குள் அந்தத் துணி முழுவதும் ரத்தமாக ஆகிவிடும். நான் அவரைத் தூக்கினால் அவர் உடம்பில் உள்ள தோல் என் கையில் ஒட்டிக் கொண்டிருக்கும். நான் அவரிடம், "அன்பே, நீங்களே உங்களால் முடிந்த அளவு முட்டுக் கொடுத்து கை, முழங்கை ஆகியவற்றைத் தூக்கினால் எனக்கு உங்கள் படுக்கையில் முடிச்சுகள் எதுவும் இல்லாமல் சரி செய்வதற்கு வசதியாக இருக்கும்" என்றேன். ஏதாவது ஒரு சிறு முடிச்சு இருந்தால்கூட அது அவர் உடம்பில் புண் வரும்படி செய்தது. எனது நகம் அவர் மேல் தற்செயலாகப் பட்டுவிடக்கூடாது என்பதற்காக நகங்களை ரத்தம் வரும் அளவிற்கு நன்றாக ஒட்ட வெட்டிக்கொண்டேன். நர்ஸ்கள் யாரும் அவரை அணுகவில்லை. ஏதேனும் வேண்டுமெனில் என்னைத்தான் அவர்கள் கூப்பிட்டார்கள்.

அறிவியல் தேவைக்காக அவரைப் புகைப்படம் எடுப்பதாகக்

கூறினார்கள். நான் அவர்களை அங்கிருந்து வெளியே போகச் சொல்லியிருக்க முடியும். நான் அவர்களைப் பார்த்து கத்தியிருக்க முடியும். அவர்களுக்கு என்ன தைரியம்? இது எல்லாம் என்னுடையது — எனது அன்பு — என்னால் அவர்களையெல்லாம் வெளியேற்ற முடிந்திருந்தால் அப்படியே செய்திருப்பேன்.

நான் அறையிலிருந்து வெளியேறி ஹாலில் இருந்த சோபாவை நோக்கிச் சென்று கொண்டிருந்தேன். அங்கு பணியிலிருந்த நர்ஸிடம், "அவர் இறந்து கொண்டிருக்கிறார்" என்றதற்கு அவர், "நீ வேறென்ன நினைத்தாய்? அவருக்கு 1600 ராண்ட்ஜன்* (roentgen) இருக்கிறது. 400 என்பதே அதிகம். நீ ஒரு நியூக்ளியர் அணு உலைக்குப் பக்கத்தில் உட்கார்ந்திருக்கிறாய் என்றுதான் சொல்ல வேண்டும்" என்றார். அது எல்லாம் என்னுடையதுதான்... அது எனது காதல். அவர்கள் அனைவரும் இறந்தபின், சுவரையெல்லாம் உடைத்து, பூங்காவை சீர்படுத்தி மருத்துவமனையைப் புதுப்பித்தார்கள்.

அதன் பிறகு எல்லாம் முடிந்துவிட்டது.

இரவு நேரத்தில் அவருக்கு அருகில் எனது சிறிய நாற்காலியில் நான் உட்கார்ந்திருந்தேன். அப்போது எட்டு மணி இருக்கும். அப்போது நான், "வாஸென்கா நான் 'வாக்கிங்' போய்விட்டு வருகிறேன்" என்றேன். அதற்கு அவர் கண்ணைத் திறந்து மூடினார். நான் நேராக விடுதிக்குச் சென்று தரையில் படுத்தேன். என்னால் படுக்கையில் படுக்க முடியவில்லை. அப்படிப்படுத்தால் வலி எடுத்தது. அந்த நேரத்தில் விடுதியை சுத்தம் செய்பவர் நான் தங்கியிருந்த அறைக் கதவைத் தட்டி, "வேகமாக அவரிடத்தில் போ, அவர் உன்னைத் தேடிக் கொண்டிருக்கிறார்" என்று கூறினார். அன்றைக்குக் காலையில் தான்யா கிபெநோக் என்னிடம் வந்து அவளால் தனியாக கல்லறைக்குச் செல்ல முடியாதென்றும், நானும் வரவேண்டுமென்றும் கூறினாள். அவர்கள் விட்யா கிபெநோக்கையும், வோலோட்யா ப்ராவிக்கையும் புதைக்கப் போவதாகக் கூறினார்கள். அவர்களிருவரும் என்னுடைய வாஸ்யாவுக்கு நண்பர்கள். நாங்களனைவரும் குடும்ப நண்பர்கள். நாங்கள் அனைவரும் ஒன்றாக சேர்ந்திருந்த புகைப்படம் வெடிவிபத்து நடப்பதற்கு முன்னால் அந்தக் கட்டிடத்தில் இருந்தது. எங்கள் கணவன்மார்கள் அனைவரும்

* கதிர்வீச்சின் அலகு

பார்ப்பதற்கு மிகவும் அழகாக இருந்தார்கள்! மகிழ்ச்சியாக இருந்தது! நாங்கள் எங்கள் வாழ்வில் மகிழ்ச்சியாக இருந்த கடைசிநாள் அன்றைக்குத்தான்!

நான் கல்லறையிலிருந்து திரும்பிவந்தவுடன் நர்ஸ் இருந்த இடத்திற்குச் சென்று, "அவர் எப்படியிருக்கிறார்?" எனக் கேட்டேன். "அவர் பதினைந்து நிமிடங்களுக்கு முன் இறந்து விட்டார்" எனக் கூறினார். "என்ன?" மூன்று மணி நேரம் தவிர, இரவு முழுவதும் நான் அவரோடுதான் இருந்தேன். அவர் படுத்திருந்த அறையின் ஜன்னலருகில் வந்து வானத்தைப் பார்த்து 'ஏன், ஏன்' என்று கத்தினேன். நான் கத்தியது அந்த கட்டிடம் முழுமைக்கும் கேட்டிருக்கும். அங்கிருந்தவர்கள் என்னருகில் வர பயப்பட்டார்கள். "நான் இன்னும் ஒரு முறை அவரைப் பார்க்க வேண்டும்! இன்னுமொரு முறை!" நான் படிக்கட்டில் ஓடினேன். அவரை பயோ-சேம்பரில் இருந்து அதுவரை எடுத்துச் செல்லவில்லை. அவருடைய கடைசி வார்த்தைகள், "லியூஸ்யா! லியூஸென்கா!" என்பதுதான். அதைக் கேட்ட நர்ஸ் அவரிடம், "அவள் இப்போதுதான் வெளியே போயிருக்கிறார், வந்துவிடுவார்" எனக் கூறியிருக்கிறார். அவர் பெருமூச்சுவிட்டபடியே அமைதியாகிவிட்டார். அதற்குப் பிறகு அவரைக் கல்லறைக்குக் கொண்டு செல்லும்வரை நான் அவரைவிட்டுப் பிரியவில்லை.

சவக்கிடங்கில் அவர்கள் என்னிடம், "அவர் என்ன ஆடை போட்டிருக்கிறார் என்பதைப் பார்க்க வேண்டுமா?" எனக் கேட்டார்கள். நான், "ஆமாம்" என்றேன். அவர்கள் அவருக்கு வேலை செய்யும்போது அணிந்து கொள்ளும் உடையையும் தொப்பியையும் போட்டிருந்தார்கள். அவரது கால் வீங்கியிருந்ததால் ஷூவை அவருக்குப் போட்டு விட முடியவில்லை. உடையும் அணிவிக்க முடியாததால் லேசாக கிழித்துதான் அவருக்கு அணிவித்திருந்தார்கள். உடம்பு எல்லாம் ஒரே புண்ணாக இருந்தது. மருத்துவமனையில் கடைசி இரண்டு நாட்கள் நான் அவரது கையைத் தூக்கினால் எலும்புகள் ஆடிக் கொண்டிருந்தன. உடம்பு அதிலிருந்து எங்கேயோ போய்விட்ட மாதிரி இருந்தது. நுரையீரல், கல்லீரல் போன்ற பாகங்களின் சிறு துண்டுகள் அவருடைய வாய்வழியாக வந்தன. உள்ளிருக்கும் உறுப்புகள் அனைத்தும் அடைத்துக் கொண்டன. என் கையில் பேண்டேஜ் மாதிரி கட்டிக்கொண்டு அவருடைய வாய்க்குள்

கையைவிட்டு அனைத்தையும் எடுத்தேன். அதைப் பற்றி சொல்லவோ அல்லது எழுதவோ முடியாது. அவை எல்லாம் என்னுடையது. எனது காதல். அவருக்குப் பொருந்தும்படி ஒரு ஜோடி ஷூகூட அவர்களுக்குக் கிடைக்கவில்லை. எனவே அவரை வெறும் கால்களுடன் புதைத்தார்கள்.

அப்படியே அவரைத் தூக்கி செலோபேன் பையில் சுற்றி மரச் சவப்பெட்டியில் என் கண் முன்னே வைத்தார்கள். அதன் பின் அந்தப் பெட்டியை ஒரு செலோபேன் பை வைத்து இறுக்கிக் கட்டினார்கள். ஒளிபுகக்கூடிய பிளாஸ்டிக் ஆக இருந்தாலும் அது மிகவும் கனமாக இருந்தது. இவையெல்லாவற்றையும் அவர்கள் துத்தநாகத்தினால் ஆன சவப்பெட்டிக்குள் அழுத்தி வைத்தார்கள். அப்படியிருந்தும் தொப்பி அதற்குள் சேரவில்லை.

எனது பெற்றோர், அவரது பெற்றோர் என எல்லோரும் வந்திருந்தார்கள். அவர்கள் மாஸ்கோவிலிருந்து கருப்பு நிற கைக்குட்டைகளை வாங்கி வந்திருந்தனர். 'எக்ஸ்ட்ராடினரி கமிஷனை'ச் சேர்ந்தவர்கள் எங்களைச் சந்தித்தார்கள். அவர்கள் எல்லோரிடமும், "உங்கள் கணவர்களின், மகன்களின் உடலைத் தருவது முடியாத காரியம். ஏனெனில் அவர்களது உடல் கதிர்வீச்சினால் அதிகமாகப் பாதிக்கப்பட்டிருக்கிறது. எனவே நாங்களே பிரத்யேகமான முறையில் மாஸ்கோவில் உள்ள கல்லறையில் சிமெண்ட் டைல்ஸ்களுக்குக் கீழ் துத்தநாக சவப் பெட்டியில் வைத்து புதைத்துவிடுவோம். அதற்காக நீங்கள் ஒரு பத்திரத்தில் கையெழுத்திட வேண்டும்" எனக் கூறினார்கள்.

அப்படியும் மீறி யாரேனும் சவப்பெட்டியைக் கொண்டு செல்ல நினைத்தால் அவர்களிடம், "இறந்தவர்கள் எல்லாம் ஹீரோக்கள். அவர்கள் குடும்பத்தினருக்குச் சொந்தமில்லை. அவர்கள் நாட்டின் ஹீரோக்கள். எனவே அந்த ஹீரோக்கள் நாட்டுக்கு உரியவர்கள்" என்று கூறினார்கள்.

நாங்கள் பிணங்களைக் கொண்டு செல்லும் வண்டியில் உட் கார்ந்திருந்தோம். ராணுவத்தைச் சேர்ந்த சிலரும் எங்களுடன் இருந்தனர். அவர்கள் படையினரிடம், "கட்டளைக்குக் காத்திருங் கள்" எனக் கூறினார்கள். நாங்கள் மாஸ்கோவுக்கு வெளியில் கிட்டத்தட்ட 2 அல்லது 3 மணி நேரம் சுற்றிவிட்டு மீண்டும் மாஸ்கோ நகருக்குள் சென்றோம். அவர்கள் படைவீரர்களிடம், நாங்கள் யாரையும் கல்லறைக்குள் அனுமதிக்கப் போவதில்லை.

வெளிநாட்டைச் சேர்ந்தப் பத்திரிகையாளர்களால் அது சூழப்பட்டுள்ளது. இன்னும் சிறிது நேரம் காத்திருங்கள்" என்றனர். பெற்றோர்கள் எதுவும் சொல்லவில்லை. அம்மாவிடம் கருப்புக் கைக்குட்டை இருந்தது. என்னை இருட்டடிப்பு செய்யவிருக்கிறார்கள் என்பதை உணர ஆரம்பித்தேன். அவர்கள் என் கணவரை ஏன் மறைக்க வேண்டும்? அவர் என்ன கொலைகாரரா? குற்றவாளியா? யாரை நாம் புதைக்கப் போகிறோம்? என நான் கேட்க, அம்மாவோ, "அமைதியாயிரு, அமைதியாயிரு" என்று சொல்லிக்கொண்டே எனது தலையை லேசாகத் தட்டிக் கொடுத்தார். அப்போது ஒரு கர்னல், "நாம் கல்லறைக்குள் செல்வோம். இறந்த ஒருவரின் மனைவி வெறிபிடித்தவர் போல ஆகிக் கொண்டிருக்கிறார்" என்றார். கல்லறையில் எங்களை ராணுவ வீரர்கள் சூழ்ந்து கொண்டனர். அவர்கள் சவப்பெட்டியைத் தூக்கிக்கொண்டு சென்றார்கள். அதற்குப் பின் யாரையும் உள்ளே அனுமதிக்கவில்லை. நாங்கள் மட்டுந்தான் இருந்தோம். அவர்கள் ஒரு நிமிடத்தில் அவரை பூமிக்குள் வைத்து மூடினார்கள். 'வேகமாக, வேகமாக' என ஒரு அதிகாரி கத்திக்கொண்டிருந்தார். அவர்கள் என்னை சவப் பெட்டியைக் கட்டி அணைத்துக் கொள்ளக்கூட விடவில்லை. அதன் பிறகு நாங்கள் பஸ்ஸை நோக்கிச் சென்றோம். எல்லாம் சூழ்ச்சி நிறைந்ததாக இருந்தன.

நாங்கள் வீட்டிற்குச் செல்ல உடனடியாக விமான டிக்கெட்டுகள் எடுத்துக் கொடுக்கப்பட்டன. மறுநாள் ராணுவ அறிகுறிகள் கொண்ட ஆனால் சாதரணமான ஆடை அணிந்த சிலர் எங்களுடன் கூடவே இருந்தனர். பயணத்துக்கு வேண்டிய சாமான்களை வாங்கக்கூட விடுதியைவிட்டு வெளியே செல்ல எங்களை அனுமதிக்கவில்லை. கடவுள் அனுமதித்தால் மட்டுமே யாருடனாவது பேசும் வாய்ப்புக் கிடைத்தது — குறிப்பாக எனக்கு. என்னால் அழக்கூட அந்த நேரத்தில் முடியவில்லை. நாங்கள் கிளம்பும் நேரத்தில், அங்கு வேலையில் இருந்த ஒரு பெண் துண்டுகள் மற்றும் மெல்லிய துணிகளை எண்ணிப் பார்த்து அவற்றையெல்லாம் மடித்து ஒரு பாலிதீன் பையில் சுற்றி வைத்தாள். ஒருவேளை அவர்கள் அதை எரிக்கக்கூடும். விடுதியில் தங்கியிருந்த 14 நாட்களுக்கு நாங்கள்தான் பணம் கொடுக்க வேண்டியிருந்தது. அது கதிர்வீச்சினால் ஏற்படக்கூடிய விஷம் சம்பந்தப்பட்ட நோய்களுக்கு சிகிச்சை அளிக்கும் மருத்துவமனை ஆகும். பதினான்கு நாட்கள் — இதுதான் ஒரு

மனிதன் இறப்பதற்கான கால அவகாசமாக இருந்தது.

வீட்டைச் சென்றடைந்தவுடன் நான் தூங்க ஆரம்பித்தேன். மூன்று நாட்கள் தூங்கினேன். ஆம்புலன்ஸ் வந்தது. "இல்லை, அவள் எழுந்து விடுவாள். இப்போது பயங்கரமான தூக்கத்தில் இருக்கிறாள்" என டாக்டர் கூறினார்.

எனக்கு அப்போது 23 வயது.

நான் கண்ட கனவு எனக்கு நினைவில் இருந்தது. என்னுடைய பாட்டியை எந்த ஆடையில் புதைத்தோமோ அதே ஆடையில் என் கனவில் தோன்றி புத்தாண்டுக்கான மரத்தை அழகுபடுத்தினார். "பாட்டி, புத்தாண்டு மரத்தை நாம் ஏன் வைத்திருக்கிறோம்? இது கோடைக்காலம் ஆச்சே." "ஏனென்றால் உன்னுடைய வாஸென்கா என்னோடு சீக்கிரம் சேரப் போகிறான்." அவன் காட்டிலேயே வளர்ந்தவன். வாஸ்யா வெள்ளை ஆடையில் வந்து நடாஷாவைக் கூப்பிட்ட அந்த கனவுகூட என் நினைவில் இருக்கிறது. அது எங்களுடைய குழந்தை, இன்னும் பிறக்கவில்லையென்றாலும் வளர்ந்து பெரிய பெண்ணாகி விட்டாள். அவர் குழந்தையை மேற்கூரை வரை தூக்கிப் போட, அவர்கள் சிரித்துக் கொண்டார்கள். நான் அவர்களைப் பார்ப்பதோடு அந்த எளிமையான மகிழ்ச்சியைப் பற்றியும் நினைத்துக் கொண்டிருக்கிறேன். நான் தூங்கிக் கொண்டிருக்கிறேன். தண்ணீர் இருக்கும் இடத்தை ஒட்டி நாங்கள் நடந்து கொண்டிருக்கிறோம். என்னை அழாதே என அவர் கேட்டிருக்கக்கூடும். மேலேயிருந்து அதற்காக சைகை காண்பித்தார்.

(நீண்ட நேரம் அமைதி)

இரண்டு மாதங்களுக்குப் பிறகு நான் மாஸ்கோ சென்றேன். ரயில் நிலையத்திலிருந்து நேராக அவருடைய கல்லறைக்குச் சென்றேன். அங்கு எனக்கு பிரசவ வலி ஏற்பட்டது. நான் அவருடன் பேசிக் கொண்டிருக்கும்போது அவர்கள் ஆம்புலன்சைக் கூப்பிட்டார்கள். அதே ஏஞ்சலினா வாஸிலியீவ்னா குஸ்கோவ், அவர் தான் பிரசவம் பார்த்தார். அவர் இதற்கு முன்பே என்னிடம், "நீ பிரசவத்துக்கு இங்குதான் வரவேண்டும் எனக் கூறினார்." இப்படி அவர் சொன்னபோது என் பிரசவத்துக்கு இன்னும் இரண்டு வாரங்கள் இருந்தன.

அவர்கள் பிறந்த குழந்தையை என்னிடம் காண்பித்தார்கள். நான் 'நடாஷாயென்கா' என அவளைக் கூப்பிட்டேன். "உன் அப்பா உனக்கு நடாஷாயென்கா என பெயரிட்டிருக்கிறார்" என்றேன். பார்ப்பதற்கு நல்ல ஆரோக்கியமாகத்தான் இருந்தாள். கால், கை எல்லாம் நன்றாக இருந்தது. ஆனால் கல்லீரலின் இழைநார் வளர்ச்சியில் குறை இருந்தது. அவளுடைய கல்லீரலில் 28 ராண்ட்ஜன்கள் இருந்தன. அதோடு இருதயக் கோளாறும் இருந்தது. நான்கு மணி நேரத்திற்குப் பிறகு அவள் இறந்து விட்டதாகக் கூறினார்கள். மறுபடியும் அவர்கள், "இவளை நாங்கள் உன்னிடம் தரமுடியாது" என்றார்கள்.

"நீங்கள் என்னிடம் அவளைத் தரமுடியாதா, அப்படியென்றால் என்ன அர்த்தம்?"

நான் அவளை உங்களுக்குக் கொடுக்க முடியாது! அவளை அறிவியல் சம்பந்தமான விஷயத்துக்கு எடுத்துக் கொள்ள வேண்டுமா? நான் உங்கள் அறிவியலை வெறுக்கிறேன். நான் அதை வெறுக்கிறேன்!

(அமைதி)

நான் தவறான விஷயங்களையே சொல்லிக்கொண்டிருக்கிறேன். எனக்குப் பக்கவாதம் வந்ததற்குப் பிறகு நான் கத்தக்கூடாது. அது போல அழவும் கூடாது. அதனால்தான் சொற்கள் எல்லாம் தவறாக வருகின்றன. ஆனால் இதை நான் சொல்லத்தான் வேண்டும். ஏனெனில் யாருக்கும் இது தெரியாது. அவர்கள் ஒரு சிறிய மரப்பெட்டியை கொண்டுவந்து என்னிடம் காண்பித்து இதில்தான் அவள் இருக்கிறாள் என்றார்கள். அவள் அங்கே இருந்தாள். நான் பார்த்தேன். அவள் அடக்கம் செய்யப்பட்டு விட்டாள். அவள் சாம்பலாகிப் போனாள். இதை நினைத்து நான் அழுதேன். "அவளை அவருடைய காலடியில் வையுங்கள்" என்று கூறினேன்.

கல்லறையில் 'நடாஷா இக்னாடென்கோ' என்று குறிப்பிடப் படவில்லை. அவருடைய பெயர் மட்டுந்தான் இருந்தது. அவளுக்கு அந்த நேரத்தில் பெயர் எதுவும் வைத்திருக்கவில்லை. அவளிடம் ஆன்மாவைத் தவிர எதுவுமில்லை. அதுதான் அங்கு புதைக்கப்பட்டிருக்கிறது. நான் எப்போதும் இரண்டு பூங்கொத்துகளுடன்தான் அங்கு போவேன். ஒன்று அவருக்கு;

இன்னொன்று அவளுக்கு. நான் அந்தப் பிரேதக்குழியை முழங்காலால் சுற்றி வருவேன். எப்போதும் அப்படித்தான் *(அவளைப் புரிந்து கொள்ள முடியவில்லை).* நான்தான் அவளைக் கொன்றுவிட்டேன். எனது குட்டிப் பெண் என்னைக் காப்பாற்றுவதற்காக அனைத்து கதிர்வீச்சுத் தாக்குதலையும் அவள் வாங்கிக் கொண்டாள். அவள் ஒரு இடிதாங்கி கம்பி போல. அவள் சிறு பிஞ்சு *(அவளுக்கு மூச்சு விடுவது சிரமமாக இருந்தது).* அவள் என்னைக் காப்பாற்றிவிட்டாள். ஆனால் நான் அவர்கள் இருவரையும் நேசித்தேன். நீங்கள் நேசத்தால் யாரையும் கொல்லமுடியாது, சரிதானே? ஏன் காதலும் சாவும் ஒன்றாக இணைந்திருக்கிறது. இதை விளக்கிச் சொல்ல எனக்கு யார் இருக்கிறார்கள்? நான் பிரேதக் குழியை முழங்காலிட்டு சுற்றி வந்தேன்.

(நீண்ட அமைதி)

கீவ் நகரில் அவர்கள் எனக்கு ஒரு அபார்ட்மெண்ட் கொடுத்தார்கள். அது மிகவும் பெரிய கட்டிடம். அணுமின் சக்தி நிலையத்திலிருந்து அனைவரையும் அந்த கட்டிடத்தில் குடியமர்த்தினார்கள். வாஸ்யாவும் நானும் கனவு கண்டது போல இரண்டு அறைகளுடன் கூடிய மிகப் பெரிய அபார்ட் மெண்ட்டாக அது இருந்தது. நான் இந்த அபார்ட்மெண்ட்டில் பித்துப்பிடித்தவள் போல இருக்கப் போகிறேன்.

கடைசியாக எனக்கு ஒரு கணவரைக் கண்டுபிடித்தேன். நான் அவரிடம் எல்லா உண்மைகளையும் கூறினேன். நாங்கள் சந்தித்துக்கொண்டோம். ஆனால் வாஸ்யா இருக்கக்கூடிய வீட்டிற்கு அவரை அழைக்கவில்லை.

நான் மிட்டாய்க் கடை ஒன்றில் வேலை பார்த்தேன். நான் அங்கு நான் கேக் தயாரித்தேன். எனது கன்னங்களில் கண்ணீர் வழிந் தோடும். நான் அழவில்லை; ஆனால் கண்ணீர் வந்தது.

நான் ஆண்ட்ரி என்கிற ஒரு பையனைப் பெற்றெடுத்தேன். ஆண்ட்ரெய்கா. எனது நண்பர்கள் நான் குழந்தைப் பெற்றுக் கொள்வதைத் தடுக்கப் பார்த்தார்கள். டாக்டர்களும் என்னிடம், உன்னுடைய உடம்புக்கு அதைத் தாங்கும் சக்தி இல்லையென்று பயமுறுத்தினார்கள். அதன் பின் அவர்கள் அவனுக்கு கை இருக்காது என்றனர். அதாவது வலது கை.

இதை ஒரு கருவி காட்டியது. "நல்லது, அப்படியிருந்தாலென்ன?" என நான் நினைத்துக் கொண்டேன். 'அவன் இடது கையில் எழுதுவதற்கு நான் கற்றுக் கொடுப்பேன்'. ஆனால் அவன் வெளியே வரும்போது நன்றாக இருந்தான். அழகான ஆண் குழந்தை. அவன் இப்போது பள்ளிக்கூடத்தில் படித்து வருகிறான், நன்றாக மதிப்பெண்கள் எடுக்கிறான். இப்போது எனக்கென்று ஒருவன் இருக்கிறான் — அவனுக்காக வாழவும், சுவாசிக்கவும் என்னால் முடியும். அவன் என் வாழ்க்கையின் ஒளி. அவன் அனைத்தையும் முழுமையாகப் புரிந்து கொள்வான். "அம்மா நான் பாட்டியைப் பார்க்க இரண்டு நாட்கள் போனால் உன்னால் சுவாசிக்க முடியுமா?" என்று கேட்பான். என்னால் கண்டிப்பாக முடியாது. அவனைவிட்டு பிரிய வேண்டுமே என்பதை நினைத்தாலே எனக்கு பயம் வந்துவிடும். ஒரு நாள் நாங்கள் சாலையில் நடந்து போய்க் கொண்டிருக் கையில் நான் கீழே விழுந்து கொண்டிருப்பது போன்ற ஒரு உணர்வு. அப்போதுதான், அதாவது சாலையில், எனக்கு முதல் 'ஸ்ட்ரோக்' வந்தது. "அம்மா, உங்களுக்கு தண்ணீர் வேண்டுமா?" என்று கேட்டான். நான், "வேண்டாம், நீ என் பக்கத்தில் நில், எங்கேயும் போய்விடாதே" என்றேன். நான் கையைப் பற்றிக் கொண்டேன். அடுத்த வினாடி என்ன நடந்தது என்று எனக்கு நினைவில்லை. நான் மருத்துவமனையில் இருந்தேன். நான் அவனை இறுக்கமாகப் பற்றிக்கொண்டேன். எனது விரல்களை விரிக்க டாக்டர்கள் முயற்சி செய்தார்கள். அவனுடைய கை நீண்ட நேரமாக நீல நிறமாக இருந்தது. இப்போது நாங்கள் வீட்டைவிட்டு வெளியே கிளம்பும்போது அவன், "அம்மா, என்னுடைய கையைப் பிடிக்காதே. நான் எங்கேயும் போகமாட்டேன்" என்று சொல்வான். அவனுக்கும் அவ்வப்போது உடல்நலமில்லாமல் போய்விடும். இரண்டு வாரங்கள் வீடு, இரண்டு வாரங்கள் மருத்துவனை என்றுதான் எங்கள் வாழ்க்கை ஓடிக் கொண்டிருக்கிறது.

(அவள் எழுந்து ஜன்னலை நோக்கிச் சென்றாள்).

இங்கே, ஒரு தெரு முழுவதுமாக, நாங்கள் நிறையப்பேர் இருக்கிறோம். அதனால் இது 'செர்னோபில்ஸ்க்யா' என அழைக்கப்படுகிறது. இங்கிருக்கும் மக்கள் அந்த நிலையத்தில் வாழ்நாள் முழுவதும் வேலை செய்தவர்கள். இப்போதும் இவர் கள் வேண்டுமென்றால் அங்கு சென்று வேலை செய்வார்கள்.

யாரும் அங்கேயே வசித்துவரவில்லை. அவர்கள் எல்லாம் மோசமான நோய்களால் பாதிக்கப்பட்டிருக்கிறார்கள். உபயோகமற்றவர்கள். இருந்தாலும் வேலையை மட்டும் விடமாட்டார்கள். எனவே அணு உலை மூடப்பட்டு விடுமோ என அச்சம் கொண்டிருக்கிறார்கள். இப்போது இவர்கள் யாருக்குத் தேவை? பெரும்பாலும் இறந்துவிடக்கூடிய நிலையில் இருக்கிறார்கள். நடந்து கொண்டிருப்பவர்கள் திடீரென கீழே விழுவார்கள், தூங்குவார்கள் அதன் பின் எழுந்திருக்க மாட்டார்கள். ஒருவர் நர்ஸுக்குப் பூக்களைக் கொடுக்க போய்க் கொண்டிருக்கையில் இதயவலி வந்து இறந்துவிட்டார். ஆனால் அது பற்றி யாரும் எங்களை எதுவும் கேட்கவில்லை. நாங்கள் எப்படியெல்லாம் வேதனைகளை அனுபவிக்கிறோம் என்று யாரும் கேட்கவில்லை. மரணம் பற்றி யாரும் எதுவும் கேட்க விரும்பவில்லை. அது அவர்களை பயமுறுத்தியது.

ஆனால் நான் காதலைப் பற்றி உங்களிடம் சொல்லிக் கொண்டிருந்திருக்கிறேன். எனது காதலைப் பற்றி...

- லூட்மில்லா இக்னாடென்கோ

(காலஞ்சென்ற தீயணைப்புப் படைவீரரான வாஸிலி இக்னாடென்கோவின் மனைவி)

பகுதி – 1
மரணித்தவர்களின் நிலம்

நாம் ஏன் நினைக்க வேண்டும்

இதைப்பற்றி நீங்கள் எழுதுவதென்று தீர்மானித்து விட்டீர்களா? இதைப் பற்றியா? ஆனால் நான் அனுபவித்ததைப்பற்றி மக்கள் அறிந்து கொள்வதில் எனக்கு விருப்பமில்லை. ஒரு பக்கம் எல்லாவற்றைப் பற்றியும் அனைவருக்கும் சொல்லவேண்டும் என்றும் விருப்பம் இருக்கிறது. இன்னொரு பக்கம், நான் என்னை வெளிப்படுத்திக் கொள்வது போன்ற உணர்வு இருப்பதால் அதை நான் செய்ய விரும்பவில்லை.

டால்ஸ்டாயில் இது எப்படி இருந்தது என்று உங்களுக்கு நினைவு இருக்கிறதா? பியர் பெஸ்கோவ் போரினால் அதிர்ச்சி யடைந்தார். இதனால் தானும், தான் சார்ந்த உலகமும் ஒட்டு மொத்தமாக மாறிவிடும் என நினைத்தார். நாட்கள் கடந்தன. அவர் தனக்குள்ளே, "முன்பு போலவே நான் கோச் டிரைவரைப் பார்த்து கத்திக் கொண்டும், உறுமிக் கொண்டும் தான் இருந்தேன்" என சொல்லிக் கொண்டார். அப்படியென்றால், மக்கள் ஏன் இதை நினைவில் வைத்துக் கொள்ள வேண்டும்? அப்படி வைத்துக் கொண்டால்தான் உண்மையைத் தீர்மானிக்க முடியுமா? நியாயத்திற்காகவா? அப்படியென்றால்தான் அவர்கள் தங்களை விடுவித்துக் கொண்டு அதை மறப்பார்களா? அப்போதுதான் அவர்கள் இந்தப் பெரிய நிகழ்வின் ஓர் அங்கம் எனப் புரிந்து கொள்வார்கள் என்பதற்காகவா? அல்லது

ஸ்வெட்லானா அலெக்ஸியேவிச் | 53

மறைப்பதற்காகக் கடந்த காலத்தை நினைக்கிறார்களா? நினைவு என்பது மிகவும் குறுகியகாலம் மட்டுமே இருக்கக்கூடியது. இது துல்லியமான ஞானமும் இல்லை. ஆனால் ஒருவரைப் பற்றி அவரே உண்டாக்கிக் கொள்ளக்கூடிய ஓர் ஊகம்தான். இது ஏறக்குறைய உணர்ச்சிகளின் குவியல்.

என்னுடைய உணர்ச்சிகளோடு நான் போராடினேன். என்னுடைய ஞாபகத்தில் இருந்ததை மிகவும் சிரமப்பட்டு நினைவுக்குக் கொண்டுவந்தேன்.

நான் குழந்தையாக இருக்கையில் யுத்தத்தின்போது பயந்தேன்.

நாங்கள் எப்படி 'அம்மா, அப்பா' விளையாட்டு விளையாடினோம் என்பது நினைவில் இருக்கிறது. வயதில் குறைந்தவரின் துணியைக் கழற்றி அதை ஒன்றன் மேல் ஒன்றாக போட்டுக் கொள்வோம். போருக்குப் பின் பிறந்த குழந்தைகள் இவர்கள். ஏனென்றால் போரின்போது குழந்தைகள் மறக்கப்பட்டிருந் தார்கள். புதுவாழ்வுக்காகக் காத்திருந்தோம். நாங்கள் 'அம்மா, அப்பா' விளையாட்டு விளையாடினோம். எப்படி புது வாழ்வு ஆரம்பமாகிறது என்பதற்காகக் காத்திருந்தோம். அப்போது எங்களுக்கு எட்டு வயதும், பத்து வயதும் ஆகும்.

ஒரு பெண் தற்கொலை செய்து கொள்வதைப் பார்த்தேன். ஆற்றுக்குப்பக்கத்தில் இருந்த புதர்களின் நடுவில் ஒருசெங்கல்லைக் கொண்டு தன் தலையிலேயே அடித்துக் கொண்டிருந்தார். அந்தக் கிராமத்தில் இருந்த அனைவராலும் வெறுக்கப்பட்ட ஒரு ராணுவ வீரனால் அவர் கர்ப்பமாக்கப்பட்டிருந்தார். நான் சிறுவனாக இருந்தபோது பூனை குட்டிகள் போடுவதைப் பார்த்தேன். அம்மா பூனையிடமிருந்து குட்டிகளை இழுப்பதற்கு நான் என் அம்மாவுக்கு உதவினேன். எங்களது பன்றி, ஓர் ஆண் பன்றியை சந்திப்பதற்கு உதவினேன். என்னுடைய அப்பா உடலை அது எப்படி இழுத்து வந்தது என்பது எனக்கு நன்றாக நினைவிருக்கிறது. அம்மா அவருக்காக பின்னியிருந்த ஸ்வெட்டர் அணிந்திருந்த அவர் இயந்திரத் துப்பாக்கியால் சுட்டுக் கொல்லப்பட்டார். அந்த ஸ்வெட்டரைக் கிழித்துக் கொண்டு ரத்தம் தோய்ந்த உடல் பகுதிகள் வெளியில் தெரிந்தது. வேறெங்கும் படுக்க வைக்க இடமில்லாததால் எங்களிடம் இருந்த ஒரே படுக்கையில்தான் அவரைப் படுக்க வைத்திருந் தோம். அதன் பின் அவரை எங்கள் வீட்டின் முன் புறத்தில்தான்

புதைத்தோம். நிலப்பகுதி கடினமான களி மண்ணால் ஆனது; பருத்தி போல மிருதுவானதில்லை. சுற்றிலும் சண்டை நடந்து கொண்டிருந்தது. தெருக்கள் முழுவதும் இறந்தவர்களின் உடல்களும், குதிரைகளும் நிரம்பி வழிந்தன.

என்னைப் பொறுத்தவரை இந்த நினைவுகள் எல்லாம் தனிப்பட்ட முறையில் ஆனது. இதைப் பற்றி யாருக்கும் கேட்கும்படி உரத்துப் பேசியதில்லை.

அப்போது நான் பிறப்பு பற்றி நினைப்பது போலவே இறப்பு பற்றியும் நினைத்துப் பார்த்தேன். பசு கன்றை ஈன்றபோதும், பூனை குட்டிகள் போட்டபோதும், கல்லால் தன் தலையில் அடித்துக்கொண்டு இறந்த அந்தப் பெண்ணைப் பார்த்த போதும் எனக்கு ஒரே மாதிரியான உணர்வுதான் இருந்தது. ஏதோ ஒரு காரணத்திற்காக அவையிரண்டும் — இறப்பும், பிறப்பும் — ஒரே மாதிரியான உணர்வைத்தான் என்னுள் ஏற்படுத்தியது.

ஆண் பன்றி வெட்டப்பட்டால் எப்படி ஒரு வாசனை வரும் என்பது எனக்கு சிறுவயதிலிருந்தே நினைவில் இருக்கிறது. நீங்கள் என்னை லேசாக தொட்டாலே எனக்கு அது குறித்த கொடூரம் தான் நினைவுக்கு வரும். நாங்கள் சிறுவர்களாக இருந்தபோது எங்களை ஒரு பெண் நீராவிக் குளியலுக்கு அழைத்துச் சென்றது கூட நினைவில் இருக்கிறது. நாங்கள் அப்போது பெண்களின் கர்ப்பப்பையைக்கூட பார்க்க நேரிட்டது (அப்போதே எங்களுக்கு இது குறித்த புரிதல் இருந்தது). கடினமான பிரசவ வேதனையினால் அது வெளியே வந்துவிட்டிருந்தது. அங்கு ஆண்கள் யாரும் இல்லை. அவர்கள் முன்புறம் இருந்தார்கள் அல்லது தடுப்புக்கு மறுபக்கம் இருந்தார்கள். அப்போது குதிரைகள் எதுவும் இல்லை. அனைத்து சுமைகளையும் பெண்களே தூக்கிச் சுமந்தனர். அவர்களே தோட்டங்களையும், அனைவருக்கும் பொதுவான கூட்டுப்பண்ணையையும் உழ வேண்டியிருந்தது. நான் வளர்ந்த பிறகு, பெண்களோடு நெருக்கமாக இருந்தபோது, நான் நீராவிக் குளியலின்போது பார்த்தது நினைவுக்கு வந்தது.

நான் அனைத்தையும் மறக்க விரும்பினேன். மறந்தேன். கொடூரமான நிகழ்வுகள் ஏற்கனவே நடந்துவிட்டிருக்கும் என நினைத்தேன். அதாவது யுத்தம். அதிலிருந்து நான் பாதுகாக்கப் பட்டேன்.

அதன் பின் நான் செர்னோபில் பிராந்தியத்துக்குச் சென்றேன். நான் பல முறை அங்கு சென்றிருக்கிறேன். அப்போது நான் எந்த அளவுக்கு சக்தியற்றவன் என்பதைப் புரிந்து கொள்ள முடிந்தது. நான் வலுவற்றவனாக கீழே விழ வேண்டியிருந்தது. முன்பிருந்த சக்தி என்னைப் பாதுகாக்கவில்லை. அதற்கான பதில்கள் எதுவுமில்லை. கடந்த காலத்தை விட எதிர்காலம் தான் என்னை நாசமாக்கிக் கொண்டிருக்கிறது.

ப்யோதர் எஸ்.,
மனவியலாளர்

வாழ்பவர்களுடனும் இறந்தவர்களைப் பற்றியும் என்ன பேச முடியும்

இரவில் ஓநாய் முற்றத்திற்கு வந்தது. நான் ஜன்னலைப் பார்த்தபோது அது அங்கு நின்று கொண்டிருந்தது. கண்கள் முகப்பு விளக்குகள் போல பிரகாசத்துடன் ஜொலித்துக் கொண்டிருந்தன. இப்போது எனக்கு எல்லாம் பழகிவிட்டது. இங்கிருந்த மக்கள் எல்லோரும் வெளியேறிய பிறகும் நான் ஏழு ஆண்டுகளாகத் தனியாக வசித்து வருகிறேன். சில சமயங்களில் இரவு முழுவதும் இங்கே உட்கார்ந்துகொண்டு எதைப் பற்றியாவது சிந்தித்துக்கொண்டே வெளிச்சம் வரும்வரை விழித்திருப்பேன். இது போலவே அன்றைக்கு இரவு முழுவதும் என் படுக்கையில் உட்கார்ந்து கொண்டிருந்தேன். அதன் பின் சூரியன் எப்படியிருக்கிறது என்று பார்ப்பதற்காகச் சென்றேன். அதைப் பற்றி நான் என்ன சொல்வது? உலகத்தில் மரணம் என்பது நியாயமான ஒரு விஷயமாகும். யாரும் அதிலிருந்து விடுபட்டதில்லை. பூமியானது நல்லவர்கள், கொடூரமானவர்கள், பாவம் செய்தவர்கள் என அனைவரையும் தன்னகத்தே வாங்கிக் கொள்ளும். இதைத் தவிர பூமியில் நியாயம் வேறு எதுவும் இல்லை. நான் என் வாழ்நாள் முழுவதும் கடுமையாகவும், நேர்மையாகவும் உழைத்தேன். ஆனால் எனக்கு நியாயம் கிடைக்கவில்லை. கடவுள் எங்கேயோ, எப்படியோ பிரிவினையை ஏற்படுத்துகிறார். அது என்னை வந்து சேரும் போது அதில் மிச்சம் எதுவும் இருப்பதில்லை. இளைஞர்கள்

இறக்க முடியும், வயதானவர்கள் இறக்கத்தான் வேண்டும். நான் முதலில் மக்கள் திரும்பி வருவார்கள் என நினைத்துக் காத்திருந்தேன். அவர்கள் கொஞ்ச நாட்களுக்குத்தான் அங்கிருந்து செல்வதாகச் சொன்னார்களே ஒழிய ஒரேயடியாக அங்கிருந்து போகப்போவதாக சொல்லவில்லை. ஆனால் நான் இப்போது மரணத்துக்காகக் காத்திருக்கிறேன். மரணம் என்பது கடினமானது இல்லை. ஆனால் மிகவும் பயங்கரமாக இருக்கிறது. தேவாலயம் எதுவும் இல்லை. பாதிரிமார்கள் யாரும் வரவில்லை. என்னுடைய பாவங்களைச் சொல்வதற்கு யாருமில்லை.

கதிர்வீச்சு ஏற்பட்டிருக்கிறது என முதல் முறையாக அவர்கள் சொன்னபோது, அது ஒரு மாதிரியான நோய், அதனால் யார் பாதிக்கப்படுகிறார்களோ அவர்கள் உடனே இறந்து விடுவார்கள் என நாங்கள் நினைத்தோம். ஆனால் அவர்கள், அப்படியில்லை, இது பூமிக்கு மேல்பகுதியில் இருக்கும் அதன் பின் பூமிக்குள் ஊடுருவும். அதை நீங்கள் பார்க்கமுடியாது. விலங்குகளினால் அதைப் பார்க்கவும், கேட்கவும் முடியும் என்று சொன்னார்கள். ஆனால் அது உண்மையில்லை! நான் அதைப் பார்த்தேன். சீசியம் மழை நீரில் நனைந்து ஈரமாவது வரை எனது முற்றத்திலேயே கிடந்தது. அது கருப்பு மை நிறத்தில் இருந்தது. அது அங்கேயேக் கிடந்து துண்டு துண்டாக விலகிக் கொண்டிருந்தது. நான் கூட்டுப்பண்ணையிலிருந்து வீட்டில் உள்ள எனது தோட்டத்தை நோக்கி ஓடினேன். அங்கே நீல நிறத்தில் இன்னொரு துளி. இருநூறு மீட்டர்களுக்கு அப்பால் இன்னொரு துளி. கைக்குட்டை அளவுக்கு என் தலையிலும் இருந்தது. நான் எனது பக்கத்துவீட்டுக்காரரையும், மற்ற பெண்களையும் அழைத்துக்கொண்டு அதைப் பார்ப்பதற்குச் சுற்றி சுற்றி ஓடினோம். தோட்டம் மற்றும் பக்கத்திலிருக்கும் வயலில் — கிட்டத்தட்ட 2 ஹெக்டேர்கள் — பெரிய அளவில் நான்கு குவியல்களைப் பார்த்தோம். ஒன்று சிவப்பு நிறத்தில் இருந்தது. அடுத்த நாள் மழைபெய்தது. அன்றைக்கு மதியத்திற்குள் அவை காணாமல் போய்விட்டன. காவல் அதிகாரிகள் வந்தனர். ஆனால் அவர்களிடம் காண்பிப்பதற்கு எதுவும் இல்லை. நாங்கள் வெறுமனே அவர்களிடம் அந்தக் குவியல்கள் 'இப்படி' இருந்தன *(அவர் தனது கைகளின் மூலம் எவ்வளவு பெரிதாக இருந்தது என்பதை தெரியப்படுத்தினார்)* எனக் கூறினோம். என்னுடைய கைக்குட்டை போல, சிவப்பு நிறத்தில்...

நாங்கள் இந்தக் கதிர்வீச்சுக் குறித்து அதிகமாகக் கவலைப்படவில்லை. நாங்கள் அதைப் பார்க்க முடியவில்லை, எங்களுக்கும் அது என்னவென்று தெரியவில்லை, அதனால் கொஞ்சம் பயமாக இருந்தது. ஆனால் அதைப் பார்த்தவுடன் இருந்த பயமும் போய்விட்டது. காவல்துறையும், ராணுவத் தினரும் சில அடையாளங்களை அங்கே வைத்தனர். அவற்றில் சில வீடுகளுக்கு பக்கத்தில் வைக்கப்பட்டன. சில சாலைகளில் வைக்கப்பட்டன — அதில் அவர்கள் 70 க்யூரி, 60 க்யூரி என எழுதியிருந்தனர். நாங்கள் உருளைக்கிழங்கிலேயே எங்கள் வாழ்க்கையைக் கழித்து வந்தோம். ஆனால் திடீரென்று அவர்கள் அதற்கு எங்களை அனுமதிக்கவில்லை. சிலருக்கு அது மோசமாக இருந்தது; இன்னும் சிலருக்கு அது வேடிக்கையாக இருந்தது. முகக்கவசம் மற்றும் ரப்பர் கையுறைகள் அணிந்து தோட்டத்தில் வேலை பார்க்குமாறு எங்களுக்கு அவர்கள் அறிவுரை செய்தார்கள். அதற்குப் பிறகு பெரிய விஞ்ஞானிகள் பலரும் கூட்டம் நடக்கக்கூடிய அறைக்கு வந்து எங்களது வீட்டு முற்றங்களையெல்லாம் நன்றாகக் கழுவி விடும்படி கூறினார்கள். நான் என்ன கேட்டுக் கொண்டிருந்தேன் என்பதை என்னால் நம்ப முடியவில்லை. அவர்கள் எங்களுடைய துணிகள், போர்வைகள், திரைச்சீலைகள் என அனைத்தையும் துவைக்குமாறு கட்டளை யிட்டார்கள். ஆனால் அவையெல்லாம் பொருட்கள் வைக்கும் மூடப்பட்ட இடத்தில் அல்லவா இருந்தது? அங்கே கதிர்வீச்சு இருக்காதே? கண்ணாடிக்குப் பின்னால்? மூடிய கதவுகளுக்குப் பின்னால்! காடுகளிலும், வயல்வெளிகளிலும் கூட இருந்தது. அவர்கள் கிணறுகளை மூடி, பூட்டி செலோபேன் போட்டு மூடிவைத்துவிட்டார்கள். தண்ணீர் மிகவும் அழுக்காக இருக்கிறது என அதற்குக் காரணம் கூறினார்கள். அது சுத்தமாக இருந்தபோது எப்படி அசுத்தமாகும்? அதற்கு அவர்கள் முட்டாள் தனமாக ஏதோவொரு காரணத்தைக் கூறினார்கள். நீங்கள் இறந்து விடுவீர்கள். இங்கிருந்து வெளியேறிச் செல்ல வேண்டும் என்றும் கூறினார்கள்.

மக்கள் மிகவும் பயந்திருந்தார்கள். அவர்களைப் பயம் சூழ்ந்திருந்தது. இரவோடு இரவாக தங்களது உடைமை களை மூட்டை கட்ட ஆரம்பித்தனர். நானும் எனது துணி களையெல்லாம் மடித்து வைக்க ஆரம்பித்தேன். எனது நேர்மையான உழைப்புக்குக் கிடைத்த சிவப்பு அடையாள வில்லையையும், அதிர்ஷ்டகரமான கோபெக் நாணயத்தையும்

எடுத்துக் கொண்டேன். எனது இதயம் முழுவதிலும் சோகம் நிரம்பியிருந்தது. அருகிலிருந்த கிராமத்திலிருப்பவர்களை ராணுவத்தினர் வெளியேற்றம் செய்வது பற்றிய தகவல் எனக்குக் கிடைத்தது. மக்கள் எல்லாம் தங்களோடு பசுக்களையும் ஓட்டிக்கொண்டு காட்டுக்குச் சென்று அங்கேக் காத்திருந்தனர். யுத்தத்தின்போது அவர்கள் கிராமங்களை எரித்தது போல இப்போது எங்களை ஏன் துரத்துகிறார்கள்? *(அழ ஆரம்பித்தார்).* நம்முடைய வாழ்க்கை நிலையானதாக இல்லை. நான் அழ விரும்பவில்லை.

ஓ! அங்கே பாருங்கள் ஒரு காகம். சில சமயங்களில் தானியக் களஞ்சியத்தில் இருந்து அது முட்டைகளை எடுத்துச் சென்றாலும் நான் அதை விரட்டுவதில்லை. நான் யாரையும் விரட்டுவது இல்லை. நேற்று ஒரு முயல் வந்தது. பக்கத்தில் ஒரு கிராமம் இருந்தது. அங்கே வசித்து வந்த பெண்ணை வரச் சொன்னேன். பேச்சுத் துணைக்கு குறைந்தபட்சம் ஒருவராவது இருப்பார் இல்லையா? இரவு நேரம் வேதனையாக இருந்தது. எனது கால்களில் சிறிய எறும்புகள் ஊர்வது போன்ற உணர்வு. நான் எதையாவது எடுக்கும்போது இந்த மாதிரியான ஓர் உணர்வு ஏற்பட்டது. கோதுமையை நொறுக்குவது போன்ற சத்தம். அதன் பின் நரம்புகள் அமைதியாகிவிடும். என் வாழ்க்கையில் போதுமான அளவு சோகம் ஏற்படும் வரைக்கும் ஏற்கனவே வேண்டிய அளவிற்கு உழைத்து விட்டேன். அனைத்தையும் போதுமான அளவிற்குப் பார்த்துவிட்டேன். இனிமேல் எனக்கு எதுவும் வேண்டாம்.

எனக்கு மகள்களும், மகன்களும் இருக்கிறார்கள்... அவர்கள் எல்லோரும் நகரத்தில் இருக்கிறார்கள். ஆனால் நான் எங்கேயும் போவதில்லை. கடவுள் எனக்குப் போதுமான ஆயுளைக் கொடுத்திருக்கிறார். ஆனால் நியாயமான பங்கைத்தரவில்லை. வயதானவர்கள் எரிச்சல் அடைவர், இளைஞர்களுக்குப் பொறுமையிருக்காது என்பது எனக்குத் தெரியும். என் குழந்தைகளின் மூலம் நான் மகிழ்ச்சி அடைந்ததில்லை. நகரத்திற்குச் சென்ற பெண்கள் எப்போதும் அழுதுகொண்டே தான் இருப்பார்கள். அவர்களுடைய மருமகள்களோ அல்லது மகள்களோ அவர்களுடைய உணர்வுகளைக் காயப்படுத்திக் கொண்டே இருப்பார்கள். அவர்கள் திரும்பி வர வேண்டுமென்று நினைத்தார்கள். என்னுடைய கணவர் இங்கிருந்தார். இங்கேயே புதைக்கப்பட்டார். அவர் இங்கு புதைக்கப்படவில்லையெனில்

இந்நேரம் வேறு எங்காவது இருந்திருப்பார். நானும் அவரோடு இருந்திருப்பேன் *(திடீரென்று குதுகலமானார்)*. நான் ஏன் இந்த இடத்தைவிட்டு வெளியேற வேண்டும்? இது மிகவும் அருமையான ஓர் இடம்! அனைத்தும் இங்கு வளர்கிறது; அனைத்தும் இங்கும் மலர்கிறது. சிறிய ஈயிலிருந்து விலங்குகள் வரை அனைத்தும் இங்கும் வாழ்ந்து கொண்டிருக்கின்றன.

உங்களுக்காக அனைத்தையும் நினைத்துப் பார்க்கிறேன். ஒவ்வொரு நாளும் விமானங்கள் பறந்து கொண்டிருக்கின்றன. அவை உண்மையிலேயே தலைக்குச் சற்று மேலே பறந்து கொண்டிருக்கின்றன. ஒன்றன் பின் ஒன்றாக அவை அணு உலையை, அணுமின் நிலையத்தை நோக்கிப் பறந்து கொண்டிருக்கின்றன. இங்கே வெளியேற்றம் நடந்து கொண்டிருக்கிறது. அவர்கள் எங்களை வெளியேற்றிக் கொண்டிருக்கின்றனர். மக்கள் எல்லோரும் தங்களை வெளிக்காட்டாமல் ஒளிந்து கொண்டிருந்தனர். மற்ற உயிரினங்கள் முனகிக் கொண்டிருந்தன. குழந்தைகள் அழுது கொண்டிருந்தனர். இது ஒரு யுத்தம்! சூரியன் வெளியில் தலை காண்பித்திருந்தது... நான் குடிசையிலிருந்து வெளியே வரவில்லை அதற்காக வீட்டை மூடிக்கொண்டும் இருக்கவில்லை. ராணுவத்தினர் கதவைத் தட்டி, மேடம் நீங்கள் மூட்டை கட்டிவிட்டீர்களா? எனக் கேட்டனர். நான், எனது கைகளையும், கால்களையும் நீங்கள் கட்டப் போகிறீர்களா? என்று கேட்டேன். அவர்கள் எதுவும் சொல்லாமல் அங்கிருந்து சென்றுவிட்டனர். அவர்கள் இளைஞர்கள். சொல்லப்போனால், குழந்தைகள் போல இருந்தனர்! வயதான பெண்கள் தங்கள் முழங்காலில் நகர்ந்து வந்து ஒவ்வொரு வீட்டின் முன்பும் நின்று பிச்சை கேட்டுக் கொண்டிருந்தனர். ராணுவத்தினர் அவர்களைப் பிடித்து காருக்கு இழுத்துச் சென்றனர். ஆனால் நான் அவர்களிடம் என்னை யாராவது தொட்டால் அவர்கள் நன்றாக, "வாங்கிக் கட்டிக் கொள்வார்கள்" என்று கூறினேன். நான் அவர்களைத் திட்டினேன்! நான் 'நன்றாகவே'த்தான் திட்டினேன், அழவில்லை. அன்றைக்கு நான் அழவில்லை. என் வீட்டில் உட்கார்ந்திருந்தேன். ஒரு நிமிடம் ஏதோ கூக்குரல் கேட்டது. அதன் பின் அமைதி. சொல்லமுடியாத அளவுக்கு அமைதி. அன்றைக்குத்தான் நான் வீட்டைவிட்டு வெளியே போகாமல் இருந்த முதல் நாள். மக்கள் வரிசை, வரிசையாக நடந்து சென்று கொண்டிருக்கிறார்கள் என்று என்னிடம் பிறகு கூறினார்கள். அவர்களோடு கால்நடைகளும் சென்று

கொண்டிருந்தன. இது ஒரு யுத்தம்! மக்கள் சுட்டாலும் கடவுள் தான் 'குண்டை' அனுப்பியவர் என்று சொல்வதில் என் கணவருக்கு விருப்பம் அதிகம். ஒவ்வொருவருக்கும் விதி என்று ஒன்று இருக்கிறது. ஏற்கனவே வெளியேறிச் சென்ற இளைஞர்கள் அவர்களது புதிய இடத்தில் இறந்துவிட்டிருந்தனர். ஆனால் நானோ இன்னும் சுற்றிக் கொண்டிருக்கிறேன். ஆனால் இந்தச் சுற்றல் மெதுவாகி வருகிறது என்பது உண்மைதான். சில வேளைகளில் அலுப்புத் தட்டும், நான் அழுவேன். கிராமம் முழுவதும் காலியாகி விட்டது. அனைத்து விதமான பறவை களும் இங்கிருந்தன. இப்போது அவையெல்லாம் பறந்து போய் விட்டன. ஆனால் இன்னும் 'சாம்பல்' நிறத்திலான மான்கள் திரிகின்றன *(அழ ஆரம்பித்தார்).*

எனக்கு எல்லாம் நினைவிருக்கிறது. எல்லோரும் சென்று விட்டாலும் அவர்கள் தங்களது நாய்களையும், பூனைகளையும் விட்டு விட்டு சென்று விட்டார்கள். முதல் சில நாட்கள் நான் சுற்றித் திரிந்து பூனைகளுக்கெல்லாம் பால் ஊற்றினேன்; நாய்களுக்கு ரொட்டி கொடுத்தேன். அவையெல்லாம் முற்றத்தில் தங்களுடைய எஜமானர்களுக்காக நீண்ட நாட்களாகக் காத்துக் கொண்டிருந்தன. பசியோடிருந்த பூனைகள் வெள்ளரிக் காய்களையும், தக்காளிகளையும் சாப்பிட்டன. பக்கத்து வீட்டுக்காரரின் புல்வெளியை இலையுதிர்க் காலம் வரை நான் பராமரித்து வந்தேன். அவருடைய வேலி கீழே விழுந்து விட்டது. நான் அதை சரி செய்து வைத்தேன். நான் மக்களுக்காகக் காத்திருந்தேன். எனது பக்கத்துவீட்டுக்காரரிடம் ஒரு நாய் இருந்தது. அதன் பெயர் ஜூசோக். நான் அதனிடம் நீ முதலில் மனிதர்களைப் பார்த்தால் ஒரு குரல் கொடு என்று சொல்லியிருந்தேன்.

நான் வெளியேற்றப்படுவதாக ஒரு நாள் இரவு கனவு கண்டேன். ஒரு அதிகாரி, "நாங்கள் எல்லாவற்றையும் எரித்து புதைக்கப் போகிறோம். எனவே வெளியே வந்துவிடுங்கள்" என்று கத்தினார். அவர்கள் என்னை அழைத்துக்கொண்டு எங்கேயோ சென்றார்கள். அது நகரமா, கிராமமா என சரியாகத் தெரியவில்லை. அந்த நகரம் பூமியிலேயேகூட இருந்ததாகத் தெரியவில்லை.

ஒரு முறை நான் அழகான பூனைக்குட்டி வைத்திருந்தேன். அதன் பெயர் வாஸ்கா. குளிர்காலத்தில் ஒரு நாள் எலிகளுக்கு

எல்லாம் நல்ல பசி. அதனால் அவையெல்லாம் ஒன்றுக்கொன்று தாக்க ஆரம்பித்திருக்கின்றன. அவை போவதற்கு வேறு இடம் வேறு இல்லை. நான் வைத்திருந்த பீப்பாயில் ஓட்டையைப் போட்டு அதில் உள்ள தானியங்களைத் தின்றிருக்கின்றன. வாஸ்கா இல்லையெனில் நான் அன்றைக்கே செத்திருப்பேன். நான் அதோடு பேசிக்கொண்டே இரவு உணவு சாப்பிட்டேன். அதன் பின் வாஸ்காவைக் காணவில்லை. பசியோடு இருந்த நாய்கள் அதை சாப்பிட்டிருக்கக்கூடும். எனக்குத் தெரியவில்லை. அவையெல்லாம் சாவது வரை பசியோடு அலைந்துகொண்டு இருந்திருக்கின்றன. பூனைகள் பசியோடு இருந்ததால் பூனைக் குட்டிகளையெல்லாம் சாப்பிட்டு விட்டன. இது கோடை காலத்தில் இல்லாமல் குளிர்காலத்தில் நடந்திருக்கிறது. கடவுளே, என்னை மன்னித்து விடும்!

இப்போது சில வேளைகளில் வீட்டுக்கு உள்ளேகூட எதுவும் செய்ய முடியவில்லை. வயதான பெண்மணிக்கு கோடை காலத்தில் ஸ்டவ்கூட குளிரத்தான் செய்கிறது. சில வேளைகளில் எதையோ தேடுவதாகச் சொல்லிக்கொண்டு காவல்துறையினர் இங்கு வரும்போது ரொட்டி வாங்கி வருகிறார்கள். ஆனால் அவர்கள் எதைத் தேடிக் கொண்டிருக்கிறார்கள்?

இப்போது நானும் பூனையும்தான். இது வேறொரு பூனை. போலீஸ் வருகிறது என்று தெரிந்தவுடன் நாங்கள் குஷியாகி விடுவோம். அவர்கள் பூனைக்கு எலும்பு கொண்டுவருவார்கள். என்னிடம் அவர்கள், "கொள்ளைக்காரர்கள் வந்தால் என்ன செய்வீர்கள்?" என்று கேட்டார்கள். "என்னிடமிருந்து அவர்கள் எதை எடுத்துச் செல்வார்கள்? என்னுடைய ஆத்மாவையா? ஏனென்றால் அது மட்டும்தானே என்னிடம் இன்னும் இருக்கிறது." அவர்கள் மிகவும் நல்லவர்கள். அவர்கள் நான் கேட்டுக் கொண்டிருக்கும் ரேடியோவுக்கு பாட்டரி வாங்கி வருவார்கள். எனக்கு லூட்மில்லா ஷிகினா *(Lyudmilla Zykina)* பாடுவது பிடிக்கும். ஆனால் இப்போதெல்லாம் அவர் அதிகம் பாடுவதில்லை. என்னைப் போல அவருக்கும் வயதாகி இருக்கக்கூடும். என் கணவர், 'நடனம் முடிந்து விட்டது, வயலினை மீண்டும் பெட்டிக்குள் வை' என்று சொல்வதுண்டு.

எனது பூனையை எப்படிக் கண்டுபிடித்தேன் என்று சொல் கிறேன். நான் என்னுடைய வாஸ்காவை இழந்துவிட்டேன். நான் அதற்காக ஒரு நாள், இரண்டு நாட்கள், ஒரு மாதம் வரைக்

காத்திருந்தேன். அந்த நேரத்தில் நான் தனிமையில் இருந்தேன். பேச்சுத் துணைக்குக்கூட யாருமில்லை. நான் கிராமத்தைச் சுற்றி வந்தேன். அப்போது மற்ற வீடுகளின் முன்னால் நின்றுகொண்டு வாஸ்கா, முர்கா. வாஸ்கா, முர்கா! எனக் கூப்பிட்டேன். முதலில் நிறைய அலைந்து கொண்டிருந்தன. அதன் பின் எங்கேயோ சென்று மறைந்துவிட்டன. மரணம் எதைப்பற்றியும் அக்கறை கொள்ளாது. பூமித்தாய் எல்லோரையும் எடுத்துக் கொள்ளக்கூடியவள். இரண்டு நாட்கள் நான் நடந்து கொண்டே இருந்தேன். மூன்றாவது நாள், நான் அதை ஒரு கடையின் அருகில் பார்த்தேன். இருவரும் பார்வைகளைப் பரிமாறிக் கொண்டோம். அதற்கும் மகிழ்ச்சி, எனக்கும் மகிழ்ச்சி. ஆனால் அது எதுவும் சொல்லவில்லை. பரவாயில்லை, என சொல்லிக்கொண்டே அதனிடம், "வா, நாம் வீட்டுக்குப் போகலாம்" என்றேன். ஆனால் அது அங்கு உட்கார்ந்து கத்திக் கொண்டே இருந்தது. அதற்கு நான், "இங்கேயே உட்கார்ந்து கொண்டு என்ன செய்யப் போகிறாய்? ஓநாய்கள் உன்னை கடித்து, குதறி தின்றுவிடும். நாம் போகலாம். என்னிடம் முட்டையும் கொஞ்சம் பன்றிக் கொழுப்பும் இருக்கிறது." ஆனால் இதையெல்லாம் அதனிடத்தில் நான் எப்படி விளக்கிச் சொல்ல முடியும்? பூனைகளுக்கு மனித மொழி புரியாது. அப்படியிருக்கும்போது அதெப்படி நான் சொல்வதைப் புரிந்து கொள்ளும். நான் நடந்து முன்னே சென்றேன். அது 'மியாவ்' எனக் கத்திக்கொண்டே என் பின்னால் ஓடி வந்தது. நாம் இரண்டு பேரும் சேர்ந்திருப்போம் என்று சொல்லிக்கொண்டே பன்றிக் கொழுப்பை வெட்டினேன். "நான் உன்னை 'வாஸ்கா' என்றே அழைக்கிறேன்" என்றதற்கு அது 'மியாவ்' என்றது. அன்றிலிருந்து இரண்டு குளிர்காலங்கள் நாங்கள் ஒன்றாக வசித்து வருகிறோம்.

இரவில் யாரோ என்னை பக்கத்துவீட்டுக்காரரின் குரலில் 'ஜீனா' என அழைப்பது போல இருந்தது. அதன் பின் அமைதி. மீண்டும் 'ஜீனா' என கூப்பிடும் குரல் கேட்டது.

எனக்கு சில சமயம் அலுப்புத் தட்டிவிடும். உடனே நான் அழ ஆரம்பித்து விடுவேன்.

நான் கல்லறைக்குச் செல்வேன். அங்கே என் அம்மாவும், யுத்தத்தின்போது நச்சுக் காய்ச்சலால் இறந்து போன என் மகளும் இருக்கிறார்கள். என் கணவர் ஃபெட்யாவும் அங்குதான்

இருக்கிறார். நான் அவர்கள் எல்லோருடனும் சேர்ந்து உட்கார்ந்து கொள்வேன். நான் கொஞ்சம் பெருமூச்சு விட்டுக் கொண்டு பேச ஆரம்பிப்பேன். உயிரோடு இருப்பவர்களுடன் பேசுவது போலவே இறந்தவர்களிடமும் நீங்கள் பேச முடியும். இதில் எனக்கு எந்த வித்தியாசமும் தெரிவதில்லை. நான் ஒருவர் மாற்றி இன்னொருவர் என அனைவர் பேசுவதையும் கேட்டேன். நீங்கள் தனியாக இருக்கும்போது சோகமாக இருப்பீர்கள்... மிகவும் சோகமாக இருப்பீர்கள்.

இவான் ப்ரோஹோரோவிச் காவிர்லென்கோ - இவர் ஓர் ஆசிரியர். கல்லறைக்குப் பக்கத்திலேயே வசித்து வந்தார். அவர் தன் மகன் வசித்துவரும் கிரிமியாவுக்குப் புலம் பெயர்ந்தார். அவருக்கு அடுத்திருந்தவர் ப்யோதர் இவானோவிச் மியூஸ்கி. அவர் டிராக்டர் ஓட்டிக் கொண்டிருந்தவர். அவர் ஒரு ஸ்டெக்கானோவைட் *(Stakhanovite)*, அதாவது கடின உழைப்பாளி. அந்தக் காலகட்டத்தில் எல்லோரும் ஸ்டெக்கானோவைட்டாக* இருக்க முயற்சித்தார்கள். அவருடைய கை ஒரு மந்திரக்கை. அவர் மரத்திலிருந்து சரிகையை உண்டு பண்ணக்கூடியவர். அவருடைய வீடு ஒரு கிராமத்தின் அளவுக்கு பெரியதாக இருந்தது. அவர்கள் அதை எரித்து, இடித்துத் தள்ளியபோது எனக்குள் ரத்தம் கொதித்தது. இடிப்பு வேலையில் ஈடுபட்டிருந்த அதிகாரி என்னிடம், "பாட்டி இதைப் பற்றியெல்லாம் நினைக்காதீர்கள். இது ஒரு முக்கியமான இடத்தில் இருக்கிறது!" என்றார். அவர் குடித்திருந்தார். ப்யோதர் அழுது கொண்டிருந்ததைப் பார்த்து நான் அவரருகில் சென்றபோது, "நீங்க போங்க பாட்டி, பரவாயில்லை" என்று சொல்லிக்கொண்டே என்னைப் போகும்படி கூறினார். அதற்கு அடுத்த வீடு மிஷா மிக்காலேவ் வினுடையது. அவர் பண்ணையில் கெட்டிலை சூடு செய்து கொண்டிருக்கும்போது அந்த இடத்திலேயே இறந்துவிட்டார். அவருடைய வீட்டுக்கு அடுத்த வீடு ஸ்டெப்பா பைகோவ் வினுடையது. அவர் ஒரு விலங்கியலாளர். அது இரவோடு இரவாக கொளுத்தப்பட்டது. ஸ்டெப்பா அதிக நாட்கள் வாழவில்லை. அவர் மோகிலெவ் பிராந்தியத்தில் எங்கோ ஓரிடத்தில் புதைக்கப்பட்டார். யுத்தத்தின்போது நாங்கள் பலரை இழந்தோம். வாஸிலே மக்காரோவிச் கோவாலெவ், மாக்சிம் நிகோஃபோரென்கோ. அவர்களும் வாழ்ந்த போது மிகவும் மகிழ்ச்சியாகத்தான் இருந்தார்கள். விடுமுறை நாட்களில்

---

* கடின உழைப்பாளி

பாடிக் கொண்டும், ஆடிக் கொண்டும், ஹார்மோனிகா வாசித்துக்கொண்டும் இருந்தார்கள். ஆனால் இப்போது இது ஒரு சிறைச்சாலை போல இருக்கிறது. சில சமயங்களில் நான் கண்ணை மூடிக்கொண்டு கிராமத்தைக் கற்பனை செய்து பார்ப்பேன் — என்ன அது கதிர்வீச்சு? வண்ணத்துப்பூச்சிகள் பறந்து கொண்டிருக்கின்றன. தேனீக்கள் ரீங்காரமிட்டுக் கொண்டிருக்கின்றன. எனது வாஸ்கா எலிகளைப் பிடித்துக் கொண்டிருக்கிறது *(அழ ஆரம்பித்தார்).*

ஓ... லியூபோஸ்கா, நான் சொல்லிக் கொண்டிருக்கின்ற சோகம் உனக்குப் புரிகிறதா? நீ மக்களுக்கு அதைக் கொண்டு செல். நான் அதிக நாட்கள் இங்கிருக்கமாட்டேன். நான் பூமிக்குக் கீழ் வேர்களாக இருப்பேன்...

– ஷினெய்டா யெவ்டோகிமோவ்னா கோவாலென்கோ
மீள்குடியேற்றப்பட்டவர்.

கதவுகளில் எழுதப்பட்டிருந்த வாழ்க்கைக் குறிப்பு

நான் சாட்சி சொல்லவேண்டும்...

இது பத்தாண்டுகளுக்கு முன் நடந்தது. திரும்பவும் எனக்குத் தினந்தோறும் நடக்கிறது.

ப்ரீபியாட் என்கிற நகரத்தில் நாங்கள் வாழ்ந்து வந்தோம்.

நான் ஒரு எழுத்தாளர் இல்லை. என்னால் விவரிக்க முடியாது. எனது மனதிற்கு அதைப் புரிந்துகொள்ளும் திறனும் இல்லை. என்னுடைய பல்கலைக்கழக பட்டமும் அதற்கு உதவவில்லை. இதோ நீங்கள் — சராசரியான ஒரு மனிதர். மற்றவர்களைப் போலவே நீங்கள் வேலைக்குப் போவதும், திரும்பிவருவதுமாக இருப்பவர். நீங்கள் சராசரி சம்பளம் வாங்கக்கூடியவர். வருடத்திற்கு ஒரு முறை விடுமுறையில் செல்பவர். நீங்கள் ஒரு சராசரி மனிதர்! ஆனால் ஒரு நாள் திடீரென்று நீங்கள் செர்னோபில் மனிதராக மாறிவிட்டீர்கள். ஒரு விலங்கினமாக.. அனைவருக்கும் சுவாரசியம் ஏற்படுத்துபவராக. ஆனால் அதைப்பற்றி அவர்களுக்கு விபரமாக ஒன்றும் தெரிந் திருக்கவில்லை. நீங்கள் எல்லோரையும் போல இருக்க விருப்பப் படுகிறீர்கள். ஆனால் உங்களால் இப்போது முடியாது. மக்கள் உங்களை வித்தியாசமாகப் பார்ப்பார்கள். அவர்கள் உங்களிடம் — அது உங்களுக்குப் பயமாக இருந்ததா? அந்த அணுமின்

நிலையம் எப்படி எரிந்தது? நீங்கள் என்ன பார்த்தீர்கள்? உங்களுக்குக் குழந்தைகள் இருக்கிறார்களா? உங்கள் மனைவி உங்களை விட்டுவிட்டு சென்றுவிட்டாரா? முதன் முதலாக நாங்கள் எல்லோரும் விலங்குகளாக மாறிவிட்டோம். 'செர்னோ பில்' என்கிற அந்த சொல் ஓர் 'சமிக்ஞை' ஆகும். உடனே தலையைத் திருப்பி எல்லோரும் உங்களை 'இவர் அங்கிருந்து வந்தவர்' என்கிற தோரணையில் பார்ப்பார்கள்.

இப்படித்தான் அது ஆரம்பமாயிற்று. நாங்கள் நகரத்தை மட்டும் இழக்கவில்லை. எங்கள் வாழ்க்கை முழுவதையுமே இழந்துவிட்டோம். நாங்கள் மூன்றாவது நாள் வெளியேறி விட்டோம். அணு உலை தீப்பிடித்து எரிந்து கொண்டிருந்தது. எனது நண்பர்களில் ஒருவர் கூறியது நினைவுக்கு வருகிறது, 'அணு உலை வாசனை வருகிறது'. அந்த வாசனை ஒரு விவரிக்கமுடியாத வாசனையாகும். பத்திரிகைகள் எல்லாம் அதைப்பற்றி எழுத ஆரம்பித்திருந்தன. அவர்கள் செர்னோபிலை ஒரு பேரச்சம் வாய்ந்த வீடாக கார்ட்டூன் மூலம் சித்தரித்திருந்தனர். என்னு டையது என்னதோ அதைப்பற்றித்தான் சொல்லப் போகிறேன். இது எனது உண்மை.

அவர்கள் ரேடியோ மூலம் நீங்கள் உங்கள் பூனைகளை எடுத்துச் செல்ல முடியாது என அறிவித்தனர். எனவே நாங்கள் அதை ஒரு சூட்கேஸில் வைத்தோம். ஆனால் அது அதற்குள் இருக்கமாட்டேன் என முரண்டு பிடித்து வெளியே வந்து எல்லோரையும் பிராண்டியது. நீங்கள் உங்கள் உடைமைகளை எடுத்துச் செல்ல முடியாது! சரி அப்படியே ஆகட்டும். நான் எனது உடைமைகளையெல்லாம் எடுத்துச் செல்லவில்லை. ஆனால் ஒன்றை மட்டும் எடுத்துச் செல்ல வேண்டும். எனது அபார்ட்மெண்டில் இருக்கும் கதவை மட்டும் எடுத்துச் செல்வது அவசியமாக இருந்தது. என்னால் அதை விட்டுவிட்டுச் செல்ல முடியாது. வீட்டின் நுழைவாயிலை சில பலகைகளைக் கொண்டு நான் மூடிவிட நினைத்தேன். எங்களுடைய வீட்டின் கதவு எங்கள் குடும்பத்தின் நினைவுச்சின்னம். என்னுடைய அப்பா கதவின் மேல்தான் படுத்திருந்தார். இது யாருடைய மரபு என்று எனக்குத் தெரியாது. ஏனெனில் இது எல்லா இடங்களிலும் இல்லை. ஆனால் இறந்தவர்களை அவர்களது வீட்டுக் கதவில்தான் படுக்க வைக்க வேண்டும் என அம்மா சொல்வதுண்டு. அப்பா இறந்தபோது சவப்பெட்டி வரும்வரை அவரது உடல் அதில்தான் கிடத்தப்பட்டிருந்தது. அவருடைய

உடலருகில் அன்றிரவு முழுவதும் நான் இருந்தேன், அவர் கதவின் மேல்தான் கிடத்தப்பட்டிருந்தார். இரவு முழுவதும் வீடு திறந்திருந்தது. அந்தக் கதவில் சிறிய குறிகள் இருந்தன. அது நான் வளரும்போது குறிக்கப்பட்ட குறிகள் ஆகும். முதல் கிரேடு, இரண்டாம் கிரேடு, ஏழாவது கிரேடு என அதில் குறிக்கப்பட்டிருந்தது. அதற்குப் பக்கத்தில் எப்படி என் மகன், மகள் வளர்ந்தார்கள் என்பதும் குறிக்கப்பட்டிருந்தது. எனது முழு வாழ்க்கையும் அந்தக் கதவில் எழுதப்பட்டிருந்தது. அப்படிப்பட்ட இந்தக் கதவை விட்டுவிட்டு நான் எப்படி செல்லமுடியும்?

என் பக்கத்து வீட்டுக்காரர் கார் வைத்திருந்ததால் அவரிடம் உதவி கேட்டேன். அவர் என்னைப் பார்த்து, நீங்கள் சௌகரியமாக இல்லை, அப்படித்தானே என்று செய்கை மூலம் கேட்டார். நான் அந்தக் கதவை என்னோடு மோட்டார் சைக்கிளில் வைத்து ராத்திரி நேரத்தில் காடு வழியாக எடுத்துச் சென்றேன். எங்களது அபார்ட்மெண்ட்டெல்லாம் கொள்ளையடிக்கப்பட்டு, காலிசெய்யப்பட்டு இரண்டு வருடங்களுக்குப் பின் நடந்தது இது. போலீஸ் என்னைப் பார்த்து, "நாங்கள் சுட்டு விடுவோம்! நாங்கள் சுட்டு விடுவோம்!" எனத் துரத்திக்கொண்டே வந்தனர். அவர்கள் என்னை திருடன் என நினைத்திருக்கக்கூடும். இப்படித்தான் நான் எனது வீட்டிலிருந்தே என் வீட்டுக் கதவைத் திருடிக்கொண்டு வந்தேன்.

நான் எனது மகளையும், மனைவியையும் மருத்துவமனைக்குக் கூட்டிச் சென்றேன். அவர்கள் உடல் முழுவதும் கருப்புப் புள்ளிகள் இருந்தன. இந்த புள்ளிகள் தோன்றுவதும், மறைவதுமாக இருந்தன. அவை ஐந்து கோபெக் நாணயம் அளவிற்கு இருந்தன. ஆனால் அவை அவர்களைக் காயப்படுத்தவில்லை. ஏதேதோ சோதனைகள் செய்தனர். நான் அந்த சோதனைகளின் முடிவைக் கேட்டபோது, "இது உங்களுக்கானது இல்லை" என்றார்கள். அப்படியென்றால் "யாருக்கானது?" என்று கேட்டேன்.

"நாங்கள் எல்லோரும் சாகப் போகிறோம். நாங்கள் எல்லாம் சாகப் போகிறோம். 2000 ஆவது ஆண்டளவில் பெலாரஷ்யர்கள் யாரும் இருக்கப் போவதில்லை" என அப்போது எல்லோரும் கூறினார்கள். எனது மகளுக்கு அப்போது ஆறு வயது. நான் அவளைப் படுக்க வைத்தபோது அவள் என் காதுகளில், "அப்பா நான் சிறியவள்தானே, வாழ ஆசைப்படுகிறேன்" என்றாள்.

ஸ்வெட்லானா அலெக்ஸியேவிச்

அவளுக்கு எதுவும் புரிந்திருக்காது என நான் நினைத்துக் கொண்டிருந்தேன்.

ஓர் அறையில் ஏழு சிறுமிகளுக்கு மொட்டை அடித்தக் காட்சியை உங்களால் மனதில் நினைத்துப் பார்க்கமுடியுமா? மருத்துவமனையின் அந்த அறையில் ஏழுபேர் இருந்தார்கள். அது போதும்! நான் இதைச் சொல்லும்போது என் மனது, நீ அவர்களை ஏமாற்றிக் கொண்டிருக்கிறாய். ஏனென்றால் ஓர் அந்நியன் போல நான் அவர்களுக்கு அதை விவரித்திருக்க வேண்டும். என்னுடைய மனைவி மருத்துவமனையிலிருந்து திரும்பியிருந்தாள். அவளால் இதை சகித்துக் கொள்ள முடிய வில்லை. "இப்படி சிரமப்படுவதற்கு அவள் இறப்பதே மேல் அல்லது நான் சாக வேண்டும். நான் செத்துவிட்டால் இதையெல்லாம் பார்க்க வேண்டியிருக்காது" எனக் கூறினாள். போதும்! இல்லை, இதற்கு மேலும் என்னால் தாங்கிக் கொள்ளமுடியாது.

எனது அப்பாவை படுக்கவைத்திருந்த அதே கதவில் சவப் பெட்டி வரும் வரை அவளையும் படுக்க வைத்திருந்தோம். அது பெரிய பொம்மையை வைப்பதற்கான சிறிய பெட்டி போல இருந்தது.

நான் சாட்சியாக இருக்கவேண்டும்: செர்னோபிலினால்தான் என் மகள் இறந்தாள். ஆனால், அதை மறந்துவிடும்படி அவர்கள் சொல்கிறார்கள்.

– நிக்கோலாய் ஃபோமிச் கலுகின்
அப்பா

திரும்பிவந்தவர்கள் குறித்து

கோமல் ஒப்லாஸ்டின் நார்வோலியன்ஸ்க் பிராந் தியத்தில் உள்ள பெலே பெரக் கிராமம்.

பேசுபவர்கள்: அன்னா பாவ்லோவ்னா ஆர்ட்யூஷென்கோ, ஈவா ஆடமோவ்னா ஆர்ட்யூஷென்கா, வாஸிலே நிக்கோலோயெவிச் ஆர்ட்யூஷென்கோ, ஷோஃபியா நிக்கோலேவ்னா மோரோஷ், நாடேஷெடா போரிஸ்வ்னா நிக்கோலென்கோ, அலெக்ஸாண்டர் ஃபெட்ரோஸ்விச் நிக்கோலென்கோ, மீகையில் மார்டினோவிச் லிஸ் முதலானவர்கள்.

“**நா**ங்கள் அனைத்தின் ஊடாகவும் வாழ்ந்தோம், பிழைத்தோம்...”

“ஓ... அதை நினைத்துப் பார்க்கக்கூட நான் விரும்பவில்லை. அந்த அளவுக்கு பயமாக இருக்கிறது. அவர்கள் எங்களை துரத்தினார்கள். ராணுவத்தினர் எங்களைத் துரத்தினார்கள். பெரிய ராணுவத் தளவாடங்களை கொண்டுவந்தார்கள். அவையெல்லாம் நிலப்பரப்பில் பயன்படுத்தப்படுபவை. ஒரு வயதானவர் தரையில் விழுந்து கிடந்தார். இறக்கும் தருவாயில் இருக்கும் அவர் எங்கே ஓடப் போகிறார்? நான் எழுந்தபோது அவர் அழுதுகொண்டே, “நானே கல்லறையை நோக்கிச் செல்கிறேன்” எனக் கூறினார். “எங்கள் வீடுகளுக்கென்று அவர்கள் என்ன கொடுத்தார்கள்? எவ்வளவு அழகாக இருக்

கின்றன என்று இங்கே பாருங்கள்! இந்த அழகுக்கு யார் எங்களுக்கு பணம் கொடுக்கப் போகிறார்கள்? இது ஒரு உல்லாசப் போக்கிடம் இருக்கும் பிராந்தியம்!"

"விமானங்கள், ஹெலிகாப்டர்கள் என ஒரே சத்தம். டிரெயிலருடன் கூடிய லாரிகள் மற்றும் ராணுவத்தினரைப் பார்த்ததும் சீனர்களுடனோ அல்லது அமெரிக்கர்களுடனோ யுத்தம் ஆரம்பமாகிவிட்டதோ என நான் நினைத்தேன்."

"கூட்டுப்பண்ணை மீட்டிங்கிலிருந்து வந்த என் கணவர், நாளைக்கு நம்மையெல்லாம் வெளியேற்றப் போகிறார்கள்" என்றார். அதற்கு நான், "உருளைக்கிழங்குகளையெல்லாம் என்ன செய்வது? நாம் இன்னும் அதையெல்லாம் தோண்டியெடுக்க வில்லை. அதற்கான வாய்ப்பும் இதுவரை வரவில்லை" என்றேன். பக்கத்துவீட்டுக்காரர் கதவைத் தட்டவும், நாங்கள் அனைவரும் குடிப்பதற்காக உட்கார்ந்தோம். நாங்கள் குடித்துக் கொண்டிருக்கும்போது அவர்கள் கூட்டுப்பண்ணைத் தலைவரைத் திட்டிக் கொண்டிருந்தனர். "எங்களால் போக முடியாது. அவ்வளவுதான். நாம் யுத்தம் நடந்தபோது இங்கு வாழ்ந்தோம். இப்போது கதிர்வீச்சு அவ்வளவுதான்" என்றார்கள். "எங்களை நாங்களே புதைத்துக் கொள்ள நேர்ந்தாலும் இங்கிருந்து நாங்கள் போகமாட்டோம்!"

"முதலில் இன்னும் இரண்டு, மூன்று மாதங்களில் நாங்கள் அனைவரும் இறந்துவிடுவோம் என நினைத்தோம். அப்படித் தான் அவர்கள் எங்களிடம் சொன்னார்கள். அவர்கள் "எங்களிடம் பிரச்சாரம் செய்தார்கள். பயமுறுத்தினார்கள். நாங்கள் உயிரோடிருக்கிறோம் — நன்றி கடவுளே!"

"கடவுளுக்கு நன்றி! கடவுளுக்கு நன்றி!"

"இன்னொரு உலகத்தில் என்ன இருக்கிறதென்று யாருக்கும் தெரியாது. இங்கேயிருப்பதே சிறந்தது. நன்றாகப் பழக்கப்பட்டது."

"நாங்கள் அங்கிருந்து வெளியேறும்போது என்னுடைய அம்மாவின் கல்லறையிலிருந்து சிறிது மண்ணை எடுத்துக் கொண்டு முழங்காலிட்டு, 'இங்கேயிருந்து செல்வதற்காக எங்களை மன்னித்துக் கொள்' என்றேன். நான் இரவில் பயமில் லாமல் அங்கே சென்றேன். மக்கள் அவர்களுடைய வீட்டில் தங்களுடைய பெயர்களை எழுதினர். மரக்கட்டைகளில், வேலி

களில், கருங்காரையில் என எல்லா இடங்களிலும் எழுதினர்".

"ராணுவத்தினர் நாய்களைச் சுட்டுக் கொன்றார்கள். அதற்குப் பிறகு உயிரோடு இருந்த எதுவும் கத்திய சத்தம் எனக்குக் கேட்கவில்லை."

"நான் கூட்டுப்பண்ணையில் பிரிகேட் தலைவராக இருந்தேன். நாற்பத்தைந்து வயது. நான் மக்களுக்காக வருத்தப்பட்டேன். நாங்கள் மாஸ்கோவில் நடைபெறும் பொருட்காட்சிக்காக எங்களுடைய மான்களை கொண்டு சென்றோம். கூட்டுப் பண்ணையைச் சேர்ந்தவர்கள்தான் எங்களை அனுப்பி வைத்தது. நாங்கள் சான்றிதழுடன் திரும்பி வந்தோம். மக்கள் என்னிடம் மரியாதையுடன் பேசினர். 'வாஸிலே நிக்கோலேயெவிச். நிக்கோலேயெவிச்'. இங்கே நான் யார்? சிறிய வீட்டிலிருக்கும் ஒரு வயதான மனிதன். நான் இங்கேயே இறந்து விடுவேன், பெண்கள் எனக்குத் தண்ணீர் கொண்டுவருவதோடு, வீட்டையும் கனப்பு அடுப்பின் மூலம் வெது வெதுப்பாக வைப்பார்கள். நான் மக்களுக்காகப் பரிதாபப்படுகிறேன். இரவு நேரங்களில் பெண்கள் பாடிக்கொண்டே வயல்வெளிகளிலிருந்து வருவதைப் பார்க்கிறேன். அவர்களுக்கு எதுவும் கிடைக்காது என எனக்குத் தெரியும். சம்பளநாளன்று ஏதோ கிடைக்கும். ஆனால் அவர்கள் பாடிக் கொண்டிருக்கிறார்கள்..."

"கதிர்வீச்சினால் விஷம் நிறைந்த பிரதேசமாக இருந்தாலும் இது என் வீடு. எங்களை வேண்டுவார் யாருமில்லை. பறவைகள் கூட கூட்டைத்தானே விரும்பும்..."

"நான் எனது மகனுடன் 7வது மாடியில் வசித்து வந்தேன். நான் ஜன்னலுக்கு அருகில் வந்து கீழே பார்த்துவிட்டு சிலுவைக்குறி போட்டுக்கொண்டேன். குதிரை, சேவல் ஆகியவற்றின் சப்தங்களைக் கேட்டது போல இருந்தது. மிகவும் பயங்கரமாக உணர்ந்தேன். சில வேளைகளில் எனது முற்றம் குறித்து கனவு காண்பது உண்டு. கயிற்றில் பசுவைக் கட்டி வேண்டியமட்டும் பால் கறந்து கொண்டிருக்கும்போது விழிப்பு வந்துவிடும் ஆனால் நான் எழுந்திருக்கமாட்டேன். சில வேளைகளில் இங்கே யும், அங்கேயுமாக மாறி மாறி இருப்பேன்."

"பகல் நேரத்தில் நாங்கள் ஒரு புதிய இடத்தில் வசிப்போம். இரவு நேரத்தில் வீட்டிற்கு வந்து விடுவோம் — எங்களுடைய கனவில்."

“குளிர்காலத்தில் இரவு என்பது நீண்டநேரம் உடையதாக இருக்கும். நாங்கள் வெறுமனே உட்கார்ந்துகொண்டு யாரெல்லாம் இறந்திருக்கிறார்கள் எனக் கணக்கெடுத்துக் கொண்டிருப்போம்”.

“எனது கணவர் கிட்டத்தட்ட 2 மாதங்கள் படுக்கையிலேயே இருந்தார். அவர் எதுவும் பேசவில்லை. எதற்கும் எனக்கு பதில் அளிக்கவில்லை. அவர் பைத்தியம் போல இருந்தார். நான் முற்றத்தைச் சுற்றிவிட்டு திரும்பி வந்தேன். ‘ஓல்ட் மேன், எப்படி யிருக்கிறீர்கள்?’ எனக் கேட்டேன். எனது குரலைக் கேட்டு அவர் நிமிர்ந்து பார்த்தார். அவர் வீட்டில் இருக்கும் வரையில், ஒருவர் இறந்து கொண்டிருக்கும் நிலையில் இருந்தாலும் அழக்கூடாது. அப்படி செய்தால் நீங்கள் அவரது இறப்பில் குறுக்கிடுகிறீர்கள் என்று அர்த்தம். அவர் தொடர்ந்து போராடிக் கொண்டிருந்தார். அலமாரியிலிருந்து ஒரு மெழுகுவர்த்தியை எடுத்து அவர் கையில் கொடுத்தேன். அவர் அதை வாங்கிக் கொண்டார். சுவாசம் இருந்தது. அவருடைய கண்களில் ஒரு சோர்வு தெரிந்தது. நான் அழவில்லை. அவரிடம் நான், “நம்முடைய மகளுக்கும் எனது அம்மாவுக்கும் வணக்கம் சொல்லுங்கள்” எனக் கேட்டுக் கொண்டேன். நாங்கள் இருவரும் சேர்ந்து போகவேண்டும் என ஆண்டவனிடம் பிரார்த்தனை செய்தேன். சில கடவுள்கள் இந்த மாதிரியான வேண்டுதலை நிறைவேற்றியிருப்பார்கள். ஆனால் இவரோ என்னை இறக்க அனுமதிக்கவில்லை. நான் உயிரோடு இருக்கிறேன்...”

“பெண்களே! நீங்கள் அழாதீர்கள். நாம் எப்போதுமே முன்னணியில் இருப்பவர்கள். நாம் ஸ்டெக்கனோவைட்ஸ். நாம் ஸ்டாலின் ஆட்சியின்போதும், யுத்தத்தின்போதும் வாழ்ந்திருக் கிறோம். நான் எனக்குள்ளே சிரிக்காமலோ அல்லது ஆறுதல் சொல்லிக் கொள்ளாமலோ இருந்திருந்தால் நீண்ட காலத்துக்கு முன்பே தூக்கில் தொங்கியிருப்பேன்.”

“என்னுடைய அம்மா எனக்கு ஒரு முறை கற்றுக் கொடுத்தார் — ஓர் உருவத்தையோ அல்லது பொம்மையையோ எடுத்து அதைத் தலைகீழாகக் தொங்கவிடு. அது அப்படியே மூன்று நாட்களுக்குத் தொங்கிக் கொண்டிருக்கும். நீ எங்கேயிருந்தாலும் சரி, நீ எப்போதும் வீட்டுக்கு வரலாம். என்னிடம் இரண்டு பசுக்கள், இரண்டு கன்றுக்குட்டிகள், ஐந்து பன்றிகள், வாத்துகள், கோழி, நாய் போன்றவை இருந்தன. நான் முற்றத்தில் சுற்றித் திரிந்தேன். எவ்வளவு ஆப்பிள்கள்! எல்லாம் போய்விட்டன”.

“நான் வீட்டைக் கழுவி விட்டேன், ஸ்டவ்வை நன்றாகத் துடைத்தேன். நீங்கள் சில ப்ரெட் துண்டுகளையும், கொஞ்சம் உப்பையும், சிறிய தட்டையும், மூன்று கரண்டிகளையும் விட்டுச் செல்ல வேண்டும். எத்தனை ஆத்மாக்கள் இருக்கின்றனவோ அத்தனை கரண்டிகளை விட்டுச் செல்லவேண்டும். அப்படி யென்றால்தான் நாம் திரும்பி வரமுடியும்.”

“கோழிகளிடமும் கதிர்வீச்சுத் தாக்கம் இருந்தது. அதனால் அதன் கொண்டைகள் சிவப்பு நிறத்தில் இல்லாமல் கருப்பு நிறத்தில் இருந்தன. உங்களால் பாலாடைக்கட்டி செய்ய முடியாது. நாங்கள் பாலாடைக் கட்டி இல்லாமல் ஒரு மாதம் வாழ்ந்தோம். கதிர் வீச்சினால் பால் புளிக்காமல் பவுடராக திரண்டது.”

“எனது தோட்டத்தில் கதிர்வீச்சு இருந்தது. தோட்டம் முழுவதுமே வெள்ளை நிறமாகிவிட்டது. எந்த அளவுக்கு வெள்ளையாக முடியுமோ அந்த அளவு வெளுத்திருந்தது. யாரோ காட்டிலிருந்து வெள்ளைத் துண்டுகளைக் கொண்டு வந்து போர்த்தியது போல இருந்தது.”

“நாங்கள் எங்கேயும் செல்ல விரும்பவில்லை. ஆண்கள் எல்லாம் குடித்திருந்தார்கள். அவர்கள் தங்களைக் கார்களுக்குக் கீழேக் கிடத்திக் கொண்டார்கள். கட்சியைச் சேர்ந்தத் தலைவர்கள் வீடு வீடாகச் சென்று மக்களை வெளியேறும்படி கேட்டுக் கொண்டதோடு, ‘எந்தப் பொருளையும் எடுத்துச் செல்லக்கூடாது’ என்று கட்டளையும் பிறப்பித்தார்கள்.”

“கால்நடைகள் மூன்று நாட்களாக தண்ணீர் குடிக்கவில்லை. சாப்பிடவில்லை. அவ்வளவுதான், பத்திரிகையிலிருந்து ஒரு நிருபர் வந்தார். குடித்திருந்த இடைச்சிகள் அவரைக் கொல்லாத குறைதான்.”

“ராணுவத்தினரும் அவர்களுடைய மூத்த அதிகாரியும் எனது வீட்டைச் சுற்றி சென்றார்கள். ‘வெளியே வாருங்கள் அல்லது நாங்கள் எரித்து விடுவோம்! பாய்ஸ், என்னிடம் ஒரு கேஸ் கேனைக் கொடுங்கள்’. அதைக் கேட்ட நான் போர்வையையும், தலையணையையும் எடுத்துக்கொண்டு ஓடினேன்”.

“யுத்தத்தின்போது தலையில் சம்மட்டியால் அடிப்பது போல துப்பாக்கிகளின் சத்தம் கேட்டுக் கொண்டிருக்கும். நாங்கள்

காட்டில் ஒரு பெரிய பள்ளத்தைத் தோண்டி வைத்தோம். அவர்கள் அதில் குண்டு போட்டு, போட்டு எல்லாவற்றையும் — வீடுகள், தோட்டங்கள், செர்ரி மரங்கள் — அழித்தொழித்தார்கள். யுத்தம் இல்லாதவரைக்கும் சரி. அதுதான் என்னை பயமுறுத்தும்."

ஆர்மேனியன் செய்தியாளரிடம் அவர்கள், "செர்னோபில் ஆப்பிள்கள் என்று எதுவும் இருக்குமோ? கண்டிப்பாக. ஆனால் அதை நீங்கள் ஆழமாக பள்ளம் தோண்டி புதைக்க வேண்டும்." "கற்களினால் கட்டப்பட்ட வீடுகளை எங்களுக்குக் கொடுத்தார்கள். ஆனால் கடந்த ஏழு ஆண்டுகளாக ஒரு ஆணிகூட நாங்கள் அந்த சுவற்றில் அடிக்கவில்லை. அது எங்களுடையது இல்லை. எனது கணவர் அழுதுகொண்டே இருந்தார். அவர் கூட்டுப் பண்ணையில் ட்ராக்டரில் அந்த வாரம் முழுவதும் வேலை செய்தார். ஞாயிற்றுக் கிழமைக்காக அவர் காத்திருந்தார். ஞாயிறன்று அவர் சுவருக்கு எதிராக படுத்துக்கொண்டு அழுது கொண்டிருந்தார்..."

"யாரும் இனிமேல் எங்களை முட்டாளாக்க முடியாது. நாங்கள் எங்கும் செல்வதாக இல்லை. கடைகள் இல்லை. மருத்துவமனைகள் இல்லை. மின்சாரம் இல்லை. நாங்கள் மண்ணெண்ணெய் விளக்கிற்கு அருகிலும், நிலா வெளிச்சத்துக்குக் கீழேயும் உட்கார்ந்திருந்தோம். எங்களுக்கு அது பிடித்திருந்தது! ஏனென்றால் நாங்கள் வீட்டில் இருந்தோம்."

"நகரத்தில் என்னுடைய மருமகள் என்னைத் தொடர்ந்து அபார்ட்மெண்டைச் சுற்றி வந்தாள். அனைத்து மரச் சாமான்களும் எனது பணத்திலும் அரசு வீடு, பசு வாங்கக் கொடுத்த பணத்திலும் வாங்கியது. பணம் தீர்ந்த பிறகு அம்மா ஒருபோதும் தேவைப்படவில்லை."

"எங்கள் குழந்தைகள் பணத்தை எடுத்துக் கொண்டன. மீதியை பணவீக்கம் எடுத்துக் கொண்டது. அவர்கள் வீட்டிற்கென்று தரும் பணத்தில் நீங்கள் ஒரு கிலோ மிட்டாய்தான் வாங்க முடியும். ஆனால் இப்போது அதைக்கூட வாங்க முடியாது."

"நான் இரண்டு வாரங்கள் நடந்தேன். பசுவும் என்னோடு இருந்தது. அவர்கள் என்னை வீட்டிற்குள் அனுமதிக்கவில்லை. எனவே நான் காட்டில் பொழுதைக் கழித்தேன்."

"எங்களைப் பார்த்து அவர்கள் பயப்பட்டார்கள். நாங்கள் தொற்றுநோயால் பாதிக்கப்பட்டவர்கள் எனக் கூறினார்கள். கடவுள் ஏன் எங்களைத் தண்டித்தார்? அவர் என்ன பைத்தியமா? நாங்கள் மனிதர்கள் போல இனி வாழ முடியாது, அவருடைய சட்டப்படி நாங்கள் வாழ முடியாது. அதனால்தான் மனிதர்கள் ஒருவருக்கொருவர் கொலை செய்து கொண்டிருக்கிறார்கள்."

"எனது சகோதர/சகோதரிகளின் குழந்தைகள் கோடை காலத்தின்போது வருவார்கள். இந்த நிகழ்வு நடந்தபின் வந்த முதல் கோடைகாலத்தில் அவர்கள் வரவில்லை. ஆனால் இப்போது அவர்கள் வருவார்கள். நீங்கள் அவர்களுக்கு என்ன சாப்பாடு கொடுக்கிறீர்களோ அதை வாங்கிக் கொள்வார்கள். 'பாட்டி நீங்கள் ராபின்சன் க்ரூசோ பற்றிய புத்தகம் படித்தீர்களா?' என்று கேட்பார்கள். அவரைச் சுற்றி மக்கள் யாரும் இல்லாமல் நம்மைப் போல தனிமையில்தான் வசித்து வந்திருக்கிறார். நான் என்னோடு பாதி அளவு தீப்பெட்டியும், கோடரியும் மண்வாரியும், பன்றிக் கொழுப்பும், முட்டையும், பாலும் கொண்டுவந்திருந்தேன் — எல்லாம் என்னுடையது. சர்க்கரையைப் பயிரிட முடியாது. ஆனால் எவ்வளவு நிலம் வேண்டுமோ அவ்வளவு நிலம் வைத்திருந்தோம். உங்களுக்கு விருப்பமிருந்தால் 100 ஏக்கர்கூட உழலாம். அரசாங்கம் இல்லை, முதலாளி இல்லை, உங்கள் வழியில் யாரும் குறுக்கிட மாட்டார்கள்."

"பூனைகளும் நாய்களும் கூட எங்களுடன் திரும்ப வந்து விட்டன. நாங்கள் எல்லோரும் ஒன்றாகவே திரும்பி வந்தோம். ராணுவத்தினர் எங்களை அனுமதிக்கவில்லை. அவர்கள் கலவரத்தை அடக்கக்கூடியப் பிரிவைச் சேர்ந்தவர்கள். அந்த இரவில் காடு வழியே கிளர்ச்சியாளர்கள் போல சென்றோம்."

"அரசாங்கத்திடமிருந்து எங்களுக்கு எதுவும் தேவையில்லை. எங்களை தனியாக விட்டுவிடுவதைத்தான் நாங்கள் விரும்பு கிறோம். எங்களுக்கு கடையோ, பஸ்ஸோ எதுவும் தேவையில்லை. ரொட்டி வாங்குவதற்கு கிட்டத்தட்ட 20 கி.மீட்டர் நாங்கள் நடந்து செல்வோம். எங்களை விட்டு விடுங்கள். எங்களைப் பொருத்தவரை நாங்கள் சரியாகத்தான் இருக்கிறோம்."

'நாங்கள், மூன்று குடும்பங்கள் ஒன்றாகச் சேர்ந்து திரும்பி வந்தோம். நாங்கள் விட்டுச் சென்ற அனைத்தும் சூறையாடப் பட்டிருந்தது. அடுப்பு நசுக்கப்பட்டிருந்தது; ஜன்னலில் இருந்த

கதவைக் காணவில்லை. விளக்குகள், சுவிட்சுகள் என எதையும் விட்டு வைக்காமல் அனைத்தையும் எடுத்துச் சென்றிருந்தனர். நான் எல்லாவற்றையும் இந்தக் கைகளைக்கொண்டு மீண்டும் பொருத்தினேன்."

"காட்டு வாத்து கத்தினால் வசந்த காலம் என்று அர்த்தம். விதைப்பதற்கான காலம். ஆனால் நாங்களோ காலி வீட்டில் உட்கார்ந்திருக்கிறோம். குறைந்தபட்சம் மேற்கூரையாவது வலு வானதாக இருந்தது."

"போலீஸ் அதிகாரிகள் கத்தினார்கள். அவர்கள் காரில் வந்தார்கள். எப்படி ஜெர்மானியர்களிடமிருந்து தப்பிக்க நாம் ஓடினமோ அது போல நாங்கள் ஓடினோம். ஒரு முறை அவர்கள் வழக்கறிஞருடன் வந்தார்கள். அவர் ஏதோ உளறினார். ஏதோ 10 ஆவது ஷரத்தைப் பயன்படுத்தி நடவடிக்கை எடுக்கப் போவதாகக் கூறினார். 'அவர்கள் எனக்கு ஓராண்டு சிறைத் தண்டனை விதிக்கட்டும். நான் உள்ளேயிருந்து விட்டு மீண்டும் இங்கேதான் வருவேன்' என்றேன். அவர்களுடைய வேலை கத்துவது. எங்களுடைய வேலை அமைதியாக இருப்பது. கூட்டுப் பண்ணையிலேயே சிறந்த அறுவடையாளர் என்று நான் வாங்கிய பதக்கம் என்னிடம் இருக்கிறது. ஆனால் அவரோ 10ஆவது ஷரத்தைக் குறிப்பிட்டு பயமுறுத்தினார்."

"எனது வீட்டிற்குத் திரும்பி வந்து தோட்டத்தில் தோண்டி வேலை செய்வது போலவோ அல்லது எனது படுக்கையை தயார் செய்வது போலவோ ஒவ்வொரு நாளும் நான் கனவு கண்டேன். ஒவ்வொரு முறையும் காலணி அல்லது கோழிக்குஞ்சு என ஏதாவதொன்றை கண்டுபிடித்தேன். இது எனக்கு மகிழ்ச்சியை அளித்தது. நான் விரைவில் வீட்டுக்குச் செல்வேன்."

"இரவில் நாங்கள் கடவுளைப் பிரார்த்திப்போம், பகலில் காவல்துறை அதிகாரிகளைப் பிரார்த்திப்போம். நீ ஏன் அழுது கொண்டிருக்கிறாய் எனக் கேட்டால் அதற்கானக் காரணம் எனக்குத் தெரியாது. என் வீட்டில் வசிப்பதுதான் எனக்கு மகிழ்ச்சி."

"நாங்கள் எல்லாவற்றிற்கும் ஊடேயும் வாழ்ந்தும் பிழைத்தும் வந்திருக்கிறோம்..."

"நான் டாக்டரிம் சென்று, 'டாக்டர், எனது கால்களை அசைக்க

முடியவில்லை, மூட்டுக்கு மூட்டு வலிக்கிறது' என்றேன். அதற்கு டாக்டர், 'உங்களிடம் இருக்கும் பசுவை உபயோகிக்காதீர்கள், பாட்டி. அதன் பாலில் விஷம் கலந்திருக்கிறது' என்றார். 'என்னுடைய கால் வலித்தாலும், முழங்கால் வலித்தாலும் சரி. நான் எனது பசுவை விட்டுத் தரமாட்டேன். அதுதான் எனக்கு சாப்பாடு போடுகிறது."

"எனக்கு ஏழு குழந்தைகள். அவர்கள் எல்லோரும் நகரத்தில் வசிக்கிறார்கள். நான் மட்டும் தனிமையில் இங்கே இருக்கிறேன். நான் அவர்கள் புகைப்படத்திற்குக் கீழே உட்கார்ந்து அவர் களோடு கொஞ்சம் பேசுவேன். இந்த வீட்டிற்கு நான் வர்ணம் அடித்தேன். ஆறு கேன் பெயிண்ட் தேவைப்பட்டது. இப்படித்தான் நான் வாழ்ந்து கொண்டிருக்கிறேன். நான்கு மகன்களையும், மூன்று மகள்களையும் நான் வளர்த்தேன். எனது கணவர் இளமையிலேயே இறந்து விட்டார். நான் தனியாக இருக்கிறேன்."

"நான் ஓநாயை ஒரு முறைப் பார்த்தேன். அது அங்கே நின்றது. நான் இங்கே நின்றேன். நாங்கள் ஒருவருக்கொருவர் பார்த்துக் கொண்டோம். அது சாலையின் ஒரு பக்கம் நோக்கிச் சென்றது. நான் ஓடிவிட்டேன். நான் ரொம்பவும் பயந்திருந்தேன்."

"எந்தவொரு மிருகமும் மனிதனுக்குப் பயப்படக்கூடியது. நீங்கள் அதைத் தொடவில்லையென்றால் அது உங்களைச் சுற்றியே வந்து கொண்டிருக்கும். முன்பெல்லாம் காட்டில் இருக்கும்போது யாராவது மனிதக் குரல் கேட்டால் அவர்களை நோக்கி ஓடுவோம். ஆனால் இப்போது ஒருவரையொருவர் பார்ப்பதைத் தவிர்க்கும்பொருட்டு ஒளிந்து கொள்கிறார்கள். கடவுளே, காட்டில் மனிதரைப் பார்ப்பதிலிருந்து என்னைக் காப்பற்று!"

"விவிலியத்தில் எழுதியிருப்பது அனைத்தும் நடக்கும். கூட்டுப்பண்ணை பற்றியும், கோர்பசெவ் பற்றியும் அதில் சொல்லப்பட்டிருக்கிறது. பிறப்புக்குறியோடு உள்ள தலைவரின் தலைமையில் சாம்ராஜ்யம் சிதறுபடும். அதன் பின் 'நீதிக்கான நாள்' வரும். நகரத்தில் உள்ள அனைவரும் இறந்து விடுவார்கள், கிராமத்தில் வசித்து வருபவர்கள் இறந்து விடுவார்கள். அவர்கள் மனித காலடித்தடத்தைப் பார்த்து சந்தோஷப்படுவார்கள்! மனிதனைப் பார்த்து அல்ல, அவனுடைய காலடித்தடத்தைப் பார்த்து!"

"வெளிச்சத்துக்காக விளக்கு வைத்திருந்தோம். அது மண் ணெண்ணெய் விளக்கு என்று அந்தப் பெண் அப்போதே கூறினார். நாங்கள் காட்டுப்பன்றியைக் கொன்றால் அதை அடித்தளத்துக்கு எடுத்துச் செல்வோம். அல்லது நாங்களே அதைப் புதைத்து விடுவோம். நிலத்துக்கு அடியில் இருக்கும் இறைச்சி மூன்று நாட்கள் வரை கெட்டுப் போவதில்லை. நாங்களாகவே வோட்கா தயாரித்துக் கொள்வோம்."

"என்னிடம் இரண்டு பை முழுவதும் உப்பு இருந்தது. அரசாங்கம் இல்லையென்றாலும் நாங்கள் நன்றாக இருந்தோம். நிறைய மரக்கட்டைகள் இருந்தன — எங்களைச் சுற்றிலும் காடு இருந்தது. வீடு கதகதப்பாக இருந்தது. விளக்கு எரிந்து கொண்டிருந்தது. என்னிடம் ஆடு, ஆட்டுக்குட்டி, மூன்று பன்றிகள், பதினான்கு கோழிகள் இருந்தன. தேவைக்கேற்ற அளவுக்கு நிலமும், புல்வெளியும் இருந்தன. கிணற்றில் தண்ணீர் இருந்தது. சுதந்திரமாகவும், மகிழ்ச்சியுடனும் இருக்கிறேன். இனிமேலும் இது கூட்டுப்பண்ணை இல்லை. இது ஒரு சமூகம். நாங்கள் இன்னொரு குதிரை வாங்க வேண்டும். அதற்குப் பிறகு எங்களுக்கு எதுவும் தேவையில்லை. தேவை ஒரே ஒரு குதிரைதான்."

"நாங்கள் வீட்டுக்கு மட்டும் திரும்பவில்லை. நூறு வருடங் களுக்கு முந்தைய கால கட்டத்துக்குச் சென்றோம். நாங்கள் அறுவடைக்கு சம்மட்டியையும், சீராக்குவதற்கு அரிவாளையும் பயன்படுத்தினோம். கோதுமையை ஒரு கருந்தாரையில் போட்டு கதிரடித்தோம்" என ஒரு நிருபர் கூறினார்.

"யுத்தத்தின்போது அவர்கள் எங்களை எரித்தார்கள், நாங்கள் நிலத்தடியில் அதாவது பதுங்கு குழியில் இருந்தோம். அவர்கள் எனது சகோதரனையும், சகோதர/சகோதரி மகன்களையும் கொன்றார்கள். எங்கள் குடும்பத்தில் மட்டும் நாங்கள் பதினேழு பேரை இழந்தோம். அம்மா அழுதுகொண்டே இருந்தார்கள். வயதான பெண்மணி ஒருவர் துப்புரவு செய்துகொண்டே அந்தக் கிராமத் தெருக்களில் நடந்து சென்று கொண்டிருந்தார். 'நீங்கள் துக்கப்பட்டுக் கொண்டிருக்கிறீர்களா?' என்று அவர் என் அம்மாவிடம் கேட்டிருக்கிறார். 'துக்கப்படாதீர்கள். மற்றவர்களுக்காக உயிரைக் கொடுத்தால் அவர் புனிதமானவர்' என்றார். என்னுடைய தாய்நாட்டுக்காக நான் என்ன வேண்டுமென்றாலும் செய்வேன். ஆனால் கொலை மட்டும்

செய்யமாட்டேன். நான் ஓர் ஆசிரியர். மற்றவர்களை நேசி என நான் எனது குழந்தைகளுக்குச் சொல்லிக் கொடுக்கிறேன். 'நல்லது என்றைக்கும் வெற்றி பெறும்' என்றுதான் நான் அவர்களுக்குக் கற்றுக் கொடுக்கிறேன். குழந்தைகள் எல்லோரும் சிறியவர்கள். அவர்களுடைய ஆத்மாக்கள் பவித்திரமானது."

"செர்னோபில் என்பது யுத்தங்களுக்கெல்லாம் யுத்தம். நிலத்துக்கு அடியிலோ, தண்ணீருக்கு கீழேயோ, காற்றிலோ மறைந்து கொள்ள முடியாது."

"நாங்கள் வானொலியை உடனே நிறுத்திவிட்டோம். எங்களுக்குச் செய்திகள் எதுவும் தெரியவில்லை. ஆனால் வாழ்க்கை அமைதியாக இருந்தது. எங்கள் மன அமைதி கெடவில்லை. மக்கள் வந்து அவர்களது கதையைச் சொல்வார்கள் — எல்லா இடங்களிலும் யுத்தம் நடந்தது. அது போல சோசலிசம் முடிந்து விட்டது. நாங்கள் கேபிடலிசத்தில் வாழ்ந்து கொண்டிருக்கிறோம். ஜார் மன்னர் மீண்டும் வருகிறாராமே? அது உண்மையா?"

"சில நேரங்களில் காட்டுப்பன்றியும், நரியும் தோட்டம் வரை வருகின்றன. ஆனால் மனிதர்கள் அரிதாகவும், காவல்துறையினர் அடிக்கடியும் வருகின்றார்கள்."

"நீங்கள் வந்து என்னுடைய வீட்டையும் பார்க்க வேண்டும்."

"என்னுடையதையும்... என் வீட்டிற்கு விருந்தினர்கள் வந்து நாளாகிவிட்டன."

"நான் சிலுவைக்குறி போட்டுக் கொண்டு பிரார்த்தித்தேன்: 'பிரியமான கடவுளே! இரண்டு முறை காவல்துறையினர் எனது அடுப்பை உடைத்து விட்டனர். அவர்கள் என்னை ட்ராக்டரில் அழைத்துச் சென்றனர். நான் திரும்பி வந்துவிட்டேன்! அவர்கள் மக்களை உள்ளே அனுமதிக்க வேண்டும்.' அவர்கள் எல்லோரும் முழங்காலில் தவழ்ந்துகொண்டு திரும்பி வருகிறார் கள். எங்களது சோகத்தை அவர்கள் உலகம் பூராவும் சொல்லித் திரிகிறார்கள். உயிரோடு இருப்பவர்கள் காடு வழியாக இரவில்தான் வருகிறார்கள்."

"எல்லோரும் அறுவடைக்குத் திரும்பத்தயாராகஇருக்கிறார்கள். அவரவர் முன்பு என்ன செய்து கொண்டிருந்தார்களோ அதற்குத் திரும்ப வேண்டுமென்று நினைக்கிறார்கள். காவல் துறையினரிடம் யார் யாரையெல்லாம் மீண்டும் உள்ளே

அனுமதிக்க வேண்டும் என்கிற பட்டியல் இருக்கிறது. ஆனால் பதினெட்டு வயதுக்குக் குறைந்த குழந்தைகள் வரமுடியாது. பெரியவர்கள் திரும்ப வரலாம். அப்படி வரக்கூடியவர்கள் தங்கள் வீடுகளுக்கு அருகில் நிற்பதன் மூலமும், முற்றத்தில் ஆப்பிள் மரத்துக்கு அருகில் நிற்பதிலும் மகிழ்ச்சியடைந்தனர். முதலில் அவர்கள் கல்லறைக்குச் சென்று அழுதபின் நேராக தங்களது முற்றங்களுக்குச் சென்றனர். அங்கேயும் அவர்கள் அழுது பிரார்த்தனை செய்து மெழுகுவர்த்தி ஏற்றி வேலிகளில் தொங்கவிட்டனர். சில வேளைகளில் மலர் வளையங்களைக்கூட வீட்டில் விட்டுச் சென்றனர். கேட்டில் வெள்ளைத் துண்டை வைத்திருந்தார்கள். 'சகோதரர்களே, சகோதரிகளே, கொஞ்சம் பொறுமையாக இருங்கள்' என்று ஒரு வயதான பெண்மணி பிரார்த்தனையைப் படித்தார்."

"முட்டைகள், ரோல்கள், வேறு என்னென்ன முடியுமோ அதையெல்லாம் மக்கள் கல்லறைக்கு எடுத்துச் சென்றனர். ஒவ்வொருவரும் அவரவருடைய குடும்பத்தினருடன் அங்கு உட்கார்ந்திருந்தனர். அவர்கள், 'சகோதரியே உன்னைப் பார்க்க நான் வந்திருக்கிறேன். இதோ உணவு சாப்பிட்டுவிட்டுப் போ' அல்லது 'அம்மா, அன்புள்ள அம்மா. அப்பா, அன்புள்ள அப்பா' என ஆத்மாக்களை சொர்க்கத்திலிருந்து அழைத்தார்கள். அந்த வருடத்தில் இறந்தவர்களை நினைத்து அழுதார்கள். அதற்கு முன்பு இறந்தவர்களை நினைத்து யாரும் அழவில்லை. அவர்கள் பேசினார்கள், நினைவு கூர்ந்தார்கள். எல்லோரும் பிரார்த்தனை செய்தார்கள். எப்படி பிரார்த்தனை செய்ய வேண்டும் என தெரியாதவர்கள் கூட பிரார்த்தனை செய்தார்கள்."

"நான் அழாத ஒரே நேரம் இரவு நேரம்தான். இறந்தவர் களை நினைத்து இரவில் அழக்கூடாது. சூரியன் மறையத் தொடங்கும் நேரத்தில் நான் அழுகையை நிறுத்திக் கொள்வேன். அவர்களுடைய ஆத்மாக்களை நினைத்துக் கொள்வேன்."

"நீங்கள் முயற்சிக்கவில்லையெனில் தோல்வியடைவீர்கள். சந்தையில் உக்ரைனைச் சேர்ந்த ஒரு பெண் மிகப்பெரிய சிவப்பு ஆப்பிள்களை 'வாருங்கள், இந்த ஆப்பிள்களை வாங்குங்கள், இது செர்னோபில் ஆப்பிள்கள்' என்று கூறி விற்றுக் கொண்டி ருந்தார். இந்த மாதிரி விளம்பரம் செய்தால் யாரும் ஆப்பிள் வாங்கமாட்டார்கள் என ஒருவர் அவரிடம் சொல்ல அதற்கு அவர், 'கவலைப்படாதீர்கள்! சிலர் இதை தங்களுடைய

மாமியார்களுக்காகவும், இன்னும் சிலர் அவர்களுடைய மேலதி காரிகளுக்காகவும் வாங்குவார்கள்" என்றார்.

"சிறைச்சாலைக்குச் சென்றிருந்த ஒருவர் பொதுமன்னிப்பில் விடுதலையாகி வந்திருந்தார். அவர் பக்கத்து கிராமத்தில் வசித்து வந்தார். அவருடைய அம்மா இறந்து போயிருந்தார். வீடு புதையுண்டு இருந்தது. அவர் எங்களிடம் வந்து, 'அம்மா, எனக்குக் கொஞ்சம் ரொட்டியும், பன்றிக் கொழுப்பும் கொடுங் கள். பதிலுக்கு நான் மரம் வெட்டித் தருகிறேன்" என்றார்.

"நாடே குழப்பத்தில் இருந்தது — மக்கள் திரும்பி வந்த வண்ணம் இருந்தனர். அவர்கள் சட்டத்தின் பிடியில் விடுபட்டு ஓடிக் கொண்டிருந்தனர். அவர்களும், புதிதாக வந்தவர்களும் தனிமையில் வசித்து வந்தார்கள். புதிதாக குடியேறியவர்கள் மிகவும் முரடாக இருந்ததோடு கண்களில் ஒரு தோழமைத் தன்மையும் இல்லை. அவர்கள் குடித்தால் எதையாவது எரிப்பதை வழக்கமாகக் கொண்டிருந்தார்கள். இரவு நேரத்தில் எங்கள் படுக்கைகளுக்குக் கீழ் கோடாரியையும், குப்பை வாரியையும் வைத்துக்கொண்டு படுத்திருந்தோம். கதவுக்குப் பக்கத்தில் இருந்த சமையலறையில் சுத்தியல் இருந்தது."

"வசந்த காலத்தில் வெறிபிடித்த நரிகள் திரிந்தன. அவற்றிற்கு வெறிபிடித்திருக்கும்போது மிகவும் மென்மையாக இருக்கும். அப்போது அவை தண்ணீரைப் பார்ப்பதில்லை. அதனால் முற்றத்தில் ஒரு வாளி நிறைய தண்ணீரை வைத்து விடுவோம். அவை ஓடிவிடும்."

"தொலைக்காட்சி இல்லை, சினிமா இல்லை. ஜன்னலுக்கு வெளியே பார்ப்பதை மட்டுந்தான் நாங்கள் செய்து கொண்டி ருக்க வேண்டியதாக இருந்தது. அதோடு பிரார்த்தனை செய்வது. கடவுளுக்குப் பதிலாக கம்யூனிஸம் இருந்தது போய் இப்போது கடவுள் மட்டுந்தான். எனவே நாங்கள் பிரார்த்தித்துக் கொண்டி ருந்தோம்."

"எங்களுக்கான காலம் கழிந்துவிட்டது. நான் ஒரு கிளர்ச்சிக் காரன். கலகம் நடந்த கால கட்டத்தில் இருந்தவன். நாம் ஜெர்மானியர்களை விரட்டியடித்தபோது நான் முன்னணியில் இருந்தேன். அங்குள்ள பார்லிமெண்ட்டில்கூட ஆர்யூஷென்கோ என்கிற எனது பெயரை எழுதினேன். கம்யூனிஸத்தை உருவாக்கு வதற்காக எனது 'மேல் கோட்டை'க்கூட இழந்தேன். ஆனால்

இப்போது எங்கேயிருக்கிறது கம்யூனிசம்?"

"இங்கே கம்யூனிசம் இருந்தது. நாம் சகோதரர்களாகவும், சகோதரிகளாகவும் வாழ்ந்து வந்தோம்…"

"யுத்தம் ஆரம்பித்த நேரத்தில் காளான்களோ அல்லது பெர்ரிகளோ எங்குமில்லை. இதை உங்களால் நம்ப முடிகிறதா? பூமியே இந்தப் பேரழிவை உணர்ந்தது. 1941 ஆம் ஆண்டை எப்படி மறக்க முடியும். அவர்கள் போர்க் கைதிகளையெல்லாம் அழைத்து வந்திருப்பதாகவும், அவர்களை அடையாளம் கண்டு கொண்டு கூட்டிச் செல்லலாமென்றும் ஒரு வதந்தி நிலவியது. அனைத்துப் பெண்களும் அதைக் கேட்டு ஓடினார்கள். அன்றிரவு சிலர் தங்கள் வீட்டு மனிதர்களை அங்கிருந்து அழைத்து வந்தார்கள். மற்றவர்களும் அவரவர் வீட்டு மனிதர்களை அழைத்து வந்தார்கள். ஆனால் அதில் ஒரு போக்கிரி இருந்தான்... அவன் எல்லோரையும் போலவே வாழ்ந்துவந்தான். அவனுக்குத் திருமணமாகி இரண்டு குழந்தைகள் இருந்தன. உக்ரேனியர்கள், வாஸ்கோ, சாஷ்கோ ஆகியோர்களை அனுமதித்திருக்கிறோம் என கமாண்டெண்ட்டிடம் கூறினான். அடுத்த நாள் மோட்டார் பைக்கில் ஜெர்மானியர்கள் வந்தார்கள். நாங்கள் அவர்களைக் கெஞ்சினோம். முழங்காலிட்டு வேண்டினோம். ஆனால் அவர்கள் உக்ரேனியர்களையும், வாஸ்கோ, சாஷ்கோக்களையும் கிராமத்துக்கு வெளியே கூட்டிச் சென்று தானியங்கி துப்பாக்கியால் சுட்டுத் தள்ளினர். ஒன்பது பேர். சுடப்பட்டவர்கள் அனைவரும் இளைஞர்கள். நல்லவர்கள். வாஸ்கோ, சாஷ்கோ…"

"பெரியண்ணன்மார்கள் வந்து கத்தோ கத்து என கத்தினார்கள். ஆனால் நாங்கள் செவிடு, ஊமை போல இருந்தோம். நாங்கள் எல்லாவற்றிற்கும் ஊடேயும் வாழ்ந்தும் பிழைத்தும் வந்திருக்கிறோம்…"

"ஆனால் நான் வேறொன்று பற்றி பேசிக் கொண்டிருக்கிறேன் — இது குறித்து நான் அதிகமாக சிந்தித்திருக்கிறேன். கல்லறையில் சிலர் சத்தமாகவும், சிலர் அமைதியாகவும் பிரார்த்தனை செய்வார்கள். சிலர், 'மஞ்சள் நிற மணலே, திறந்திடு. கும்மிருட்டே, திறந்திடு' எனச் சொல்வார்கள். காட்டில் வேண்டுமென்றால் இது சாத்தியம். ஆனால் மணலில் ஒருபோதும் சாத்தியமில்லை. 'இவான், இவான் நான் எப்படி வாழ்வது?' என மென்மையாக கேட்டேன். ஆனால், என் கேள்விக்கு அவர் பதில் எதுவும் கூறவில்லை."

"நான் எனக்காக அழாமல் ஒவ்வொருவருக்காவும் அழு தேன். தெரியாதவர்களுக்காக நான் கல்லறைக்குச் சென்று அவர்களோடு பேசுவேன்."

"நான் யாருக்காகவும் — இறந்தவர்கள், விலங்குகள், யாராக இருந்தாலும் — பயப்படவில்லை. நகரத்திலிருந்து வந்திருந்த என் மகன் என் மேல் எரிந்து விழுந்தான். 'நீங்கள் ஏன் இங்கே உட்கார்ந்துகொண்டு இருக்கிறீர்கள்? யாராவது உங்களை கொலை செய்துவிட்டு கொள்ளையடித்துச் சென்றால் என்ன செய்வது?' ஆனால், அவனுக்கு என்னிடமிருந்து என்ன வேண்டும்? சில தலையணைகள். மிகவும் எளிமையான வீட்டில் தலையணைகள் தான் முக்கியமான அறைகலன்கள் ஆகும். திருடன் ஜன்னல் வழியே வர முயலும்போது தலையைக் காட்டினால் கோடாரி வைத்து அவனை ஒரே போடு போட்டுவிடுவேன். அப்படித்தான் நாங்கள் இங்கே பண்ணுவோம். கடவுள் இருக்கலாம். அல்லது இல்லாமலும் இருக்கலாம். ஆனால் மேலே ஒருவன் இருக்கிறான். நான் வாழ்ந்து கொண்டிருக்கிறேன்."

"செர்னோபில் ஏன் இப்படி நிலைகுலைந்தது? அது விஞ் ஞானிகளின் தவறு என்று சிலர் சொன்னார்கள். அவர்கள் கடவுளின் தாடியைப் பிடித்துக் கொண்டார்கள். இப்போது அவர் சிரித்துக் கொண்டிருக்கிறார். ஆனால் நாங்கள்தானே அதற்கு கூலி கொடுக்க வேண்டியிருக்கிறது."

"நாம் ஒருபோதும் நன்றாகவோ அல்லது அமைதியாகவோ வாழ்ந்தது இல்லை. நாம் எப்போதும் பயந்துகொண்டே இருந் தோம். யுத்தம் வருவதற்கு முன்பாகவே அவர்கள் மக்களைப் பிடித்து விட்டார்கள். அவர்கள் கருப்பு நிற காரில் வந்தார்கள். வயல்வெளியில் இருந்த நான்கு பேரைப் பிடித்துக்கொண்டுச் சென்றார்கள். அப்படிச் சென்றவர்கள் திரும்பி வரவில்லை. நாங்கள் எப்போதும் பயந்துகொண்டே இருந்தோம்."

"ஆனால் இப்போது நாங்கள் சுதந்திரமாக இருக்கிறோம். அறு வடை அமோகம். நாங்கள் பிரபுக்கள் போல வாழ்கிறோம்."

"இங்கே நாங்கள் யுத்தங்களின் யுத்தத்தின் — செர்னோபில்— மத்தியில் இருக்கிறோம்."

"குயில் கூவிக்கொண்டிருக்கிறது; பறவைகள் கிரீச்சிட்டுக் கொண்டிருக்கின்றன; மான்கள் ஓடிக் கொண்டிருக்கின்றன.

ஸ்வெட்லானா அலெக்ஸியேவிச்

அவை இனவிருத்தி செய்யுமா — யாருக்குத் தெரியும்? ஒரு நாள் காலையில் நான் தோட்டத்தைப் பார்த்தேன். பன்றிகள் குழி தோண்டிக் கொண்டிருந்தன. அவை முரட்டுத் தன்மை கொண்டவை. நீங்கள் மக்களுக்கு மறுவாழ்வு அளிக்கலாம். ஆனால் மான்களுக்கும், பன்றிகளுக்கும் மறுவாழ்வு கொடுக்க முடியாது. அதுபோல தண்ணீரும் கரையையும் மீறி பூமியில் எங்கும் செல்லக்கூடியது."

"இது பெண்களைக் காயப்படுத்தும். நாம் அமைதியாக இருப் போம். அவர்கள் சவப்பெட்டியை அமைதியாகக் கொண்டு வருவார்கள். கவனமாக இருக்க வேண்டும். அது கதவிலேயோ அல்லது படுக்கையிலோ அல்லது வேறெதிலுமோ இடிபட்டு விடக்கூடாது. இல்லையென்றால் நீங்கள் இறந்த இன்னொரு மனிதருக்காகக் காத்திருக்க வேண்டும். கடவுளே அவர்களுடைய ஆத்மாக்களை நினைவுகூறுங்கள். அவர்கள் எங்கு புதைக்கப் பட்டார்களோ அங்கே பிரார்த்தனை செய்யட்டும்.இங்கு எல்லாம் இருக்கிறது — கல்லறைகள். எல்லாஇடங்களிலும் கல்லறைகள். ட்ரக்குகளும், புல்டோசர்களும் வேலை செய்து கொண்டிருந்தன. வீடுகள் இடிந்து கீழே விழுந்து கொண்டிருந்தன. சவக்குழி தோண்டுபவர்கள் கடுமையாக உழைத்துக் கொண்டிருந்தனர். அவர்கள் பள்ளிக்கூடங்கள், தலைமையிடங்கள் என அனைத் தையும் புதைத்துக் கொண்டிருந்தனர். இது அதே உலகம் தான். ஆனால் வேறு மக்கள். மக்களுக்கு ஆத்மா இருக்கிறதா? அது கருணை உள்ளதா? என்கிற ஒரு விஷயம் மட்டும் எனக்குத் தெரியவில்லை. என்னுடைய தாத்தா இறப்பதற்கு இரண்டு நாட்கள் ஆயிற்று. நான் அடுப்புக்குப் பின்னால் மறைந்துகொண்டு காத்திருந்தேன் — அது எப்படி உடலை விட்டு பறக்கப் போகிறது? நான் பால் கறக்கச் சென்றுவிட்டு மீண்டும் வந்தேன். கண்ணைத் திறந்து கொண்டு படுத்திருந்த அவரை நான் கூப்பிட்டேன். அவருடைய ஆத்மா ஏற்கனவே பறந்துவிட்டிருந்தது. அல்லது எதுவுமே நடக்கவில்லையா? அப்படியென்றால் எப்படி நாம் சந்திப்பது?"

"நாம் நிலைத்திருப்பவர்கள் என்று ஒரு வயதான பெண்மணி கூறினார். நாங்கள் பிரார்த்தித்தோம். ஓ... கடவுளே! எங்களுடைய வாழ்வில் ஏற்படும் சோர்விலிருந்து தப்பிப்பதற்கு சக்தியைக் கொடுங்கள்."

கதிர்வீச்சு எப்படியிருக்கும்

தோட்டத்திலும் முற்றத்திலும் காலை வேளைகளில் கழுத்து நெரிக்கப்பட்ட நுண்ணொலிகள் தோன்ற ஆரம்பித்தன. யார் அவற்றின் கழுத்தை நெரித்தது? வழக்கமாக அவை நிலத் தடியி லிருந்து யாராவது விரட்டினால் ஒழிய வெளியே வருவதில்லை. இதைப் பார்த்தவுடன்தான் எனக்கு முதன் முதலாக பயம் ஏற்பட்டது. இது கடவுளின் மேல் சத்தியம்!

கோமலில் இருந்து என்னுடைய மகன், "'மே பக்ஸ்'களும் வெளியே வந்து விட்டனவா?" என்று கேட்டான்.

"பூச்சிகள் எதுவும் இல்லை. ஏன் புழுக்கள்கூட வரவில்லை. அவை மறைந்து கொண்டிருக்கக்கூடும்" என்றேன்.

"மண்புழுக்கள்...?"

"மழையில் நீங்கள் புழுக்களைப் பார்த்தால், கோழிகளுக்குக் கொண்டாட்டமாக இருக்கும். ஆனால் அப்படி எதுவும் இல்லை."

"'மே பக்ஸ்', புழுக்கள் எதுவும் இல்லையெனில் கதிர்வீச்சுக்கான வலுவான முதல் அறிகுறி அதுதான்."

"கதிர்வீச்சு என்றால் என்ன?"

"அம்மா, அது ஒரு வகையான மரணம். அங்கிருந்து கிளம்பு கிறேன் என்று பாட்டியிடம் சொல்லுங்கள். நீங்கள் இங்கே வந்து எங்களுடன் தங்கிக் கொள்ளுங்கள்" என்றான்.

"ஆனால் நாங்கள் இன்னும் தோட்டத்தில் பயிரிடவே இல்லையே?" என்றேன்.

எல்லோரும் சாமர்த்தியசாலி என்றால் யார்தான் முட்டாள் தனம் கொண்டவர்? அது தீப்பிடித்துக் கொண்டிருந்தது. தீ என்பது தற்காலிகமானது, யாரும் பயப்படவில்லை. அவர்கள் அணு என்றால் என்ன என்பது பற்றி எதுவும் தெரியாதவர் களாக இருந்தார்கள். கடவுளின் மேல் சத்தியம். அணு உலை இருக்குமிடத்திற்குப் பக்கத்தில் நாங்கள் இருந்தோம் — பறவை பறக்கும் வழி என்றால் 30 கி. மீட்டர் தூரம், நெடுஞ்சாலை வழியே என்றால் 40 கி.மீ. தூரம். நாங்கள் திருப்தியாக இருந்தோம். டிக்கெட் வாங்கிக்கொண்டு அங்கே செல்ல வேண்டியதுதான்— மாஸ்கோவைப் போல எல்லாம் இருந்தது. மலிவான விலையில் சலாமி* எப்போதும் இறைச்சி நிறைந்திருக்கும் கடை. என்ன வேண்டுமானாலும் வாங்கலாம். அது ஒரு சிறந்த காலம்!

சில வேளைகளில் நான் வானொலி கேட்பதுண்டு. அவர்கள் இந்தக் கதிர்வீச்சு பற்றி சொல்லி எங்களைப் பயமுறுத்துவார்கள். ஆனால் கதிர்வீச்சு வந்ததிலிருந்து எங்களது வாழ்க்கை நன் றாகவே இருந்தது. இது சத்தியம். சுற்றிலும் பாருங்கள் — அவர்கள் ஆரஞ்சு, சலாமி என எதுவேண்டுமென்றாலும் அந்த கிராமத்துக்குக் கொடுத்தார்கள். எனது பேரக்குழந்தைகள் உலகம் முழுவதிலும் இருக்கிறார்கள். அதில் கடைக்குட்டி இப்போதுதான் பிரான்ஸிலிருந்து வந்திருக்கிறான். அவன், "பாட்டி நான் பைன்ஆப்பிள் பார்த்தேன்!" என்றான். என்னுடைய சகோதர/சகோதரியின் மகனும், அவனுடைய சகோதரனும் அவனை பெர்லினில் உள்ள டாக்டரிடம் அழைத்துச் சென்றனர். அங்கிருந்துதான் ஹிட்லர் தனது பீரங்கியோடு புறப்பட்டிருக்கிறார். அது ஒரு புது உலகம். அனைத்துமே வித்தியாசமானதாக இருந்தது. இது கதிர்வீச்சின் கோளாறா, அல்லது வேறு எதுவுமா?

---

* ஒரு வகையான இறைச்சி உணவு.

கதிர்வீச்சு எது போல இருக்கும்? ஒருவேளை அவர்கள் படத்தில் காண்பிக்கக்கூடுமோ? நீங்கள் அதைப் பார்த்திருக் கிறீர்களா? அது வெள்ளையாக இருக்குமா, என்ன? என்ன நிறத்தில் இருக்கும்? சிலர் அதற்கு நிறமோ, மணமோ இல்லை என்கிறார்கள். சிலர் அதன் நிறம் பூமியைப் போல கருப்பு என்கிறார்கள். ஆனால் அதற்கு நிறம் எதுவும் இல்லையென்றால் அது ஒரு கடவுள். கடவுள் எல்லா இடத்திலும் இருக்கிறார். ஆனால் நம்மால் பார்க்க முடிவதில்லை. அவர்கள் எங்களைப் பயமுறுத்திக் கொண்டிருந்தார்கள்! ஆப்பிள்கள் மரத்தில் தொங்கிக் கொண்டிருக்கின்றன. மரத்தில் இலைகள் இருக் கின்றன. வயல்வெளிகளில் உருளைக்கிழங்கு இருக்கிறது. எனக்குத் தெரிந்து செர்னோபில் என்று எதுவும் இல்லை. இது 'உருவாக்கப்பட்ட' கதை! அவர்கள் மக்களை ஏமாற்றுகிறார்கள். எனது சகோதரி இந்தப் பகுதியைவிட்டு தனது கணவரோடு 20 கி.மீட்டர் தள்ளியிருக்கும் ஓரிடத்திற்குச் சென்றுவிட்டாள். அவர்கள் அங்கு இரண்டு மாதங்கள் வாழ்ந்து வந்தார்கள். பக்கத்துவீட்டுக்காரர் ஓடிவந்து அவர்களிடம், "உங்களுடைய பசு என்னுடைய பசுவுக்கு கதிர்வீச்சை அனுப்பியிருக்கிறது! அதனால் அது கீழே விழுந்துவிட்டது." "எப்படி அது அனுப்பி யிருக்கும்? காற்றில் தூசியைப் போல பறந்து சென்றிருக்குமா!" இது கற்பனைக் கதைகள் போலத்தான் இருக்கிறது! இப்படி கதை கதையாகச் சொல்லப்பட்டது.

ஆனால் இதுதான் நடந்தது. என்னுடைய தாத்தா ஐந்து கூடுகளில் தேனீக்கள் வளர்த்து வந்தார். இரண்டு நாட்களாக ஒரு தேனீகூட வெளியே வரவில்லை. அவை கூடுகளுக்கு உள்ளேயே காத்திருந்தன. என்னுடைய தாத்தாவுக்கு விபத்து நடந்தது தெரியாது. அவர் முற்றம் பூராவும் ஓடிக்கொண்டே, என்ன இது? என்ன நடந்து கொண்டிருக்கிறது? இயற்கைக்கு ஏதோவொன்று நடந்திருக்கிறது. எங்கள் பக்கத்துவீட்டுக்காரரின் வானொலியில் தெளிவாகக் கேட்க முடிந்தது. ஆனால் வானொலியிலோ அல்லது பத்திரிகையிலோ இது குறித்து எதுவும் சொல்லவோ அல்லது குறிப்பிடப்படவோ இல்லை. ஆனால் தேனீக்களுக்குத் தெரிந்திருந்தது. அவை மூன்றாவது நாள் வெளியே வந்தன. இப்போது குளவிகள் — எங்களிடம் குளவிகளும் இருந்தன. குளவிக்கூடுகள் தாழ்வாரத்துக்கு மேல் இருந்தன. யாரும் அதைத் தொடவில்லை. ஆனால் அதே நாள் காலையில் அவை அதில் உயிருடனோ அல்லது இறந்தோ

இல்லை. அவை அனைத்தும் ஆறு வருடங்களுக்குப் பிறகு திரும்பி வந்தன. கதிர்வீச்சு — இது மக்களையும், விலங்குகளையும், பறவைகளையும் பயமுறுத்தியது. மரங்களைப் பயமுறுத்தினாலும் அவை அமைதியாக இருந்தன. அவை எதுவும் சொல்லவில்லை. ஒவ்வொருவரைப் பொருத்த அளவில் இது ஒரு மிகப் பெரிய பேரழிவுதான். ஆனால் கொலராடோ வண்டுகள் வழக்கம் போல எங்களுடைய உருளைக் கிழங்குகளைச் சாப்பிட்டுக் கொண்டிருந்தன.

ஆனால் நான் அதைப் பற்றி நினைக்கும்போது, ஒவ்வொரு வீட்டிலும் யாராவது ஒருவர் இறந்திருந்தனர். ஆற்றின் எதிர்க்கரைப் பகுதியில் இருந்த தெருவில் பெண்களனைவரும் தங்களுடைய ஆண்களை இழந்துவிட்டிருந்தனர். எனது தெருவில் என்னுடைய தாத்தாவும், இன்னொருவரும் உயிரோடு இருக்கிறார்கள். கடவுள் ஆண்களை முன்னால் கொண்டு போய்விடுகிறார். ஆனால் ஏன் என்று சொல்ல ஆளில்லை. நினைத்துப் பார்க்கையில், ஆண்கள் மட்டும் இருந்தாலும் நன்றாக இருக்காது. அவர்கள் குடிப்பார்கள். அனைத்துப் பெண்களும் வெறுமையுடன் இருந்தார்கள். மூன்று பெண்களுக்கு ஒருவர் என்கிற விகிதாச்சாரத்தில் உடல் உறுப்புகள் சீரழிந்து போயிருந்தன. அது வயதானவர்களாக இருந்தாலும் சரி, இளைஞர்களாக இருந்தாலும் சரி. எல்லோராலும் குறிப்பிட்ட பருவத்தில் குழந்தை பெற்றுக் கொள்ள இயலவில்லை.

வேறு எதை நான் சொல்வது? நாங்கள் வாழ வேண்டும். அவ்வளவுதான்.

நாங்கள் வெண்ணெய் தயாரிப்பதற்கு முன்பாக பாலாடைக் கட்டி தயாரித்தோம். பால்பவுடரை கொதிக்க வைத்தோம். நகரத்தில் இதைச் சாப்பிடுவார்களா? கொஞ்சம் மாவில் தண்ணீரையும் கலந்தவுடன் அது கொஞ்சம் இறுக்கமான துண்டுகளாகக் கிடைக்கும். அதன் பின் அதை கொதிக்கும் தண்ணீரில் போட வேண்டும். அதை கொதிக்கவிட்டுவிட்டு அதில் பால் கொஞ்சம் ஊற்றவேண்டும். என்னுடைய அம்மா இதை எனக்கு செய்து காண்பித்தார். அப்போது அவர், “குழந்தைகளே இதைக் கற்றுக்கொள்ளுங்கள். நான் என் அம்மாவிடமிருந்து இதைக் கற்றுக் கொண்டேன்” என்றார். நாங்கள் பூச்ச மரம் மற்றும் மேப்பிள் மரத்திலிருந்து எடுக்கப்பட்ட சாற்றைக் குடித்தோம். பீன்ஸை அடுப்பில் கொதிக்க வைத்தோம். இனிப்புச்சுவை

கொண்ட கிரான்பெர்ரிஸைத் தயாரித்தோம். பசுவிலிருந்துதான் எங்களுக்குக் கொழுப்பு கிடைத்தது. ஆனால் நாங்கள் சாகவில்லை. காட்டில் பெர்ரிகளும், காளான்களும் இருந்தன. ஆனால் இப்போது எல்லாம் போய்விட்டது. பானையில் என்ன கொதித்துக் கொண்டிருக்கிறதோ அது ஒருபோதும் மாறாது என நினைத்துக் கொண்டிருந்தேன். ஆனால் அது அப்படியில்லை. நீங்கள் பாலையும் பீன்ஸையும் சாப்பிட முடியாது. அவர்கள் காளான்களையும், பெர்ரியையும் சாப்பிட விடமாட்டார்கள். நீங்கள் தண்ணீரில் இறைச்சியை மூன்று மணி நேரம் வைக்க வேண்டுமென்று கூறுவார்கள். அதுபோல இருமுறை உருளைக் கிழங்கைக் கொதிக்க வைத்த அந்தத் தண்ணீரை கொட்டவேண்டும் என்றும் சொல்வார்கள். நீங்கள் கடவுளோடு மல்லுக்கு நிற்க முடியாது. நீங்கள் வாழ வேண்டும். உங்களுடைய தண்ணீரைக் கூட குடிக்கக்கூடாது என அவர்கள் பயமுறுத்துவார்கள். ஆனால் நீங்கள் எப்படி தண்ணீர்கூட குடிக்காமல் இருக்க முடியும்? ஒவ்வொரு மனிதருக்குள்ளும் தண்ணீர் இருக்கிறது. தண்ணீர் இல்லாமல் யாரும் இல்லை. பாறைகூட தனக்குள் தண்ணீர் வைத்திருக்கிறது. எனவே தண்ணீர் என்பது நித்தியமான ஒன்று. தண்ணீரிலிருந்துதான் அனைவரின் வாழ்வும் வருகிறது. உங்களை யார் கேட்க முடியும்? யாரும் எதுவும் சொல்ல முடியாது. மக்கள் பிரார்த்தனை செய்வார்கள். ஆனால் அவரை எதுவும் கேட்கமாட்டார்கள். நீங்கள் 'வெறுமனே' வாழவேண்டும்.

அனா பெட்ரொவ்னா படாஇவா,
மீள் குடியேற்றப்பட்டவர்.

சொற்கள் இல்லாத பாடல்

எங்களுடைய அனா சுஷ்கோவைக் கண்டுபிடித்துக் கொடுங் கள். நான் முழங்காலிட்டு உங்களைக் கெஞ்சிக் கேட்டுக் கொள்கிறேன். அவர் எங்கள் கிராமமான கொழுஷ்கியில் வசித்து வந்தார். அவருடைய பெயர் அனா சுஷ்கோ. அவர் பார்ப் பதற்கு எப்படியிருப்பார் எனச் சொல்கிறேன். நீங்கள் எழுதிக் கொள்ளுங்கள். அவருக்குக் கூன் விழுந்திருந்தது. பிறவி ஊமை. தனியாக வசித்துவந்தார். வயது கிட்டத்தட்ட அறுபது இருக்கும். இடம் மாற்றம்போது அவரை ஒரு ஆம்புலன்ஸில் வைத்து எங்கேயோ கொண்டு சென்றுவிட்டனர். அவருக்கு படிக்கத் தெரியாது. எனவே அவரிடமிருந்து கடிதம் எதுவும் வரவில்லை. தனியாக இருந்தவர்களையும், உடல்நலமில்லாதவர்களையும் பிரத்யேகமான இடங்களில் மறைத்து வைத்திருந்தார்கள். எனவே அவர்கள் இருந்த இடம் யாருக்கும் தெரியவில்லை. இதை எழுதிக் கொள்ளுங்கள்...

முழு கிராமமே அவருக்காக அனுதாபப்பட்டது. சிறு குழந்தை போல அவரை அக்கறையோடு கவனித்துக் கொண்டோம். அவருக்காக சிலர் மரம் வெட்டிக் கொண்டுவந்தனர். சிலர் பால் வாங்கிக் கொண்டுவந்தனர். இன்னும் சிலர் மாலை நேரத்தில் அவரோடு உட்கார்ந்து அடுப்பை பற்ற வைத்துக் கொடுத்தனர். இரண்டு வருடங்கள் நாங்கள் வேறு இடங்களில்

வசித்துவிட்டு எங்களுடைய வீடுகளுக்கு வந்தோம். அவருடைய வீடு இன்னும் மேற்கூரை, ஜன்னல்களுடன் இருக்கிறது எனக் கூறுங்கள். உடைந்தது, காணாமல் போனது என எல்லா வற்றையும் நாங்கள் மீண்டும் சரி செய்து கொடுக்கிறோம் எனச் சொல்லுங்கள். அவர் எங்கு கஷ்டப்பட்டு வசித்து வருகிறாரோ அந்த முகவரியைக் கொடுத்தால் நாங்களே அங்கே சென்று அவரைத் திரும்பவும் கூட்டிக் கொண்டு வருகிறோம். நான் கெஞ்சிக் கேட்டுக் கொள்கிறேன். புதியவர்களிடையே ஒரு அப்பாவி கஷ்டப்பட்டுக் கொண்டிருக்கிறார்...

அவரைப் பற்றி இன்னொரு விஷயம் சொல்ல மறந்து விட்டேன். அவரை ஏதாவது சங்கடப்படுத்தினால் அவர் இந்தப் பாடலைப் பாடுவார். அதில் வார்த்தைகள் எதுவும் இருக்காது. வெறும் குரல்தான். அவருக்குப் பேச முடியாது. ஏதாவது சங்கடப்படுத்தினால் அவர் அ—அ—அ என்று பாடுவார். அது உங்களிடையே ஒரு அனுதாப உணர்வை ஏற்படுத்தும்.

– மரியா வோல்சொக், பக்கத்து வீட்டுக்காரர்.

தாய்நாடு குறித்து மூன்று தனியுரைகள்

பேசிக்கொண்டிருப்பது: கே. குடும்பம் — அம்மா, மகள், ஒரு வார்த்தைகூட பேசாத மனிதர் (மகளின் கணவர்).

மகள்:

ஆரம்பத்தில் இரவிலும் பகலிலும் நான் அழுது கொண்டிருந்தேன். நான் அழுதுகொண்டே பேசவேண்டுமென்று நினைத்தேன். நாங்கள் தஜிகிஸ்தானைச் சேர்ந்தவர்கள். அங்கே யுத்தம் நடந்து கொண்டிருந்தது. நான் அதைப்பற்றி இப்போது பேசக்கூடாது. நான் கர்ப்பிணி. ஒரு நாள் பஸ்ஸில் அவர்கள் வந்து எங்களுடைய கடவுச்சீட்டுகளைச் சோதித்துப் பார்த்தனர். அவர்கள் பார்ப்பதற்கு சாதாரணமாக இருந்தார்கள். ஆனால் தானியங்கி ஆயுதங்கள் வைத்திருந்தனர். அவர்கள் ஆவணங்களையெல்லாம் பார்த்துவிட்டு சிலரை பஸ்ஸிலிருந்து வெளியே தள்ளினார்கள். அதன் பின், அங்கேயே, கதவுக்கு வெளியில் அவர்களைச் சுட்டனர். அருகில் எங்கேயும் கூட்டிச் சென்றுகூட அவர்கள் இந்தக் காரியத்தைச் செய்யவில்லை. நான் இதைப் பார்த்திருந்தாலும் என்னால் இதை நம்ப முடியவில்லை. அவர்கள் இரண்டு பேரை எப்படி நடத்தினார்கள் என்று நான் பார்த்தேன். ஒருவர் இளைஞர், பார்ப்பதற்கு அழகான இருந்தார். அவர்களைப் பார்த்து தாஜிக்கிலும், ரஷ்ய மொழியிலும் ஏதோ கத்திக் கொண்டிருந்தார். அவர், தனது மனைவி

இப்போதுதான் குழந்தை பெற்றிருப்பதாகவும், வீட்டில் மூன்று குழந்தைகள் இருக்கிறதென்றும் கூறினார். இதைக் கேட்ட அவர்கள் சிரித்தார்கள். அவர்களும் இளைஞர்கள்தான். பார்ப்பதற்கு சாதாரணமானவர்களாக இருந்தார்கள் ஆனால் தானியங்கி ஆயுதங்கள் வைத்திருந்தனர். அவர் கீழே விழுந்து அவர்களின் காலணிகளை முத்தமிட்டார். எல்லோரும், பஸ்ஸில் இருந்தவர்கள் அனைவரும் அமைதியாக இருந்தனர். அதன் பின் நாங்கள் அங்கிருந்து புறப்பட்டு விட்டோம். டா—டா—டா என்று சொல்வது மட்டும் கேட்டது. திரும்பிப் பார்ப்பதற்கு எனக்கு பயமாக இருந்தது *(அழ ஆரம்பித்தாள்).*

நான் இதைப் பற்றி பேசிக் கொண்டிருக்கக்கூடாது. நான் குழந்தையை எதிர்பார்த்துக் காத்திருக்கும் ஒரு கர்ப்பிணி. இருந்தாலும் உங்களிடம் ஒன்றை மட்டும் சொல்கிறேன்: என்னுடைய கடைசிப் பெயரை (குடும்பப் பெயர்) குறிப்பிட வேண்டாம். நான் ஸ்வெட்லானா. இன்னும் எங்களது உறவினர்கள் எல்லாம் அங்கே இருக்கிறார்கள். அவர்களையெல்லாம் இவர்கள் கொன்று விடுவார்கள். இனிமேல் ஒருபோதும் யுத்தம் வரக்கூடாது என நான் நினைப்பதுண்டு. எனது நாடு பெரிய நாடு. அதை நான் நேசிக்கிறேன். சோவியத் நாட்களின்போது நமது நாடு ஏழ்மையிலும், எளிமையிலும் இருப்பதற்குக் காரணம் முன்பு பெரிய யுத்தம் ஏற்பட்டதுதான் என்பார்கள். ஆனால் இப்போது நம்மிடம் பலம் பொருந்திய ராணுவம் இருக்கிறது. எனவே யாராலும் நம்மை மறுபடியும் நெருங்கக்கூட முடியாது. யாரும் நம்மை தோற்கடிக்க முடியாது. ஆனால் நாமே ஒருவரையொருவர் சுட்டுக் கொள்ள ஆரம்பித்திருக்கிறோம். இது அப்போது நடந்த யுத்தம் போன்றது இல்லை. அந்த யுத்தத்தின்போது எனது தாத்தா ஜெர்மனி வரை 'முன்னேறி'ச் சென்றதாகச் சொன்னதுண்டு. ஆனால் இப்போதோ பள்ளிக் கூடத்துக்குச் சேர்ந்து சென்ற சிறுவர்கள் தங்களுக்குள் சுட்டுக் கொள்கிறார்கள். பக்கத்துவீட்டுக்காரர்கள் தங்களை ஒருவருக்கொருவர் சுட்டுக் கொள்கிறார்கள், பள்ளிக் கூடத்தில் பக்கத்தில் உட்கார்ந்து படித்த பெண்களை பலாத் காரம் செய்கிறார்கள். ஒவ்வொருவரும் பித்து பிடித்தவர் போல இருக்கிறார்கள்.

எங்கள் கணவர்கள் அமைதியாக இருக்கிறார்கள். இங்கே ஆண்கள் அமைதியாக இருக்கிறார்கள். அவர்கள் உங்களிடம் எதுவும் சொல்லமாட்டார்கள். அவர்கள் வெளியேறும்

போது மக்கள் அவர்களைப் பார்த்துக் கத்தினால் அவர்கள் பெண்களைப் போல ஓடினார்கள். அவர்கள் கோழைகள். தாய்நாட்டை ஏமாற்றுபவர்கள். ஆனால் அப்படியிருப்பது கெட்டதா? சுடுவதற்கான திறமையில்லாமல் இருப்பது ஒரு மோசமான விஷயமா? எனது கணவர் ஒரு தாஜிக். அவர் மக்களை கொல்ல வேண்டிய நிலையில் இருக்கிறார். ஆனால் அவர், "நாம் போகலாம். எனக்கு யுத்தத்துக்குச் செல்ல விருப்பமில்லை. எனக்கு தானியங்கி ஆயுதங்கள் எதுவும் தேவையில்லை" என்றார். அது அவரது நிலம். ஆனால் அவர் அங்கிருந்து வெளியேறி விட்டார். ஏனென்றால் இவரைப் போலவே இருக்கக்கூடிய இன்னொரு தாஜிக்கைக் கொல்ல இவருக்கு விருப்பமில்லை. இவர் இங்கு தனிமையில் இருக்கிறார். இவருடைய சகோதரர் அங்கே சண்டையிட்டுக் கொண்டிருக்கிறார். ஒருவர் ஏற்கனவே கொல்லப்பட்டுவிட்டார். இவருடைய அம்மாவும் சகோதரிகளும் அங்குதான் இருக்கிறார்கள். நாங்கள் துஷான்பே (Dushanbe) ரயிலில் வந்தோம். ஜன்னல்கள் எல்லாம் நொறுக்கப்பட்டிருந்தன. மிகவும் குளிராக இருந்தது. யாரும் சுட்டுக் கொண்டிருக்கவில்லையென்றாலும் கற்களைத் தூக்கி எறிந்து ஜன்னல்களை உடைத்திருந்தனர். 'ரஷ்யர்களே, வெளியேறுங்கள்! ஆக்கிரமிப்பாளர்களே! எங்களைக் கொள்ளையடிப்பதை விட்டுவிட்டு வெளியேறுங்கள்!' என்கிற கோஷங்கள் எங்கும் கேட்டன. ஆனால் இவர் ஒரு தாஜிக். எனவே அவர் இதையெல்லாம் கேட்க வேண்டியிருந்தது. எங்கள் குழந்தைகளும் இதைக் கேட்டனர். எங்களுடைய மகள் முதல் வகுப்பில் இருந்தாள். அவள் ஒரு பையன் மீது நேசம் வைத்திருந்தாள். அந்தப் பையன் ஒரு தாஜிக். பள்ளிக்கூடத்திலிருந்து வந்த அவள் என்னிடம், "அம்மா, நான் யார் — தாஜிக்கா அல்லது ரஷ்யனா?" இதை எப்படி புரியவைப்பது?

நான் இதைப் பற்றியெல்லாம் பேசிக் கொண்டிருக்கக்கூடாது. இருந்தாலும் உங்களிடம் சொல்கிறேன். பாமிர் தாஜிக்குகள் குல்யாப் தாஜிக்குகளுடன் சண்டை போட்டுக் கொண்டிருக் கிறார்கள். அவர்கள் எல்லோருமே தாஜிக்குகள்தான். அவர் களிடம் இருப்பது ஒரே குர்-ஆன் தான். ஒரே நம்பிக்கை கொண்டவர்கள். ஆனால் குல்யாப்கள் பாமீர்களையும், பாமீர்கள் குல்யாப்பையும் கொலை செய்து கொண்டு இருக்கிறார்கள். முதலில் அவர்கள் நகர சதுக்கத்திற்கு சென்றார்கள். கத்தினார் கள். அதன் பின் பிரார்த்தனை செய்தார்கள். என்ன நடக்கிறது

என்பதைப் புரிந்து கொள்வதற்காக நானும் அங்கே சென்றேன். ஒரு வயதானவரைப் பார்த்து நான், "நீங்கள் எதை எதிர்த்து போராடிக் கொண்டிருக்கிறீர்கள்?" எனக் கேட்டதற்கு அவர்கள், "பார்லிமெண்டுக்கு எதிராக. இவர்கள் மோசமானவர்கள் என்று அவர்கள் சொன்னார்கள்" என்றார்கள். அதன் பின் அந்த சதுக்கம் காலியானது. ஒருவருக்கொருவர் சுட்டுக் கொள்ள ஆரம்பித்தனர். திடீரென்று பார்த்தால் அடையாளங் கண்டுகொள்ள முடியாதபடி வேறொரு நாடாக காட்சியளித்தது. கிழக்கு! இதற்கு முன்பாக சோவியத் சட்டத்திற்குட்பட்ட எங்களது நாட்டில் வாழ்ந்து வருகிறோம் என நினைத்தோம். அங்கே ரஷ்யர்கள் பலரின் கல்லறைகள் இருந்தன. ஆனால் அவர்களுக்காக யாரும் அழவில்லை. கால்நடைகளும், ஆடுகளும் அங்கிருக்கக்கூடிய புற்களை மேய்ந்து கொண்டிருந்தன. வயதான ரஷ்யர்கள் வெறுமனே சுற்றிக்கொண்டும், குப்பையில் போடப்பட்ட கேன்களை பார்த்துக்கொண்டும் இருந்தனர்...

நான் மகப்பேறு பிரிவில் நர்ஸாக வேலை பார்த்து வந்தேன். எனக்கு இரவு நேரப் பணி. அப்போது ஒரு பெண் பிரசவித்தாள். மிகவும் கடினமான பிரசவம் அது. அவள் கத்தினாள் — திடீரென்று ஒரு உதவியாளப் பெண் கையுறைகளோ, கவுனோ எதுவும் இல்லாமல் உள்ளே நுழைந்தாள். என்ன நடந்து கொண்டிருக்கிறது? மகப்பேறு பிரிவுக்குள் இப்படியா வருவது? "பெண்களே, அங்கே சிலர் இருக்கிறார்கள். அவர்கள் முகமூடி அணிந்திருப்பதோடு துப்பாக்கிகளும் வைத்திருக்கிறார்கள்" என்றாள். அவர்களும் அப்போது உள்ளே வந்து, "எங்களுக்கு மருந்துகளையும், ஆல்கஹாலையும் கொடுங்கள்" என்றார்கள். அவர்கள் டாக்டரை மிகவும் சிரமத்திற்கு உட்படுத்தி — மருந்துகளைக் கொடுக்கச் சொன்னார்கள். அதற்குப் பிறகுதான் பிரசவித்த பெண் மகிழ்ச்சியில் கத்தினாள். அப்போதுதான் வெளியே வந்த குழந்தையும் அழ ஆரம்பித்தது. அக்குழந்தை ஆணா, பெண்ணா என்றுகூட நான் பார்க்கவில்லை. அதற்கு பெயர் எதுவும் வைக்கவில்லை. அங்கிருந்த கொள்ளைக்காரர்கள்: "இது யார், குல்யாப்பா அல்லது பாமீரா?" எனக் கேட்டனர். அவர்கள் அது ஆணா அல்லது பெண்ணா என்று கேட்காமல் குல்யாப்பா அல்லது பாமீரா? என்றுதான் கேட்டனர். நாங்கள் எதுவும் சொல்லவில்லை. அவர்கள் கத்தினார்கள்: "யார் இது?" அதற்கும் நாங்கள் எதுவும் சொல்லவில்லை என்பதால் அவர்கள் இந்த உலகுக்கு வந்தே ஐந்து அல்லது பத்து நிமிடங்கள்

ஆகியிருந்த குழந்தையைக் கெட்டியாக இழுத்துப் பறித்துக் கொண்டு ஜன்னலுக்கு வெளியே தூக்கி வீசினார்கள். நான் நர்ஸ். முன்னெப்போதும் ஒரு குழந்தை இறந்து பார்த்ததில்லை. இங்கே — நான் இதையெல்லாம் நினைவிலேயே வைத்துக் கொள்ளக் கூடாது *(அழ ஆரம்பித்தாள்)*. அதற்குப் பிறகு எப்படி வாழ்வது? எப்படி குழந்தை பெற்றுக் கொள்வது *(அழுகை தொடர்ந்தது)*.

அதற்குப் பிறகு, மகப்பேறு பிரிவில் இருந்த எனது கைகளில் இருந்து தோல் உரிய ஆரம்பித்தது. நரம்புகள் வீங்க ஆரம்பித்தன. நான் எல்லாவற்றிலும் அலட்சியமாக இருந்தேன். படுக்கையிலிருந்து எழுந்திருக்கவே எனக்குப் பிடிக்கவில்லை *(அழுகை)*. நான் மருத்துவமனைக்குச் சென்றால் மாற்றம் ஏற்படும் என நினைத்தேன். நான் அப்போது கருத்தரித்திருந்தேன். ஆனால் அந்த மருத்துவமனையில் பிரசவிக்க விரும்பவில்லை. எனவே இங்கே பெலாரஸில் உள்ள நரோவ்ல்யாவுக்கு வந்தோம். இது மிகவும் சிறிய, அமைதியான நகரமாகும். நான் எல்லாவற்றையும் சொல்லி விட்டேன். என்னை வேறெதுவும் கேட்காதீர்கள் *(அழுகை)*. கொஞ்சம் பொறுங்கள். எனக்குக் கடவுள் மேல் பயமில்லை ஆனால் மனிதர்கள் மேல் பயமுண்டு என்பதை நீங்கள் தெரிந்து கொள்ள வேண்டும். முதலில் நாங்கள் மக்களிடம், "கதிர்வீச்சு எங்கே?" "நீ எங்கே நின்று கொண்டிருக்கிறாயோ அங்கே பார். அங்கேதான் இருக்கிறது". அது எங்குமிருந்தது *(அழுகை)*. அங்கே காலி வீடுகள் நிறைய இருந்தன. மக்கள் பயத்தினால் அங்கிருந்து வெளியேறியிருந்தனர்.

ஆனால் நான் அங்கேயிருந்தபோது பயந்ததுபோல் இங்கே பயப்படவில்லை. தாய்நாடு என்று எதுவுமில்லாமல் நாங்கள் தனித்துவிடப்பட்டோம். நாங்கள் யாருக்கும் சொந்தமில்லை. ஜெர்மானியர்கள் எல்லோரும் ஜெர்மனிக்குத் திரும்பிச் சென்றனர், தாத்தர்ஸ் கிரிமீக்கு சென்றார்கள். ஆனால் ரஷ்யர்கள் யாருக்கும் தேவையில்லை. நாங்கள் எதை எதிர்பார்ப்பது? நாங்கள் எதற்காகக் காத்திருக்கவேண்டும்? ரஷ்யா ஒருபோதும் தனது மக்களை பாதுகாத்தது இல்லை. ஏனென்றால் இது ஒரு பெரிய நாடு, முடிவற்றது. நேர்மையுடன் சொல்லவேண்டுமெனில் ரஷ்யா எனக்குத் தாய்நாடு என்கிற உணர்வே இல்லை. நாங்கள் முற்றிலும் வேறுவிதமாக வளர்க்கப்பட்டோம். எங்களுடைய தாய்நாடு சோவியத் யூனியன். இப்போது உங்களை நீங்கள்

எப்படி பாதுகாத்துக் கொள்வது என்று தெரிந்து கொள்வது சாத்தியமற்ற ஒரு காரியமாகும். சொல்லப் போனால் இங்கே யாரும் துப்பாக்கியோடு விளையாடவில்லை. அதுவே நல்ல விஷயம்தான். இங்கே அவர்கள் எங்களுக்கு வீடும், எனது கணவருக்கு வேலையும் கொடுத்தார்கள். எங்கள் ஊரில் உள்ள சொந்தக்காரர்களுக்குக் கடிதம் எழுதினோம். அவர்கள் அந்த ஊரை விட்டுவிட்டு நேற்று இங்கு வந்துவிட்டார்கள். அவர்கள் நேற்றிரவே வந்து விட்டார்கள். ஆனால் ரயில் நிலையத்தை விட்டு வெளியே வர பயந்துகொண்டு அங்கேயே சூட்கேஸ் மேல் உட்கார்ந்துகொண்டு இரவைக் கழித்திருக்கின்றனர். அவர்களுடைய குழந்தைகளையும் வெளியே செல்ல அனுமதிக்க வில்லை. அதற்குப் பிறகு அவர்கள் மக்கள் தெருக்களில் நடந்து போவதையும், சிரித்துக்கொண்டும், புகைபிடித்துக்கொண்டும் செல்வதைப் பார்த்திருக்கின்றனர். அப்படிச் சென்றவர்களில் சிலர், எனது ஊரைச் சேர்ந்தவர்களை வீடு வரை கூட்டிக் கொண்டு வந்தனர். என் ஊர்க்காரர்களால் இதை நம்ப முடியவில்லை. ஏனெனில் அந்த ஊரில் நாங்கள் வழக்கமான முறையில் வாழ்ந்ததில்லை. இங்கே அவர்கள் காலையில் எழுந்தவுடன் கடைக்குச் சென்றார்கள். அங்கே வெண்ணெய், க்ரீம் ஆகியவற்றைப் பார்த்தனர். ஐந்து பாட்டில்கள் க்ரீம் வாங்கி அங்கேயே குடித்துவிட்டதாக அவர்கள் எங்களிடம் கூறினார்கள். இவர்களுக்குப் பித்து பிடித்துவிட்டதோ என அங்கிருந்தவர்கள் நினைத்திருக்கிறார்கள். ஆனால் இவர்கள் கடந்த இரண்டு வருடங்களாக வெண்ணையையோ அல்லது க்ரீமையோ பார்க்கவில்லை. தஜிகிஸ்தானில் நீங்கள் ரொட்டி வாங்க முடியாது. அங்கே யுத்தம் அதைப் பார்க்காதவர்களுக்கு அது எப்படியிருக்குமென்று விளக்குவது சாத்தியமற்றதாகும்.

எனது ஆத்மா அங்கே இறந்து விட்டிருந்தது. ஆத்மா இல்லா மலேயே நான் பிரசவித்தேன். இங்கே மக்கள் அதிகமாக இல்லை. வீடுகள் காலியாக இருந்தன. நாங்கள் காட்டுக்கு அருகில் வசித்தோம். ரயில்வே ஸ்டேஷன் அல்லது யுத்தம் நடக்கும்போது இருப்பது போல அதிகமாக மக்கள் இருக்கும் இடத்தை நான் விரும்புவதில்லை (கண்களிலிருந்து கட்டுப்படுத்த முடியாத அளவுக்கு கண்ணீர் வர அவர் பேசுவதை நிறுத்திக் கொண்டார்).

அம்மா:

யுத்தம் — அது ஒன்றைப் பற்றித்தான் என்னால் பேச முடியும். நாங்கள் ஏன் இங்கு வந்தோம்? செர்னோபிலுக்கு? ஏனென்றால் இங்கிருந்து யாரும் எங்களை விரட்டமாட்டார்கள். யாரும் எங்களை எட்டி உதைத்து 'போ' என சொல்ல மாட்டார்கள். இது யாருக்கும் சொந்தமான நிலம் இல்லை. கடவுள் திரும்ப எடுத்துக் கொண்டுவிட்டார். மக்களும் விட்டுவிட்டுச் சென்று விட்டனர்.

துஷான்பேயில் நான் ரயில்வே நிலையத்தில் துணைத் தலைவராக இருந்தேன். இன்னொரு துணைத் தலைவரும் இருந்தார். அவர் ஒரு தாஜிக். எங்களுடைய குழந்தைகள் ஒன்றாக வளர்ந்தனர். ஒன்றாக பள்ளிக்கூடம் சென்றனர். விடுமுறை என்றால் — புத்தாண்டு, மே தினம் — நாங்கள் எல்லோரும் ஓரிடத்தில் கூடி மகிழ்ந்தோம். ஒன்றாக சேர்ந்து பீர் குடித்தோம். பெரிய தட்டில் உணவை வைத்து எல்லோரும் பகிர்ந்து சாப்பிட்டோம். அவர் என்னை, "சகோதரி, என்னுடைய சகோதரி, என்னுடைய ரஷ்ய சகோதரி" எனக் கூப்பிட்டார். அதன் பின் ஒருநாள் என் அலுவலகத்துக்கு வந்தார். நாங்கள் ஒரே அறையில் உட்கார்ந்திருந்தோம். அவர் என் மேசைக்கு முன்னால் வந்து நின்று கொண்டு கத்தினார்.

"நீங்கள் எப்போது ரஷ்யாவுக்குத் திரும்பிச் செல்லப் போகிறீர் கள்? இது எங்கள் நிலம்!" என்றார்.

எனக்கு பித்துப் பிடித்து விட்டதோ என நினைக்கும் அளவுக்கு அவரை எதிர் கொண்டேன்.

"உங்களுடைய கோட் எங்கிருந்து வந்தது?" என்றேன்.

"லெனின்கிராட்" என்று சொன்ன அவருக்கே அது ஆச்சரிய மாக இருந்தது.

"அப்படியென்றால் நீங்கள் ரஷ்யன் கோட்டைக் கழற்றுங்கள் என்று சொல்லிக்கொண்டே அவருடைய கோட்டைப் பிடித்து இழுத்தேன். உங்களுடைய தொப்பி எங்கேயிருந்து வந்தது? அது சைபீரியாவில் இருந்து வந்தது என வீராப்பாகச் சொல்லுங்கள். இந்த சட்டை, பேண்ட்... இவையெல்லாம் மாஸ்கோவில் தயாரிக்கப்பட்டது. அவர்களும் ரஷ்யர்கள்தான்!"

நான் அவரது உள்ளாடையைக்கூட கழற்றி விட்டிருப்பேன்.

அவர் மிகப் பெரிய உருவம் கொண்டவர். நான் அவரது தோள்பட்டை உயரம்தான் இருப்பேன். ஆனால் அவர் போட்டிருந்த எல்லாவற்றையும் கழற்றும்படி செய்துவிட்டேன். மக்கள் ஏற்கனவே கூட்டம் கூட ஆரம்பித்து விட்டார்கள். அவர் அழுதுகொண்டே, "என்னை விட்டு விலகிச் செல்லுங்கள். நீ பித்து பிடித்தவள் போல நடந்து கொள்கிறாய்!" என்றார்.

"இல்லை. எல்லாவற்றையும் கொடுங்கள். அவை என்னுடையது, அதாவது ரஷ்யனுடையது! நான் எல்லாவற்றையும் எடுக்காமல் விடப்போவதில்லை!" என்றேன்.

நான் ஏறக்குறைய பித்துப் பிடித்தவள் போலவே ஆகிவிட்டேன்.

"உங்களுடைய சாக்ஸையும், ஷூவையும் கொடுங்கள்!" என்றேன்.

நாங்கள் இரவிலும், பகலிலும் வேலை பார்த்தோம். அங்கிருந்து சென்ற ரயில்களில் எல்லாம் கூட்டம் நிரம்பி வழிந்தது. மக்கள் ஓடிக் கொண்டிருந்தார்கள். பெரும்பாலான ரஷ்யர்கள் — ஆயிரக்கணக்கானவர்கள் — அங்கிருந்து சென்றார்கள். அப்போது கூட ஒரு ரஷ்யாதான் இருந்தது. காலையில் இரண்டு மணிக்கு மாஸ்கோவிற்கான ரயில் புறப்பட்டுச் சென்றது. குர்கான் — ட்யூபே *(Kurgan-Tyube)*விலிருந்து வந்திருந்த சில குழந்தைகள் அங்கிருந்த ஹாலில் இருந்தனர். அவர்களினால் இந்த ரயிலில் போக முடியவில்லை. நான் அவர்களை மறைவாக ஓரிடத்தில் இருக்கச் சொன்னேன். இரண்டு பேர் என்னிடம் வந்தார்கள். அவர்களிடம் தானியங்கி ஆயுதங்கள் இருந்தன.

"ஓ... நீங்கள் எல்லாம் இங்கே என்ன செய்து கொண்டிருக் கிறீர்கள்?" என நான் அவர்களைக் கேட்கும்போது எனது இதயம் வேகமாகத் துடிக்க ஆரம்பித்தது.

"இது உங்களுடைய தவறு, உங்களுடைய கதவுகள் அனைத்தும் திறந்து இருக்கின்றன."

"நான் ரயில்களை அனுப்பிக் கொண்டிருக்கிறேன். எனவே கதவுகளை மூட நேரமில்லை" என்றேன்.

"அங்கே இருக்கக்கூடியக் குழந்தைகள் எல்லாம் யார்?"

"அவர்கள் எல்லாம் நம்மவர்கள்தான், துஷான்பேயைச்

சேர்ந்தவர்கள்."

"அவர்கள் குர்கான் — ட்யூபேயிலிருந்து வந்தவர்களாக இருக்கக்கூடும்? அவர்கள் குல்யாப்களா?"

"இல்லை, இல்லை. அவர்கள் நம்மவர்கள்தான்."

இப்படிச் சொன்னவுடன் அவர்கள் அங்கிருந்து சென்று விட்டார்கள். அவர்கள் அந்த ஹாலைத் திறந்திருந்தால் என்ன வாகியிருக்கும்? தலையில் குண்டு பாய்ந்திருக்கும்.

ஒரேயொரு அரசாங்கம்தான் அங்கே இருந்தது — அதாவது துப்பாக்கி வைத்திருக்கும் மனிதர்கள். மறுநாள் காலையில் நான் அந்தக் குழந்தைகளை அஸ்ட்ராகான் செல்லக்கூடிய ரயிலில் ஏற்றிவிட்டேன். அந்த ரயில் நடத்துனர்களிடம் அவர்களை தர்ப்பூசணிப் பழங்களைக் கொண்டு செல்வது போல, கதவுகள் எதையும் திறக்காமல், கொண்டு செல்லுங்கள் எனக் கூறினேன் *(அமைதி. அதன் பின், நீண்ட நேரம் அழுகை தொடர்ந்தது.)* மக்களைப் பயமுறுத்த இதைவிட வேறு ஏதாவது இருக்க முடியுமா? *(மீண்டும் அமைதி).*

ஒரு சமயம், நான் இங்கே வந்த பின், நான் தெருவில் நடந்து சென்று கொண்டிருந்தபோது யாரோ என்னைப் பின் தொடர்ந்து வருவது போலத் தோன்றியதால் திரும்பிப் பார்த்தேன். நான் சாவு பற்றிய நினைவில்லாமல் ஒரு நாள்கூட கடந்தது இல்லை. நான் வீட்டிலிருந்து கிளம்பும்போது துவைத்து புதிதாக இருக்கும் ப்ளவுஸ், ஸ்கர்ட், உள்ளாடைகள் அணிந்து செல்வது வழக்கம். ஒரு வேளை நான் கொல்லப்பட்டுவிட்டால் என்ன செய்வது. இப்போது நான் காடு வழியாக நடந்து செல்லும்போதுகூட யாரை நினைத்தும் பயப்படுவதில்லை. காட்டில் ஒரு ஆன்மாகூட இல்லை. எனக்கு நடப்பதெல்லாம் உண்மையா அல்லது பொய்யா என நான் நடந்து செல்லும் போது எனக்குள்ளாகக் கேட்டுக் கொள்வேன். சில சமயங்களில் வேட்டைக்காரர்களைச் சந்திக்க நேரிடும். அவர்கள் துப்பாக்கி, நாய், கதிரியக்கத்தை அளப்பதற்கான கதிர்வீச்சுமானி போன்றவற்றை வைத்திருப்பார்கள். இவர்களிடம் துப்பாக்கி இருந்தாலும் மற்றவர்கள் போல இல்லை. இவர்கள் மனிதர்களை வேட்டையாடுபவர்கள் இல்லை. துப்பாக்கி சுடும் சத்தம் கேட்டால் இவர்கள் முயலையோ அல்லது காகங்களையோ தான் சுட்டிருப்பார்கள் என எனக்குத் தெரியும் *(அமைதி).*

எனவே எனக்கு இங்கு பயமில்லை. எனக்கு நிலம், நீர் ஆகியவற்றைப் பார்த்து பயமில்லை. ஆனால் மனிதர்களைப் பார்த்தால் பயமாக இருக்கிறது. நான் முன்பு இருந்த ஊரில் ஒருவன் சந்தைக்குப் போய் 100 டாலர்கள் கொடுத்து தானியங்கி ஆயுதங்கள் வாங்கமுடியும்.

எனக்குத் தெரிந்து ஒரு தாஜிக், இன்னொருவனை துரத்திக் கொண்டுச் சென்றான். அவனோ இன்னொருவனைத் துரத்திச் சென்றான். அவன் ஓடிக் கொண்டிருந்ததையும், மூச்சு வாங்கியதையும் பார்த்தால் துரத்திச் சென்றவனை எப்படியும் கொன்றுவிட வேண்டும் என்கிற முடிவில்தான் இருந்தான் என்பதை என்னால் சொல்லமுடியும். ஆனால் இன்னொரு வனோ தப்பித்து ஒளிந்திருந்தான். அவன் திரும்பி வந்து என்னிடம், “மேடம் இங்கே பக்கத்தில் தண்ணீர் எங்காவது கிடைக்குமா?” என்று மிகவும் சாவதானமாக எதுவுமே நடக்காதது போலக் கேட்டான். ரயில்வே ஸ்டேஷனில் நாங்கள் வாளியில் தண்ணீர் வைத்திருந்தோம். அதை அவனிடம் கூறினேன். அதன் பின் அவன் கண்களை நேரடியாகப் பார்த்து, “நீங்கள் ஏன் ஒருவரையொருவர் துரத்திச் செல்கிறீர்கள்? ஏன் ஒருவரையொருவர் கொலை செய்கிறீர்கள்?” இதை அவனிடம் கேட்டதும் அவன் வெட்கப்பட்டான். “சரி மேடம், சத்தமாக இதைச் சொல்லாதீர்கள்” என்றான். அவர்களில் இரண்டு பேர் ஒன்றாக இருக்கும்போது முற்றிலும் வேறு மனிதர்களாகக் காணப்பட்டார்கள். அவர்கள் மூன்று பேர்களாகவோ அல்லது ஏன் இரண்டு பேர்களாகவோ இருந்தால்கூட என்னை ஒரு வழி செய்திருப்பார்கள். ஒருவராக இருக்கும்போதுதான் அவருடன் நம்மால் பேச முடியும்.

துஷான்பேயிலிருந்து நாங்கள் தாஷ்கண்டுக்கு வந்தோம். ஆனால் நாங்கள் மின்ஸ்க் வரை செல்ல வேண்டியிருந்தது. டிக்கெட் எதுவும் கிடைக்கவில்லை. அவர்கள் மிகவும் புத்திசாலித் தனமாக இதை அமைத்திருந்தனர். யாருக்காவது ‘லஞ்சம்’ கொடுக்காத வரை நீங்கள் விமானத்தில் உட்காரமுடியாது. இது போல எண்ணற்ற பிரச்சனைகள் இருந்தன. இது அதிக எடை உள்ளதாக இருக்கிறது அல்லது கனமாக இருக்கிறது, இது உங்களிடம் இருக்கக்கூடாது, நீங்கள் அதை அப்படி வைக்க வேண்டும் என ஏதாவது ஒன்றை சொல்லிக்கொண்டே எல்லாவற்றையும் அளவுகோலில் இரண்டு முறை வைக்கச் சொன்னார்கள். ‘பணம்’ கொடுத்தால் இந்தத் தொல்லைகள்

இல்லையென்று அதற்குப் பிறகுதான் தெரிந்தது. அதிகமாக விவாதிப்பதற்குப் பதிலாக இந்தக் காரியத்தை ஏற்கனவே செய்திருக்கலாமென்று தாமதமாகத்தான் தெரிந்தது. அனைத்தும் மிகவும் எளிமையான விஷயம்தான். எங்களது சாமான்கள் இருந்த கொள்கலன் கிட்டதட்ட 2 டன் எடையுள்ளது. அவர்கள் அதைத் திறந்து காட்டச் சொன்னார்கள். நீங்கள் யுத்த பிராந்தியத்திலிருந்து வருகிறீர்கள். ஏதாவது ஆயுதம், போதைப் பொருள் வைத்திருக்கக்கூடும் எனக் கூறி எங்களை இரண்டு இரவுகள் அங்கேயே தங்க வைத்தனர். ஸ்டேஷனின் தலைமைப் பொறுப்பிலிருந்தவரைச் சந்திக்கச் சென்றபோது காத்திருப்பு அறையில் ஒரு நல்ல பெண்மணியைச் சந்தித்தேன். அவர் சில விஷயங்களை எனக்கு விளக்கினார்: "நீங்கள் இங்கெல்லாம் போக வேண்டாம். நீங்கள் நியாயத்தை வேண்டி நின்றால் அவர்கள் உங்கள் கொள்கலனைத் தூக்கியெறிந்து விடுவதோடு உங்களுக்கு உரியதையெல்லாம் அவர்கள் எடுத்துக் கொள்வார்கள்". அப்படியென்றால் நாங்கள் என்ன செய்ய வேண்டும்? நாங்கள் அதைத் திறந்து முழு இரவும் எங்களது துணிகளையும், படுக்கைவிரிப்புகளையும், பழைய குளிரூட்டுப் பெட்டியையும், இரண்டு பெட்டி புத்தகங்களையும் எடுத்துப் பார்த்துக் கொண்டிருந்தோம். "நீங்கள் விலைமதிப்புமிக்க புத்தகங்களை அனுப்புகிறீர்களா?" என அவர் கேட்க நாங்கள் அவரைப் பார்த்தோம். அதாவது, செர்னிஷிவ்ஸ்கியின் 'வாட் இஸ் டூ பி டன்?', ஷோலோகோவின் 'வர்ஜின் சாயில் அப்டர்ண்ட்' போன்றவை. நாங்கள் அதைக் கேட்டு சிரித்தோம். "எத்தனை குளிரூட்டுப் பெட்டி நீங்கள் வைத்திருக்கிறீர்கள்?" "ஒன்றுதான். அதுவும் உடைந்தது." "நீங்கள் ஏன் இது ஒரு குறித்து ஒரு ஆவணத்தைக் கொண்டுவரவில்லை?" "எப்படி எங்களுக்குத் தெரியும்? யுத்த பிராந்தியத்தை விட்டு ஓடி வருவது எங்களுக்கு இதுதான் முதல் முறை." நாங்கள் ஒரே நேரத்தில் இரண்டு தாய்நாடுகளையும் — தஜிகிஸ்தான், சோவியத் ரஷ்யா — இழந்து விட்டோம்.

நான் காட்டின் வழியே நடந்து செல்லும்போது நினைத்துக் கொண்டே சென்றேன். எல்லோரும் எப்போதும் தொலைக் காட்சிப் பார்த்துக் கொண்டேயிருக்கின்றனர் — அங்கே என்னதான் நடக்கிறது? ஒவ்வொருவரும் எப்படியிருக் கிறார்கள்? ஆனால் அதைத் தெரிந்து கொள்வதில் எனக்கு விருப்பமில்லை.

நாங்களும் வாழ்ந்தோம்... வித்தியாசமான வாழ்க்கை. என்னை

முக்கியமான ஒருவராகக் கருதினார்கள். ரயிலை அடிப்படை யாகக் கொண்ட துருப்புகளில் எனக்கு லெஃப்டினெண்ட் ராங்க் கொடுத்தார்கள். இங்கே, நகர சபையில் தரை துடைக்கும் வேலை கிடைக்கும் வரை நான் வேலையில்லாமல்தான் இருந் தேன். அந்த வாழ்க்கை கடந்து போயிற்று. அதற்குப் பிறகு வேறு வேலை செய்வதற்கு என் உடம்பில் வலு இல்லை. சிலர் எங்களுக்காகப் பரிதாபப்பட்டார்கள், சிலர் மகிழ்ச்சியாக இல்லை — “அகதிகள் உருளைக்கிழங்குகளைத் திருடுவதற்காக இரவில் நிலத்தைத் தோண்டினார்கள்”. பெரிய யுத்தத்தின்போது ஒருவருக்கொருவர் பரிதாபப்பட்டுக் கொண்டதாக என்னுடைய அம்மா என்னிடம் கூறினார். சமீபத்தில் முரட்டுத்தனமாக போய்விட்ட குதிரையொன்றை காட்டில் கண்டுபிடித்ததாகக் கூறினார்கள். அது இறந்து விட்டிருந்தது. இன்னொரு இடத்தில் முயல்களைப் பார்த்ததாகக் கூறினார்கள். அவற்றை யாரும் கொல்லவில்லை. ஆனால் அவை இறந்துவிட்டிருந்தன. இது ஒவ்வொருவரையும் கவலைப்பட வைத்தது. ஆனால் இறந்தவர் களைப் பார்த்தால் யாரும் கவலைப்பட்டதாகத் தெரியவில்லை. எந்த ஒரு காரணத்தினாலோ நாம் ஒவ்வொருவரும் வளர்ந்து வரும் போது இறந்தவர்களைப் பார்ப்பதற்கு பழகிவிட்டிருந்தோம்.

(லேனா எம். — கிர்ஹிஸ்தான். இவர் தனது வீட்டிற்கு முன்பு புகைப்படத்திற்குப் “போஸ்” கொடுப்பது போல உட் கார்ந்திருந்தார். அவருடைய ஐந்து குழந்தைகளும் அவருக்குப் பக்கத்தில் உட்கார்ந்திருந்தனர். அவர்களுடைய பூனை, மீட்லிட் சாவும் அங்கே இருந்தது.)

யுத்தத்திலிருந்து வெளியேறி வருவது போல நாங்கள் வெளியேறி வந்தோம். எங்கள் உடைமைகள் எல்லாவற்றையும் எடுத்துக் கொண்டோம் அப்போது இந்தப் பூனையும் எங்களைப் பின் தொடர்ந்து ரயில் நிலையம் வரை வந்தது. எனவே நாங்கள் ‘அவனை’யும் சேர்த்துக் கொண்டோம். நாங்கள் 12 நாட்கள் ரயிலில் இருந்தோம். கடைசி இரண்டு நாட்கள் எங்களிடம் இருந்தது கேனில் அடைத்த முட்டைக்கோஸ் சாலடும், சூடு செய்யப்பட்ட தண்ணீரும்தான். நாங்கள்தான் கடப்பாரை, கோடாரி, சுத்தியல் ஆகியவற்றின் துணையுடன் ரயிலில் நாங்கள் இருந்த பகுதியிலிருந்த வழியைக் காத்து வந்தோம். இதையே நான் வேறுமாதிரி சொல்கிறேன் — ஒரு நாள் இரவு சில கொள்ளைக்காரர்கள் எங்களைத் தாக்கினார்கள். ஏறக்குறைய நாங்கள் கொல்லப்பட்டுவிட்ட

நிலையில்தான் இருந்தோம். தொலைக்காட்சிக்காகவோ அல்லது குளிரூட்டுப்பெட்டிக்காகவோ அவர்கள் எங்களை அந்த நேரத்தில் கொல்லத் தயாராக இருந்தார்கள். கிர்ஹிஸ்தானில் துப்பாக்கிச் சூடு எதுவும் ஆரம்பிக்கவில்லையென்றாலும் நாங்கள் யுத்தப் பிராந்தியத்திலிருந்து வெளியேறி வருவது போல இருந்தது. கோர்பசெவ்வின் கீழான அரசில் அங்கங்கே— ஓஷ், கிர்ஹிஸ், உஸ்பெக் — படுகொலைகள் நடந்தன. ஆனால் எப்படியோ அவையெல்லாம் ஓரளவுக்கு முடிவுக்கு வந்தது. ஆனால் நாங்கள் ரஷ்யர்கள், கிர்ஹிஸ் ரஷ்யர்களுக்கு பயந்திருந்தாலும் கூட நாங்கள் உணவுக்கு வரிசையில் நிற்கும்போது அவர்கள் எங்களைப் பார்த்து, "ரஷ்யர்களே, வீட்டுக்குப் போங்கள்! கிர்ஹிஸ்தான் கிர்ஹிஸ்தர்களுக்கே!" எனக் கத்தினார்கள். மேலும் அவர்கள் எங்களை வரிசையிலிருந்து தள்ளிவிடவும் செய்தார்கள். அதன்பின் கிர்ஹிஸ்ஸில், "கிர்ஹிஸ்தான்காரர்களாகிய எங்களுக்கே இருக்கிற உணவு போதாது அதில் நீங்கள் வேறா?" என சேர்த்து சத்தம் போட்டார்கள். எனக்கு அவர்களது மொழி நன்றாகத் தெரியா விட்டாலும் ஏதோ சில வார்த்தைகளைத் தெரிந்து கொண்டேன். அதைக் கொண்டு சந்தைக்கு ஏதாவது வாங்கப் போகும்போது சமாளிப்பதுண்டு.

எங்களுக்கென்று தாய்நாடு இருந்தது. ஆனால் அது இப்போது போய்விட்டது. நான் யார்? என்னுடைய அம்மா உக்ரேனியன், என்னுடைய அப்பா ரஷ்யன். நான் பிறந்து வளர்ந்தது கிர்ஹிஸ்தானில், திருமணம் செய்து கொண்டது ஒரு தாத்தரை. அப்படியென்றால் என் குழந்தைகள்? அவர்களுடைய தேசிய இனம் என்ன? நாங்கள் எல்லாம் சேர்ந்த ஒரு கலவை. எங்களுடைய கடவுச்சீட்டில் நாங்கள் 'ரஷ்யன்' எனக் குறிப்பிடப்பட்டிருக்கிறது. ஆனால் நாங்கள் 'ரஷ்யன்'கள் இல்லை. நாங்கள் 'சோவியத்!' ஆனால் அந்த நாடு — நான் எங்கே பிறந்தேனோ அந்த நாடு — அது இப்போது இல்லை. நாங்கள் தாய்நாடு என்று எதை அழைத்தோமோ அதுவும், அந்த காலகட்டமும் இப்போது இல்லை. நாங்கள் ஒரு வௌவால் போல ஆகிவிட்டோம். எனக்கு ஐந்து குழந்தைகள். மூத்த குழந்தை இப்போது எட்டாவது கிரேடில், கடைக்குட்டி கிண்டர்கார்டனில் இருக்கிறார்கள். அவர்களையும் நான் இங்கே அழைத்து வந்தேன். எங்களுடைய நாடு இப்போது இல்லை. ஆனால் நாங்கள் இருக்கிறோம்.

நான் அங்கே பிறந்தேன், வளர்ந்தேன். ஒரு தொழிற்சாலை உருவாவதற்கு உதவி செய்தேன். அதன் பின் அங்கேயே வேலை

பார்த்து வந்தேன். "நீங்கள் எங்கேயிருந்து வந்தீர்களோ அங்கேயே திரும்பிச் செல்லுங்கள். இவையெல்லாம் எங்களுடையவை" என்றார்கள். குழந்தைகளைத் தவிர வேறெதையும் எடுத்துச் செல்ல அனுமதிக்கவில்லை. "இவையெல்லாம் எங்களுடையது" எனக் கூறினார்கள். "என்னுடையதெல்லாம் என்னவாயிற்று?! அங்கிருந்த ரஷ்யர்கள் அனைவரும் ஓடினார்கள். சோவியத்துகள். அவர்கள் யாருக்கும் தேவைப்படவில்லை, அவர்களுக்காக யாரும் காத்திருக்கவும் இல்லை.

ஒரு விஷயத்திற்காக நான் சந்தோஷப்பட்டேன். என்னுடைய அனைத்துக் குழந்தைகளும் அன்பினால் பிறந்தவர்கள். எனக்குப் பிறந்த குழந்தைகளில் முதல் மூவரும் பையன்கள். அடுத்துப் பிறந்த இருவரும் பெண்கள். இதற்கு மேல் எதுவும் சொல்ல விரும்பவில்லை. ஏனென்றால் நான் அழுதுவிடுவேன் *(அப்படிச் சொன்னாலும் அவர் இன்னும் கொஞ்சம் சொல்ல ஆரம்பித்தார்).* செர்னோபில்லில் நாங்கள் காத்திருப்போம். இனிமேல் இதுதான் எங்கள் வீடு. செர்னோபில்தான் எங்கள் வீடு, தாய்நாடு *(திடீரென்று அவர் சிரித்தார்).* இங்கிருக்கின்ற பறவைகள் மற்றெல்லா இடங்களிலும் இருக்கின்ற பறவைகள் போலவே இருக்கின்றன. இன்னும் லெனின் சிலை இருக்கிறது. *(நாங்கள் அங்கிருந்து புறப்படுவதற்காகக் கேட்டருகில் வந்துவிட்டாலும், அவர் இன்னும் கொஞ்சம் சொல்ல ஆரம்பித்தார்)* ஒரு நாள் அதிகாலை நேரத்தில் பக்கத்துவீட்டுக்காரர்கள் தங்களது வீட்டில் சுத்தியல் கொண்டு அடித்துக் கொண்டிருந்தனர். ஜன்னலிலிருந்த பலகையைக் கழற்றிச் சென்றனர். அப்போது ஒரு பெண்ணைப் பார்த்து, "நீங்கள் எங்கேயிருந்து வந்தீர்கள்?" என்றதற்கு அவர், "செசென்யா" என்றார். நான், "செசென்யா" விலிருந்தா..." எனக் கேட்டதற்கு அவர் எதுவும் சொல்லாமல் அழ ஆரம்பித்தார்...

மக்கள் என்னிடம் கேட்பார்கள்; ஆச்சரியப்படுவார்கள். அவர்கள் புரிந்து கொள்ளமாட்டார்கள். "நீங்கள் ஏன் உங்கள் குழந்தைகளைக் கொல்கின்றீர்கள்?" ஓ... கடவுளே அடுத்த நாளுக்கான விஷயங்களைச் சந்திப்பதற்குத் தேவையான சக்தியை நீங்கள் எங்கே கண்டுபிடிப்பீர்கள்? நான் அவர்களைக் கொல்லவில்லை. நான் அவர்களைப் பாதுகாக்கிறேன். நான் இதோ இங்கிருக்கிறேன். நாற்பது ஆண்டுகள் ஆகிவிட்டன, முடி முழுவதும் நரைத்து விட்டது. அவர்கள் ஆச்சரியப்பட்டார்கள். அவர்களுக்குப் புரிந்திருக்கவில்லை. அவர்கள் சொன்னார்கள்:

"எங்கே காலராவும், ப்ளேக்கும் இருக்கிறதோ அங்கே உங்கள் குழந்தைகளைக் கூட்டிக்கொண்டு வருவீர்களா?" இந்த பயம் செர்னோபிலில் வசித்து வந்தவர்களிடம் இருந்தது. எனக்கு அது பற்றி தெரியாது. எனது நினைவின் ஒரு பகுதியாக அது இல்லை.

கேடு விளையும்போது மட்டும் எப்படி ஒருவர் புத்திசாலியாகவும், பண்பட்டவராகவும் இருக்க முடியும்

நான் உலகத்திலிருந்து விலகி ஓடிக் கொண்டிருக்கிறேன். முதலில் நான் ரயில் நிலையங்களையே சுற்றிச் சுற்றி வந்தேன். நான் அங்கிருப்பதையே விரும்பினேன். நிறைய மக்கள் வந்து போனாலும் அங்கு நீங்கள் நீங்களாக இருக்க முடியும். அதன் பின் இங்கே வந்தேன். இங்கே சுதந்திரம் இருக்கிறது.

நான் எனது சொந்த வாழ்க்கையையே மறந்துவிட்டிருந்தேன். அது பற்றி என்னைக் கேட்காதீர்கள். புத்தகத்தில் படித்ததும், மற்றவர்கள் கூறியதும்தான் என் நினைவில் இருக்கிறது ஆனால் எனது வாழ்க்கையைப் பற்றி நான் மறந்து விட்டேன். மிக நீண்ட காலம் ஆகிவிட்டது. நான் செய்தது தவறாக இருக்கலாம். ஆனால் செய்யக்கூடியக் காரியம் நேர்மையாக இருக்கும்பட்சத்தில் கடவுள் மன்னிக்காவிட்டாலும் அது பாவமில்லை. ஒரு மனிதன் மகிழ்ச்சியாக இருப்பது சாத்தியமில்லை. இருக்கவும் கூடாது. ஆதாம் தனிமையில் இருக்கிறான் என்பதற்காக கடவுள் ஏவாளைப் படைத்தார். அது சந்தோஷத்திற்காகத்தானே தவிர பாவம் செய்வதற்காக இல்லை. ஆனால் மனிதனுக்கோ சந்தோஷத்தை அனுபவிக்கத் தெரியவில்லை. உதாரணமாக என்னைப் போல, எனக்கு அந்தி நேரமும் பிடிக்காது, இரவும் பிடிக்காது. இந்த வராந்தாவிலிருக்கும் வெளிச்சம், ஒளிக்கும் இருட்டுக்கும் இடைப்பட்ட நிலையில் இருக்கிறது. இன்னும்

எனக்குப் புரியவில்லை — நான் எங்கேயிருந்தேன், அங்கே எப்படியிருந்தது — ஆனால் அது ஒரு விஷயமேயில்லை. நான் வாழ்கிறேனா, இல்லையா என்பதல்ல விஷயம். மனிதனுடைய வாழ்க்கை என்பது ஒரு புல் போலத்தான் — மலரும், காயும் அதன் பின் தீக்கு இரையாகிவிடும். நான் சிந்தனையின் மேல் காதல் வயப்பட்டிருந்தேன். ஒரு விலங்கினாலோ அல்லது குளிரினாலோ சாகக்கூடிய வாய்ப்பு உங்களுக்குச் சமமாக இருக்கிறது. கிட்டத்தட்ட சில நூறு கிலோமீட்டர்களுக்கு யாரும் இல்லை. நீங்கள் தீயசக்திகளை விரதம் இருந்தோ அல்லது பிரார்த்தனை செய்தோ விரட்டி விட முடியும். நீங்கள் உங்கள் உடலுக்காக விரதமும், ஆத்மாவுக்காக பிரார்த்தனையும் செய்வீர்கள். ஆனால் ஒருபோதும் நான் தனிமையில் இருந்தது இல்லை. நம்பிக்கை கொண்ட மனிதன் எப்போதும் தனிமையில் இருப்பது இல்லை. நான் கிராமங்களைச் சுற்றி வந்தபோது — அங்கு பணியார வகைகள், மாவு — தாவர எண்ணெய், டப்பாவில் அடைத்த பழங்கள் ஆகியவற்றைக்கூட பார்த்திருக்கிறேன். இப்போது நான் கல்லறைக்குப் போகப் போகிறேன் — இறந்து போனவர்களுக்காக சாப்பாடும், குடிபானமும் கொண்டுபோய் வைப்பதுண்டு. ஆனால் இறந்தவர்களுக்கு அது தேவையில்லை. அவர்கள் அதைப் பொருட்படுத்துவதில்லை. வயல்வெளிகளில் பருப்பு வகைகளும், காட்டில் காளான்களும், பெர்ரிகளும் இருக்கும். இங்கே சுதந்திரம் இருக்கிறது.

Father Sergei Bulgakov எழுதிய புத்தகத்தில், ‘கடவுள்தான் உலகத்தைப்படைத்தார்; எனவே உலகம் தோல்வியடைவதற்கான. சாத்தியம் இல்லை’ மேலும் ‘வரலாற்றை இறுதிவரை தைரியமாகப் பொறுத்துக் கொள்வது’ அவசியமானதாகிறது. இன்னொரு சிந்தனையாளர், எனக்கு அவருடைய பெயர் நினைவில்லை, ‘தீமை என்பதில் சாரம் எதுவும் இல்லை. அதாவது ஒளியில்லை என்பதால் ஏற்படக்கூடிய இருட்டு போல நல்லது என்று ஒன்று இல்லாததால் உருவாவதுதான் அது’ என்றார். இங்கு புத்தகங்களைக் கண்டுபிடிப்பது எளிதானது. காலியான களிமண்ணால் செய்யப்பட்ட குவளையையோ அல்லது ஸ்பூனையோ அல்லது ஃபோர்க்கையோ உங்களால் இங்கே கண்டுபிடிக்க முடியாது. ஆனால் எல்லா இடங்களிலும் புத்தகங்கள் இருந்தன. ஒரு நாள் புஷ்கின் எழுதிய புத்தகத் தொகுதியைக் கண்டுபிடித்தேன். ‘மரணம் என்கிற சிந்தனை எனது ஆன்மாவுக்கு இனிமையாக இருக்கிறது’. எனக்கு அது

நினைவிருக்கிறது — 'மரணம் பற்றிய சிந்தனை'. நான் இங்கே தனிமையில் இருக்கிறேன். மரணத்தைப் பற்றி நினைத்துக் கொண்டிருக்கிறேன். மரணத்தை விரும்பக்கூடிய அளவிற்கு வந்துவிட்டேன் என நினைக்கிறேன். அதற்குத் தயார் செய்து கொள்வதற்கு அமைதி உபயோகமாக இருக்கும். மனிதன் மரணத்தோடுதான் உயிர் வாழ்ந்து கொண்டிருக்கிறான். ஆனால் அது என்னவென்று அவனுக்குப் புரிந்து கொள்ளத் தெரிய வில்லை. ஆனால் நான் இங்கு தனிமையில் இருக்கிறேன். நேற்று நான் ஒரு ஓநாயை துரத்திக்கொண்டு சென்றேன். அப்போது பெண் ஓநாய் அதன் உறைவிடத்திலிருந்து வெளியே வந்தது. அவையிரண்டும் அங்கே வசித்து வருகின்றன.

கேள்வி: வார்த்தைகளில் விவரிக்கப்படுவது போலவா உலகம் உண்மையிலேயே இருக்கிறது? மனிதனுக்கும் ஆன்மாவுக்கும் இடையில் வார்த்தைகள் தொக்கி நிற்கின்றன.

இதைப்பற்றி நான் சொல்ல வேண்டும், பறவைகள், மரங்கள், எறும்புகள் போன்ற அனைத்தும் எனக்கு மிகவும் நெருக்க மானவை. நானும் அவை பற்றி சிந்திப்பதுண்டு. மனிதன்தான் பயங்கரமானவனும் வினோதமானவனுமாக இருக்கிறான். ஆனால் நான் இங்கு யாரையும் கொல்ல வேண்டுமென்று நினைக்கவில்லை. நான் இங்கு மீன் பிடிப்பதுண்டு. ஆனால் எந்தவொரு மிருகத்தையும் சுடுவதில்லை. நான் மிருகங்களைப் பிடிப்பதற்காகப் பொறி வைப்பதில்லை. இங்கே யாரையும் கொல்ல வேண்டுமென்கிற உணர்வு எனக்கு வருவதில்லை.

தீமையைப் பார்த்துக் கொண்டிருப்பதில் என்ன பயன் இருக்கிறது? தீமை என்பது கண்டிப்பாக முக்கியம்தான். குற்றம் என்பது இயற்பியல் சம்பந்தப்பட்ட விஷயமில்லை. அது இல்லை என்பதை நீங்கள் ஒப்புக் கொள்ளவேண்டும். விவிலியத்தில், 'விளக்கொளியில் நடப்பவர்களுக்கு அது ஒரு வழிப் பாதை. ஆனால் மற்றவர்களுக்கோ அதில் படிப்பினை இருக்கிறது'. நீங்கள் ஒரு பறவையையோ அல்லது ஏதாவது ஒரு உயிரினத்தையோ எடுத்துக் கொள்ளுங்கள். நம்மால் அவற்றைப் புரிந்து கொள்ள முடியாது. ஏனென்றால் அவை மற்றவைக்காக வாழாமல் அவற்றுக்காக வாழ்ந்து கொள்கின்றன. ஒரே சொல்லில் சொல்ல வேண்டுமென்றால் நம்மைச் சுற்றியிருப்பதெல்லாம் உறுதியானது இல்லை.

நான்கு கால்களில் நடக்கக்கூடிய அனைத்தும் தரையைப் பார்த்தபடியேதான் நடக்கும். மனிதன்தான் நிமிர்ந்து நின்று கொண்டு பிரார்த்தனைக்காக கடவுளைப் பார்த்து தனது கைகளை வானத்தை நோக்கி உயரே தூக்கக்கூடியவன். தேவாலயத்தில் ஒரு வயதான மூதாட்டி, 'நம் பாவங்களுக்கு ஏற்ப நம் ஒவ்வொருவருக்காகவும்' என பிரார்த்தித்தார். ஆனால் விஞ்ஞானியோ, பொறியியலாளரோ, இராணுவ வீரரோ இதை ஒத்துக் கொள்ளமாட்டார்கள். 'வருந்துவதற்கு என்னிடம் ஒன்று மில்லை. நான் ஏன் வருந்த வேண்டும்?' ஆம்...

நான் எளிமையாக எனக்கு மட்டுமே பிரார்த்தனை செய்வேன். ஓ... கடவுளே, என்னை அழையுங்கள்! நான் சொல்வதைக் கேளுங்கள்! 'கேடு' நிகழும்போது மட்டுந்தான் ஒருவன் புத்திசாலியாகவும், பண்பட்டவனாகவும் ஆகிறான். அன்பு பற்றி நேர்மையுடன் பேசும்போது எப்படி எளிமையாகவும், அனுதாபத்துடனும் அவன் இருக்கிறான். தத்துவ அறிஞர்கள்கூட தாங்கள் உணர்ந்த சிந்தனைகளைத் தோராயமான சொற்களில் தான் உபயோகப்படுத்துகிறார்கள். பிரார்த்தனையின்போது தான் ஆத்மார்த்தமாக நாம் நினைக்கக்கூடிய சொற்கள் பிரார்த்தனையின் சிந்தனையுடன் பொருந்தும். உடல்ரீதியிலும் இது உண்மைதான். ஓ... கடவுளே, என்னை அழையுங்கள்! நான் சொல்வதைக் கேளுங்கள்!

மனிதர்கள்கூட.

மனிதனைப் பார்த்து நான் பயப்படுகிறேன். நான் அவனையும் கூட சந்திக்க வேண்டும். நான் ஒரு நல்ல மனிதரை சந்திக்க வேண்டும். இங்கேயிருப்பவர்கள் கொள்ளையடிப்பவர்களாக மறைவு வாழ்க்கை வாழ்பவர்களாக இருக்கிறார்கள் அல்லது என்னைப் போல தியாகிகளாக இருக்கிறார்கள்.

என்னுடைய பெயர் என்ன? என்னிடம் கடவுச் சீட்டு இல்லை. போலீஸ் அதை எடுத்துக் கொண்டது. அவர்கள் என்னை அடித்தார்கள். "நீ எதற்காக சுற்றிக் கொண்டிருக்கிறாய்?" எனக் கேட்டார்கள். "நான் சுற்றிக் கொண்டிருக்கவில்லை, வருந்திக் கொண்டிருக்கிறேன்" என்றேன். அதற்குப் பிறகு அவர்கள் என்னை இன்னும் பலமாக அடித்தார்கள். தலையிலும் அடித்தார்கள். எனவே நீங்கள், 'கடவுளின் சேவகன் நிக்கோலாய், இப்போது சுதந்திர மனிதன்' என எழுதலாம்.

இராணுவத்தினரின் குரல்கள்

ஆர்ட்யோம் பக்தியாரோவ், தனிநபர்; ஒலெக் லியோண்ட்யெவிச் வோரோபி, கலைப்பாளர்; வாசிலி ஐயோசிஃபொவிச் குஸினோவிச், டிரைவர் மற்றும் சாரணர்; கென்னடி விக்டோரோவிச் டெமெனவ், காவல்துறை அதிகாரி; விட்டாலே போரிஸோவிச் கார்பாலெவிச், கலைப்பாளர்; வாலெண்டின் க்ம்கோவ், டிரைவர் மற்றும் தனிநபர்; எடுஆர்ட் போரிஸோவிட் கோரோட்கோவ், ஹெலிகாப்டர் பைலட்; இகோர் லிட்வின், கலைப்பாளர்; இவான் அலெக்ஸாண்ட்ரோவிச் லூகாஷெச் தனிநபர்; அலெக்ஸாண்டர் இவானோவிச் மிகாலேவிச், கைகர் ஆபரேட்டர்; மேஜர் ஒலெக் லியோனோடோவிச் பாவ்லெவ், ஹெலிகாப்டர் பைலட்; அனடோலி போரிஸோவிச் ரிபாக், கார்டு ரெஜிமெண்டின் கமாண்டர்; விக்டர் சான்கோ, தனிநபர்; கிரிகோரி நிக்கோலேவிச் க்வோரோஸ்ட், கலைப்பாளார்; அலெக்ஸாண்டர் வாசிலேவிச் ஷின்கேவிச், காவல்துறை அதிகாரி; விளாடிமிர் பெட்ரோவிட் ஷ்வெட், கேப்டன்; அலெக்ஸாண்டர் மிகையிலோவிச் யாசின்ஸ்கி, காவல்துறை அதிகாரி.

எங்கள் படைப்பிரிவுக்கு எச்சரிக்கை மணி கொடுக்கப்பட்டது. நாங்கள் மாஸ்கோவில் உள்ள பெலொருஷ்கயா *(Belorusskaya)* ரயில் நிலையத்தை அடைந்தபோதுதான் நாங்கள் எங்கே போய்க் கொண்டிருக்கிறோம் என்பதைக் கூறினார்கள். லெனின்கிராடைச்

சேர்ந்த ஒருவன், எதிர்ப்பு தெரிவிக்க ஆரம்பித்தான். இதற்காக அவன் ராணுவத் தீர்ப்பாயத்துக்குச் செல்ல வேண்டி யிருக்கும் என அவர்கள் கூறினார்கள். படையினருக்கு முன்னால் கமாண்டரும், “நீங்கள் சிறைச்சாலைக்குச் செல்ல வேண்டியிருக்கும் அல்லது சுடப்படுவீர்கள்” எனக் கூறினார். அவனுக்கு இருந்ததைவிட எதிரிடையான உணர்வு என்னிடம் இருந்தது. நான் ஏதாவது வீரதீர செயல் செய்ய வேண்டுமென நினைத்தேன். அது குழந்தைகளின் நினைப்பு போல தோன்றலாம். ஆனால் என்னைப் போலவே மற்றும் சிலரும் இருந்தனர். சோவியத் யூனியனின் எல்லாப் பகுதிகளைச் சேர்ந்தவர்களும் — ரஷ்யர்கள், உக்ரேனியர்கள், கசாக்குகள், ஆர்மேனியர்கள் — இருந்தார்கள். பயமாக இருந்தாலும் ஏதோ சில காரணங்களுக்காக குதூக லமாகவும் இருந்தது.

எங்களைக் கொண்டுவந்த அவர்கள் எங்களை நேராக மின்சக்தி நிலையத்துக்குக் கூட்டிச் சென்றனர். எங்களுக்கு வெள்ளை நிறத்திலான உடையும், தொப்பிகளும் கொடுத்ததோடு அறுவை சிகிச்சை செய்யும்போது அணிந்து கொள்ளும் மாஸ்க்கையும் தந்தனர். நாங்கள் அந்தப் பகுதியை சுத்தம் செய்தோம். அணு உலையின் கீழ்ப்பகுதியை ஒரு நாளும், மேல்பகுதியை இன்னொரு நாளும் சுத்தம் செய்தோம். எல்லா இடங்களிலும் நாங்கள் மண்வாரியை உபயோகப்படுத்தினோம். மேற்பகுதிக்குச் சென்றவர்களை நாங்கள் நாரைகள் என அழைத்தோம். ரோபோக்களினால் அந்த வேலையைச் செய்ய முடியவில்லை, பைத்தியக்காரத்தனமான அமைப்பை அது கொண்டிருந்தது. ஆனால் நாங்கள் வேலை செய்தோம். அது எங்களுக்குப் பெருமையாக இருந்தது.

♦

நாங்கள் உள்ளே சென்றோம் — அங்கே வரையறுக்கப்பட்ட பகுதி என எழுதியிருந்தது. நான் ஒரு போதும் யுத்தத்திற்குச் சென்றதில்லை. ஆனால் எனக்கு அது போன்ற ஒரு உணர்வு ஏற்பட்டது. எதிலிருந்தோ எனக்கு நினைவு வந்தது. ஆனால் எதிலிருந்தென்று தெரியவில்லை. ஏதோ சில காரணங்களினால் மரணத்தோடு அதைத் தொடர்புப்படுத்திக் கொண்டிருந்தேன்.

வெறிபிடித்த நாய்களையும், பூனைகளையும் தெருக்களில் பார்த்தோம். அவை மிகவும் வினோதமாக நடந்து கொண்

டன. அவை எங்களை மனிதர்களாக அடையாளம் கண்டு கொள்ளாமல் அங்கிருந்து ஓடிச் சென்றன. அவற்றை சுட்டுத் தள்ளுங்கள் என்று சொல்லப்படும் வரை அவை மீது என்ன தவறு இருக்கிறது என்பதை என்னால் புரிந்து கொள்ள முடியவில்லை. வீடுகள் எல்லாம் மூடப்பட்டிருந்தன. விவசாயத் திற்காகப் பயன்படுத்தப்படும் தளவாடங்கள் அனைத்தும் கைவிடப்பட்ட நிலையில் அப்படி, அப்படியே கிடந்தன. அங்கு எங்களையும், காவல்துறையினரையும் தவிர வேறு யாருமில்லை. இதைப் பார்க்கவே எனக்கு சுவாரசியமாக இருந்தது. நீங்கள் ஏதாவது ஒரு வீட்டிற்குள் நுழைந்தால் அங்கு மனிதர்களுக்குப் பதில் சுவரில் தொங்கவிடப்பட்டிருக்கும் புகைப்படங்களைத்தான் பார்க்க நேரிட்டது. ஆவணங்கள் — ரஷ்யப் பொதுவுடமை இளைஞர் அமைப்பின் அடையாள அட்டைகள், வேறு அடையாள அட்டைகள், பரிசுகள் — எல்லாம் சுற்றிலும் கிடந்தன. ஓரிடத்திலிருந்து கொஞ்ச நேரத்திற்காக தொலைக்காட்சிப் பெட்டியை கடன் வாங்கிச் சென்றோம். ஆனால், எந்த வீட்டிலிருந்தும் யாரும் எதையும் எடுத்துச் செல்வதை நாங்கள் பார்க்கவில்லை. இதற்கு முதல் காரணம் மனிதர்கள் எந்த நேரமும் திரும்பி வந்துவிடக் கூடும் என்கிற நினைப்பும், இரண்டாவதாக இவையெல்லாம் ஏதோ ஒரு வகையில் இறப்புடன் சம்பந்தப்பட்டது என்பதாலும் கூட இருக்கலாம்.

அணு உலை இருந்த பிரிவுக்கு மக்கள் தங்களது வாகனங் களில் சென்றார்கள். அவர்கள் தங்கள் வீட்டில் உள்ளவர்களிடம் காண்பிக்க வேண்டும் என்பதற்காக அந்த இடத்தில் நின்று தங்களைப் புகைப்படம் எடுத்துக் கொள்ள விரும்பினார்கள்.

அவர்களுக்குள் பயமிருந்தாலும் அது என்ன என அறிந்து கொள்வதில் உண்மையிலேயே மிகவும் ஆர்வமாக இருந்தார்கள். நான் அங்கு செல்லவில்லை. என்னுடன் எனது இளம்வயது மனைவி இருப்பதால் நான் துணிந்து செல்ல விரும்பவில்லை. ஆனால் சிலர் மதுவைக் கொஞ்சம் உள்ளே தள்ளியபின் அந்த இடத்தைப் பார்ப்பதற்காகச் சென்றார்கள். எனவே… *(நிசப்தம்)*

♦

கிராமத்திலிருந்த தெரு, வயல்வெளி, நெடுஞ்சாலை என எந்தவொரு இடத்திலும் மக்கள் இல்லை. நெடுஞ்சாலைகளும்,

மின்சாரக் கம்பிகளும் எங்கு செல்கின்றன என்றே தெரியவில்லை. ஆரம்பத்தில் வீடுகளில் விளக்குகள் எரிந்து கொண்டிருந்தன. ஆனால் அவர்கள் அதை அணைத்து விட்டார்கள். நாங்கள் வண்டியில் சுற்றித் திரிந்தபோது ஒரு காட்டுப் பன்றி பள்ளிக் கூடக் கட்டிடத்திலிருந்து குதித்துவந்து எங்கள் முன் நிற்கும். அப்படியில்லையென்றால் ஒரு முயல் வந்து நிற்கும். அனைத்து இடங்களிலும் — வீடுகள், பள்ளிக்கூடங்கள், கேளிக்கை விடுதிகள் — மனிதர்களுக்குப் பதில் விலங்குகள்தான் இருந்தன. ‘மனித இனத்துக்கான மகிழ்ச்சியே எங்களின் இலக்கு’, ‘உலகப் பாட்டாளி வர்க்கமே வெல்லும்’ என்கிற சுவரொட்டிகளையும் காணமுடிந்தது. “லெனினுடைய கருத்துகள் சாகாவரம் பெற்றவை.” இதற்கு நீங்கள் சில காலம் பின்னோக்கிச் செல்லவேண்டும். கூட்டுப்பண்ணை அலுவலகங்களில் சிவப்பு நிறக் கொடிகளும், தலைசிறந்த தலைவர்களின் படம் போட்ட புதிய பேனர்களும் இருந்தன. தலைவர்களின் படங்கள் சுவர்களிலும், மார்பு வரையிலான சிறிய சிலைகள் மேசைகளிலும் வைக்கப்பட்டிருந்தன. போர் நினைவுச் சின்னம் இருந்தது. தேவாலாய முற்றம் இருந்தது. வீடுகள் எல்லாம் அவசரத்தில் மூடப்பட்டிருந்தன, ட்ராக்டர் மெக்கானிக் கடைகள் இருந்தன. பாதிக்கப்பட்டவர்களின் கல்லறைகள் இருந்தன. யுத்தத்தில் ஈடுபட்டிருந்தவர்கள் ஒளிந்து கொள்வதற்காக அவசரமாக அந்த இடத்தை காலி செய்து விட்டுப் போனது போல இருந்தது.

இப்படித்தான் நமது வாழ்க்கை இருக்கிறதா? என நாங்கள் ஒருவருக்கொருவர் கேட்டுக்கொண்டோம். இந்த மாதிரியான நிலையை வெளியிலிருந்து பார்ப்பது எங்களுக்கு இதுதான் முதன் முறை. எனவே இது ஒரு நல்ல பதிவை ஏற்படுத்தும். அதாவது தலையிலறைகிற மாதிரி... மூன்று வருடங்களுக்குப் பிறகு நான் எனது கட்சி அட்டைத் திரும்பக் கொடுத்தேன். என்னுடைய சிறிய சிவப்புப் புத்தகம். அந்தப் பிராந்தியத்தில் நான் சுதந்திரமாக இருந்தேன். செர்னோபில் எனது மனதை மிகவும் பாதித்தது. நான் என்னை விடுவித்துக் கொண்டேன். கைவிடப்பட்ட ஒரு வீடு மூடியிருந்தது. அந்த வீட்டின் ஜன்னலில் ஒரு பூனை உட்கார்ந்திருந்தது. அதைப் பார்த்தால் களிமண்ணால் செய்யப்பட்ட பூனை போல இருந்தது. நான் பக்கத்தில் வந்து பார்த்தபோது அது உண்மையான பூனைதான் என தெரியவந்தது. அது வீட்டிலிருந்த அனைத்து பூக்களையும் சாப்பிட்டுவிட்டிருந்தது. அவை ஜெரேனியப் பூக்கள். எப்படி

அது அங்கே சென்றது? அல்லது அவர்களே அதை விட்டுவிட்டுச் சென்றுவிட்டார்களா?

கதவில் ஒரு குறிப்பு இருந்தது. 'அன்புள்ள கருணையுள்ளம் கொண்டவரே, விலைமதிப்பற்ற பொருட்கள் எதையும் இங்கே தேட வேண்டாம். ஒருபோதும் எங்களிடம் அவை இருந்ததில்லை. உங்களுக்கு ஏதேனும் பொருட்கள் தேவையெனில் எடுத்து உபயோகித்துக் கொள்ளுங்கள். ஆனால் இடத்தை குப்பையாக்கி விடாதீர்கள். நாங்கள் மீண்டும் வருவோம்'. இது போன்ற சமிக்ஞைகள் வெவ்வேறு நிறங்களில் மற்ற வீடுகளிலும் காணப்பட்டன — "பிரியமான வீடே, எங்களை மன்னித்துவிடு!" மனிதர்களுக்கு 'குட்-பை' சொல்வது போல சிலர் தங்கள் வீடுகளுக்கு குட்-பை சொல்லியிருந்தனர். அல்லது 'நாங்கள் காலையில் செல்லவிருக்கிறோம்', அல்லது 'நாங்கள் இரவில் செல்லவிருக்கிறோம்' என்கிற தகவலுடன் தேதி, நேரம் முதலியவையும் குறிக்கப்பட்டிருந்தன. பள்ளிக்கூட நோட்டுத் தாளிலும் 'பூனையை அடிக்காதீர்கள், அப்படி அடித்தால் எலிகள் எல்லாவற்றையும் தின்றுவிடும்' என எழுதியிருந்தனர். அதன் பின் குழந்தையின் கையெழுத்தில், 'எங்களுடைய சுல்காவை கொன்றுவிடாதீர்கள். அது ஒரு நல்ல பூனை' என எழுதப்பட்டிருந்தது. *(கண்களை மூடிக் கொண்டார்).* நான் எல்லாவற்றையும் மறந்துவிட்டிருந்தேன். எனக்கு அங்கு சென்றது நினைவிருக்கிறது. அதற்குப் பிறகு நடந்த எதுவும் நினைவில் இல்லை. அனைத்தும் மறந்து போயிற்று. என்னால் பணத்தை எண்ண முடியாது. எனக்கு ஞாபகம் சரியாக இல்லை. டாக்டர்களாலும் என்னவென்று புரிந்து கொள்ள முடியவில்லை. நான் ஒரு மருத்துவமனையிலிருந்து இன்னொரு மருத்துவமனை என சென்று கொண்டிருந்தேன். ஆனால் என் மனதில், 'வீடு வரை நடந்து சென்றது, வீடு காலியாக இருந்தது, கதவைத் திறந்து பார்த்தபோது அங்கு ஒரு பூனை இருந்தது, குழந்தையின் குறிப்பு' போன்றவைதான் நினைவில் இருந்தன.

♦

என்னைக் கூப்பிட்டனுப்பினார்கள். ஏற்கனவே வசித்துவந்த மக்களை காலி செய்யப்பட்ட கிராமங்களுக்குள் விடாமல் தடுக்க வேண்டியதுதான் எனக்குக் கொடுக்கப்பட்ட வேலை. நாங்கள் சாலைத் தடுப்புகளையும், கண்காணிப்புக்கான இடங்களையும் உருவாக்கினோம். ஏதோ காரணத்திற்காக அவர்கள்

எங்களைக் "கிளர்ச்சிக்காரர்கள்" என அழைத்தனர். அப்போது அமைதிக்காலமாகும். நாங்கள் அங்கே ராணுவ உடையில் நின்று கொண்டிருந்தோம். அங்கிருந்த விவசாயிகளுக்கு ஒன்றும் புரியவில்லை. ஏன் அவர்கள் முற்றத்திலிருந்து வாளியை அல்லது குவளையை அல்லது கோடாரியை எடுக்கக்கூடாது? அவர்களால் ஏன் அறுவடை செய்ய முடியாது. நீங்கள் அதை எப்படி அவர்களுக்குச் சொல்வீர்கள்? சாலையின் ஒரு பக்கத்தில் ராணுவ வீரர்கள் நின்றுகொண்டு மக்களை வெளியே அனுப்பிக் கொண்டிருந்தனர். இன்னொரு புறம் மாடுகள் மேய்ந்து கொண்டிருந்தன. அறுவடை செய்து கொண்டிருந்தவர்கள் சலசலப்பு ஏற்படுத்திக் கொண்டிருந்தனர். தானியங்கள் வண்டியில் ஏற்றப்பட்டுக் கொண்டிருந்தது. ஒரு வயதான மூதாட்டி வந்து, "வீரர்களே, இது எங்கள் நிலம். எங்களுடைய வீடுகள். எங்களை உள்ளே விடுங்கள்" எனக் கேட்டுக் கொண்டிருந்தார். அவர்கள் முட்டைகள், பன்றி இறைச்சி, வீட்டில் தயாரிக்கப்பட்ட வோட்கா என பலவற்றையும் கொண்டுவந்தனர். விஷமாகிப் போன அவர்களது நிலத்தையும், அறைகலன்களையும், மற்ற பொருட்களையும் நினைத்து அவர்கள் அழுது கொண்டிருந்தார்கள்.

நான் ஒரு ராணுவ வீரன். எனக்கு கட்டளை எதுவும் கொடுக்கப்பட்டால் அதை நான் அவசியம் செய்ய வேண்டும். நான் கூட ஹீரோவாக இருக்க வேண்டும் என்கிற விருப்பத்தை உணர்ந்தேன். நீங்கள் அப்படித்தான் நினைக்க வேண்டும். அரசியலில் இருப்பவர்கள் பேசுவார்கள். வானொலி, தொலைக் காட்சிகளில் நிறைய நிகழ்ச்சிகள் இருந்தன. ஒவ்வொருவரும் ஒவ்வொரு விதமாக எதிர்வினை புரிந்தார்கள். சிலர் அவர்களை பேட்டி காண வேண்டும் என விரும்பினார்கள்; சிலர் தொலைக் காட்சியில் தலையை காண்பிக்க விரும்பினார்கள். சிலர் அதை அவர்களது வேலையாக நினைத்துக் கொண்டார்கள். ஏதோ வீர சாகச வேலை செய்வது போல உணர்ந்த சிலரையும் நான் சந்தித்தேன். எங்களுக்கு நல்ல சம்பளம் கொடுக்கப்பட்டது. ஆனால் அது ஒரு பெரிய விஷயமாகப்படவில்லை. எனது சம்பளம் 400 ரூபிளாக இருந்தது. ஆனால் நான் அங்கே 1000 ரூபிள் (சோவியத் ரூபிள்) வாங்கினேன். அங்கிருந்தவர்கள், "அவர்களிடம் பணம் கொட்டிக் கிடக்கிறது. இப்போது அவர்கள் திரும்பி வந்து முதல் கார், முதல் மரச்சாமான் என அனைத்தையும் வாங்குவார்கள்" எனக் கூறினார்கள்.

நான் அங்கே போவதற்கு முன்பு மிகவும் பயந்தேன். ஆனால் அங்கு சென்ற பிறகு எனக்கு பயம் தெளிந்து விட்டது. அங்கே எல்லாமே கட்டளைகளும், வேலைகளும்தான். அணுஉலையில் என்ன நடந்தது என்பதை ஹெலிகாப்டரிலிருந்து பார்க்க விருப்பப்பட்டேன். ஆனால் அது தடை செய்யப்பட்டிருந்தது. என்னுடைய மருத்துவ அட்டையில் அவர்கள் 21 ராண்ட்ஜன் எனக் குறிப்பிட்டிருந்தனர். கண்டிப்பாக அது சரியாக இருக்காது என எனக்குத் தெரியும். இதற்கான செயல்முறை மிகவும் எளிமையானது: நீங்கள் செர்னோபிலின் (இது ஒரு சிறிய நகரம், நான் நினைத்தது போல பெரியது இல்லை) தலைமையிடத்துக்கு விமானம் மூலம் செல்ல வேண்டும். அணுமின் நிலையத்திலிருந்து 10-15 கி.மீட்டர் தூரத்தில் ஒருவர் கதிர்வீச்சுமானியுடன் காத்துக் கொண்டிருப்பார். அது பின்னணியில் எவ்வளவு கதிர்வீச்சு இருக்கிறது என்பதைக் காட்டும். அப்படி எடுக்கப்பட்ட அளவை நாங்கள் ஒவ்வொரு நாளும் எவ்வளவு நேரம் பறக்கிறோமோ அதற்காகும் நேரத்தைக் கொண்டு பெருக்கி அளவிடுவார்கள். ஆனால் நான் அங்கிருந்து அணுஉலை இருக்குமிடத்திற்குச் செல்வேன். சில நாட்களில் 80 ராண்ட்ஜன் அல்லது 120 ராண்ட்ஜன் வரை இருக்கும். சில சமயங்களில் அணு உலைக்கு மேலே பறந்து போய் பல மணிநேரம் சுற்றிக் கொண்டிருக்கையில் அகச்சிவப்பு கதிர்கள் மூலம் படம் எடுத்தோம். ஆனால் ஃபிலிமில் சிதறிக் கிடக்கும் கிராஃபைட் துகள்கள் கதிர்வீச்சுபட்டது போல் இருந்ததால் அதைப் பகலில் பார்க்க முடியாது.

நான் சில விஞ்ஞானிகளிடம் பேசினேன். அதில் ஒருவர், "நான் உங்கள் ஹெலிகாப்டரை நாக்கினால் நக்கினால்கூட எனக்கு ஒன்றும் ஆகாது" என்றார். இன்னொருவர், "நீங்கள் எவ்வித பாதுகாப்புமின்றி பறக்கிறீர்கள்? உங்களுக்கு அதிக நாள் உயிர் வாழ வேண்டுமென்கிற விருப்பம் இல்லையா? இது பெரிய தவறு. உங்களை நீங்கள் பாதுகாத்துக் கொள்ளுங்கள்!" என்றார். அதன் பின் ஹெலிகாப்டர் இருக்கைகளில் ஈயத்திலான லைனிங் கொடுத்தோம். எங்களுக்கு ஈயத்தினால் ஆன பாதுகாப்புக் கவசங்களைத் தயாரித்துக் கொண்டோம். ஆனால் இவை எங்களை ஒரு வீச்சுத் தொகுதியிலிருந்து பாதுகாக்குமே ஒழிய இன்னொரு வீச்சுத் தொகுதியிலிருந்து பாதுகாக்காது. இதில் கண்ணைக் கவர்கிறமாதிரி எதுவுமில்லை. வேலை, கடின வேலை. இரவு நேரத்தில் தொலைக்காட்சி பார்த்தோம் —

உலகக்கோப்பை போட்டிகள் நடந்து கொண்டிருந்தன. எனவே நாங்கள் கால்பந்து பற்றி பேசிக் கொண்டிருந்தோம்.

நாங்கள் இது பற்றி சிந்தித்துக் — அநேகமாக மூன்று ஆண்டுகளுக்குப் பிறகு — கொண்டிருந்தோம். ஒருவனுக்கு உடல்நலமில்லாமல் போனது. அதன் பின் இன்னொருவனுக்கு. ஒருவன் இறந்துவிட்டான். இன்னொருவன் பைத்தியமாகி தற்கொலை செய்து கொண்டான். அப்போதுதான் நாங்கள் இது பற்றி சிந்திக்க ஆரம்பித்தோம். ஆனால் இதை நாம் புரிந்து கொள்வதற்கு *20-30* ஆண்டுகள் ஆகக்கூடும். என்னைப் பொருத்தவரையில், ஆப்கானிஸ்தானும் (அங்கே இரண்டு வருடங்கள் இருந்தேன்), செர்னொபிலும் (அங்கே மூன்று மாதங்கள் இருந்தேன்) தான் என்னுடைய வாழ்க்கையில் மறக்க முடியாத தருணங்கள் ஆகும்.

நான் செர்னோபிலுக்கு அனுப்பப்பட்டேன் என்பதை என் பெற்றோருக்குத் தெரியப்படுத்தவில்லை. என் சகோதரன் 'இஷ்வெஸ்டியா *(Izvestia)*' பத்திரிகையைப் படித்துக் கொண்டிருக்கும்போது அதில் எனது புகைப்படத்தைப் பார்த்திருக்கிறார். உடனே அதை என் அம்மாவிடம் கொண்டுவந்து, "பாருங்கள், இவர் ஒரு ஹீரோ!" என சொல்லியிருக்கிறார். இதைக் கேட்ட என்னுடைய அம்மா அழ ஆரம்பித்திருக்கிறார்.

நாங்கள் வண்டி ஓட்டிக் கொண்டிருக்கும்போது ரோட்டோரத்தில் என்ன பார்த்தோம் என்று தெரியுமா? ஒளிக்கதிர்களின் கீழ் — சிறிய மெல்லிய வெளிச்சத்தில் — ஏதோ பளிங்கு/படிகம் போல தென்பட்டது. நாங்கள் மோஷிர் வழியாக காலிங்கோவிச்சுக்குப் போய்க் கொண்டிருந்தோம். ஏதோவொன்று விட்டுவிட்டு பிரகாசித்துக் கொண்டிருந்தது. நாங்கள் வேலை பார்த்த கிராமத்தில் குறிப்பாக செர்ரி மரத்தில் இருந்த இலைகளில் சிறிய துளைகள் இருந்ததை நாங்கள் அனைவரும் கவனித்து அதைப் பற்றி பேசிக் கொண்டிருந்தோம். நாங்கள் வெள்ளரிக்காய்களையும், தக்காளிகளையும் எடுத்துப் பார்க்கும் போது அதன் இலைகளிலும் கருப்புநிறத்திலான துளைகள் இருந்தன. நாங்கள் திட்டிக்கொண்டே அதைச் சாப்பிட்டோம்.

நான் போகத் தேவையில்லை. இருந்தாலும் நானே முன்வந்து

சென்றேன். ஆரம்பத்தில் அங்கிருந்தவர்களில் அலட்சிய மானவர்கள் யாரும் இருந்ததாகத் தெரியவில்லை. ஆனால் பிறகு பார்த்தபோது அவர்களின் கண்களில் ஒரு வெறுமை தெரிந்தது. எனக்கு பதக்கங்களின் மேல் ஆசையா? நான் ஆதாயங்களை விரும் பினேனா? எனக்கென்று எதுவும் தேவையில்லை. அபார்ட்மென்ட், கார் — வேறென்ன? சரி, பண்ணை வீடு. என்னிடம் இவை எல்லாம் இருக்கிறது. ஆனால், இது அந்த ஆண்களுக்கே உரித்தான ஆளுமையைக் கொடுப்பதாக இருக்கிறது. துணிச்சலான ஆண்கள் இந்த முக்கியமான வேலையைச் செய்வதற்காகப் போகிறார்கள். மற்றவர்கள் எல்லாம், தேவைப்பட்டால் பெண்களின் ஆடைகளுக்குப் பின்னால் ஒளிந்து கொள்ள முடியும். சிலருக்கு கர்ப்பிணி மனைவிகளும், சிலருக்கு குழந்தைகளும் இன்னும் சிலருக்கு தீக்காயங்களும் இருந்தன. அவர்கள் எல்லோரும் தங்களை சபித்துக்கொண்டே இங்கு வந்தனர்.

நாங்கள் வீட்டிற்கு வந்தோம். நான் அங்கு தைத்த உடைகளை யெல்லாம் தூக்கியெறிந்தேன். என்னுடைய தொப்பியை எனது குட்டி மகனுக்குக் கொடுத்தேன். அவன் அதை எந்நேரமும் அணிந்திருக்க ஆரம்பித்தான். இரண்டு வருடங்களுக்குப் பிறகு அவர்கள் அவனுக்கு மூளையில் கட்டி இருப்பதாக கண்டறிந் தனர்... மீதி உள்ளதை நீங்களே எழுதிக் கொள்ளுங்கள். இதற்கு மேலும் நான் எதுவும் பேசுவதாக இல்லை.

♦

நான் ஆஃப்கானிஸ்தானிலிருந்து அப்போது தான் திரும்பியிருந் தேன். நான் திருமணம் செய்துகொண்டு கொஞ்சநாள் வாழ்க்கையை அனுபவிக்க விரும்பினேன். நான் நினைத்தபடி திருமணம் செய்து கொண்டேன். திடீரென்று சிவப்பு நிற பேனரில், ‘பிரத்யேக அழைப்பு’ என்கிற ஒரு அறிவிப்பு வெளியாகியிருந்ததோடு குறிப்பிட்ட முகவரிக்கும் அடுத்த ஒரு மணி நேரத்திற்குள் வரும்படி குறிப்பிடப்பட்டிருந்தது. உடனே அம்மா அழ ஆரம்பித்துவிட்டார். என்னை மீண்டும் யுத்தத்துக்கு அழைத்திருப்பதாக அவர் நினைத்துக் கொண்டார்.

நாங்கள் எங்கே போகப் போகிறோம்? ஏன்? என்பது குறித்த தகவல் எதுவும் இல்லை. ஸூட்ஸ்க் *(Slutsk)* நிலையத்தில் நாங்கள் உடை மாற்றிக் கொண்டோம். அவர்கள் சில கருவிகளை

எங்களிடம் கொடுத்தனர். அதன் பின் நாங்கள் கோய்நிக்கி *(Khoyniki)* பிராந்திய மையத்துக்குச் செல்ல வேண்டும் எனக் கூறினார்கள். நாங்கள் கோய்நிக்கியைச் சென்றடைந்தோம். அங்கிருந்தவர்களுக்கு எதுவும் தெரிந்திருக்கவில்லை. அவர்கள் அங்கிருந்து எங்களை ஒரு கிராமத்துக்கு கூட்டிச் சென்றனர். அப்போது அங்கே ஒரு திருமணம் நடந்து கொண்டிருந்தது. இளைஞர்கள் நடனமாடிக்கொண்டும், இசைத்துக்கொண்டும், வோட்கா குடித்துக்கொண்டும் இருந்தனர். பார்ப்பதற்கு ஒரு சாதாரண திருமணம் போல தோற்றமளித்தது. ஒரு மண்வெட்டி ஆழத்திற்குத் தோண்டி மேல்பகுதியில் உள்ள மணலை அகற்ற வேண்டுமென்பது எங்களுக்குக் கொடுக்கப்பட்ட உத்தரவாக இருந்தது.

மே மாதம் 9 ஆம் தேதி. *V - day.* ஒரு ஜெனரல் வந்தார். அவர்கள் எங்களை வரிசையாக நிற்கவைத்தார்கள். விடுமுறை தினத்தன்று எங்களை வாழ்த்தினார்கள். கூட்டத்தில் இருந்த ஒருவன் தைரியமாக எழுந்து நின்று, “ஏன் கதிர்வீச்சு அளவை அவர்கள் எங்களுக்கு சொல்லமாட்டேன் என்கிறார்கள்? எங்களால் பெறப்படும் கதிர்வீச்சின் அளவு எவ்வளவு?” என்றான். ஜெனரல் அங்கிருந்து சென்ற பின் பிரிகேடியர் அவனைக் கூப்பிட்டு கன்னா பின்னாவென்று திட்டினார். “அது ஒரு ஆத்திரமூட்டல்! நீ பீதியைக் கிளப்பிவிடுகிறாய்!” என்றார். சில நாட்களுக்குப் பிறகு அவர்கள் எங்களுக்கு ‘கேஸ் மாஸ்க்’ ஒன்றைத் தந்தார்கள். ஆனால் அதை யாரும் உபயோகப்படுத்தவில்லை. இரண்டு முறை ‘கதிர்வீச்சுமானியை’க் காண்பித்ததோடு சரி, எங்களிடம் அதைத் தரவில்லை. மூன்று மாதத்திற்கு ஒரு முறை சில தினங்கள் எங்களை வீட்டுக்குச் சென்றுவர அனுமதித்தார்கள். அப்போது எங்களுக்கு இருந்த ஒரே குறிக்கோள் — வோட்கா வாங்குவதுதான். நான் செல்லும்போது இரண்டு பை நிறைய பாட்டில்களைக் கொண்டு சென்றேன்.

நாங்கள் வீட்டிற்குச் செல்வதற்கு முன்னால் கேஜிபி-யைச் சேர்ந்த மனிதரிடம் பேசக் கூப்பிட்டார்கள். அவர் எங்களிடம், நாங்கள் பார்த்ததை யாரிடமும், எந்த இடத்திலும் பேசக்கூடாது எனக் கூறினார். ஆஃப்கானிஸ்தானிலிருந்து திரும்பி வந்தபோது நான் கண்டிப்பாக உயிர்வாழ்வேன் என்று தெரிந்திருந்தது. ஆனால் இங்கே நிலைமை அதற்கு மாறாக இருந்தது. நீங்கள் வீட்டுக்குத் திரும்பியபிறகு இந்த மாதிரியான எச்சரிக்கைகளே

உங்களை சாகடித்துவிடும்.

♦

நான் எதை நினைவில் வைத்துக் கொள்வது? என் நினைவில் எது ஒட்டிக் கொள்ளும்?

கதிர்வீச்சு எவ்வளவு இருக்கிறது என்பதை அளப்பதற்காக நான் எல்லா கிராமங்களுக்கும் சென்றேன். ஒரு பெண்கூட எனக்கு ஆப்பிள் கொடுக்கவில்லை. ஆண்களிடம் அவ்வளவாக பயம் இல்லை. அவர்கள் தாங்களாக முன்வந்து வோட்கா, பன்றிக் கொழுப்பு ஆகியவற்றைக் கொடுத்து, வாருங்கள் சாப்பிடுவோம் என்றார்கள். அவர்கள் கொடுப்பதை மறுத்தால் தவறாக எடுத்துக் கொள்வார்கள். ஆனால் அதற்காக வெறும் சீசியத்தை மட்டும் சாப்பிடுவது நல்லதில்லை. எனவே சாப்பிடாமல் குடிக்க மட்டும் செய்தேன்.

ஆனால் ஒரு கிராமத்தில் அவர்கள் என்னை சாப்பாட்டு மேசைக்கு முன் உட்காரச் சொல்லி நன்கு க்ரில் செய்யப்பட்ட ஆட்டு இறைச்சி கொடுத்தார்கள். விருந்து ஏற்பாடு செய்தவர் கொஞ்சம் போதையில் இருந்தார், இருந்தாலும் இது இளம் ஆடுதான் என்பதை ஒப்புக் கொண்டார். "நான் இதைக் கொல்ல வேண்டியிருந்தது. இதை இனிமேலும் என்னால் பார்த்துக் கொண்டிருக்க முடியாது. இது ஒரு அழகற்ற உயிரினம்! இதை சாப்பிடாதவாறு என்னை இது ஆக்கிவிட்டது" என்பதைக் கேட்டவுடன் நான் ஒரு கண்ணாடி கோப்பை முழுவதும் இருந்த வோட்காவை வேகமாகக் குடித்து முடித்தேன்.

♦

பத்தாண்டுகளுக்கு முன்பு நடந்தது. எனக்கு மட்டும் உடல்நிலை பாதிக்கவில்லையென்றால் அப்படியொரு நிகழ்வு நடந்ததே இந்நேரம் மறந்து போயிருக்கும்.

நீங்கள் தாய்நாட்டுக்குச் சேவை செய்ய வேண்டும். சேவை என்பது பெரிய விஷயம். உள்ளாடைகள், ஷூக்கள், தொப்பி, பேண்ட், பெல்ட் மற்றும் துணியெல்லாம் எனக்குக் கிடைத்தன. அவர்கள் ஒரு ட்ரக்கைக் கொடுத்தார்கள். நான் கான்கிரிட்டுகளை அப்புறப்படுத்தினேன். அங்கேயும், இங்கேயுமாக அவை

இருந்தன. நாங்கள் இளைஞர்கள்; திருமணமாகியிருக்கவில்லை. 'கேஸ் மாஸ்க்' எதுவும் வேண்டாம் என்று சொல்லிவிட்டோம். ஆனால் கொஞ்சம் வயதான ஒருவர் மட்டும் எப்போதும் மாஸ்க் அணிந்திருந்தார். ஆனால், நாங்கள் அணியவில்லை. போக்குவரத்து பராமரிப்பில் ஈடுபட்டிருந்தவர்களும் மாஸ்க் அணிந்திருக்கவில்லை. நாங்கள் டிரைவர் கேபினில் இருந்தோம். ஆனால் அவர்களோ நாளொன்றுக்கு எட்டு மணிநேரம் கதிர் வீச்சு தூசுகளின் மத்தியில் இருந்தார்கள். எல்லோருக்கும் நல்ல சம்பளம் கொடுக்கப்பட்டது. வழக்கமான சம்பளத்தைப் போல மூன்று மடங்கும், விடுமுறைக்கான சம்பளமும் கொடுக்கப்பட்டது. நாங்கள் அதை உபயோகித்தோம். மன உளைச்சலை ஒழிக்க வோட்கா உதவும் என்று எங்களுக்குத் தெரியும். அவர்கள் யுத்தத்தின்போது 100 கிராம் வோட்கா கொடுத்ததில் ஆச்சரியம் எதுவும் இல்லை. அதன் பின், குடித்திருந்த ட்ராஃபிக் போலீஸ் குடித்துவிட்டு வண்டி ஓட்டிய டிரைவருக்கு அபராதம் விதித்தார்.

சோவியத்தின் வீரதீரம் பற்றி எதுவும் எழுத வேண்டாம். அவை அற்புதமாக இருந்தன. ஆனால் முதலில் திறமையின்மை, அசட்டை ஆகியவை இருக்க வேண்டும் அதற்குப் பிறகுதான் உங்களுக்கு அற்புதங்கள் கிடைக்கப் பெறும். பீரங்கியில் உள்ள துளையை மறைத்துக் கொள்வதும், இயந்திரத் துப்பாக்கிக்கு முன் தங்களைத் தாங்களே நிறுத்திக் கொள்வதும் அந்த அற்புதங்கள் ஆகும். இதற்கான கட்டளைகள் ஒருபோதும் கொடுக்கப்படுவதில்லை, அதற்கான தேவையும் இல்லை. யாரும் அதுபற்றி எழுதுவதும் இல்லை. மணலை அணு உலைக்குள் தூக்கியெறிவது போல எங்களையும் அவர்கள் எறிந்து கொண்டிருந்தார்கள். ஒவ்வொரு நாளும் அவர்கள் புதிய 'நடவடிக்கை மேம்பாடு' — "மனிதர்கள் வீரத்துடனும், தன்னலமில்லாமலும் வேலை செய்து கொண்டிருக் கிறார்கள்", "நாங்கள் வாழ்ந்திருப்பதோடு வெற்றியும் பெறுவோம்" — என்கிற பெயரில் செய்தி வெளியிட்டுக் கொண்டிருந்தனர்.

அவர்கள் எனக்கு ஒரு பதக்கமும், 1000 ரூபிளும் கொடுத்தனர்.

♦

முதலில் நம்ப முடியவில்லை. அது ஒரு விளையாட்டாக இருக்கும் என்றுதான் கருதப்பட்டது. ஆனால் அது உண்மையான யுத்தம். அதுவும் அணு யுத்தம். எது அபாயமானது

அல்லது எது அபாயமற்றது, நாங்கள் எதைக் கவனமாக எதிர்கொள்ள வேண்டும், எதை அசட்டை செய்ய வேண்டும் என்று எங்களுக்கு என்பது குறித்து எங்களுக்கு எந்தக் கருத்தும் இல்லை. ஒருவருக்கும் தெரியவு மில்லை.

அது உண்மையிலேயே ரயில் நிலையங்களை நோக்கி செய்யப் பட்ட ஒரு மிகப்பெரிய வெளியேற்றம்தான். ரயில் நிலையங்களில் என்ன நடந்தது? ஜன்னல் வழியாக குழந்தைகளை ரயில் பெட்டிக்குள் நுழைப்பதற்கு நாங்கள் உதவி செய்தோம். டிக்கெட் கவுண்டரில் டிக்கெட் வாங்க நிற்பவர்களையும், மருந்தகத்தில் அயோடின் வாங்க நிற்பவர்களையும் வரிசையில் நிற்குமாறு செய்து ஓர் ஒழுங்கை ஏற்படுத்தினோம். இருந்தாலும் வரிசையில் நின்று கொண்டிருந்தவர்கள் ஒருவருக்கொருவர் சண்டையிட்டுக் கொண்டிருந்தனர். அவர்கள் கடையின் கதவுகளை உடைத்து கீழே தள்ளினர். ஜன்னலில் இருந்த உலோகக் கிராதிகளையும் உடைத்தனர்.

அதன்பின் எங்கிருந்தோ சிலர் வந்தனர். அவர்கள் சங்கக் கட்டிடங்களிலும், பள்ளிக்கூடங்களிலும், கிண்டர்கார்டனிலும் வசித்து வந்தனர். அவர்கள் அரைகுறை பசியோடு சுற்றிக் கொண்டிருந்தனர். ஒவ்வொருவர் வைத்திருந்த பணமும் விரைவாக காலியானது. அவர்கள் கடைகளிலிருந்த அனைத் தையும் வாங்கினார்கள். துணி துவைத்த பெண்களை என்னால் மறக்க முடியாது. வாஷிங் மெஷின்கள் எதுவும் இல்லை. அதைக் கொண்டுவர வேண்டுமென்று யாருக்கும் தோன்றவில்லை. எனவே அவர்கள் தங்கள் கைகளாலேயே துணிகளனைத்தையும் துவைத்தனர். அந்தப் பெண்கள் எல்லாம் வயதானவர்கள். அவர்களுடைய கைகளில் கொப்புளங்கள் இருந்தன. அவர்கள் துவைத்த துணியில் அழுக்கு இருந்ததோடு ராண்ட்ஜனும் இருந்தது. “பாய்ஸ், ஏதாவது சாப்பிடுங்கள்”, “பாய்ஸ், கொஞ்ச நேரம் தூங்குங்கள்”, “பாய்ஸ், நீங்கள் இளைஞர்கள். எனவே கவனமாக இருங்கள்” என அவர்கள் எங்களுக்காகப் பரிதாபப்பட்டதோடு அழவும் செய்தார்கள்.

அவர்கள் இன்னும் உயிரோடு இருக்கிறார்களா?

ஒவ்வொரு வருடமும் ஏப்ரல் 26 ஆம் தேதியன்று நாங்கள் (அப்போது எங்களோடு இருந்தவர்கள்) ஒன்று கூடுவது வழக்கம். அந்த நிகழ்வு எப்படி இருந்தது என நினைத்துப் பார்ப்பதுண்டு. யுத்தத்தில் போர் வீரனான நீங்கள் அவசியம் தேவை. நாங்கள்

மறந்து போயிருந்த மோசமான நிகழ்வுகளையும் நினைவுபடுத்தி பார்ப்பதுண்டு. நாம் இல்லாமல் அவர்கள் எதுவும் செய்திருக்க முடியாது என்பதையும் நினைவுக்குக் கொண்டு வருவதுண்டு. எங்களுடைய அமைப்பு ஒரு ராணுவ அமைப்பு. அது அவசரகாலத்தில் பிரமாதமாக வேலை செய்யும். கடைசியாக நீங்கள் அங்கே சுதந்திரமானவர் ஆனீர்கள். சுதந்திரம்! அந்த காலகட்டத்தில் ரஷ்யன் தான் எவ்வளவு பெரிய ஆள், எந்த அளவுக்கு தனித்துவம் பெற்றவன் என்பதைக் காட்டிக் கொள்வான். நாங்கள் ஒருபோதும் டச்சாகவோ அல்லது ஜெர்மானியனாகவோ இருக்க முடியாது. நம்மிடம் ஒருபோதும் கருங்காரைகள் மற்றும் ட்ரிம் செய்யப்பட்ட புல்வெளிகள் இருந்ததில்லை. ஆனால் நிறைய ஹீரோக்கள் இருந்தார்கள்.

அவர்களிடமிருந்து அழைப்பு வந்தவுடன் நான் சென்றேன். செல்ல வேண்டும்! நான் கட்சியில் உறுப்பினராக இருந்தேன். கம்யூனிஸ்ட்டுகள், முன்னேறுங்கள்! நான் காவல்துறை அதிகாரி — சீனியர் லெஃப்டினெண்ட். எனக்கு இன்னொரு 'ஸ்டார்' தருவதாக அவர்கள் உறுதியளித்திருந்தார்கள். இது நடந்தது 1987 ஆம் ஆண்டு ஜூன் மாதம். மருத்துவப் பரிசோதனைக்குப் பிறகுதான் அவர்கள் என்னைப் போக அனுமதிக்க வேண்டும். ஆனால் அது இல்லாமலே அவர்கள் அனுமதித்தார்கள். யாரோ ஒருவர் அவருடைய டாக்டரிடமிருந்து தனக்கு 'அல்சர்' என மருத்துவ அறிக்கை கொடுத்ததால் அவருக்குப் பதிலாக நான் செல்ல வேண்டியிருந்தது. அதுவும் அவசரமாக! *(சிரிப்பு)* ஏற்கனவே இது குறித்த நகைச்சுவைத் துணுக்குகள் இருந்தன. வேலையிலிருந்து வீட்டுக்கு வந்த கணவன் மனைவியிடம், "நாளைக்கு நான் செர்னோபிலுக்கு போக வேண்டியிருக்கும். அல்லது கட்சி அடையாள அட்டையை திரும்பக் கொடுக்க வேண்டியிருக்கும்" என்றான். "ஆனால் நீங்கள் தான் கட்சியில் இல்லையே" என்றதற்கு அவன், "சரியே. அதனால்தான் நாளை காலைக்குள் எப்படி கட்சி அடையாள அட்டை வாங்குவது என யோசித்துக் கொண்டிருக்கிறேன்" என்றான்.

நாங்கள் ராணுவ வீரர்களாகத்தான் அங்கு சென்றோம். ஆனால் முதலில் அவர்கள் எங்களை ஒரு கட்டுமானக் குழுவாக ஒழுங்குபடுத்தினார்கள். நாங்கள் மருந்தகம் கட்டினோம். உடனே நான் பலவீனமாக இருப்பது போலவும், எப்போதும் தூக்கத்திலிருப்பது போலவும் உணர்ந்தேன். சூட்டினால்

தான் இப்படி இருக்கிறது என்றும் மற்றபடி நான் நன்றாக இருப்பதாகவும் டாக்டரிடம் கூறினேன். கேண்டீனில் இறைச்சி, பால், கூட்டுப் பண்ணையிலிருந்து வந்த க்ரீம் என எல்லாம் இருந்தது. நாங்கள் அதைச் சாப்பிட்டோம். டாக்டர் எங்களிடம் எதுவும் கூறவில்லை. அவர்கள் தயாரித்த உணவுப் பொருட்களை இவர் தனது புத்தகத்தோடு ஒத்துப் பார்த்து எல்லாம் சரியாக இருக்கிறது எனக் கூறினார். ஆனால் ஒருபோதும் மாதிரி எடுத்துக் கொண்டதில்லை என்பதை நாங்கள் கவனித்தோம். அங்கு அப்படித்தான் இருந்தது. நாங்களோ தீவிரமாக இருந்தோம். பிறகு ஸ்ட்ராபெரி வர ஆரம்பித்தது, எல்லா இடங்களிலும் தேன் இருந்தது.

கொள்ளையடிப்பவர்கள் அங்கேயிருந்தார்கள். நாங்கள் ஜன்னல்களையும், கதவுகளையும் மூடி விட்டோம். கடைகள் எல்லாம் கொள்ளையடிக்கப்பட்டிருந்தன. ஜன்னல்களின் கிராதிகள் உடைக்கப்பட்டிருந்தன. மாவும், சர்க்கரையும் தரையில் கொட்டிக் கிடந்தன. மிட்டாய்களும் கேன்களும் எல்லா இடங் களிலும் சிதறிக் கிடந்தன. ஒரு கிராமம் வெளியேற்றப்பட்டது. அதற்கு அப்பால் ஐந்திலிருந்து பத்து கிலோமீட்டர் தூரத்திற்குள் இருந்த கிராமத்தைச் சேர்ந்தவர்கள்தான் அங்கேயே இருந்தனர். அவர்கள் வெளியேற்றப்பட்ட கிராமத்திலிருந்த அனைத்துப் பொருட்களையும் தங்கள் கிராமத்துக்குக் கொண்டுவந்தனர். அப்படித்தான் நடந்து கொண்டிருந்தது. நாங்கள் அந்த இடங்களைக் காவல் காத்து வந்தோம். முதலில் கூட்டுப்பண்ணைத் தலைவர் வேறு சில உள்ளூர் மக்களுடன் அங்கு வந்தார். அவர்களெல்லாம் மீள்குடியேற்றம் செய்யப்பட்டவர்கள். அவர்களுக்கு புதிய வீடுகள் இருந்தன. அவர்கள் புதிதாக விதைப்பதற்கு பயிர்களை எடுக்க அங்கு வந்தார்கள். அவர்கள் வைக்கோலை மூட்டையாக எடுத்துச் சென்றனர். அந்தப் பொதியில் மோட்டார் சைக்கிளும், தையல் மெஷின்களும் இருந்ததை நாங்கள் பார்த்தோம். அவர்கள் வீட்டில் தயாரித்த வோட்காவை உங்களுக்குக் கொடுப்பார்கள். நீங்கள் அவர்களை தொலைக்காட்சிப் பெட்டி எடுத்துச் செல்ல அனுமதிக்க வேண்டும். இப்படியான ஒரு பரிமாற்று முறை அங்கிருந்தது. நாங்கள் ட்ராக்டர்களையும், விதைக்கும் இயந்திரங்களையும் விற்றோம். ஒரு பாட்டில் அல்லது பத்து பாட்டில்கள். யாருக்கும் பணத்தின் மீது ஈடுபாடில்லை *(சிரித்தார்)*. இதுதான் கம்யூனிஸமாக இருந்தது. எல்லாவற்றிற்கும்

வரி இருந்தது — ஒரு உருளை கேஸுக்கு அரைலிட்டர் வோட்கா, ஆட்டுத் தோலினால் ஆன கோட்டுக்கு இரண்டு லிட்டர், மோட்டார் சைக்கிளுக்கு வோட்காவின் அளவு வேறுபடும். நான் அங்கே ஆறு மாதங்கள் வேலை பார்த்தேன். அதுதான் எங்களுக்குக் கொடுக்கப்பட்ட கால அளவு. அதன் பின் மாற்றுத் துருப்புகள் வந்தனர். சொல்லப்போனால் நாங்கள் அதிக நாட்கள் அங்கு தங்கியிருந்தோம். ஏனெனில் பால்டிக் மாநிலங்களிலிருந்து துருப்புகள் வர மறுத்துவிட்டன. அந்தக் காலகட்டத்தில் அப்படித்தான். ஆனால் மக்கள் அவர்களால் எதைத் தூக்கிக்கொண்டு செல்ல முடியுமோ அவற்றையெல்லாம் களவாடிச் சென்றனர். அவர்கள் அந்தப் பிராந்தியத்தையே இடம் பெயர்த்துக் கொண்டுவந்தது போல இருந்தது. அதைச் சந்தைகளிலும், அடகுக் கடைகளிலும், மக்களின் பண்ணை வீடுகளிலும் பார்க்க முடிந்தது. அவர்கள் விட்டுவிட்டு வந்தது நிலமும், கல்லறைகளும், எங்கள் ஆரோக்கியமும், எங்கள்... இல்லை என்னுடைய நம்பிக்கையையும்தான்.

நாங்கள் எங்கள் இடத்தைச் சென்றடைந்து எங்களுக்கான உபகரணங்களைப் பெற்றுக் கொண்டோம். "ஒரு விபத்துதான். அது நடந்து நீண்ட காலம் ஆகிவிட்டது. மூன்று மாதங்கள் ஆகி இருக்கும். அபாயமொன்றுமில்லை. நன்றாகத்தான் இருக்கிறது" என்று கூறிய கேப்டன், "சாப்பிடுவதற்கு முன்பு நன்றாக கையை கழுவிவிட்டு சாப்பிடு" என்றும் கூறினார்.

நான் கதிர்வீச்சை அளவிட்டேன். கொஞ்சம் இருட்டானவுடன் அங்கிருந்த சிலர் காரில் இருந்த பொருட்களான பணம், சிகரெட், வோட்கா போன்றவற்றை எங்களுக்குக் கொடுத்தார்கள். அவை அனைத்தும் கைப்பற்றப்பட்ட பொருட்கள். அவர்கள் தங்களது பைகளையெல்லாம் மூட்டை கட்டிக்கொண்டு கிளம்பினர். எங்கே கொண்டு செல்வார்கள்? ஒரு வேளை கீவ், மின்ஸ்க்கில் உள்ள 'செகண்ட் ஹாண்ட்' சந்தைக்காக இருக்கலாம். அவர்கள் விட்டுச் சென்ற பொருட்களான உடைகள், காலணிகள், நாற்காலிகள், ஹார்மோனிகா, தையல் மெஷின் போன்றவற்றை நாங்கள் அக்கறையோடு எடுத்துக்கொண்டு பள்ளத்தில் போட்டு மூடிவிட்டோம். இந்தக் குழிகளை நாங்கள் "சமூகக் கல்லறைகள்" என அழைத்தோம்.

நான் வீட்டிற்குச் சென்றேன். நடனமாடுவதற்கு செல்ல வேண்டும். நான் சந்தித்தப் பெண்ணை எனக்குப் பிடித்திருந்தது. அவளிடம், "நாம் ஒருவரையொருவர் தெரிந்து கொள்வோம்" என்று கூறினேன்.

"எதற்காக? நீ ஒரு செர்னோபில்காரன். உன் மூலம் குழந்தைகள் பெற்றுக் கொள்வது எனக்குப் பயமாக இருக்கிறது" என்றாள்.

♦

எனக்கென்று சில நினைவுகள் இருந்தன. அங்கிருக்கும் பாதுகாப்புப் பிரிவுகளின் கமாண்டர் என்பது எனது அதிகாரப்பூர்வமான நிலை. அதாவது பேரழிவுக்கான இயக்குநர் என்பது போன்றது (சிரித்தார்). ஆமாம், அப்படியே எழுதிக் கொள்ளுங்கள்.

ப்ரீபியாட்டிலிருந்து காரொன்று வெளியே வந்தது எனக்கு நினைவிருக்கிறது. ஏற்கனவே அந்த நகரம் காலிசெய்யப்பட்டிருந்தது. மக்கள் யாரும் இல்லை. 'தயவுசெய்து ஆவணங்களைக் கொடுக்கவும்' என்று கேட்டதற்கு கொடுக்க அவர்களிடம் ஆவணம் எதுவுமில்லை. பின்னால் இருந்த கான்வாஸ் மறைப்பை விலக்கிவிட்டுப் பார்த்தோம். அதில் 20 தேநீர் கோப்பைகளும், ஒரு நாற்காலியும், தொலைக்காட்சி, தரைவிரிப்புகளும், சைக்கிள்களும் இருந்தன.

எனவே நான் நெறிமுறைப்படி அது குறித்து எழுதினேன்.

காலியான கிராமங்களில் பன்றிகள் எல்லாம் பித்துப் பிடித்தது போல சுற்றித் திரிந்ததைப் பார்த்தது என் நினைவில் இருக்கிறது. கூட்டுப்பண்ணை அலுவலகங்களிலும், சங்கங்களிலும் ஒட்டப்பட்டிருந்த சுவரொட்டிகள் வெளிறிப் போயிருந்தன. அதில் "நாங்கள் தாய்நாட்டுக்கு ரொட்டிகள் தருவோம்!", "சோவியத் தொழிலாள-மக்களுக்கு பெருஞ் சிறப்பு!", "மக்களின் சாதனைகள் எல்லாம் அழிவில்லாதது!" என குறிப்பிடப்பட்டிருந்தது.

கவனிக்கப்படாமல் கிடந்த கல்லறைகளும் நினைவுக்கு வந்தன — விரிசலடைந்திருந்த மூலைக் கற்களில் கேப்டன் போரோகின், சீனியர் லெஃப்டினெண்ட் என பெயர் பொறிக்கப்பட்டிருந்தது... அதன் பின் தூண்களும் அதைச் சுற்றி செடி, கொடிகளும் மண்டிக் கிடந்தன.

மிகவும் அருமையாகப் பராமரிக்கப்பட்ட அந்தத் தோட்டம் எனக்கு நினைவிருக்கிறது. அந்தத் தோட்டத்தின் சொந்தக்காரர் வெளியே வந்து எங்களைப் பார்த்தார்.

"பாய்ஸ், கத்தாதீர்கள். நாங்கள் ஏற்கனவே விண்ணப்பத்தைப் பூர்த்தி செய்து கொடுத்து விட்டோம் — இந்த வசந்தகாலத்தில் சென்றுவிடுவோம்" என்றார்.

"அப்படியென்றால் தோட்டத்தில் ஏன் மண்ணைப் புரட்டிப் போட்டுக் கொண்டிருக்கிறீர்கள்?"

"அது இலையுதிர்க் காலத்தில் செய்யப்பட்ட வேலை."

எனக்குப் புரிந்தது. ஆனால் நான் நெறிமுறைப்படி அது குறித்து எழுதினேன்.

♠

எனது மனைவி குழந்தையையும் தூக்கிக்கொண்டு சென்று விட்டாள். பெட்டை நாய்! நான் வான்யா கோட்டோவ் போல தூக்கில் தொங்கப் போவதோ, ஏழாவது மாடி ஜன்னல் வழியாகக் குதிக்கப் போவதோ இல்லை. அந்தப் பெட்டை நாய்! நான் அங்கேயிருந்து சூட்கேஸ் நிறைய பணத்துடன் வந்த போது நன்றாக இருந்தது. நாங்கள் கார் வாங்கினோம். அந்தப் பெட்டை நாயும் என்னுடன்தான் நன்றாக வாழ்ந்து வந்தது. அவள் பயப்படவில்லை *(பாட ஆரம்பித்தார்).*

(Even one thousand gamma rays
Can't keep the Russian Cock from having its days)

நல்ல பாடல். ஜோக்கொன்று கேட்கிறீர்களா? *(ஆரம்பித்தார்).* அணு உலையிலிருந்து ஒருவன் வீட்டுக்கு வருகிறான். அவனுடைய மனைவி டாக்டரிடம், "அவரை வைத்துக்கொண்டு நான் என்ன செய்வது?" என்று கேட்க டாக்டர் அவளிடம், "அவனை நன்கு கழுவி, கட்டிக்கொண்டு தள்ளி வைத்துவிடு" என்று கூறினார். அந்தப் பெட்டை நாய்! அவள் என்னைப் பார்த்துப் பயந்தாள். குழந்தையைத் தூக்கிக்கொண்டு சென்று விட்டாள் *(திடீரென்று இறுக்கமானார்).* ராணுவ வீரர்கள் அணு உலைக்குப் பக்கத்தில் வேலையிலிருந்தனர். என் கழுத்தைச் சுற்றி மற்றவர்களிடம் இருந்தது போலவே கதிர்வீச்சுமானி இருந்தது.

அவர்களுடைய பணிமாற்று முடிந்தவுடன், அவர்களைக் கூட்டிக்கொண்டு முதல் பிரிவுக்கு — அதாவது ரகசியப் பிரிவு — செல்லவேண்டும். அங்கு அவர்கள் எங்களின் அளவீட்டை எடுத்துக்கொண்டு எங்களுடைய அட்டையில் ஏதோ எழுதினார்கள். எங்களுடைய அந்த ராண்ட்ஜன் அளவு ஒரு ராணுவ ரகசியம். சில சமயங்களில் திடீரென்று, "இதற்கு மேல் அளவு எதுவும் எடுக்க வேண்டாம் நிறுத்துங்கள்!" என இந்த முட்டாள்கள் சொல்வார்கள். இந்த அளவுக்கு மட்டுந்தான் அவர்கள் உங்களுக்கு மருத்துவத் தகவல்களைத் தருவார்கள். நான் அங்கிருந்து கிளம்பி வரும்போதுகூட அவர்கள் என்னிடம் எனது ராண்ட்ஜன் அளவைக் கூறவில்லை. முட்டாள்கள்! இப்போது அதிகாரத்துக்காக, அதாவது மந்திரி பதவிக்காக, சண்டை போட்டுக் கொண்டிருக்கிறார்கள். அதற்கான தேர்தல் இருந்தது. உங்களுக்கு இன்னொரு ஜோக் வேண்டுமா? செர்னோபிலுக்குப் பிறகு நீங்கள் எது வேண்டுமென்றாலும் சாப்பிடலாம். ஆனால் உங்களின் மலத்தை ஈயம் கொண்டு புதைக்க வேண்டும்.

டாக்டர்கள் எல்லாம் எப்படி எங்களுக்கு மருத்துவம் பார்க்கப் போகிறார்கள்? நாங்கள் ஆவணங்கள் எதையும் எடுத்துக்கொண்டு வரவில்லை. அவர்கள் அதை இன்னும் மறைத்து வைத்திருப்பார்கள் அல்லது ரகசிய ஆவணம் என்பதால் அழித்திருப்பார்கள். டாக்டர் களுக்கும் நாங்கள் எப்படி உதவி செய்ய முடியும்? என்னிடம் சான்றிதழ் இருந்தால் அதில் நான் அங்கே இருக்கும்போது எத்தனை ராண்ட்ஜன் என குறிப்பிடப்பட்டிருக்கும் இல்லையா. அதை நான் எனது பெட்டை நாயிடம் காண்பித்திருக்க முடியும். அதை அவளிடம் காண்பித்து நாமும் குழந்தைகளுடன் சேர்ந்து நன்றாக வாழமுடியும் எனச் சொல்லியிருப்பேன். செர்னோபில் கலைப்பாளரின் வேண்டுதல்: "ஓ... கடவுளே, நீங்கள் உருவாக்கியதால் என்னால் எதுவும் செய்ய முடியாது. தயவுசெய்து நீங்களே சரிசெய்துவிட்டால் நான் எதுவும் செய்ய வேண்டியிருக்காது?"

♦

எதையும் வெளிப்படுத்தக்கூடாது என்பதற்காக ஒரு படிவத்தில் கையெழுத்து வாங்கினார்கள். எனவே நான் எதுவும் சொல்ல வில்லை. ராணுவத்திலிருந்து வந்த பிறகு நான் செல்லுபடியாகாத இரண்டாவது குழுவில் சேர்க்கப்பட்டேன். எனக்கு வயது இருபத்தி

இரண்டு. கதிர்வீச்சு அளவு என்னிடம் ‘நன்றாக’வே இருந்தது. அணுஉலையிலிருந்து வாளி வாளியாக கிராஃபைட்டைச் சுமந்து சென்றோம். அது பத்தாயிரம் ராண்ட்ஜன் அளவு கொண்டது. நாங்கள் சாதாரண மண்வெட்டியை வைத்துப் பெயர்த்தெடுத்தோம். பணியின்போது நாங்கள் கிட்டத்தட்ட முப்பது முறை எங்களது முகத்திரையை மாற்றிக் கொண்டோம் — மக்கள் அதை ‘முகவாய்’ என அழைத்தனர்.

வெடிவிபத்தில் இடிந்த சிதைக்கூளங்களிடையே சிக்கி அதே நிமிடம் உயிர் துறந்த வலேரி கோடோம்சுக் என்கிற சீனியர் ஆபரேட்டரை புதைக்க மிகப் பெரிய கல்சவப்பெட்டி தயாரிக்கப்பட்டது. அது ஒரு இருபதாம் நூற்றாண்டு பிரமிடு ஆகும். எங்களுக்கு இன்னும் மூன்று மாதங்கள் இருந்தன. அவர்கள் எங்களுக்கு மாற்று உடுப்பு எதுவும் தரவில்லை. அணு உலையில் வேலை செய்து கொண்டிருந்தபோது போட்டிருந்த அதே பேண்ட், காலணியுடன் எங்கள் குழுவை அவர்கள் கலைப்பது வரை சுற்றித் திரிந்தோம்.

அவர்கள் என்னைப் பேச அனுமதித்தாலும், யாருடன் நான் பேசியிருக்க முடியும்? நான் தொழிற்சாலையில் வேலை செய்து கொண்டிருந்தேன். என்னுடைய அதிகாரி, ‘நீ உடல் நலமில்லாமல் இருப்பதை நிறுத்து. அல்லது நாங்கள் உன்னை நிறுத்த வேண்டிவரும்’ எனக் கூறி அதே மாதிரி நிறுத்தவும் செய்தார். நான் இயக்குநரிடம் சென்றேன். “உங்களுக்கு அப்படி செய்வதற்கான உரிமையில்லை. நான் செர்னோபில்காரன். நான் உங்களை பாதுகாத்திருக்கிறேன். காப்பாற்றியிருக்கிறேன்!” என்றேன். அதற்கு அவர், “அங்கே உன்னை நாங்கள் அனுப்ப வில்லையே” என்றார்.

“சோனி, நீ ஏன் எதுவும் சொல்லமாட்டேன் என்கிறாய்? நீ தூங்கவும் இல்லை. நீ அங்கே படுத்திருக்கிறாய், கண்கள் திறந்திருக்கின்றன, விளக்குகளும் எரிந்து கொண்டிருக்கிறது” என்று அம்மா பேசியதைக் கேட்டு நான் எழுந்தேன். ஆனால் எதுவும் சொல்லவில்லை. நான் எனக்கேயான மொழியில் பதில் சொல்லக்கூடிய மாதிரி என்னிடம் யாரும் பேசவில்லை. நான் எங்கிருந்து வந்தேன் என்று யாருக்கும் புரியவில்லை. நான் யாரிடமும் சொல்ல முடியாது.

இனிமேல் எனக்கு மரணத்தைப் பற்றி எந்தப் பயமும் இல்லை. ஆனால் நான் எப்படி இறக்கப் போகிறேன் என்று எனக்குத் தெரியாது. என்னுடைய நண்பன் இறந்துவிட்டான். எனது பக்கத்துவீட்டுக்காரர் — அவரும்கூட அங்கே இருந்தார், அவர் கிரேனில் வேலை பார்த்து வந்தார். அவர் நிலக்கரி போல கருப்பாகி, குழந்தை போல சிறுத்துப் போனதால் குழந்தைகளின் உடையைத்தான் அணிந்திருந்தார். நான் எப்படி சாகப் போகிறேனென்று எனக்குத் தெரியவில்லை. ஆனால் எனக்கு இது தெரியும் — எனக்குள்ள குறையுடன் நீங்கள் இருந்தால் அதிக நாள் இருக்கமாட்டீர்கள். ஆனால் அப்படி நடக்கும் போது அதை உணர விரும்புகிறேன். அதாவது எனது தலையில் குண்டடிபட்டால் எப்படி உணர முடியுமோ அது போல உணர வேண்டும். நான் ஆஃப்கானிஸ்தானில்கூட இருந்தேன். அங்கே மரணம் என்பது எளிமையாக இருந்தது. உங்களை துப்பாக்கியால் சுடுவார்கள். அவ்வளவுதான்.

பத்திரிகையில் வந்த செய்தியை வெட்டி வைத்திருந்தேன். அது சம்பவம் நடந்த அன்று அணுமின் நிலையத்தில் இரவுப் பணியிலிருந்த ஆபரேட்டர் லியோனிட் டாப்துனோவ் *(Leonid Toptunov)* என்பவரைப் பற்றியது. அவர்தான் வெடிவிபத்து ஏற்படுவதற்கு சில வினாடிகளுக்கு முன்பு விபத்துக்கான சிவப்பு பொத்தானை அழுத்தியவர். ஆனால் அது வேலை செய்யவில்லை. அவர்கள் அவரை மாஸ்கோவில் உள்ள மருத்துவமனைக்குத் தூக்கிச் சென்றனர். அங்கிருந்த டாக்டர், "இவர் உடல் நிலையை பழையபடி கொண்டுவர வேண்டுமெனில் எங்களுக்கு இன்னொரு உடல் தேவை" என்று கூறியிருக்கிறார். அவரது முதுகுப் புறத்தில் கதிர்வீச்சுப்படாமல் ஒரு சிறிய பகுதிதான் இருந்தது. அவரை மற்றவர்கள் போல மிட்டின்ஸ்கயா *(Mytinskaya)* கல்லறையில்தான் புதைத்தனர். அவருடைய சவப்பெட்டி மென் தகடினால் காப்பிடப்பட்டது. அதன் பின் அரைமீட்டர் அளவுக்கு கான்க்ரீட்டைக் கொட்டி, ஈயம் வைத்து மூடினார்கள். அங்கு வந்திருந்த அவருடைய அப்பா அழுது கொண்டிருந்தார். அவரை தாண்டிச் சென்ற மக்கள், "இந்த தேவ்டியா மகன்தான் வெடிக்க வைத்தது" என்று கூறிச் சென்றனர்.

நாங்கள் தனிமையில் இருந்தோம். அந்த இடத்துக்கு நாங்கள் புதியவர்கள். மற்றவர்களைப் புதைப்பது போல்

அல்லாமல் எங்களைத் தனியாகப் புதைப்பார்கள். நாங்கள் வெளியுலகத்திலிருந்து வந்த அந்நியர்கள் போல நடத்தப் பட்டோம். ஆஃப்கானிஸ்தானிலேயே இறந்திருந்தால் நன்றாக இருந்திருக்கும். உண்மையிலேயே நான் அப்படித்தான் சிந்தித் தேன். ஆஃப்கானிஸ்தானில் மரணம் என்பது சாதரணமான ஒரு விஷயம். அங்கே நீங்கள் அதைப் புரிந்து கொள்ள முடியும்.

♦

மேலே ஹெலிகாப்டரில் அணுஉலைக்கு அருகில் நான் பறக்கும் போது என்னால் மான்களையும், காட்டுப்பன்றிகளையும் பார்க்க முடிந்தது. அவை மிகவும் மெலிந்தும், தூங்கிவழிந்துகொண்டும் மெதுவாக நகர்ந்து கொண்டிருந்தன. அங்கு முளைத்திருந்த புற்களை மேய்ந்து கொண்டிருந்தன. மக்களோடு அங்கிருந்து வெளியேற வேண்டுமென்று அவற்றிற்குப் புரியவில்லை.

நான் போகவா அல்லது வேண்டாமா? நான் பறக்கவா அல்லது வேண்டாமா? நான் ஒரு கம்யூனிஸ்ட் — நான் எப்படி போகாமல் இருக்க முடியும்?

இரண்டு துணைத் துருப்புகள் போக மறுத்துவிட்டனர் — அவர்களுடைய மனைவிகள் சிறுவயதினர், குழந்தைகள் வேறு இல்லை. அவர்கள் போகவில்லை என்பதற்காக அவமானப் படுத்தப்பட்டு, தண்டிக்கப்பட்டார்கள். அவர்களுடைய தொழில் வாழ்க்கையே முடிவுக்கு வந்தது. ஆண்மையை வெளிப் படுத்துவதற்கான வாய்ப்பு இது என்பதும் என்னைக் கவர்ந்தது. அவர்கள் போகவில்லை என்பதால் நான் சென்றேன். ஒன்பது அறுவை சிகிச்சைகள், இரண்டு மாரடைப்புகளுக்குப் பிறகு இப்போது அதை நான் வேறுவிதமாகப் பார்க்கிறேன். அவர்களை மதிப்பீடு செய்வதற்குப் பதில் புரிந்து கொண்டேன். அவர்கள் இளைஞர்கள். எப்படியிருந்தாலும் நான் போயிருப்பேன். அது உறுதி. அவர்கள் போயிருக்கமாட்டார்கள். நான் போயிருப்பேன். அதுதான் ஆண்மை.

மேலே கூறியவற்றில் அற்புதமான விஷயம் அதில் சம்பந்தப் பட்ட வலிய பொருள்கள் — வலுவான ஹெலிகாப்டர்கள், மத்திய தரத்திலான ஹெலிகாப்டர்கள், Mi-24 ரக போர் ஹெலிகாப்டர்கள். செர்னோபிலில் Mi-24 ரக போர் ஹெலிகாப்டர்களை அல்லது Mi-2 ரக போர் விமானங்களை வைத்துக்கொண்டு நீங்கள் என்ன

செய்யப் போகிறீர்கள்? விமானிகள் அனைவரும் இளைஞர்கள். ஆஃப்கானிஸ்தானில் இருந்து புத்துணர்வுடன் வந்தவர்கள். ஆஃப்கானிஸ்தானில் போதும் போதும் என்கிற அளவுக்கு சண்டை போட்டு வந்தாகி விட்டது என்கிற உணர்வைக் கொண்டிருந்தார்கள். அவர்கள் காட்டில் அணுஉலைக்குப் பக்கத்தில் உட்கார்ந்து ராண்ட்ஜனை உள்வாங்கிக் கொண்டிருந்தார்கள். அதுதான் அவர்களுக்குக் கொடுக்கப்பட்ட கட்டளை. கதிர்வீச்சைப் பெறுவதற்கு அவர்களுக்கு எல்லோரையும் அனுப்ப வேண்டிய அவசியம் இருக்கவில்லை. எதற்காக எல்லோரையும் அனுப்ப வேண்டும்? அவர்களுக்குத் தேவை நிபுணர்கள்தானே தவிர சாதாரண மனிதர்கள் இல்லை. சிதைவடைந்த கட்டிடத்தையும், சிதைவுகள் அடங்கிய வயல் வெளியையும், சிறிதாகத் தெரிந்த மனித வடிவங்களையும் நான் மேலேயிருந்து பார்த்தேன். கிழக்கு ஜெர்மனியிலிருந்து வந்திருந்த கிரேன் வேறு இருந்தது. ஆனால் அது வேலை செய்யவில்லை — அது அணுஉலை வரை சென்றது அதற்குப் பிறகு 'செத்து' விட்டது. ரோபோக்கள் செயலிழந்து போயிற்று. செவ்வாய் கிரகத்தில் என்ன இருக்கிறது என்பதைக் கண்டுபிடிப்பதற்காக கல்வியியலாளர் லூக்காசெவ்வால் வடிவமைக்கப்பட்டவை அந்த ரோபோக்கள். ஜப்பான் நாட்டு ரோபோக்களில் இருந்த வயர்கள் எல்லாம் கதிர்வீச்சினால் பாதிக்கப்பட்டு சேதமடைந்து விட்டது. ஆனால் ராணுவ வீரர்கள் ரப்பர் உடை, ரப்பர் கையுறைகள் அணிந்துகொண்டு சுற்றிச் சுற்றி வேலை செய்து கொண்டிருந்தனர்...

அங்கிருந்து திரும்புவதற்கு முன்னால் அவர்கள் எங்களிடம் நாட்டின் நலன் கருதி அங்கு பார்த்ததை யாரிடமும் சொல்ல வேண்டாம் எனக் கேட்டுக் கொண்டார்கள். எங்களைத் தவிர்த்து வேறு யாருக்கும் அங்கு என்ன நடந்தது என்பது தெரியாது. எங்களுக்கு எல்லாம் புரியாவிட்டாலும் அனைத்தையும் பார்த்தோம்.

பகுதி-2
வாழ்ந்து கொண்டிருப்பவர்களின் நிலம்

பழைய தீர்க்கதரிசனங்கள்

எனது குட்டி மகள் மற்றவர்களைப் போல் இல்லாமல் சற்றே வித்தியாசமானவள். அவள் வளர்ந்து வரும்போது என்னிடம், "நான் ஏன் மற்றவர்கள் போல் இல்லை?" எனக் கேட்டாள்.

அவள் பிறக்கும்போது குழந்தையாக இல்லை. எல்லா இடங்களிலும் தைக்கப்பட்ட ஒரு கோணிப்பை போல இருந்தாள். கண்களைத் தவிர வேறெந்த இடமும் 'திறந்திருக்க' வில்லை. அவளுடைய மருத்துவக் குறிப்பில், 'இந்தப் பெண் குழந்தை பல சிக்கலான நோய்க் குறியியல்களைக் — மலவாய், பெண் உறுப்பு, இடதுபக்க சிறுநீரகம் போன்றவை வளர்ச்சியில் குறைபாடோடு இருக்கிறது — கொண்டு பிறந்திருக்கிறது' எனக் குறிப்பிடப்பட்டிருந்தது. இது மருத்துவரீதியில் சொல்லப் பட்டதாக இருந்தாலும் சுருக்கமாகச் சொன்னால் அவளால் சிறுநீர் கழிக்க முடியாது, மலவாய் இல்லை, இடது பக்க சிறுநீரகம் இல்லை என்பதுதான். இரண்டாவது நாள், அதாவது அவளுடைய வாழ்வின் இரண்டாவது நாளிலேயே அவளுக்கு அறுவை சிகிச்சை செய்யப்பட்டது. அவள் தன் கண்களைத் திறந்து புன்னகைத்தாள். அதன் பின் அவள் அழக்கூடும் என நினைத்திருந்தேன். ஆனால், கடவுளே! அவள் சிரித்தாள்!

நான்கு ஆண்டுகளில் அவளுக்கு நான்கு அறுவை சிகிச்சைகள்

செய்யப்பட்டன. பெலாரஸ்ஸிலேயே இவ்வளவு சிக்கலான நோயியல் குறைபாடுகளுடன் பிறந்து உயிரோடு இருந்த குழந்தை இவள் ஒருத்திதான். நான் அவளை மிகவும் நேசித்தேன் *(நிறுத்தினார்).* என்னால் இனிமேல் ஒரு குழந்தையை பிரசவிக்க முடியாது. அதற்கான தைரியமும் எனக்கில்லை. நான் மகப்பேறு சிகிச்சைப் பிரிவிலிருந்து திரும்பி வந்த அன்றிரவு எனது கணவர் என்னை முத்தமிட்டார். படுக்கையில் படுத்திருந்த நான் நடுங்கிக்கொண்டே, "நம்மால் முடியாது. இது ஒரு பாவம். எனக்கு பயமாக இருக்கிறது. டாக்டர்கள் — 'இந்தக் குழந்தை சட்டையோடு பிறக்கவில்லை. மாறாக கவசத்துடன் பிறந்திருக்கிறாள். இதை தொலைக்காட்சியில் காண்பித்தால் எந்தவொரு தாயும் பிரசவிப்பதை விரும்பமாட்டார்' — என்று பேசுவதைக் கேட்டுக் கொண்டிருந்தேன்" என்றேன். அவர்கள் பேசியது எனது மகளைப் பற்றித்தான். இதற்குப் பிறகு நாங்கள் எப்படி ஒருவருக்கொருவர் அன்பு செய்ய முடியும்?

நான் தேவாலயத்துக்குச் சென்று மதகுருவைச் சந்தித்தேன். எனது பாவங்களுக்காக நான் பிரார்த்திக்க வேண்டும் என்று கூறினார். ஆனால் எனது குடும்பத்தினர் யாரும் எவரையும் கொன்றிருக்கவில்லை. எதற்காக நான் குற்றவாளி ஆக வேண்டும்? முதலில் எங்கள் கிராமத்தில் உள்ளவர்களை அங்கிருந்து வெளியேற்ற வேண்டும் என நினைத்தார்கள். அதன் பின் அரசாங்கத்திடம் நிதி இல்லை என்பதால் அதை அவர்களுடைய பட்டியலிலிருந்து நீக்கி விட்டார்கள். அந்த சமயத்தில்தான் நான் காதலித்து திருமணம் செய்து கொண்டேன். இங்கே அன்யோன்யமாக இருப்பதற்கு அனுமதியில்லை என்பது எனக்குத் தெரியாது. பல வருடங்களுக்கு முன்பு, எனது பாட்டி விவிலியத்திலிருந்து படித்தார்; ஒரு காலகட்டத்தில் எல்லாம் வெற்றியடையும், எல்லாம் மலர்ச்சியடையும், ஆறுகளில் ஏராளமான மீன்களும், காடுகளில் ஏராளமான விலங்குகளும் இருக்கும். ஆனால் மனிதர்கள் அதைப் பயன்படுத்த முடியாது. பயமுள்ள கற்பனைக் கதைகளைப் போல இருக்கும் பழைய தீர்க்கதரிசனங்களை நான் உன்னிப்பாகக் கேட்பதுண்டு. அவற்றை நான் நம்புவது இல்லை.

எனது மகளைப் பற்றி எல்லோரிடமும் சொல்வதற்கு எழுதிக் கொள்ளுங்கள். அவளுக்கு நான்கு வயதாகிறது. அவளால் பாட முடியும்; நடனம் ஆட முடியும்; மனப்பாடமாகக் கவிதைகள் தெரியும். அவளுடைய மன வளர்ச்சி இயல்பு நிலையிலேயே

இருந்தது. மற்ற குழந்தைகளுடன் ஒப்பிடும்போது அவள் எதிலும் வேறுபட்டவள் இல்லை. ஆனால் அவளுடைய விளையாட்டுகள் எல்லாம் வித்தியாசமானது. அவள் 'கடை' அல்லது 'பள்ளிக்கூடம்' என விளையாடுவதற்குப் பதிலாக 'மருத்துவமனை' விளையாட்டு விளையாடுவாள். அவள் பொம்மைகளுக்கு ஊசி போடுவாள். டெம்பரேச்சர் பார்ப்பாள். அவற்றிற்கு ஐ.வி. போட்டுவிடுவாள். பொம்மை இறந்துவிட்டால் ஒரு வெள்ளைத் துணி போட்டு மூடிவிடுவாள். நான்கு ஆண்டுகளாக அவளோடு மருத்துவமனையில் வாழ்ந்து வருகிறோம். அவளைத் தனியாக விட்டுவிட்டு எங்களால் எங்கும் போகமுடியாது. அவளுக்கும் நாம் வீட்டுக்கு போக வேண்டுமென்ற எண்ணம்கூட இருந்ததில்லை. நாங்கள் எப்போதாவது ஒரு மாதம், இரண்டு மாதம் வீட்டில் இருந்தால் அவள் என்னிடம், "நாம் திரும்பவும் எப்போது மருத்துவமனைக்குப் போகப் போகிறோம்?" என்று கேட்பாள். அங்கேதான் அவளுடைய நண்பர்கள் இருந்தார்கள். அங்கேதான் அவர்கள் வளர்ந்து வருகிறார்கள்.

டாக்டர்கள் அவளது மலவாயை உருவாக்கினார்கள். அது போல அவளுக்கான பெண் உறுப்பையும் வடிவமைத்தார்கள். கடைசியாகசெய்யப்பட்ட அறுவை சிகிச்சைக்குப் பிறகு சிறுநீரகச் செயல்பாடு முழுவதுமாக நின்றுவிட்டது. அவர்களினால் சிறுநீர் நீக்கு குழாயைக்கூட உள்ளே செருக முடியவில்லை — அதற்கு மேலும் அறுவை சிகிச்சைகள் செய்ய வேண்டும் எனக் கூறினார்கள். அப்போதிலிருந்து அவர்கள் எங்களை வெளிநாட்டு மருத்துவ உதவியை நாடும்படி அறிவுரை கூறிவந்தார்கள். மாதம் 120 டாலர்கள் சம்பாதிக்கும் என் கணவர் சிகிச்சைக்குத் தேவையான ஆயிரக்கணக்கான டாலர்களை கொண்டுவர எங்கே போவார்? ஒரு பேராசிரியர் அமைதியாக, "நோயியல் குறைபாடுகளுடன் இருக்கும் உங்கள் குழந்தை அறிவியலுக்கு பயன்படும். மற்ற நாடுகளில் உள்ள மருத்துவமனைகளுக்கு எழுதி அவர்களுக்கு சிகிச்சை அளிக்க விருப்பமா? எனக் கேளுங்கள்" என்றார். இதைக் கேட்ட நான் கடிதம் எழுதினேன் (அழுகையைக் கட்டுப்படுத்த முயற்சித்தார்). அக்கடிதத்தில், அவளுடைய உடம்பில் செயற்கையாக ஏற்படுத்தப்பட்டிருந்த துளை மூலமாக அரைமணி நேரத்துக்கு ஒரு முறை அழுத்தி சிறுநீரை அவள் உடலிலிருந்து வெளியேற்றுகிறோம் எனவும் எழுதினேன். உலகத்தில் வேறு எங்காவது குழந்தையின் உடலி

லிருந்து அரைமணி நேரத்துக்கு ஒரு முறை அழுத்திப் பிழிந்து சிறுநீரை வெளியேற்றியிருக்கிறார்களா? எவ்வளவு காலம் இப்படியே செய்து கொண்டிருப்பது? கதிர்வீச்சின் சிறிய தாக்கம் குழந்தைகளின் உடலுறுப்புகளில் எவ்விதத் தாக்கத்தை ஏற்படுத்தும் என்பது பற்றி யாருக்கும் தெரிந்திருக்கவில்லை. பரிசோதனைக்குத் தேவையென்றால் என்னுடைய மகளை எடுத்துக் கொள்ளுங்கள். ஆனால் அவள் இறப்பதை நான் விரும்பவில்லை. அவள் ஆய்வுக்கூடத் தவளையாகவோ, முயலாகவோ இருக்கட்டும். ஆனால் அவள் உயிரோடு இருக்க வேண்டும். *(அழுகை)* நான் டஜன் கணக்கில் கடிதங்கள் எழுதினேன். ஓ... கடவுளே!

அவளுக்கு இன்னும் புரியவில்லை. ஆனால் என்றைக்காவது அவள் எங்களிடம், நான் ஏன் மற்றவர்கள் போல இல்லை? நான் ஏன் ஆணோடு உறவு வைத்துக் கொள்ள முடியாது? நான் ஏன் குழந்தைகளை பிரசவிக்க முடியாது? வண்ணத்துப்பூச்சிகளுக்கு நடப்பது போல் ஏன் எனக்கு எப்போதும் நடக்காது? பறவைகளுக்கு என்னவாயிற்று? ஏன் எனக்கு மட்டும்? அவள் வளர்ந்த பிறகு என் கணவர் மேலோ, என் மேலோ, அவள் மேலோ, எங்கள் அன்பின் மேலோ எந்தத் தவறும் இல்லை என்பதை நிரூபிக்கவும் அவளுக்குப் புரியவைக்கவும் எனக்கு அவள் சம்பந்தப்பட்ட அனைத்து ஆவணங்களும் தேவையாக இருந்தன *(அழுகையைக் கட்டுப்படுத்த மறுபடியும் முயற்சித்தார்).* நான் நான்கு ஆண்டுகளாக டாக்டர்களுடனும், அரசு அதிகாரிகளுடனும் போராடினேன். சம்பந்தப்பட்ட அனைத்து முக்கிய நபர்களின் கதவுகளையும் தட்டினேன். இறுதியாக, நான்காண்டு போராட்டத்துக்குப் பிறகு அயனி யாக்கக் கதிர்வீச்சுக்கும் அவளுடைய இந்த மோசமான நிலைக்கும் தொடர்பு இருக்கிறது என்பதை உறுதிப்படுத்தக்கூடிய ஆவணம் டாக்டர்களிடம் இருந்து கிடைத்தது. அவர்கள் நான்கு ஆண்டுகளாக இதைத் தர மறுத்ததோடு தொடர்ந்து, 'பிறவி ஊனத்தால் பாதிக்கப்பட்டவள் உங்கள் குழந்தை' என சொல்லிக் கொண்டிருந்தார்கள். பிறவியிலேயே என்ன ஊனம்? அவள் செர்னோபிலினால் பாதிக்கப்பட்டவள்! நான் எனது வம்சாவழி பற்றி படித்தேன் — எங்கள் குடும்பத்தில் யாரும் ஒருபோதும் உடல்ரீதியில் இதுமாதிரி பாதிக்கப்பட்டதில்லை. ஒவ்வொருவரும் கிட்டத்தட்ட 80 அல்லது 90 வயது வரை வாழ்ந்தவர்கள். எனது தாத்தா 94 வயது வரை வாழ்ந்தவர். டாக்டர்கள், "எங்களுக்கென்று வழிமுறைகள் உள்ளன. இந்த வகை

நிகழ்வுகளையெல்லாம் நாங்கள் 'பொதுவான உடல்நலமின்மை' என்றுதான் குறிப்பிடுவோம். இன்னும் இருபது அல்லது முப்பது ஆண்டுகளில், செர்னோபில் குறித்த தரவு எங்களிடம் இருக்கும்போது, இதை நாங்கள் அயனியாக்கக் கதிர்வீச்சோடு தொடர்புபடுத்தி பார்க்க ஆரம்பிப்போம். ஆனால், இந்தத் தருணத்தில் இது குறித்து அறிவியலில் போதுமான விவரங்கள் இல்லை" என்றார்கள். ஆனால், என்னால் இருபது அல்லது முப்பது வருடங்கள் காத்திருக்க முடியாது. நான் அவர்கள் மேலும் அரசாங்கத்தின் மேலும் வழக்குத் தொடர விரும்பினேன். இது போலக் குழந்தைகள் புராதன க்ரீஸ் நாட்டில் இருந்திருக் கிறார்கள் எனக் கூறி ஏளனம் பேசினார்கள். எனக்குப் பித்து பிடித்துவிட்டது என்றார்கள். ஓர் அரசு அதிகாரி என்னைப் பார்த்து, "உங்களுக்கு செர்னோபில் சலுகைகள்! பாதிக்கப் பட்டவர்களுக்கான நிதி! வேண்டுமா?" எனக் கத்தினார்." அவருடைய அலுவலகத்தில் எனது உணர்வை எப்படி நான் இழக்காமல் இருந்தேன் என்பது எனக்கே தெரியாது.

ஆனால் ஒரு விஷயம் அவர்கள் புரிந்து கொள்ளவில்லை — புரிந்து கொள்ள முயற்சிக்கவில்லை. இது எங்களுடைய தவறில்லை என்பதைத் தெரிந்து கொள்வது எனக்குத் தேவை யாக இருந்தது. எங்களுடைய உறவும் இதற்குக் காரணம் இல்லை. *(அழ ஆரம்பித்தார்).* அந்தப் பெண் வளர்ந்து கொண்டிருக்கிறாள் — அவள் இன்னும் சிறு பெண்தான் — எங்களுடைய பெயரை நீங்கள் குறிப்பிடுவதில் எனக்கு விருப்பமில்லை — எங்கள் பக்கத்துவீட்டுக்காரர்களும், என் வீடு இருக்கும் தளத்தில் இருப்பவர்களுக்குமே இது தெரியாது. நான் அவளுக்கு நல்ல உடுப்பையும், கைக்குட்டையையும் போட்டுவிட்ட பிறகு அவளைப் பார்ப்பவர்கள் எல்லோரும் "உங்களுடைய காட்யா மிகவும் அழகாக இருக்கிறாள்" என்றுதான் கூறுவார்கள். பிரச வித்திருக்கும் பெண்களை நான் கூர்ந்து கவனிப்பதில்லை. சாதாரணமான ஒரு பார்வைதான். ஆச்சரியமும், திகிலும், பொறாமையும், குதூகலமும், ஏன் வஞ்சம் தீர்க்கும் உணர்வும் கூட என்னிடம் இருக்கிறது. கர்ப்பமாக இருக்கிற பக்கத்து வீட்டுக்காரரின் நாய், கூட்டில் இருக்கும் பறவை... ஆகியவற்றைப் பார்ப்பது போலவே இவளையும் பார்க்கவேண்டுமோ என ஒரு சமயம் சிந்தித்தது உண்டு.

என்னுடைய பெண்...

– லாரிசா Z. அம்மா.

நிலவொளியில் இயற்கைக்காட்சி

நினைப்பது நல்லதா அல்லது மறந்து விடுவது நல்லதா? எனத் திடீரென்று நான் யோசிக்க ஆரம்பித்தேன். நான் எனது நண்பர்களைக் கேட்டேன். சிலர் மறந்து விட்டிருந்தார்கள். இன்னும் சிலர் நினைவில் வைத்துக்கொள்ள விரும்பவில்லை. ஏனென்றால் எதையும் நம்மால் மாற்ற முடியாது. இங்கிருந்து வெளியேறக்கூட முடியாது.

எனக்கு நினைவிலிருப்பதைச் சொல்கிறேன். இந்த விபத்து நடந்த பிறகு முதல் சில நாட்களில் நூலகத்தில் இருந்த கதிர்வீச்சு, ஹிரோஷிமா, நாகசாகி, எக்ஸ்ரே சம்பந்தப்பட்ட புத்தகங்கள் எல்லாம் காணாமல் போய்விட்டன. மக்கள் கலவரப்படக்கூடாது என்பதற்காக மேலிடத்து உத்தரவால் இந்தப் புத்தகங்கள் எல்லாம் அப்புறப்படுத்தப்பட்டதாக சிலர் கூறினார்கள். பாப்புவன்ஸுக்குப் பக்கத்தில் செர்னோபில் வெடித்தாலும் உலகமே பயப்படும். ஆனால் பாப்புவன்ஸ் பயப்படாது என ஒரு ஜோக்கும் சுற்றித் திரிந்தது. இது குறித்து எந்தவொரு மருத்துவ அறிக்கையோ, தகவலோ இல்லை. சிலருக்கு பொட்டாசியம் அயோடைடு கிடைத்தது (எங்களுடைய நகரத்தில் உள்ள மருந்தகத்திலிருந்து இதை நீங்கள் பெற முடியாது. அங்கே உங்களுக்கு யாரையாவது தெரிந்திருந்தால் மட்டுமே சாத்தியம்) சிலர் இந்த மாத்திரையை மொத்தமாக

வாங்கி மதுவோடு சேர்த்து விழுங்கினார்கள். அதன் பின் மருத்துவமனைக்குச் சென்று வயிற்றை சுத்தம் செய்து கொண்டனர். அதற்குப் பிறகு நாங்கள் ஒரு சமிஞ்கையைக் கண்டுபிடித்து அதை எல்லோரும் பின்பற்ற ஆரம்பித்தோம். அது என்னவெனில், நகரத்தில் குருவிகளும், புறாக்களும் இருக்கும் வரை அங்கே மனிதர்களும் வாழலாம் என்பதுதான். ஒரு முறை நான் டாக்ஸியில் உட்கார்ந்திருந்தேன். அப்போது கண் தெரியாதது மாதிரி பறவைகள் வந்து காரின் ஜன்னல் கண்ணாடியில் மோதி மோதிக் கீழே விழுந்தன. இதைப்பார்த்த டிரைவருக்கு எதுவும் புரியவில்லை. அவற்றிற்குப் பித்துப் பிடித்திருக்கும் அல்லது தற்கொலை செய்து கொண்டிருக்கும் என நினைத்தோம்.

ஒரு முறை தொழில்முறை பயணத்தை முடித்துவிட்டுத் திரும்பி வரும் போது பார்த்த நிலவொளி இயற்கைக்காட்சி நினைவுக்கு வருகிறது. சாலையின் இருபுறமும் அடிவானம் வரை நீண்டிருந்த வயல்வெளிகள் எல்லாம் வெள்ளை நிற டாலமைட்டினால் மூடப்பட்டிருந்தது. விஷமாகிப் போன மேல்மணல் நீக்கப்பட்டு புதைக்கப்பட்டிருந்தது. அதற்குப் பதிலாக அவர்கள் வெள்ளை டாலமைட் மணலைக் கொண்டு வந்து நிரப்பியிருந்தார்கள். அதைப் பார்த்தபோது பூமியில் இருப்பது மாதிரி தெரியவில்லை. இது குறித்து எழுத நினைத்தபோது எனக்குப் பார்வை சரியாகத் தெரியவில்லை. நூறு வருஷத்தில் இங்கே என்ன இருக்குமென்று நான் கற்பனை செய்து பார்த்தேன். மனிதனோ அல்லது வேறெதுவுமோ தனது நான்கு கால்களில் தாவித் தாவி செல்லும் நீண்ட பின்னங்கால்களை வீசி வீசி நடக்கும். முழங்கால்கள் மடிந்திருக்கும். இரவில் தனது மூன்றாவது கண்ணால் பார்க்கும். இருக்கக்கூடிய ஒரே காதும் தலையில் இருக்கும். எறும்பு எப்படி ஓடுகிறது என்பதைக்கூட கேட்கக்கூடிய சக்தி அதற்கு இருக்கும். எறும்புகள் மட்டுந்தான் இருக்கும். மற்றவையெல்லாம் இறந்து மேலுலகம் சென்றிருக்கும்.

இந்தக் கதையை நான் ஒரு பத்திரிகைக்கு அனுப்பினேன். அவர்கள் இது இலக்கியப் படைப்பு மாதிரி தெரியவில்லை யென்றும், விவரங்களையெல்லாம் படித்தால் ஏதோ ஒரு கொடுங்கனவு போல இருக்கிறதென்றும் பதில் எழுதினார்கள். எனக்குத் திறமை குறைவுதான். ஆனால் அவர்கள் ஏன் அதை ஏற்றுக் கொள்ளவில்லை என்பதற்கு இன்னொரு காரணமும் இருக்கக்கூடும் என நான் நினைத்தேன்.

யுத்தம் அல்லது முகாம்கள் பற்றி எழுதும் எழுத்தாளர்கள் யாரும் செர்னோபில் குறித்து எதுவும் எழுதாமல் மௌனமாக இருப்பது ஏன் என நினைக்கும்போது எனக்கு வியப்பாக இருந்தது. இது விபத்து என நீங்கள் நினைக்கிறீர்களா? அது பற்றி எழுதியிருந்தால் மக்கள் அது பற்றி பேசுவார்கள், அதிகமாக எழுதுவார்கள். அல்லது நமக்கு செர்னோபில் பற்றி புரிந்திருக்கும். ஆனால் அதிலிருந்து எதை எடுத்துக் கொள்வது என்று எனக்குத் தெரியவில்லை. நமக்கு அதில் திறமையில்லை. நமது மனித அனுபவத்தில் அல்லது மனித கால அட்டவணையில் இதைப் பொருத்திப்பார்க்க முடியாது.

எனவே எது நல்லது, நினைப்பதா அல்லது மறப்பதா?

ஈவ்கினி அலெக்ஸாண்ட்ரோவிச் ப்ரோவ்கின்,
கோமல் ஸ்டேட் பல்கலைக்கழகப் பயிற்றுவிப்பாளர்.

இயேசுவின் படம் கீழே விழுவதைப் பார்த்தபோது ஒருவருக்கு ஏற்பட்ட பல்வலி

அப்போது வேறு எதையோ நான் நினைத்துக் கொண்டிருந்தேன். உங்களுக்கு இது வினோதமாக இருக்கும். ஆனால் நான் என் மனைவியிடமிருந்து பிரிந்துவிட்டிருந்தேன்.

திடீரென்று வந்த அவர்கள் நோட்டீஸ் கொடுத்துவிட்டு கீழே கார் காத்திருப்பதாகச் சொன்னார்கள். இது 1937 ஆம் ஆண்டு போல தோன்றியது. இரவில் அவர்கள் வந்து உங்களை வெதுவெதுப்பான படுக்கையிலிருந்து கூட்டிச் செல்வார்கள். பிறகு அது வேலைக்கு ஆகவில்லை. கதவு தட்டப்பட்டால் மனைவிமார்கள் யாரும் பதில் அளிப்பதில்லை அல்லது தங்களது கணவன்மார்கள் வேலையிலிருப்பதாகவும் அல்லது வெளியே சென்றிருப்பதாகவும் அல்லது அவர்களுடைய பெற்றோர்களுடன் பண்ணை வீட்டுக்குப் போயிருப்பதாகவும் பொய் சொன்னார்கள். மனைவிமார்களிடம் ராணுவத்தினர் நோட்டீஸ் கொடுக்க முயற்சித்தார்கள். ஆனால் அவர்கள் அதை ஏற்றுக் கொள்ளவில்லை. எனவே அவர்கள் வேலை செய்து கொண்டிருப்பவர்களையும், தெருவில் போவோர் வருவோரையும், மதிய உணவு இடைவேளையில் தொழிற்சாலை உணவகத்தில் உள்ளவர்களையும் பிடித்து இழுத்துச் சென்றனர். இது 1937 ஆம் ஆண்டு போலவேதான் தோன்றுகிறது.

ஆனால் நான் அப்போது ஒரு பித்துப் பிடித்த நிலையில் இருந்தேன். என்னுடைய மனைவி என்னை ஏமாற்றிவிட்டாள். வேறெதுவும் எனக்கு ஒரு பெரிய விஷயமாகவே இல்லை. நான் அவர்களுடைய காரில் ஏறினேன். என்னைக் கூட்டிச் செல்ல வந்தவர்கள் சாதாரண உடையில் இருந்தாலும் அவர்களிடம் ராணுவ மிடுக்கு இருந்தது. நான் தப்பித்து ஓடிவிடுவேனோ என்ற பயத்தில் அவர்கள் எனக்கு இரு பக்கங்களிலும் நடந்து வந்தார்கள். நான் காருக்குள் நுழைந்தவுடன் ஏதோ ஒரு காரணத்தினால் அமெரிக்க விண்வெளிவீரர்களின் நினைவு வந்தது. சந்திரனுக்குச் சென்றுவிட்டுத் திரும்பிய இருவரில் ஒருவர் மதபோதகர் ஆனார். இன்னொருவருக்குப் பித்துப் பிடித்துவிட்டது. அவர்கள் ஏதோ நகரங்களைப் பார்த்ததாக நினைத்ததாகவும் அங்கு மனிதர்களின் எச்சங்கள் இருந்ததாகவும் எங்கேயோ படித்ததாக நினைவு. பத்திரிகைகளில் படித்தத்தில் சில வரிகளும் நினைவில் இருந்தன — ‘எங்களுடைய அணுமின் நிலையங்கள் எல்லாம் முழு பாதுகாப்பு நிலையில் இருக்கிறது. நாங்கள் ரெட் ஸ்கொயரிலும் ஒன்றை நிர்மாணிக்கலாம் என்றிருக்கிறோம். அது தண்ணீரை சூடு செய்யும் ‘சமோவார்’களை *(samovar)* விட மிகவும் பாதுகாப்பானதாகும். அவை நட்சத்திரங்கள் போல இந்த உலகம் முழுமையையும் “ஒளியூட்டும்” எனக் குறிப்பிடப்பட்டிருந்தது. ஆனால் என் மனைவி என்னை விட்டுவிட்டுப் போய்விட்டாள். எனக்கு அதைப்பற்றித்தான் நினைக்க முடியும். தற்கொலை செய்வதற்கு சில முறை முயற்சித்தேன். நாங்கள் ஒரே கிண்டர் கார்டனுக்கும், பள்ளிக்கூடத்துக்கும், கல்லூரிக்கும் சென்று படித்தவர்கள் *(அமைதி. புகைக்க ஆரம்பித்தார்).*

நான் உங்களிடம் சொன்னேனே. இதில் வீரப்பராக்கிரமம் எதுவும் இல்லை. இங்கு எழுத்தாளர்களுக்குத் தேவையான விஷயங்கள் எதுவும் இல்லை. இது யுத்த காலமில்லை. இன்னொருவன் என் மனைவியோடு படுத்திருக்கும்போது நான் ஏன் ரிஸ்க் எடுக்க வேண்டும்? மறுபடியும் நானா, ஏன் அவனில்லை? சொல்லப்போனால், அங்கே ஹீரோக்கள் யாரும் இல்லை. நான் சில ‘அரைப் பைத்திய’ங்களைத்தான் பார்த்தேன். அவர்களுக்கு அவர்கள் வாழ்க்கை மேலேயே அக்கறையில்லை. நானோ பித்துப்பிடித்த நிலையில் இருக்கிறேன். ஆனால் இது தேவையற்றது. என்னிடம் பதக்கங்களும், பரிசுகளும் இருக்கின்றன — அது எதனால் என்றால் நான் இறப்பதற்கு அச்சப் படவில்லை. எனக்குக் கவலையில்லை. அவர்கள் என்னை

கௌரவத்துடன் புதைத்திருப்பார்கள்; அரசாங்கம் அதற்குப் பணம் கொடுத்திருக்கும்.

கற்காலமும் பேரழிவும் சந்திக்கக்கூடிய இந்த அற்புதமான உலகத்தில் நீங்களே உங்களை கண்டறிந்திருப்பீர்கள். நாங்கள் கிளர்ச்சிக்காரர்கள் போல அணு உலையிலிருந்து 20 கி.மீட்டர் தொலைவிலிருந்த காட்டில், கூடாரம் அமைத்து வசித்து வந்தோம். கிளர்ச்சிக்காரர்களை ராணுவம் பயிற்சிக்காக அழைத்திருந்தது. நாங்கள் இருபத்தைந்து வயதிலிருந்து நாற்பது வயதுக்கு உட்பட்டவர்களாக இருந்தோம். எங்களில் சிலர் பல்கலைக்கழகப் பட்டம் அல்லது தொழிற்பயிற்சி பட்டம் வைத்திருந்தார்கள். உதாரணமாக, நான் ஒரு வரலாற்று ஆசிரியர். எனவே இயந்திரத் துப்பாக்கிக்குப் பதிலாக எங்களிடம் மண்வெட்டியைக் கொடுத்தார்கள். நாங்கள் குப்பையாகக் கிடந்த குவியலையும், தோட்டத்தையும் பள்ளம் தோண்டி புதைத் தோம். அந்தக் கிராமத்தில் இருந்த பெண்கள் எங்களைப் பார்த்துவிட்டு சிலுவைக் குறி போட்டுக் கொண்டனர். எங்களிடம் கையுறைகளும், செயற்கை சுவாசக் கருவிகளும், அறுவை சிகிச்சை செய்யும்போது போட்டுக்கொள்ளக் கூடிய அங்கிகளும் இருந்தன. சூரிய வெப்பம் எங்களைத் தாக்கியது. நாங்கள் அவர்களுடைய முற்றங்களில் அரக்கர்கள் போல போய் நின்றோம். அவர்களது தோட்டத்தையும், வெள்ளைப்பூண்டுச் செடியையும், முட்டைக்கோஸ்களையும் நாங்கள் ஏன் பள்ளம் தோண்டி புதைக்கிறோம் என அவர்களுக்குப் புரியவில்லை. இவையெல்லாம் பார்ப்பதற்கு சாதாரணமாகத்தான் தோற்ற மளித்தன. வயதான மூதாட்டி ஒருவரை நாங்கள் கடந்து செல்லும்போது, "பாய்ஸ், என்ன இது — உலகமென்ன முடியப் போகிறதா?" எனக் கேட்டார்.

வீட்டில் அடுப்பு பற்ற வைக்கப்பட்டிருந்தது. பன்றிக் கொழுப்பு வறுக்கப்பட்டுக் கொண்டிருந்தது. அப்போது கதிர்வீச்சுமானி வைத்துப் பார்த்தால் அது அடுப்பு இல்லை, மாறாக குட்டி அணு உலையாக இருந்தது. அங்கிருந்த ஒருவர், "பாய்ஸ், உட்காருங்கள்" என்றார். அவர்கள் தோழமையுடன் பழக விரும்பினார்கள். நாங்கள் அதை விரும்பவில்லை. அவர்கள், "வாருங்கள், எங்களுடன் உட்கார்ந்து 100 கிராம் குடியுங்கள். அப்படியே இங்கே என்ன நடந்து கொண்டிருக்கிறது" என்பதையும் சொல்லுங்கள் என்றனர். அவர்களிடம் என்ன சொல்வது? அணு உலையில் எரிந்து கொண்டிருக்கக்கூடிய எரிபொருளை அணைப்பதில்

ஈடுபட்டிருந்தனர். அது பிரகாசமாக எரிந்து கொண்டிருந்தது. ஆனால் அங்கிருந்த மக்களுக்கு அது என்னவென்று தெரிய வில்லை. தெரிந்து கொள்ள என்ன இருக்கிறது? நாங்கள் குழு, குழுவாக சென்றோம். ஒவ்வொரு குழுவினரிடமும் ஒரு கதிர்வீச்சுமானி இருந்தது. இடத்திற்கேற்றாற்போல கதிர்வீச்சுகள் இருந்தன. எங்களில் ஒருவர் இரண்டு ராண்ட்ஜன் இருக்கும் இடத்தில் வேலை பார்த்தார். இன்னொருவர் பத்து ராண்ட்ஜன் இருக்கும் இடத்தில் வேலை பார்த்தார். ஒரு பக்கம் பார்த்தால் நாங்கள் சிறைக் கைதிகள் போல, எங்களுக்கு எந்த உரிமையும் இல்லை. இன்னொரு பக்கம், எங்களுக்கு பயமாக வேறு இருந்தது. ஆனால் நான் பயப்படவில்லை. நான் அருகிலிருந்து கொண்டு எல்லாவற்றையும் பார்த்துக் கொண்டிருந்தேன்.

விஞ்ஞானிகள் குழுவொன்று ஹெலிகாப்டரில் பறந்து வந்தது. ஏதோ சந்திரனுக்குப் போகப் போவது போல் பிரத்யேகமான ரப்பர் சூட், நீளமான பூட்ஸ், பாதுகாப்புக் கண்ணாடி என அனைத்தும் அணிந்திருந்தார்கள். அந்த வயதான பெண்மணி அவர்களில் ஒருவரிடம், "நீங்கள் யார்?" எனக் கேட்க ஒருவர், "நான் விஞ்ஞானி" என்றார். "ஓ விஞ்ஞானியா? எப்படி டிரஸ் அணிந்திருக்கிறார்! முகமூடியைப் பார்!" என்று சொல்லிக் கொண்டே அவர் பின்னால் ஒரு குச்சியுடன் சென்றார். எப்படி அவர்கள் டாக்டர்களைத் தேடினார்களோ அது போல விஞ் ஞானிகளையும் தேட வேண்டியது வரும் என நான் பலமுறை நினைத்ததுண்டு.

ஒருவர் தனது வீடு புதைக்கப்படுவதைப் பார்த்துக் கொண்டி ருந்தார் *(நிறுத்தினார்).* நாங்கள் வீடுகள், கிணறுகள், மரங்கள் ஆகியவற்றைப் புதைத்தோம். நாங்கள் எல்லாவற்றையும் வெட்டிச் சாய்த்து அதைப் பெரிய ப்ளாஸ்டிக் ஷீட்டில் வைத்து சுருட்டி... நான் உங்களிடம் சொன்னது போல, இதில் எதுவும் வீரச்செயல் இல்லை.

ஒரு சமயம் நாங்கள் பின்னிரவில் திரும்பி வந்தோம் — நாங்கள் தினமும் 12 மணிநேரம் விடுமுறை எதுவுமில்லாமல் வேலை பார்த்து வந்தோம். இரவில் மட்டுந்தான் ஓய்வு. எனவே நாங்கள் APC (Armoured Personnel Carrier) யில் உட்கார்ந்திருந்த போது கைவிடப்பட்ட கிராமத்தின் வழியாக ஒருவர் நடந்து சென்றார். நாங்கள் அவரை நெருங்கியபோது அவர் இளை ஞராக இருந்ததுடன் தனக்குப் பின்பக்கம் ஒரு கம்பளி வேறு

வைத்திருந்தார்.

பக்கத்தில் ஷிகுலி கார் வேறு நின்று கொண்டிருந்தது. நாங்கள் நின்று நோட்டம் விட்டோம் — தொலைக்காட்சிப் பெட்டிகளும், தொலைபேசிகளும் அதன் டிக்கியில் அடைக்கப் பட்டிருந்தன. APC திரும்பியபோது பயங்கர சத்தம் ஒன்று கேட்டது — சோடா கேன்கள் போல ஷிகுலி நொறுங்கியது. யாரும் ஒரு வார்த்தைகூட பேசவில்லை.

நாங்கள் காட்டைப் புதைத்தோம். மீட்டர் நீள துண்டுகளாக மரங்களை வெட்டி, செலோபேனில் கட்டி கல்லறைகளை நோக்கித் தூக்கி எறிந்தோம். நான் அன்றிரவு தூங்கவில்லை. நான் கண்களை மூடினால் கருப்பாக ஏதோ நகர்ந்து சென்றது, திரும்பியது — உயிரோடு இருப்பது போல — நிலத்தடங்களில் வண்டுகளும், சிலந்திகளும், எறும்புகளும் மாதிரி இருந்தவை சென்றன. எனக்கு அவை பற்றி எதுவும் தெரியாது. ஆனால் அவை போலத்தான் இருந்தன. அவையெல்லாம் சிறிதாகவும், பெரிதாகவும், மஞ்சள், கருப்பு நிறங்களிலும் இருந்தன. எல்லாம் வெவ்வேறு நிறத்திலிருந்தது. விலங்குகள் எல்லாம் வெவ்வேறு மக்கள் என யாரோ ஒரு கவி சொன்னதாக நினைவு. நான் அவற்றின் பெயர்கள் தெரியாமலேயே நூற்றுக்கணக்கில், ஆயிரக் கணக்கில் கொன்றேன். நான் அவற்றின் வீடுகளையும், ரகசியங் களையும் சேதப்படுத்தி எல்லாவற்றையும் புதைத்தேன்.

நான் மிகவும் நேசிக்கும் லியோனிட் ஆண்ட்ரீவ், படுகுழியைப் பார்த்துக் கொண்டிருந்த லசாரஸ் குறித்த ஒரு நீதிக்கதை வைத்திருந்தான். இப்போது அவன் அந்நியனாகி விட்டான். இயேசு கிறிஸ்து அவனை மீண்டும் உயிர்ப்பித்தாலும் அவன் ஒருபோதும் மற்றவர்களைப் போல இருக்க மாட்டான்.

இது போதும்தானே? நீங்கள் மிகவும் ஆவலாக இருக்கிறீர்கள் என்று எனக்குத் தெரியும். அங்கே இருந்திராத யாரும் எப்போதும் ஆர்வத்துடன்தான் இருப்பார்கள். ஆனால் அது இன்னும் அதே மாதிரியான மக்கள் நிறைந்த உலகம்தான். தொடர்ந்து பயத்திலேயே வாழ்ந்து கொண்டிருக்க வேண்டுமென்பது ஒருவரால் முடியாத காரியம். காலம் ஆக ஆக வழக்கமான வாழ்க்கை திரும்பிவரும் *(தொடர்கிறார்).* ஆண்கள் வோட்கா குடித்தார்கள்; சீட்டு விளையாடினார்கள்; பெண்களை அடைய விரும்பியதோடு குழந்தைகளும் வேண்டுமென்றார்கள்.

அவர்கள் பணம் குறித்து அதிகமாகப் பேசினார்கள். ஆனால் நாங்கள் பணத்துக்காக அங்கு செல்லவில்லை. அல்லது பெரும்பாலானவர்கள் அதற்காக வரவில்லை. ஆண்கள் வேலை செய்யவேண்டுமென்பதற்காக வேலை செய்தார்கள். அவர்கள் எங்களை வேலை பார்க்கும்படி கூறினார்கள். நீங்கள் கேள்வி கேட்கக் கூடாது. சிலர் இதன் மூலம் அவர்களுடைய தொழில்வாழ்க்கை சிறப்பாக அமையும் என நினைத்தார்கள். சிலர் கொள்ளையடித்தனர், திருடினர். வாக்குறுதி செய்யப்பட்ட சலுகைகளுக்காக மக்கள் காத்திருந்தனர் — காத்திருப்பு எதுவும் இல்லாமல் முகாம்களிலிருந்து அபார்ட்மெண்ட்டுக்குச் செல்வது, குழந்தைகளுக்கான கிண்டர்கார்டன் அட்மிஷன், ஒரு கார். பயந்து போயிருந்த ஒருவன் டெண்டைவிட்டு வெளியே வர மறுத்து அவனுடைய ப்ளாஸ்டிக் கூடாரத்திலே படுத்துக் கிடந்தான். கோழை! அவன் கட்சியிலிருந்து நீக்கப்பட்டான். “நான் வாழ வேண்டும்” எனக் கத்தினான். அனைத்து விதமான மக்களும் இருந்தனர். நான் அங்கு சில பெண்மணிகளைச் சந்தித்தேன். சிலர் உதவி செய்ய தானாக முன்வந்தனர். நாங்களும் வருகிறோம் என்று கூறியவர்களிடம் எங்களுக்கு டிரைவர்கள், ப்ளம்பர்கள், தீயணைப்பு வீரர்கள்தான் தேவைப்படுகிறார்கள் எனக் கூறியபோதும் அவர்கள் வந்தார்கள். அனைத்து வகையான மக்களும் வந்தனர். ஆயிரக்கணக்கான தன்னார்வலர்கள் இரவு நேரங்களில் களஞ்சியங்களைக் காவல் காத்தனர். அங்கே மாணவர் அணிகளும், பாதிக்கப்பட்டவர்களுக்கான நிவாரணத் தொகையை அனுப்புவதற்கான வசதியும் இருந்தது. நூற்றுக்கணக்கான மக்கள் ரத்தம், எலும்பு மஜ்ஜை ஆகியவற்றை நன்கொடையாகக் கொடுத்தார்கள்.

அதே நேரத்தில் ஒரு பாட்டில் வோட்காவுக்கு மாற்றாக நீங்கள் எதை வேண்டுமானாலும் வாங்க முடியும். பதக்கம் அல்லது விடுமுறை. கூட்டுப்பண்ணைச் தலைவர் ஒருவர் வோட்கா பெட்டி ஒன்றை கதிர்வீச்சு நிபுணர்களிடம் கொடுத்தால், காலிசெய்யப்பட வேண்டிய பட்டியலில் உள்ள அவரின் கிராமத்தை பட்டியலில் இருந்தூ நீக்கி விடுவர். இதே போல இன்னொருவர் தனது கிராமத்தை பட்டியலில் சேர்க்க வேண்டி ஒரு பெட்டி வோட்காவை நிபுணர்களுக்குக் கொடுப்பார் — அவருக்கு மின்ஸ்க்கில் ஏற்கனவே *3* படுக்கையறைகள் கொண்ட அபார்ட்மெண்ட் கொடுப்பதாக வாக்குறுதி அளிக்கப்பட்டிருந்தது. யாரும் கதிர்வீச்சு அறிக்கைகளைச்

சரிபார்க்கவில்லை. இது சராசரியான ரஷ்ய குழப்பம். அப்படித் தான் நாங்கள் வாழ்ந்து வருகிறோம். சில விஷயங்கள் ரத்து செய்யப்பட்டு விற்கப்பட்டிருந்தன. ஒரு பக்கம் இது வெறுக்கத் தக்கதாக இருந்தது. இன்னொரு பக்கம் நீங்களே ஏன் உங்களை 'முட்டாளாக்கி'க் கொள்ளக்கூடாது என்பது போல இருந்தது?

அவர்கள் மாணவர்களை அனுப்பினார்கள். அவர்கள் வயல் வெளிகளிலிருந்து வாத்து கால்கள் போன்ற வடிவத்திலிருந்த களைச்செடிகளைப் பிடுங்கி எறிந்தனர். வைக்கோல்களைச் சேகரித்தனர். சில இளந்தம்பதிகள் கைகளைக் கோர்த்துக் கொண்டு இன்னும் நடந்து போய்க்கொண்டுதான் இருந்தார்கள். அந்த இடமும் அழகாக இருந்தது. அதனால் கொடூரமான விஷயம் இன்னும் கொடூரமாக இருந்தது. அதோடு இங்கேயிருந்து மக்கள் வெளியேற வேண்டியிருந்தது. பொல்லாதவர்கள், குற்ற வாளிகள் போல மக்கள் ஓட வேண்டியிருந்தது.

ஒவ்வொரு நாளும் அவர்கள் பத்திரிகை கொண்டுவந்தார்கள். நான் தலைப்புச் செய்திகளை மட்டும் படித்தேன்; "செர்னோபில் — சாதனைக்கான ஓர் இடம்" "அணுஉலை தோற்கடிக்கப் பட்டது!", "வாழ்க்கை வழக்கம் போல நடந்து கொண்டிருக்கிறது" போன்ற தலைப்புகளில் செய்திகள் வெளியாகியிருந்தன. எங்களில் அரசியல் அதிகாரிகளும் இருந்தார்கள். அவர்கள் எங்களோடு அரசியல் சம்பந்தப்பட்ட கலந்துரையாடல் நடத்தினார்கள். நாங்கள் வெற்றி பெற வேண்டும் எனக் கூறினார்கள். யாரை எதிர்த்து? அணுவையா? இயற்பியலையா? பிரபஞ்சத்தையா? வெற்றி என்பது எங்களுக்கு ஒரு செயல்முறையே தவிர நிகழ்வு இல்லை. வாழ்க்கை என்பது ஒரு போராட்டம். அதிலிருந்து மீள வேண்டும். அதனால்தான் இந்த மாதிரியான தீ மற்றும் வெள்ளத்தின் அன்பும், மற்ற பேரழிவுகளும் நமக்கு நேருகின்றன. இவையெல்லாம் நமது 'தைரியத்தையும், வீரசாகத்தையும்' வெளிப்படுத்துவதற்கான வாய்ப்புகள் ஆகும்.

எங்களது அரசியல் அதிகாரி, எங்களைப்பற்றி பத்திரிகையில் வந்திருந்த அறிக்கையான 'உயர் அரசியல் உணர்வும், கவனமிக்க அமைப்பும்' பற்றி படித்தார். இது பேரழிவு நடந்த 4 நாட்களுக்குள் நான்காவது அணுஉலையில் சிவப்புக் கொடி பறந்து கொண்டிருந்தது பற்றிய செய்தி ஆகும். அது பிரகாசித்துக் கொண்டிருந்தது. ஆனால் கதிர்வீச்சினால் ஒரு மாதத்தில் அது வெளிறிப் போயிற்று. எனவே அவர்கள்

ஸ்வெட்லானா அலெக்ஸியேவிச் | 153

இன்னொரு கொடி ஏற்றினார்கள். அதற்கு அடுத்த மாதம் இன்னொரு கொடியைப் பறக்கவிட்டனர். அதைப் பறக்கவிட மேற்கூரைக்குச் சென்ற ராணுவ வீரர்கள் எப்படிப்பட்ட உணர்வு நிலையில் இருந்திருப்பார்கள் என்பதை கற்பனை செய்து பார்க்க முயன்றேன். இவையெல்லாம் தற்கொலை முயற்சி. இதை நீங்கள் என்ன சொல்லி அழைப்பீர்கள்? சோவியத்தின் பல தெய்வ வழிபாடு? உயிர்த் தியாகம்? அவர்கள் என்னிடம் கொடியைத் தந்து மேற்கூரையில் போய் ஏற்று எனச் சொல்லியிருந்தால்கூட நானும் போயிருப்பேன். ஏன்? என்னால் சொல்ல முடியவில்லை. மரணத்தைப் பற்றி நான் பயப்படவில்லை. எனது மனைவி எனக்குக் கடிதம் எதுவும் எழுதவில்லை. ஆறு மாதங்கள் ஆகிவிட்டன, ஒரு கடிதம் கூட இல்லை *(நிறுத்தினார்)*. ஜோக் ஒன்று கேட்கவேண்டுமா? 'சிறைச்சாலையில் இருந்து ஒருவன் செர்னோபிலின் 30 கி. மீட்டர் பிராந்தியத்தை நோக்கி ஓடினான். அவர்கள் அவனைப் பிடித்து கதிர்வீச்சுமானி வைத்துப் பார்க்கும்போது அவன் அதிகமாக 'பிரகாசித்தான்'. இதனால் அவர்களால் அவனை மீண்டும் சிறைச்சாலைக்கோ மருத்துவமனைக்கோ அழைத்துச் செல்ல முடியவில்லை, மக்களிருக்கும் இடத்திலும் விட்டு விட்டுப் போக முடியவில்லை.

நீங்கள் ஏன் சிரிக்கவில்லை?

(சிரித்தார்)

நான் அங்கே சென்றபோது பறவைகள் அதனுடைய கூடுகளில் இருந்தன. நான் அங்கிருந்து வெளியேறும்போது ஆப்பிள்கள் பனியில் விழுந்து கிடந்தன. அவையெல்லாவற்றையும் புதைப் பதற்கானச் சந்தர்ப்பம் கிடைக்கவில்லை. நாங்கள் பூமியை பூமியில் — வண்டுகள், சிலந்திகள், அட்டைகள் ஆகியவற்றோடு— புதைத்தோம். அந்த இடத்தைப் பற்றிய மிகவும் சக்தி வாய்ந்த எனது 'வழிகாட்டி' அந்த வண்டுகள்தான்.

நான் உங்களிடம் எதைப் பற்றியும் சொல்லவில்லை. வெறும் துணுக்குகள்தான். அதே லியோனிட் ஆண்ட்ரீவ் ஜெரு சலத்திலிருந்த மனிதன் ஒருவனைப் பற்றிய நீதிக் கதையும் வைத்திருந்தான். முன்பு யேசு கிறிஸ்து இருந்த வீட்டில் தான் அவன் வசித்து வந்தான். அவனால் எல்லாவற்றையும் பார்க்கவும் கேட்கவும் முடியும். ஆனால் அவன் பல் மட்டும்

வலித்துக்கொண்டே இருந்தது. கிறிஸ்து சிலுவையைச் சுமந்து செல்லும்போது அவர் கீழே விழுவதைப் பார்த்ததோடு அவர் அழுவதையும் பார்த்தான். அவன் இது எல்லாவற்றையும் பார்த்தாலும் அவனுக்கு பல் வலித்துக்கொண்டுதான் இருந்தது. ஆனால் அவன் வெளியே ஓடவில்லை. இரண்டு நாட்களுக்குப் பிறகு, அவனுடைய பல் வலி நின்றது. மக்கள் அவனிடம் கிறிஸ்து எழுந்துவிட்டார் எனக் கூறும்போது அவன், "அதற்கு சாட்சி நானாகத்தான் இருந்திருக்க முடியும். ஆனால் என் பல் வலித்தது" என்றான்.

எப்போதும் இப்படித்தானா? 1942 ஆம் ஆண்டு எனது தந்தையார் மாஸ்கோவைப் பாதுகாத்தார். அவர் மிகப் பெரிய நிகழ்வின் ஒரு பகுதியாக இருந்தார் என்பதை பல ஆண்டுகளுக்குப் பிறகு புத்தகங்களிலிருந்தும், திரைப்படங்களிலிருந்தும் தெரிந்து கொண்டார். அது குறித்த அவருடைய ஞாபகம், 'நான் அகழியில் உட்கார்ந்திருந்தேன். துப்பாக்கியால் சுட்டேன். வெடி விபத்தினால் புதைக்கப்பட்டேன். அவர்கள் தோண்டி என்னை அரை-உயிரோடு காப்பாற்றினார்கள்" அவ்வளவுதான்.

என்னுடைய மனைவி என்னை விட்டுப் போய்விட்டாள்.

– அர்காடி ஃபிலின், துப்புரவு பணியாளர்

குண்டு பற்றி மூன்று தனியுரைகள்

பேசுபவர்கள்: விக்டர் அயோசிஃபோவிச் வெர்ஸிகோவ்ஸ்கி (Viktor Iosifovich Verzhikovskiy), தலைவர், கோய்நிக்கி சொஸைட்டி ஆஃப் வாலண்டீர் ஹண்டர்ஸ் அண்ட் ஃபிஷர்மேன் (Khoyniki Society of Volunteer Hunters and Fisherman), ஆண்ட்ரி, விளாடிமீர் (வேட்டைக்காரர்கள்). இவர்கள் இருவரும் தங்களது முழுப் பெயரையும் குறிப்பிட விரும்பவில்லை.

முதன் முறையாக நான் நரியைக் கொன்றபோது சிறுவனாக இருந்தேன். அடுத்த தடவை ஒரு பெண்மானைக் கொன்றேன். அதற்குப் பிறகு எதையும் ஒருபோதும் கொல்வதில்லை என்கிற முடிவுக்கு வந்தேன். அவை உணர்வுகளை வெளிப்படுத்துகிற கண்களைக் கொண்டிருந்தன.

மக்களாகிய நம்மால்தான் விஷயங்களைப் புரிந்து கொள்ள முடியும். விலங்குகளும் பறவைகளும் வெறுமனே வாழ்ந்து கொண்டு இருக்கும்.

இலையுதிர்க் காலத்தின்போது காட்டு ஆடுகள் கூரிய கவனத்தைக் கொண்டிருக்கும். மனிதர்களுடைய இலேசான வாசனை பட்டால்கூட அது உங்களை அருகில் நெருங்க விடாது. நரி மிகவும் புத்திசாலி...

அங்கே உள்ள ஒருவனைப் பற்றி அவர்கள்: அவன் சுற்றிச் சுற்றி வந்து கொண்டிருப்பான். அவன் குடித்திருந்தால் எல்லோ ருடைய உரைகளையும் படிக்க ஆரம்பிப்பான். அவன் பல்கலைக் கழகத்தில் தத்துவம் படித்தவன். அதன் பின் சிறைச்சாலையில் இருந்தான். அந்தப் பிராந்தியத்தில் நீங்கள் யாரையாவது பார்த்தால் அவர்கள் தங்களைப் பற்றிய உண்மைத் தகவல்களைக் கூறமாட்டார்கள். அல்லது மிக அரிதாகவே சொல்வார்கள். ஆனால் அவனோ புத்திசாலி. அவன், 'செர்னோபில்', நிகழ்வு நடந்ததால் தத்துவ அறிஞர்கள் உருவானார்கள் என்றும் விலங்குகளை 'நடமாடிக் கொண்டிருக்கும் சாம்பல்' என்றும், மக்களை 'பேசும் பூமி' என்றும் கூறினான். பூமியிலிருந்துதான் நாம் உருவாக்கப் பட்டோம், அதில் உள்ளதைத்தான் சாப்பிடுகிறோம் என்பதால் மனிதர்களை 'பேசும் பூமி' என்றானாம்.

அந்தப் பிராந்தியம் உங்களை உள்ளே இழுக்கும். எப்போதாவது நீங்கள் அங்கே சென்றிருந்தீர்கள் என்றால் அங்கிருந்து வந்த பின் அதை தவற விடுவதாக செய்வதாக உணர்வீர்கள்.

"அது சரி, பாய்ஸ், ஆனால் நாம் இதை வரிசைக் கிரமமாகச் செய்வோம்."

"சரி, சரி, தலைவர் அவர்களே. நீங்கள் சொல்லுங்கள். நாங்கள் சிறிது புகைபிடித்துக் கொள்கிறோம்."

அவர்கள் என்னைப் பிராந்திய செயற்குழுவுக்கு அழைத்திருந் தார்கள். "வேட்டைக்காரர்களின் தலைவரே, இந்தப் பகுதியில் உள்ள வீடுகளில் இன்னும் பெரும் அளவில் செல்லப்பிராணிகள் — பூனைகள், நாய்கள் — உள்ளன. தொற்றுநோய்ப் பரவலைத் தடுக்க அவையனைத்தையும் அடியோடு அழித்தொழிக்க வேண் டும்!" மறுநாள் நான் வேட்டைக்காரர்கள் அனைவரையும் அழைத்தேன். அவர்களுக்குச் சூழ்நிலையை விளக்கினேன். ஆனால் போவதற்கு யாருக்கும் விருப்பமில்லை. ஏனெனில் அவர்கள் பாதுகாப்புக் கருவிகள் எதுவும் கொடுக்கவில்லை. நான் சமூக பாதுகாப்புப் பிரிவைச் சேர்ந்தவர்களைக் கேட்டேன். அவர்களிடம் எதுவுமில்லை. ஒரு செயற்கை சுவாசக் கருவிகூட இல்லை. அதன் பின் நான் சிமெண்ட் தொழிற்சாலைக்குச் சென்று முகமூடிகளை வாங்கிக்கொண்டு வந்தேன். சிமெண்ட் தூசியிலிருந்து பாதுகாத்துக் கொள்ளும்பொருட்டு அணியக் கூடிய அது மிகவும் மெல்லியதாக இருந்தது. ஆனால் செயற்கை

சுவாசக் கருவி இல்லை.

அங்கே நாங்கள் சிப்பாய்களைச் சந்தித்தோம். அவர்களிடம் முகத்திரை, கையுறை ஆகியவற்றோடு *APC*-யும் இருந்தது. நாங்கள் சாதாரண சட்டையும், மூக்கை மறைத்து கைக்குட்டையையும் சுற்றியிருந்தோம். அதே சட்டைகளுடனும், காலணிகளுடனும் நாங்கள் வீட்டிற்குச் சென்றோம்.

தலா இருபது பேர் கொண்ட இரண்டு படிக்குழுவினர் கிடைத்தார்கள். ஒவ்வொரு குழுவும் ஒரு கால்நடை மருத்து வரையும், தொற்றுநோய் மையத்தைச் சேர்ந்த ஒருவரையும் கொண்டிருந்தது. எங்களிடம் குடைந்தெடுக்கும் ஸ்கூப்பருடன் கூடிய ஒரு ட்ரக் இருந்தது. அவர்கள் எங்களுக்கு எந்தப் பாது காப்பும் வழங்காததோடு மனிதர்களைப் பற்றி நினைத்ததாகவே தெரியவில்லை.

இன்னொரு பக்கம் பார்த்தால், அவர்கள் எங்களுக்கு சன் மானங்கள் கொடுத்தனர் — முப்பது ரூபிள்கள் மதிப்புமிக்கது. ஒரு பாட்டில் வோட்காவுக்கான விலையோடு அதிகமாக மூன்று ரூபிள்கள். நாங்கள் செயலிழக்கச் செய்த பிறகு மக்கள் எங்களிடம் வோட்காவுடன் ஒரு கரண்டி ஜேகர்மைஸ்டரையும் (ஒருவித மருந்து) கலந்து இரண்டு நாட்களுக்குக் குடிக்கச் சொன்னார்கள். நம்மிடம் சிறிய சாஸ்டுஷ்கா (சிறிய நாட்டுப்புறக் கவிதைகள்) இருக்கிறது நினைவிருக்கா? அவை டன் கணக்கில் இருக்கின்றன.

அந்தப் பகுதியை இரண்டு மாதங்கள் சுற்றி வந்தோம். எங்கள் பிராந்தியத்தில் இருந்த கிராமங்களில் பாதி கிராமங்களிலிருந்து, ஏறக்குறைய 12 கிராமங்களில் — பாப்சின், துல்ஹோவிச்... வெளியேற்றம் முடிந்துவிட்டது. முதல் தடவை நாங்கள் சென்ற போது, அவர்களது வீடுகளுக்கருகில் பாதுகாப்புக்காக நாய்கள் சுற்றி வந்தன. அங்கிருந்த மக்கள் திரும்பி வருவதற்காக அவை காத்திருந்தன. எங்களைப் பார்த்ததும் அவை சந்தோஷப்பட்டன, எங்களது குரலைக் கேட்டு எங்களை நோக்கி ஓடி வந்தன. அவற்றை நாங்கள் வீடுகளிலும், களஞ்சியங்களிலும், முற்றங் களிலும் சுட்டுக் கொன்றோம். அதன் பின் அவற்றை வெளியே தெருவுக்கு இழுத்துவந்து ஒரு ட்ரக்கில் ஏற்றினோம். இது ஒன்றும் நல்ல விஷயம் இல்லைதான். தாங்கள் ஏன் கொல்லப்படுகிறோம் என்பதை புரிந்து கொள்ள அவற்றால்

முடியாது. அவற்றைக் கொல்வது எளிதான காரியம். அவை வீட்டின் செல்லப் பிராணிகள். அவை துப்பாக்கிக்கோ அல்லது மக்களுக்கோ பயப்படுவதில்லை. அவை எங்கள் குரலைக் கேட்டு ஓடி வந்தன.

கடல் ஆமை நகர்ந்து சென்றது. கடவுளே! அது காலியாக இருந்த வீட்டைத் தாண்டிச் சென்றது. வீடுகளில் மீன் தொட்டிகள் வைத்திருந்தனர். அதில் மீன்கள் இருந்தன.

நாங்கள் கடல் ஆமையைக் கொல்லவில்லை. நீங்கள் ஜீப்பில் செல்லும்போது கடல் ஆமை மேல் அது ஏறிச் செல்லும்போது அதன் ஓடு அதைப் பாதுகாத்தது. ஓட்டிலும் வெடிப்பு ஏற்படவில்லை. நாங்கள் குடித்துவிட்டு வண்டி ஓட்டும்போதுதான் இந்த மாதிரி நிகழ்ந்தது. முற்றங்களில் இருந்த முயல் கூண்டுகள் திறந்திருந்ததால் அதிலிருந்த முயல்கள் இங்குமங்குமாக ஓடிக் கொண்டிருந்தன. நீர்நாய்கள் இருந்த கூண்டுகள் மூடப்பட்டிருந்தன. நாங்கள் அதை எடுத்துக்கொண்டு போய் ஆறு அல்லது ஏரி இருக்குமிடத்தில் திறந்துவிட்டோம். அது நீந்தி எங்காவது தூரமாக போய்க்கொள்ளும். அனைத்தும் கைவிடப்பட்டிருந்தன. குறைந்த கால அவகாசத்துக்குத்தான். எங்களுக்கான கட்டளை என்னவென்று தெரியுமா? "மூன்று நாட்கள்". அவர்கள் குழந்தைகளை ஏமாற்றி, "நாம் சர்க்கஸுக்குப் போவோம்" என்றார்கள். அவர்கள் அழுவார்கள். அவர்கள் திரும்பி வந்துவிடுவார்களென்று அங்குள்ளவர்கள் நினைத்தார்கள். அது ஒரு யுத்த பிராந்தியம். பூனைகள் மக்களை கண்களின் ஊடாகப் பார்த்தன; நாய்கள் ஊளையிட்டன; மட், ஷெப்பர்ட் வகை நாய்கள் பஸ்ஸில் ஏற எத்தனித்தன. வீரர்கள் அதைக் காலால் உதைத்து வெளியே தள்ளினார்கள். அவை கார்களுக்குப் பின்னால் நீண்ட தூரம் ஓடின. குடிவெளியேற்றம் என்பது மிகவும் கொடுமையான விஷயம்.

எப்படியென்று இங்கே பாருங்கள். ஜப்பானியர்களுக்கு ஹிரோஷிமா நேர்ந்தது. அவர்கள் இப்போது அனைவரை விடவும் முன்னணியில், உச்சத்தில் இருக்கிறார்கள். அப்படியென்றால்...

உயிரோடு ஓடிக் கொண்டிருக்கும் எதையாவது ஒன்றை சுடுவதற்கான வாய்ப்பு. அது ஓர் உள்ளுணர்வு. குதூகலம். நாங்கள் குடித்துவிட்டுச் செல்வோம். வேலை பார்ப்பதற்கு

எங்களுக்கு சம்பளம் தருகிறார்கள். நாங்கள் முன்பு என்ன செய்து கொண்டிருந்தமோ அதோடு ஒப்பீடு செய்யும்போது இது நியாயமானது. அதற்குப் பிறகு 30 ரூபிள்கள் வேறு — அப்போது — கம்யூனிஸ்ட்டுகளின் கீழ் — உங்களால் முடிந்தால்...

இது எப்படியிருந்தது என்றால் முதலில் எல்லா வீடுகளுக்கும் சீல் வைக்கப்பட்டிருந்தது. நாங்கள் அந்த சீல்களையெல்லாம் அகற்றவில்லை. ஜன்னலின் வழியாக பூனையைப் பார்த்தால் அதை எப்படி வெளியே கொண்டுவர முடியும்? நாங்கள் அவற்றைத் தொடவில்லை. அதன் பின் திருடர்கள் வர ஆரம்பித்தார்கள். அவர்கள் கதவுகளையும், ஜன்னல்களையும், ஜன்னல் கிராதிகளையும் உடைத்து அனைத்தையும் களவாடிச் சென்றனர். முதலில் அவர்கள் ரெகார்ட் ப்ளேயர், தொலைக்காட்சிப் பெட்டி, விலங்கின் முடியினால் செய்யப்பட்ட துணிகள் ஆகியவற்றைத் திருடிச் சென்றனர். அப்புறம் அவர்கள் மீதி இருந்ததையும் திருடிச் சென்றனர். தரையெங்கும் அலுமினியத்தினால் ஆன ஸ்பூன்கள் இறைந்து கிடந்தன. உயிரோடு இருந்த நாய்கள் அனைத்தும் வீட்டிற்குள் நுழைய ஆரம்பித்தன. நீங்கள் உள்ளே நுழைந்தால் நாய் உங்களிடம் வரும். இந்த காலகட்டத்தில் அவை மனிதர்களின் மேல் நம்பிக்கை வைப்பதை நிறுத்திவிட்டன. ஒரு முறை நான் சென்றபோது ஒரு பெட்டை நாய் தனது குட்டிகளோடு அறையின் நடுவில் படுத்திருந்தது. நான் அதற்காக வருத்தப்பட்டேனா? கண்டிப்பாக. அது ஒரு இனிமையான சூழ்நிலை இல்லை. ஆனால் நான் அதை ஒப்பீட்டுப் பார்த்தேன். அதாவது யுத்த காலத்தில் இருந்த நாங்கள் தண்டனை வழங்குபவர்களாக இருந்தோம். அது ஒரு ராணுவ செயல்பாடாகத்தான் இருந்தது. நாங்களும் வந்தோம். கிராமங்களை சூழ்ந்து கொண்டோம். நாய்கள் இருந்தன. அவை முதல் துப்பாக்கிச்சூடு சத்தத்தைக் கேட்டவுடன் தூரமாக காட்டை நோக்கி ஓடின. பூனைகள் புத்திசாலித்தனமாக ஒளிந்து கொண்டன. ஒளிந்து கொள்வது அதற்கு எளிதாக இருந்தது. ஒரு பூனை களிமண் பானைக்குள் சென்றுவிட்டது. நான் அப்பாத்திரத்தைக் குலுக்கி பூனையை வெளியே எடுத்தேன். அடுப்புகளுக்கு கீழிருந்து அவற்றை எடுத்தோம். அது உங்களுக்கு ஓர் இனிமையான உணர்வை ஏற்படுத்தாது. நீங்கள் வீட்டுக்குள் நுழைந்தவுடன் உங்களின் காலைக் கடந்து செல்லும் குண்டு போல பூனையும் செல்லும். நீங்கள் துப்பாக்கியுடன் அதைத் துரத்திக்கொண்டு ஓடுவீர்கள். அவை மெலிந்து போயும்,

அழுக்காகவும் இருந்தன. அதனுடைய மெல்லிய முடிகள் எல்லாம் தடிமனாகி விட்டிருந்தது. முதலில் அங்கு ஏராளமான முட்டைகள் இருந்தன. கோழிகள் அப்போதும் அடைகாத்துக் கொண்டிருந்தன. நாய்களும், பூனைகளும் முட்டைகளை சாப்பிட்டுவிட்டன. அதன் பின் எஞ்சியிருந்த கோழிகளையும் சாப்பிட்டன. நரிகளும் கோழிகளை சாப்பிட்டன. நாய்களோடு நரிகளும் அந்தக் கிராமத்தில் வாழ்ந்து வந்தன. கோழிகள் இல்லை என்று ஆன பின்பு, நாய்கள் பூனைகளை சாப்பிட ஆரம்பித்தன. சில வேளைகளில் களஞ்சியத்தில் பன்றிகள் இருந்தன. நாங்கள் அவற்றையெல்லாம் இழுத்து வெளியே அனுப்பினோம். அதன் பின் நிலவறையில் வெள்ளரிக்காய், தக்காளி என பல பொருட்கள் இருந்தன. நாங்கள் அதையெல்லாம் தொட்டியில் தூக்கி எறிந்தோம். நாங்கள் பன்றிகளைக் கொல்லவில்லை.

அங்கிருந்த கிராமம் ஒன்றில் மூதாட்டி ஒருவர் இருந்தார். அவர் வீட்டை எப்போதும் மூடியே வைத்திருந்தார். அவரிடம் 5 பூனைகளும், 3 நாய்களும் இருந்தன. அதை அவர் கொடுப்பதாக இல்லை. எங்களை சபித்தார். நாங்கள் அவரிடம் ஒரு பூனை, ஒரு நாயை மட்டும் வைத்திருக்குமாறு சொல்லிவிட்டு மீதி உள்ள அனைத்தையும் வலுக்கட்டாயமாக எடுத்துக் கொண்டோம். அவர் எங்களை சபித்தார். அவர் எங்களை, "கொள்ளைக் காரர்கள்! ஜெயிலர்கள்!" என அழைத்தார்.

காலியாக இருந்த கிராமங்களில் அடுப்புகள் மட்டுந்தான் இருந்தன. கட்யீன் (Khatyni) என்ற ஊரின் மத்தியப் பகுதியில் இரண்டு வயதான பெண்மணிகள் வசித்து வந்தனர். அவர்கள் எதற்கும் பயப்படவில்லை. அதே இடத்தில் வேறு யாராவது இருந்தால் அவர்களுக்குப் பித்துப் பிடித்திருக்கும்.

ஆமாம். மலைக்குப் பக்கத்தில் ட்ராக்டரில் இருந்தோம். அதற்குக் குறுக்காக அணு உலை இருந்தது. ஸ்வீடன் நாட்டைச் சேர்ந்தவர்கள் சொல்லவில்லையெனில் நாங்கள் ட்ராக்டரில் உட்கார்ந்தபடியே இருந்திருப்போம். வயதாகி இருக்கும். ஹா... ஹா...

அந்தக் கிராமத்தில் ஒரு விதமான மணம் வீசியது. ஆனால் எங்கிருந்து அது வருகிறது எனத் தெரியவில்லை. அது ஆறு கிலோமீட்டர் தூரத்தில் இருந்தது. அந்த கிராமத்தின் பெயர் மாஸாலி (Masaly). அது ராண்ட்ஜனுக்கு மத்தியில் இருந்தது

ஸ்வெட்லானா அலெக்ஸியேவிச் | 161

போல இருந்தது. அயோடின் வாசனை வந்தது. ஒரு மாதிரியான புளிப்புச்சுவை. அங்கு நாய்கள் இருந்தன. ஒரு பெட்டை நாய் தனது குட்டிகளோடு எனக்கு முன்னால் குதித்து வந்து நின்றது. அதை நான் உடனடியாக சுட்டுத் தள்ளினேன். குட்டிகள் தங்களது கால்களை நக்கிக்கொண்டும், வால்களை ஆட்டிக்கொண்டும், விளையாடிக்கொண்டும் இருந்தன. நான் அவற்றையெல்லாம் மிகவும் நெருக்கமான தூரத்தில் வைத்து சுட்டேன். அதில் கருப்பு நிறத்தில் அடர்த்தியான ரோமங்களுடன் ஒரு நாய் இருந்தது. அது மிகவும் செல்ல நாயாக இருந்திருக்க வேண்டும். நான் இன்றைக்கு அதை நினைத்து வருந்துகிறேன். நாங்கள் ஒரு ட்ரக் முழுவதும் இவற்றை நிரப்பிவிட்டு 'கல்லறை' நோக்கிச் சென்றோம். உண்மையைச் சொல்ல வேண்டுமெனில், கல்லறை என்பது ஒரு ஆழமான பள்ளம், அவ்வளவுதான். கொடுக்கப்பட்ட வழிமுறைகளின்படி நிலத்தடி நீர் வராத அளவு வரை பள்ளம் தோண்டி அதன் உட்புறம் செலோபேனால் லைனிங் கொடுக்க வேண்டும், கொஞ்சம் மேடான பகுதியைத்தான் இதற்குத் தேர்ந்தெடுக்க வேண்டும். ஆனால் இந்த வழிமுறைகள் எல்லா இடங்களிலும் மீறப்பட்டன. எங்கேயும் செலோபேன் இல்லை. சரியான இடத்தைக் கண்டுபிடிப்பதற்கு நாங்கள் அதிக நேரம் செலவிடவில்லை. அவை சாகாமால் அடிபட்டு காயம் மட்டும் பட்டிருக்கும் பட்சத்தில் ஊளையிட்டுக்கொண்டும், அழுது கொண்டும் இருந்தன. நாங்கள் அவற்றை ட்ரக்கிலிருந்து அந்தக் குழிக்குள் அடைத்துக் கொண்டிருந்தோம். ஆனால் அந்தச் செல்ல நாய்க்குட்டி மட்டும் ஏறி வெளியே வர முயற்சித்துக் கொண்டிருந்தது. யாரிடமும் குண்டுகள் மீதியில்லை. எதை வைத்து அதைக் கொல்வது. ஒரு குண்டுகூட மீதமில்லை. நாங்கள் அதை குழிக்குள் தள்ளிவிட்டு அப்படியே புதைத்துவிட்டோம்.

நாய்களை விட பூனைகள் குறைவாகத்தான் இருந்தன. அவை மக்களுடன் சென்றுவிட்டனவா? அல்லது ஒளிந்து கொண்டிருக் கின்றனவா? அவை சிறிய செல்லப் பிராணிகள்.

உங்களுடைய கண்களும், பூனையின் கண்களும் சந்திப்பதற்கு முன்னால் அதை தூரத்திலிருந்தே சுட்டு விடுவது நல்லது.

துல்லியமாக சுடுவதற்கு நீங்கள் பழக வேண்டும்.

மக்களாகிய நாம்தான் புரிந்து கொள்ள முடியும். அவை வெறு மனே வாழ்ந்து கொண்டிருக்கும் — 'நடமாடிக் கொண்டிருக்கும்

சாம்பல்' ஆகும்.

குதிரைகளைச் சுடுவதற்காக நீங்கள் கூட்டிச் செல்லும்போது அது கனைக்கும்.

இதிலிருந்து நான் என்ன சொல்ல வருகிறேன் என்றால் — உயிர் வாழக்கூடிய உயிரினங்கள் அனைத்துக்கும், பூச்சிகள் உட்பட, ஆன்மா என்பது இருக்கிறது. காயம்பட்ட மான் இதோ இங்கே விழுந்து கிடக்கிறது. நீங்கள் அதன் 'கதை'யை முடிப்பதற்குப் பதிலாக அதற்காக நீங்கள் வருந்த வேண்டும் என அது விரும்புகிறது. இறுதித் தருணத்தில் அதனிடத்தில் ஒரு மனிதத் தன்மை காணப்பட்டது. அது உங்களை வெறுத்திருக்கும் அல்லது உங்களைப் பார்த்து, "என்னை வாழவிடுங்கள்" என வேண்டியிருக்கும். நான் வாழ விரும்புகிறேன்!

நான் சொல்கிறேன், சுடுவதற்குப் பழகிக் கொள்ளுங்கள். அவற்றைக் கொல்வதைவிட அடிப்பது/காயப்படுத்துவது மிகவும் வேதனையான ஒரு விஷயம். வேட்டையாடல் என்பது ஒருவகையில் விளையாட்டுத்தானே! ஏதோ காரணத்திற்காக யாரும் மீனவர்களை தொந்தரவு செய்வதில்லை. ஆனால் வேட்டைக்காரர்களை எல்லோரும் தொந்தரவு செய்கிறார்கள். இது நியாயமற்றது!

உண்மையான ஆண் மகனுக்கு வேட்டையாடுதலும், யுத்தமும் இரண்டு முக்கியமான செயல்பாடுகளாகும்.

எனது மகனிடம் இது குறித்து சொல்ல முடியாது. ஏனென்றால் அவன் சிறுவன். நான் எங்கேயிருந்தேன்? என்ன செய்து கொண்டிருந்தேன்? அவனுடைய அப்பா அங்கே யாரையாவது அல்லது எதையாவது பாதுகாத்துக்கொண்டிருப்பார் என அவன் இன்னும் நினைக்கக் கூடும். அவர்கள் தொலைக்காட்சியில் ராணுவத் தளவாடங்களையும், அதிகமான சிப்பாய்களையும் காண்பித்தார்கள். அப்போது எனது மகன், "அப்பா, நீங்கள் ராணுவ வீரர் போல தானா?" எனக் கேட்டான்.

தொலைக்காட்சி நிலையத்திலிருந்து இந்தக் கேமராமேன் வந்தார். நினைவிருக்கிறதா? அவர் பெரியவராக இருந்தாலும் அழுதார். அவர் மூன்று தலை கொண்ட பன்றியைப் பார்க்க வேண்டுமென்று விரும்பினார்.

ஆமாம்... ஹா... எப்படி ‘ஜிஞ்சர்ப்ரெட்மேன்’ காட்டின் வழியாக உருண்டு போகிறான் என்பதை நரி பார்த்தது. ‘ஜிஞ்சர்ப்ரெட் மேன்’ எங்கே நீ உருண்டு செல்கிறாய்?’. ‘நான் ஜிஞ்சர்ப்ரெட் மேன் இல்லை, நான் ‘செர்னோபிலிலிருந்து வரும் முள்ளம் பன்றி’ என்றது. ஹா... ஹா... அவர்கள் சொன்னது போல, நாம் ஒவ்வொருவர் வீட்டிலும் அமைதிக்கான அணுவை வைப்போம்!

ஒவ்வொரு மனிதனும் விலங்கைப் போல இறக்கிறார்கள். நான் ஆஃப்கானிஸ்தானில் இதைப் பல முறை பார்த்திருக்கிறேன். நானே, வயிற்றில் அடிபட்டு வெயிலில் கிடந்தேன். வெப்பத்தின் கொடுமை தாங்க முடியவில்லை. எனக்குத் தாகமெடுத்தது! ‘நான் ஒரு நாய் போல இங்கேயே சாகப் போகிறேன்’ என நினைத்தேன். மான்களுக்கு எப்படி ரத்தம் ஓடுகிறதோ அதே போலதான் மனிதர்களுக்கு ஓடுகிறது. வலியும் அதே போலதான்.

எங்களோடு இருந்த காவல்துறை அதிகாரி — பித்துப் பிடித்தவர் போல ஆகிவிட்டார். அவர் சியாமிஸ் பூனைகளுக்காகப் பரிதாபப்பட்டார். சந்தையில் இவற்றின் விலை அதிகம் என அவர் கூறினார். அவை பார்ப்பதற்கு அழகாக இருக்கும்.

பசு ஒன்று தனது கன்றோடு நடந்து சென்று கொண்டிருந்தது. நாங்கள் சுடவில்லை. நாங்கள் குதிரைகளையும் சுடவில்லை. ஓநாய்களுக்கு அவை பயப்பட்டன. ஆனால் மனிதர்களுக்குப் பயப்படவில்லை. குதிரை தன்னைத்தானே பாதுகாத்துக் கொள்ளும். ஓநாய்கள் முதலில் பசுவைப் பிடித்தன. அதுதான் காட்டின் சட்டமாக இருந்தது.

அவர்கள் கால்நடைகளை பெலாரஸ்ஸிலிருந்து ரஷ்யாவுக்கு அனுப்பி அதை அங்கே விற்றார்கள். ரத்தப் புற்றுநோயுடன் இருந்த கிடாரிகளை தள்ளுபடி விலையில் விற்றனர்.

பெரியவர்களை நினைத்து மிகவும் வருத்தமான உணர்வு எனக்கு ஏற்பட்டது. எங்களுடைய கார் வரைக்கும் வந்து, “மகனே, நீ என் வீட்டை வந்து பார்க்கிறாயா?” என்று கேட்டுவிட்டு அவரது வீட்டுச் சாவியை என்னிடம் கொடுத்தார். “எனது சூட்டையும், தொப்பியையும் பிடித்துக் கொள்ள முடியுமா?” என்று கேட்டுவிட்டு என்னிடம் கொஞ்சம் காசு கொடுத்தார். “என்னுடைய நாய் எப்படியிருக்கிறது?” நாய் சுடப்பட்டு விட்டது. வீடு கொள்ளையடிக்கப்பட்டுவிட்டது. அவர்கள் ஒருபோதும் திரும்ப வரமாட்டார்கள். அதை எப்படி இவர்களிடம்

சொல்வது? நான் அவர் கொடுத்த சாவிகளை வாங்கிக் கொள்ள வில்லை. நான் யாரையும் ஏமாற்ற விரும்பவில்லை. மற்றவர்கள் வாங்கிக் கொண்டார்கள். வோட்காவை எங்கே வைக்க வேண்டும்? எங்கே மறைத்து வைக்க வேண்டும்? என்பதையும் அவர்களிடம் வயதானவர்கள் கூறினார்கள்.

அவர்கள் திருமணத்திற்காக காட்டுப் பன்றியை வெட்டும்படி கூறினார்கள். அது ஒரு கோரிக்கையாக இருந்தது. கல்லீரல் கையில் உருகிவிட்டிருந்தாலும் அவர்கள் அது திருமணத்திற்கு வேண்டுமெனக் கூறி எடுத்துக் கொண்டார்கள்.

நாங்கள் அறிவியல் நோக்கத்திற்காகவும் சுட்டோம். ஒரு சமயம், இரண்டு முயல்கள், இரண்டு நரிகள், இரண்டு காட்டு ஆடுகளைச் சுட்டோம். அவையெல்லாம் நோயுற்றவை. ஆனாலும் நாங்கள் அதை மென்மைப்படுத்தி சாப்பிட்டோம். முதலில் பயமாகத்தான் இருந்தது. ஆனால் இப்போது பழகிப் போய்விட்டது. நாங்கள் ஏதாவது சாப்பிட வேண்டும். அதற்காக நாம் எல்லோரும் இன்னொரு கிரகமான சந்திரனுக்குப் போக முடியாது.

யாரோ ஒருவர் நரி முடியில் செய்யப்பட்ட தொப்பியை சந்தையில் வாங்கி அணிய ஆரம்பித்த சில நாட்களில் அவர் தலை வழுக்கை ஆகிவிட்டது. அந்தப் பகுதியில் மிகவும் மலிவான விலையில் இயந்திரத் துப்பாக்கி வாங்கியவன் இறந்து போனான். ஒருவருக்கொருவர் பயமுறுத்திக் கொண்டிருந்தனர்.

என்னைப் பொருத்தவரை எனது ஆன்மாவுக்கோ அல்லது எனது மனதிற்கோ எதுவும் ஆகவில்லை.

'வீடுகளை' இடமாற்றம் செய்து கொண்டிருந்த டிரைவரிடம் நான் பேசினேன். அவர் அவற்றை அங்கிருந்து வெளியேற்றிக் கொண்டிருந்தார். கண்டிப்பாக, அவையெல்லாம் வீடுகளோ, பள்ளிக்கூடங்களோ, கிண்டர்கார்டனோ இல்லை. அவை யெல்லாம் எண் குறியிடப்பட்டு முடக்கப்பட்ட சாமான்கள். ஆனால் அதை அவர்கள் வெளியே கொண்டு வருவார்கள்! நான் அவரை குளியலறையிலோ அல்லது பீர் கடையிலோ சந்தித்தேன் என நினைக்கிறேன். அவர் என்னிடம், "அவர்கள் ட்ரக்கை கொண்டு வந்த மூன்று மணி நேரத்தில் வீட்டை அக்கு வேறு, ஆணி வேறாகக் கழற்றி அந்தப் பகுதியின் எல்லைக்கு கொண்டு சென்றதும் இவர்களை யாரோ ஒருவர் சந்திப்பார்

என்றார். பண்ணை வீடு சம்பந்தப்பட்ட பொருட்கள் இந்தப் பகுதியில் விற்கப்பட்டன. டிரைவருக்கு இதனால் கொஞ்சம் பணம் கிடைத்தது. அதோடு சாப்பாடும், குடிப்பதற்கு மதுவும் கொடுத்தார்கள்.

எங்களில் சிலர் மிருகங்களைத் தேடி அலைபவர்கள் — வேட்டைக்காரர்கள். மற்றவர்கள் காட்டுக்குள் சென்று பறவைகளுக்குப் பின்னால் செல்வார்கள்.

நிறைய பேர்கள் கஷ்டப்பட்டார்கள். ஆனால் யாரும் எப்போதும் அதற்கு பதில் அளிக்கவில்லை. அவர்கள் நிலைய இயக்குநரை தனித்திருக்கும்படியே வைத்திருந்தனர். அப்போது இருந்த அமைப்பில் யார் மேல் குற்றம் என்பதைச் சொல்வதே சிரமமாக இருந்தது. அவர்கள் அணுகுண்டுக்காக புளூட்டோனியம் தயாரிப்பதாக பேப்பரில் படித்தேன். அதனால் தான் இந்த விபத்து நிகழ்ந்ததாம். ஆனால் அதன்போது இது நடந்தது என்றால், இங்கே மட்டும் ஏன்? ஏன் செர்னோபிலில்? ஏன் ஃபிரான்ஸிலோ, ஜெர்மனியிலோ இல்லை?

ஒரு விஷயம் என் நினைவில் தொக்கி நிற்கிறது. அந்த ஒரு விஷயம். யாரிடமும் ஒரு குண்டுகூட அந்தச் சின்ன செல்லப் பிராணியை சுடுவதற்கு இல்லை. இருபது பேர்கள் இருந்தோம். ஆனால் முடிவில் ஒரு குண்டுகூட மிச்சமில்லை. ஒன்றுகூட இல்லை.

செக்காவும் டால்ஸ்டாயும் இல்லாமல் நாம் வாழ்வது எப்படி?

எதற்காக நான் பிரார்த்திக்க வேண்டும்? என்னைக் கேளுங்கள்: எதற்காக நான் பிரார்த்திக்க வேண்டும்? நான் தேவாலயத்தில் பிரார்த்திக்க மாட்டேன். எனக்குள்ளாகவே நான் பிரார்த்தித்துக் கொள்வேன். நான் நேசிக்க விரும்புகிறேன்! நான் நேசிக்கவும் செய்வேன். என் காதலிக்காகப் பிரார்த்திப்பேன். ஆனால் எனக்காக — *(சிறிது நேரம் நிறுத்திவிட்டு, அவள் என்னிடம் பேச விரும்பவில்லை என்பதை என்னால் தெரிந்து கொள்ள முடிந்தது).* நான் எதையாவது நினைத்துக் கொள்ளவேண்டுமா? தேவைப்பட்டால் இதை நான் கொஞ்சம் தள்ளிக்கூட வைத்துக் கொள்ளலாம் இல்லையா? நான் ஒருபோதும் அந்த மாதிரியான புத்தகங்களைப் படிப்பதில்லை. ஒருபோதும் அந்த மாதிரியான படங்களைப் பார்ப்பதில்லை. நான் யுத்தம் சம்பந்தப்பட்ட படங்களைத்தான் பார்ப்பேன். என்னுடைய பாட்டிக்கும் தாத்தாவுக்கும் குழந்தைப்பருவம் என்று ஒன்று இருந்ததே தெரியாது என்றும் ஆனால் யுத்தம் இருந்தது என்றும் நினைவு கூர்ந்தார்கள். அவர்கள் குழந்தைப்பருவம் என்றால் யுத்தம்தான். என்னுடையது செர்னோபில். நீங்கள் ஓர் எழுத்தாளர். ஆனால் எனக்கு எந்தவொரு புத்தகமும் புரிந்து கொள்வதற்கு உதவவில்லை. நாடகமும் திரைப்படங்களும் அது போலத்தான். இவையெல்லாம் இல்லாமலே நான் அதைப் புரிந்து கொண்டேன். என்ன செய்வதென்று தெரியாமல் நாம் வாழ்ந்து

கொண்டிருக்கிறோம். என்னுடைய மனதால் இதைப் புரிந்து கொள்ள முடியவில்லை. என்னுடைய அம்மாவோ குழம்பிப் போய்விட்டார். அவர் ரஷ்ய இலக்கியம் கற்றுக் கொடுப்பவர். அவர்தான் எப்போதும் புத்தகங்களுடனே இருக்கும்படி சொல்லிக் கொடுத்தவர். ஆனால் இதைப் பற்றி எந்தப் புத்தகமும் இல்லை. அதனால் அவர் குழம்பிப் போய்விட்டார். புத்தகமில்லாமல் என்ன செய்வதென்று அவருக்குத் தெரியவில்லை. செக்காவும், டால்ஸ்டாயும் இல்லாமலா? நான் நினைவில் வைத்துக் கொள்ள வேண்டுமா? நினைவில் வைத்துக்கொள்ள விரும்பும் அதே நேரத்தில் விரும்பவும் இல்லை. *(அவர் பேசுவதை அவரே கேட்டுக் கொண்டிருக்கிறாரா அல்லது விவாதித்துக் கொண்டிருக்கிறாரா).* இது பற்றி விஞ்ஞானிகளுக்கோ, எழுத்தாளர்களுக்கோ எதுவும் தெரியவில்லையென்றாலும், நாங்கள் எங்களுடைய வாழ்க்கை, மரணம் ஆகியவற்றின் மூலம் அவர்களுக்கு உதவுவோம். அப்படித்தான் அம்மா நினைத்துக் கொண்டிருந்தார். ஆனால் நான் அப்படி நினைக்க விரும்பவில்லை. நான் மகிழ்ச்சியாக இருக்க விரும்புகிறேன். நான் ஏன் மகிழ்ச்சியாக இருக்க முடியாது?

நாங்கள் ப்ரீபியாட்டில் அணுமின் நிலையத்துக்கு அருகில்தான் வசித்து வந்தோம். நான் பிறந்து வளர்ந்தது எல்லாம் அங்கே தான். ஒரு பெரிய கட்டிடத்தில் ஐந்தாவது மாடியில் நாங்கள் இருந்தோம். ஜன்னலிலிருந்து பார்த்தால் மின்சக்தி நிலையம் தெரியும். ஏப்ரல் 26 — இரண்டு நாட்கள் — அந்த இரண்டு நாட்கள் எங்கள் நகரத்தின் கடைசி நாட்கள். இப்போது அங்கே எதுவும் இல்லை. அங்கே இப்போது எஞ்சியிருப்பது நாங்கள் இருந்த நகரமே இல்லை. நிகழ்வு நடந்த அன்று எங்கள் வீட்டுக்குப் பக்கத்துவீட்டுக்காரர் பால்கனியில் உட்கார்ந்து பைனாக்குலர் மூலம் தீ எரிவதைப் பார்த்துக் கொண்டிருந்தார். நாங்கள் — பையன்களும், பெண்களும் எங்களுடைய பைக்கிலேறி மின்சக்தி நிலையத்தை நோக்கிச் சென்று கொண்டிருந்தோம். பைக் இல்லாதவர்கள் பொறாமையுடன் இருந்தார்கள். எங்களை அங்கு போகவேண்டாம் என்று எங்கள் பெற்றோர்களோ, ஆசிரியர்களோ யாரும் எதுவும் சொல்லவில்லை. மதிய உணவின்போது ஆற்றுப் பகுதியில் மீனவர்கள் யாருமே இல்லை. அவர்கள் ஒரு மாதம் கழித்துத் திரும்பி வந்தபோது மிகவும் கருப்பாக இருந்தார்கள். சோசியில் (Sochi) ஒரு மாத காலம் இருந்தாலும் இந்த அளவுக்குக் கருப்பாவதற்கு சாத்தியமில்லை. அது ‘அணு’வினால் ஏற்பட்ட

நிறமாற்றம் ஆகும். மின்சக்தி நிலையத்திலிருந்து வெளியேறிக் கொண்டிருந்த புகை கருப்பு நிறத்திலோ மஞ்சள் நிறத்திலோ இல்லாமல் நீல நிறத்தில் இருந்தது. ஆனால் யாரும் எங்களைப் பார்த்துக் கத்தவில்லை. இங்கே ஒரு குண்டுவெடிப்பு, அங்கே ஒரு குண்டுவெடிப்பு என அவ்வப்போது நடக்கும் ராணுவ அபாயங்களுக்கு மக்கள் பழகியிருந்தனர். இங்கே சாதாரண மான தீ ஏற்பட்டதால் வழக்கமான தீயணைப்புப் படை வீரர்கள் அணைத்துவிட்டிருந்தார்கள். 'கல்லறையில் ஒரு வரிசையில் சேருவோம், யார் உயரமானவரோ அவர் முதலில் சாகட்டும்' என அங்கிருந்தவர்கள் ஜோக் அடித்துக் கொண்டிருந்தனர். நான் அவர்களில் சிறியவன். எனக்கு பயம் பற்றிய உணர்வு எதுவும் இல்லை. ஆனால் வித்தியாசமான பல விஷயங்கள் நினைவில் இருந்தன. எனது தோழியும் அவளது அம்மாவும் இரவு முழுவதும் அவர்களிடமிருந்த பணம், நகை அனைத்தையும் குழி தோண்டி ஓரிடத்தில் புதைத்ததாகவும், எங்கே அந்த இடம் நினைவில் இல்லாமல் போய்விடுமோ எனப் பயப்படுவதாகவும் கூறினார். என்னுடைய பாட்டி பதவியிலிருந்து ஓய்வு பெறும் போது தூலாவிலிருந்து அவருக்கு சாமோவர் என்கிற கொள்கலன் கொடுக்கப்பட்டது. அவருக்கு அதுவும், தாத்தாவின் பதக்கங்களும், சிங்கர் தையல் மெஷினும் தான் கவலையைக் கொடுத்தது. நாங்கள் 'குடி வெளியேற்றம்' செய்யப்பட்டோம். இந்த செய்தியை அப்பா வேலையிலிருந்து வீட்டிற்கு வரும்போது 'கொண்டு' வந்தார். அது யுத்தம் சம்பந்தமான புத்தகங்களில் குறிப்பிடப்பட்டிருந்தது போல இருந்தது. அப்பா எதையோ மறந்து விட்டதாகச் சொன்னபோது நாங்கள் பேருந்தில் இருந்தோம். அவர் உடனே வீட்டிற்கு ஓடிச் சென்று புதிதாக வாங்கி ஹாங்கரில் தொங்கிக் கொண்டிருந்த 2 சட்டைகளைக் கொண்டுவந்தார். அது மிகவும் வினோதமாக இருந்தது. ராணுவத்தினரைப் பார்த்தால் அந்நியர்கள் போல இருந்தார்கள். அவர்கள் பாதுகாப்பு முகமூடியை அணிந்து நடந்து போய்க் கொண்டிருந்தனர். 'எங்களுக்கு என்ன நடக்கப் போகிறது? எனக் கேட்டுக் கொண்டிருந்த மக்களிடம் "நீங்கள் ஏன் எங்களைக் கேட்டுக் கொண்டிருக்கிறீர்கள்?" என அவர்கள் கேட்டார்கள். "அதோ அங்கே வெள்ளை நிற வோல்கா கார்கள் நிற்கின்றன. அங்கேதான் எங்களது மூத்த அதிகாரிகள் இருக்கிறார்கள். அவர்களிடம் கேட்டுக் கொள்ளுங்கள்" என்றார்கள்.

நாங்கள் பஸ்ஸில் போய்க் கொண்டிருந்தோம். வானம் நீலமாக இருந்தது. நாங்கள் எங்கே போய்க் கொண்டிருக்கிறோம்? எங்களிடம் ஈஸ்டர் கேக்குகளும், வண்ணநிறத்திலான முட்டைகளும் எங்களுடைய பைகளிலும், கூடைகளிலும் இருந்தன. இதுதான் யுத்தம் எனில் நான் படித்த புத்தகங்களிலிருந்து கற்பனை செய்து வைத்திருந்தது போல இது இல்லை. இங்கே யொரு குண்டுவெடிப்பு, அங்கேயொரு குண்டுவெடிப்பு என இருக்க வேண்டும். நாங்கள் மிகவும் மெதுவாக சென்று கொண்டிருந்தோம். வழியில் கால்நடைகளும் சென்று கொண்டிருந்தன. மக்கள் பசுக்களையும் குதிரைகளையும் விரட்டிக் கொண்டிருந்தனர். அங்கே தூசியின் நாற்றமும், பாலின் மணமும் இருந்தது. டிரைவர்கள் பசு, குதிரை மேய்ப்பவர்களைப் பார்த்து திட்டிக்கொண்டும், கத்திக்கொண்டும் இருந்தனர் — "இதோடும், அதோடும் சேர்ந்து நீங்களும் ஏன் ரோட்டில் இருக்கிறீர்கள்? நீங்கள் கதிர்வீச்சு தூசியை அதிகமாகக் கிளப்பி விடுகிறீர்கள். நீங்கள் ஏன் அவற்றை வயல்வெளியின் ஊடாக கூட்டிச் செல்லக் கூடாது?" எனக் கேட்டனர். புற்களையும், கம்பஞ்செடிகளையும் நசுக்குவது நல்லதல்ல என அவர்கள் பதிலுக்குக் கத்தினார்கள். நாங்கள் திரும்பி வருவோம் என ஒருவரும் நினைக்கவில்லை. இது போல வேறெப்போதும் நடந்ததில்லை. எனக்கு லேசாக தலை சுற்றியது. தொண்டையில் கமறல் இருந்தது. வயதான பெண்கள் அழவில்லை. ஆனால் இளவயதுக்காரர்கள் அழுது கொண்டிருந்தார்கள். என்னுடைய அம்மாவும் அழுது கொண்டிருந்தார்.

நாங்கள் மின்ஸ்க் நகரை சென்றடைந்தோம். ரயில் டிக்கெட் கட்டணம் வழக்கமான கட்டணத்தை விட மூன்று மடங்காக இருந்தது. நடத்துனர் எல்லோருக்கும் டீ வாங்கிக் கொடுத்தார். ஆனால் எங்களிடம், "உங்கள் கோப்புகளைக் கொடுங்கள்" என்று கேட்டார், "ஏன் கோப்புகள் எல்லாம் தீர்ந்து விட்டதா, என்ன?" இல்லை! அவர்களுக்கு எங்களைப் பார்த்து ஒரு அச்சம். "நீங்கள் எங்கேயிருந்து வருகிறீர்கள்?" "செர்னோபில்". ஒரு மாத காலத்திற்குள் அபார்ட்மெண்ட் செல்வதற்கு எனது பெற்றோருக்கு அனுமதி கிடைத்தது. அவர்கள் போர்வையையும், என்னுடைய நீண்ட கோட்டையும், அம்மாவுக்குப் பிரியமான செக்காவின் தேர்ந்தெடுத்தக் கடிதங்கள் புத்தகத்தையும் எடுத்துக் கொண்டனர். அவர்கள் ஏன் நன்றாக மூடி சீல் வைக்கப்பட்ட ஸ்ட்ராபெரி ஜாம் கேனை எடுத்துக் கொள்ளவில்லை என்பதை

பாட்டியால் சரியாகப் புரிந்துகொள்ள முடியவில்லை. அவர்கள் போர்வையில் 'கறை' இருப்பதாகச் சொன்னார்கள். அம்மா அதை நன்றாகத் துவைத்தும், அது கறையைப் போக்க உதவவில்லை. அவர்கள் அதை உலர் சலவைக்குக் கொடுத்தார்கள். அந்தக் கறை இருந்த இடம் 'பிரகாசித்தது'. அதனால் அவர்கள் கத்தரியைக் கொண்டு அதை வெட்டினார்கள். அதே போர்வை தான், எனது அதே கோட்டுதான். ஆனால் என்னால் அந்தப் போர்வையின் அடியில் தூங்க முடியவில்லை, கோட்டைப் போட முடியவில்லை. இதற்காக நான் அதைப் பார்த்து பயப்படுகிறேன் என்று அர்த்தமில்லை — அதன் மேல் ஏற்பட்ட வெறுப்புதான் காரணம்! நான் இந்தப் பகைமையை உணர்ந்தேன் — என்னை என்னாலேயே புரிந்து கொள்ளமுடியவில்லை.

இந்த விபத்து பற்றி வீட்டில், பள்ளிக்கூடத்தில், பஸ்ஸில், தெருவில் ஒவ்வொருவரும் பேசிக் கொண்டிருந்தார்கள். மக்கள் இதை ஹிரோஷிமாவுடன் ஒப்பிட்டார்கள். ஆனால் யாரும் அதை நம்பவில்லை. புரிந்து கொள்ள முடியாத ஒன்றை எப்படி நம்ப முடியும்? எவ்வளவு கடினமாக முயற்சி செய்தாலும் அதனால் பயனில்லை. நாங்கள் கிளம்பும்போது வானம் நீல நிறமாக இருந்தது எனக்கு நினைவிலிருந்தது. பாட்டியால் புதிய இடத்திற்குப் பழக்கப்பட முடியவில்லை. அவர் எங்களது பழைய வீட்டை இழந்துவிட்டது போல உணர்ந்தார். அவர் இறப்பதற்கு முன்பாக, "எனக்குக் கொஞ்சம் (சமையலிலும், சாலடிலும் பயன்படுத்தப்படும் ஒரு வகையான செடி) வேண்டும்" என்றார். ஆனால் பல ஆண்டுகளாக அதைச் சாப்பிட அவர்கள் எங்களை அனுமதிக்கவில்லை. காரணம் இந்தச் செடிதான் கதிர்வீச்சை அதிகமாக உறிஞ்சிக் கொண்டது எனக் கூறினார்கள்.

நாங்கள் பாட்டியை அவருடைய கிராமமான டூப்ரோவ்நிக் (Dubrovniki)க்கில் புதைத்தோம். அது இந்தப் பகுதியில்தான் இருந்தது. எனவே முட்கம்பிகள் வேயப்பட்டிருந்த அந்தப் பகுதியை இயந்திரத் துப்பாக்கி தாங்கிய ராணுவ வீரர்கள் காவல் காத்து வந்தனர். அவர்கள் பெரியவர்களை — எனது பெற்றோரையும் உறவினர்களையும் — மட்டுமே அந்தப் பகுதிக்குள் செல்ல அனுமதித்தனர். என்னை அவர்கள் அனுமதிக்கவில்லை. 'குழந்தைகளை அனுமதிப்பதில்லை' என அவர்கள் கூறினார்கள். அப்படியென்றால் இனி பாட்டியை ஒருபோதும் சென்று பார்க்க முடியாது எனப் புரிந்து கொண்டேன். இது எப்படி எங்கே நடந்தது என்பது பற்றி எங்கே படிக்க முடியும்? அம்மாவும்,

"நான் பூக்களையும், மரங்களையும் வெறுப்பவள்" எனக் கூறினார். அவருக்குள் ஏதோ பயம் வந்துவிட்டது. கல்லறையில், புல்வெளியின் மேல் மேசை விரிப்பு ஒன்றை விரித்து அதில் சில உணவு வகைகளையும், வோட்காவையும் வைத்திருந்தனர். ராணுவத்தினர் கதிர்வீச்சுமானியைக் கொண்டுவந்து சோதனை செய்தபின் அங்கிருந்து எல்லாவற்றையும் தூக்கி எறிந்தனர். எங்கள் பாட்டியை நாங்கள் எங்கே கொண்டு செல்வோம்?

எனக்குப் பயமாக இருக்கிறது. நேசிக்கவே பயமாக இருக்கிறது. எனது வருங்கால கணவனும் நானும் திருமணம் செய்து கொள்வதற்காக ஏற்கனவே பதிவாளர் அலுவலகத்தில் பதிவு செய்திருந்தோம். ஹிரோஷிமாவில் உள்ள ஹிபாகுஷாவைப் பற்றி எப்போதாவது கேள்விப்பட்டிருக்கிறீர்களா? அணுகுண்டு வீச்சில் தப்பிப் பிழைத்தவர்களா? அவர்கள் தங்களுக் குள்ளேயேதான் திருமணம் செய்து கொள்ள முடியும். அதைப் பற்றி யாரும் எழுதுவதோ, பேசுவதோ இல்லை. இருந்தாலும் நாங்கள் வாழ்ந்து கொண்டுதான் இருக்கிறோம். செர்னோபில் ஹிபாகுஷா. அவருடைய வீட்டிற்கு என்னை அழைத்து அம்மாவிடம் அறிமுகப்படுத்தினார். அவருடைய அம்மா கனிவானவராக இருந்தார். அவர் ஒரு தொழிற்சாலையில் பொருளாதார வல்லுநராக இருந்தார். மிகவும் துடிப்பாக இருந்த அவர் கம்யூனிஸ்ட்டுகளுக்கு எதிராக நடத்தப்படும் அனைத்துக் கூட்டங்களுக்கும் செல்வதுண்டு. இப்படிப்பட்ட கனிவான அம்மா, நான் செர்னோபில் குடும்பத்தைச் சேர்ந்த அகதி எனத் தெரிந்தவுடன், "அன்பே, உனக்குக் குழந்தைகள் பிறக்குமா?" எனக் கேட்டார். ஆனால் நாங்கள் ஏற்கனவே திருமணத்திற்காக பதிவு செய்து வைத்திருந்தோம்! அவன் என்னிடம், "நான் வீட்டை விட்டுவிட்டு வருகிறேன். நாம் அபார்ட்மெண்டில் வாடகைக்கு குடியிருக்கலாம்." என்றான். ஆனால் நான் கேட்டதெலாம், "அன்பே, சிலருக்கு பிரசவிப்பது என்பது பாவப்பட்ட செயலாகும்" என்பதுதான். காதல் கொள்வதே பாவம்.

இவனுக்கு முன்னால் எனக்கு ஒரு பாய்ஃப்ரெண்ட் இருந் தான். அவன் ஒரு ஓவியக்கலைஞன். நாங்களிருவரும் திருமணம் செய்து கொள்ள விரும்பினோம். இந்த ஒரு நிகழ்வு நடப்பது வரை அனைத்தும் நன்றாகத்தான் இருந்தது. நான் அவனுடைய கலைக்கூடத்தைச் சென்றடைந்த நேரத்தில் அவன் யாருடனோ தொலைபேசியில், "நீ அதிர்ஷ்டசாலி! நீ எவ்வளவு பெரிய

அதிர்ஷ்டசாலி என்பது உனக்கே தெரியாது!" வழக்கமாக அவன் மிகவும் அமைதியானவன். அவன் பேசும் போது உணர்ச்சிவசப்படுவதையோ, ஆச்சரியப்படுவதையோ பார்க்க முடியாது. ஆனால் இப்போது! அவனுக்கு என்னவாயிற்று? அவனுடைய நண்பன் மாணவர்கள் தங்கியிருக்கும் விடுதியில் தங்கியிருந்தான். அவன் அடுத்த அறையைப் பார்க்கும்போது அங்கு ஒரு பெண் தூக்கில் தொங்கிக் கொண்டிருந்தாள். அங்கே சென்று அவன் அவளை கீழேயிறக்கியிருக்கிறான். அவனுக்குப் பக்கத்தில் என்னுடைய நண்பன் நடுங்கிக்கொண்டே நின்றிருந்திருக்கிறான். 'அவன் என்ன பார்த்தான் என்பது பற்றி உனக்குத் தெரியாது. அவன் அவளை தனது கைகளால் தூக்கிச் சென்றிருக்கிறான். அப்போது அவளுடைய முகத்தைத் தொட்டிருக்கிறான். அவளுடைய உதடுகளில் வெள்ளைநிறத்தில் நுரையிருந்திருக்கிறது. வேகமாகச் சென்றிருந்தால் பிழைக்க வைத்திருக்கலாம்.' அவன் இறந்தவளுக்காக ஒரு வினாடிகூட வருத்தப்படவில்லை. அவன் அவளைப் பார்த்து நினைவில் நிறுத்திக் கொள்ள விரும்பினான். ஏனென்றால் பின்னாளில் எப்போதாவது அவளை ஓவியமாகத் தீட்டலாமல்லவா? அவன் என்னிடம் கேட்ட விஷயங்களையும் நான் நினைத்துப் பார்த்தேன். 'அணுமின் நிலையத்தில் தீ எந்த நிறத்தில் இருந்தது, சுடப்பட்ட நாய்களும், பூனைகளும் தெருவில் கிடந்ததைப் பார்த்தேனா? மக்கள் அழுது கொண்டிருந்தார்களா? அவர்கள் எப்படி இறந்தார்கள் என்பதை நான் பார்த்தேனா? அதன் பின்... என்னால் அவனோடு இருக்க முடியவில்லை. என்னால் பதில் சொல்ல முடியவில்லை *(ஒரு சிறிய அமைதிக்குப் பிறகு)*. உன்னைத் திரும்பவும் சந்திக்க வேண்டுமா என்று எனக்குத் தெரியவில்லை. அவன் என்னைப் பற்றி நினைத்தது போல தான் நீயும் நினைக்கிறாய். ஏதோ பரிசோதனை நடப்பது போல என்னைக் கவனித்து நினைவுப்படுத்திக் கொள்கிறாய். என்னால் அந்த உணர்வை விட்டொழிக்க முடியாது.

பிரசவிப்பது பாவப்பட்ட செயலாக இருக்க முடியுமென்பது உங்களுக்குத் தெரியுமா? இந்த வார்த்தைகளை அதற்கு முன்பு நான் ஒருபோதும் கேட்டதில்லை.

- காட்யா பி

போர்ப்படங்கள்

இது எனது ரகசியம். யாருக்கும் இது பற்றித் தெரியாது. இது குறித்து நான் ஒரே ஒரு நண்பனிடம் மட்டுந்தான் பேசியிருக்கிறேன்.

நான் ஒரு கேமராமேன். எங்களுக்கென்று கற்றுக் கொடுக்கப் பட்ட அனைத்து விஷய ஞானத்துடனும் அங்கே சென்றேன். யுத்தக்களத்தில் நீங்கள் எழுத்தாளர் ஆகிவிடுவீர்கள். "ஃபேர் வெல் டூ ஆர்ம்ஸ்" எனக்கு விருப்பமான புத்தகம். எனவே நான் அங்கு சென்றேன். அப்போது அங்கிருந்த மக்கள் தங்கள் தோட்டங்களில் பள்ளம் தோண்டிக் கொண்டிருந்தனர். வயல் வெளியில் ட்ராக்டர்களும், விதைப்பான்களும் இருந்தன. நான் எதைப் படம் எடுப்பது? எதுவும் பெரிய விஷயமாகத் தோன்ற வில்லை.

விவசாய சங்கத்தில் தான் எனது முதல் படப்பிடிப்பு நடந்தது. அவர்கள் மேடை மேல் தொலைக்காட்சிப் பெட்டியை வைத்துவிட்டு அங்கிருக்கும் அனைவரையும் அதற்கருகில் ஒருங்கிணைத்தனர். அவர்கள் கோர்பசெவ்வின் பேச்சைக் கேட்டனர் — எல்லாம் நன்றாக இருக்கிறது. அனைத்தும் கட்டுப்பாட்டுக்குள் இருக்கிறது என அவர் கூறினார். நாங்கள் எங்கே படப்பிடிப்பு நடத்திக் கொண்டிருந்தோமோ அந்த கிரா மத்தில் அவர்கள் 'மறு சீரமைப்பு' செய்து கொண்டிருந்தனர்.

அவர்கள் மேற்கூரைகளைக் கழுவிவிட்டுக் கொண்டிருந்தனர். ஆனால் வயதான பெண் ஒருவரின் வீட்டுக் கூரை ஒழுகிக் கொண்டிருக்கும்போது அதை எப்படி கழுவிவிட முடியும்? மண்ணைப் பொருத்தவரை, வளமான மேல்புறத்தை வெட்டி எடுத்தார்கள். அதற்குப் பிறகு மஞ்சள் நிறத்திலான மண் இருந்தது. கொடுக்கப்பட்ட வழிமுறைப்படி ஒரு பெண் நிலத்தை புரட்டிப் போட்டுக் கொண்டிருந்தார். அது பார்ப்பதற்கு நன்றாக இல்லை என்பதால் நான் அதை படமெடுக்கவில்லை.

நாங்கள் எங்கே சென்றாலும் மக்கள் 'இவர்கள் திரைப்படத் துறையைச் சேர்ந்தவர்கள். கொஞ்சம் பொறுங்கள். நாங்கள் சில 'கதாநாயகர்களை'க் கண்டுபிடித்துக் கொண்டுவருகிறோம் என்றார்கள். அவர்கள் ஒரு வயதானவரையும் அவருடைய பேரனையும் கொண்டு வந்து எங்கள் முன் நிறுத்தினார்கள். அவன் இரண்டு நாட்கள் செர்னோபிலுக்கு அருகில் இருந்த மாடுகளையெல்லாம் விரட்டுவதில் ஈடுபட்டிருந்தானாம். படமெடுத்து முடித்த பின் கால்நடை குறித்து நன்கு அறிந்த ஒருவர் ஒரு மிகப்பெரிய பள்ளத்தின் அருகே என்னை வரச் சொன்னார். அங்குதான் புல்டோசர் கொண்டு பசுக்களைப் புதைத்தனர். எனக்கு அதைப் படமெடுக்க வேண்டுமென்று தோன்றவில்லை. நான் அந்தப் பள்ளம் இருந்த இடத்திலிருந்து திரும்பி நாட்டுப்பற்று மிக்க குறும்படங்களை படமெடுக்கும் பாரம்பரியத்தைப் பின்பற்றி படம் எடுத்தேன். புல்டோசர் டிரைவர்கள் 'ப்ராவ்தா' பத்திரிகையைப் படித்துக் கொண்டிருந்தனர். அதில், 'சிரமத்தில் இருப்பவர்களை நாடு கைவிடாது' என கொட்டை எழுத்துகளில் தலைப்புச் செய்தி வெளியாகியிருந்தது. நான் பார்க்கும்போது அங்கே வயலில் ஒரு நாரை பறந்து வந்து உட்கார்ந்தது. அது ஒரு நல்ல குறியீடு! நான் அதிர்ஷ்டசாலிதான்.

சாலைகளில் தூசி இருந்தது. அது சாதாரணமான தூசி இல்லை. கதிர்வீச்சு கலந்த தூசி என்று எனக்குத் தெரியும். நான் லென்ஸ்களை பாதுகாக்கும் பொருட்டு கேமராவை மறைத்து வைத்தேன். மிகவும் வறண்ட மே மாதம். ஒரு வாரம் ஆகிவிட்டது. நாங்கள் எவ்வளவு சாப்பிட்டோம் என்று தெரியவில்லை. எனது நிணநீர் கணுக்கள் *(Lymph Nodes)* வீங்கியிருந்தன. பெலாரஸின் மத்திய கமிட்டியைச் சேர்ந்த முதன்மைச் செயலாளர் ஸ்லையுன் கோவ் அங்கு வருகை தருவதாக இருந்ததால் புகைப்படச்சுருளை வெடிமருந்து போல

பாதுகாத்து வந்தோம். அவர் எங்கே வரவிருக்கிறார் என்பதை எங்களுக்கு யாரும் சொல்லாவிட்டாலும் நாங்கள் கண்டுபிடித்து விட்டோம். ஒரு நாள் நான் வண்டி ஓட்டிக்கொண்டு செல்லும் போது தூசி மிகவும் அடர்த்தியாக இருந்தது. அதனால் ஏதோ ஒரு சுவரின் ஊடாகச் செல்வது போன்ற ஓர் உணர்வு ஏற்பட்டது. மறுநாள் அந்தச் சாலையை இரண்டு அல்லது மூன்று அடுக்குகள் போட்டு சீரமைத்தனர். இதிலிருந்து அந்த இடத்திற்குத்தான் "உயர் அதிகாரிகள்" எல்லாம் வரப் போகிறார்கள் என்று தெரிந்து கொண்டோம். பிறகு அவர்களை நான் படம் எடுக்கும் போது புதிதாகப் போடப்பட்ட அந்தச் சாலையில் நடந்து சென்றேன்.

யாரும் எதையும் புரிந்து கொள்ள முடியவில்லை. அதுதான் மிகவும் பயமாக இருந்தது. கதிர்வீச்சுமானிகளின் கணக்கீடும், பத்திரிகைகளில் வெளிவந்த கணக்கீடும் வித்தியாசமாக இருந்தது. இதன் மூலம் கொஞ்சம் கொஞ்சமாக நான் புரிந்து கொள்ள ஆரம்பித்தேன். 'எனது குழந்தையும், மனைவியும் வீட்டில் இருக்கிறார்கள்... முட்டாளாகிய நான் இங்கே என்ன செய்து கொண்டிருக்கிறேன்? அவர்கள் எனக்கு பதக்கம் கொடுக்கலாம். ஆனால் என் மனைவி என்னை விட்டுப் போய்விடுவாள். இதற்கான விடிவுகாலம் நகைச்சுவையில்தான் இருக்கிறது. அனைத்துவிதமான நகைச்சுவைத் துணுக்குகளும் அங்கே வழக்கத்தில் இருந்தன. ஒரு கிராமத்தில் ஒரு உதவாக்கரையும், நான்கு பெண்களும் மட்டுமே இருந்தனர். "உன்னுடைய கணவர் எப்படியிருக்கிறார்?" என ஒருவருக்கொருவர் கேட்டுக் கொண்டனர். 'ஓ... அந்த போக்கிரி இன்னொரு கிராமத்துக்குப் போய்விட்டான்' என்று கூறிக் கொண்டனர். எந்த நேரமும் சீரியஸாக இருக்க நீங்கள் முயற்சி செய்தால் — செர்னோபில் — ரோடு போடுவது — என பல விஷயங்கள் இருந்தன. எனக்கு நெருக்கமான ஒருவர் இறந்தபோது நான் இது போலவே இருப்பதாக உணர்ந்தேன். சூரியன் தலையைக் காண்பித்தது. பறவைகள் பறந்து கொண்டிருந்தன. மழை பெய்ய ஆரம்பித்தது. — ஆனால் அவனோ இறந்து போயிருந்தான். உங்களுக்குப் புரிகிறதா? இதையெல்லாம் நான் புதிய பரிமாணத்தில் சில சொற்களில் சொல்ல விரும்புகிறேன். அப்போதுதான் அது எனக்கு எப்படி இருந்தது எனத் தெரியும்.

ஆப்பிள் மரங்கள் வளர்வதை நான் படமெடுக்க ஆரம்பித் தேன். தேனீக்கள் ரீங்காரமிட்டுக் கொண்டிருந்தன. மறுபடியும்

மக்கள் எல்லோரும் வேலை செய்ய ஆரம்பித்தனர். தோட்டங்கள் புத்துயிர் பெற்றன. கேமரா என் கையில் இருந்தாலும் என்னால் புரிந்து கொள்ளமுடியவில்லை. இது சரியில்லையே! எக்ஸ்போஷர் வழக்கம் போலதான் இருந்தது. படமும் நன்றாக இருந்தது. ஆனால் ஏதோவொன்று சரியில்லை என்று பட்டது. தோட்டம் புத்துயிர் பெற்றாலும் அதிலிருந்து எந்தவிதமான மணமும் வரவில்லையென்று அதற்குப் பிறகுதான் எனக்கு 'உரைத்தது'. அதிக கதிர்வீச்சு இருக்கும்பட்சத்தில் சில உடல் உறுப்புகளின் செயல்பாட்டை அது பாதிக்கும் என எனக்கு பின்னால் தெரியவந்தது. அந்த நேரத்தில் 74 வயதான என் அம்மாவின் நினைவு வந்தது. அவரால் வாசனையை நுகர முடியவில்லை. அது போலவேதான் எனக்கும் ஏற்பட்டது. இது சம்பந்தமாக நான் மற்றவர்களைக் கேட்டேன். என்னைப் போல மூன்று பேர் இருந்தார்கள் — "ஆப்பிள் மரம் எப்படி மணக்கும்?" 'மற்றவை போல அவை மணக்காது' என்றனர். ஏதோவொன்று எங்களுக்கு நடந்திருக்கிறது. இளம் ஊதா நிறத்திலான லிலேக் பூக்கள் மணக்காது! என்னைச் சுற்றி இருக்கும் அனைத்தும் போலியானவை என்கிற உணர்வு எனக்குள் ஏற்பட்டது. நான் திரைப்பட அரங்கில் இருந்தேன். என்னால் அதைப் புரிந்து கொள்ள முடியவில்லை. நான் இதுபற்றி ஒருபோதும் படித்ததுகூட இல்லை.

நான் சிறுவனாக இருந்தபோது பக்கத்துவீட்டில் ஒரு பெண் இருந்தார். அவர் யுத்தத்தின்போது கிளர்ச்சிக்காரராக இருந்தவர். அந்த சமயத்தில் எப்படி அவர்களுடைய பிரிவு சுற்றி வளைக்கப்பட்டது என்பதையும் அதிலிருந்து அவர்கள் எப்படி தப்பினார்கள் என்பது பற்றியும் கூறினார். அவரது ஒருமாதக் கைக்குழந்தையும் அவரோடு இருந்திருக்கிறது. அதோடு சதுப்பு நிலம் ஓரமாக செல்லும்போது எங்கு பார்த்தாலும் ஜெர்மானியப் படைகள். அழுது கொண்டிருந்த குழந்தையின் சத்தம் மூலம் அவர்கள் கண்டுபிடித்திருந்தால் முழுப் பிரிவையும் பிடித்திருப்பார்கள். எனவே அவர் குழந்தையை அழ விடாமல் மூச்சுத்திணறும்படி செய்தார். ஏதோ அந்தக் குழந்தைக்கும், தனக்கும் சம்பந்தம் இல்லாதது போல அவர் பேசினார். இதை ஏன் என்னிடம் சொன்னார் என்று எனக்கு நினைவில்லை. என்னுடைய பயம்தான் எனக்கு நினைவிலிருந்தது? அவர் என்ன காரியம் செய்திருக்கிறார்? அவரால் எப்படி அப்படி செய்ய முடிந்தது? அந்தக் குழந்தையைக் காப்பாற்றும் பொருட்டு அந்தப் பிரிவில் உள்ளவர்கள் முக்கியமான பகுதிகளிலிருந்து

வெளியேறியிருப்பார்கள் என நான் நினைத்துக் கொண்டேன். ஆனால், அதற்கு மாறாக ஆரோக்கியமான, வலுவுள்ள மனிதர் களைக் காப்பாற்றுவதற்காகக் குழந்தையை மூச்சுத் திணற வைத்திருக்கிறார்கள். அப்படியென்றால் வாழ்க்கையில் என்ன அர்த்தம் இருக்கிறது? நான் அதற்குப் பிறகு வாழ விரும்ப வில்லை. நான் சிறுவனாக இருந்தேன். ஆனால் அவர் இப்படிக் கூறியதற்குப் பிறகு அவரைப் பார்க்கவே சங்கடமாக இருந்தது.

என்னைப் பற்றிய அவருடைய பார்வை எப்படியிருந்தது? (சிறிது நேரம் அமைதி). அந்தப் பகுதியில் நான் கடத்திய நாட்களைப் பற்றி நினைவில் வைத்துக் கொள்ள விரும்பவில்லை. அதற்கு நான் வெவ்வேறு விளக்கங்களைக் கண்டுபிடித்தேன். ஆனால் நான் அது பற்றி பேச விரும்பவில்லை. என்னைப்பற்றி எது உண்மை, எது உண்மையில்லை என்பது பற்றி புரிந்து கொள்ள விரும்பினேன்.

ஹோட்டலில் இருந்தபோது ஒரு நாள் இரவு, ஜன்னல் வழியே கேட்ட சத்தத்தைக் கேட்டு எழுந்தேன். வெளியே நீல நிறத்தில் வினோதமான விளக்குகள். திரைச் சீலையை விலக்கிப் பார்த்தேன். டஜனுக்கும் மேற்பட்ட செஞ்சிலுவைச் சங்க ட்ரக்குகள் சைரனுடன் இயங்கிக்கொண்டிருந்தன. இதைப் பார்த்த எனக்கு அதிர்ச்சியாக இருந்தது. இந்த மாதிரியான காட்சியை நான் சிறுவனாக இருக்கும்போது திரைப்படத்தில் பார்த்ததாக நினைவு. யுத்தத்துக்குப் பின் நாங்கள் யுத்தம் சம்பந்தப்பட்ட படங்களைப் பார்க்க விரும்பினோம். எல்லோ ரும் கிராமத்தை விட்டுச் சென்றுவிட்டார்கள், நாங்கள் மட்டுந் தான் அங்கே இருக்கிறோம் என்பது போன்ற உணர்வு, அந்த நேரத்தில் நீங்கள் என்ன செய்வீர்கள்? எது சரியானது? நீங்கள் இறந்துபோய்விட்டது போல நடிப்பீர்களா? அல்லது என்ன செய்வீர்கள்?

கோய்நிக்கி நகரின் மத்தியில் ‘சாதனைகளின் பெயர் பொறித்த சின்னம்’ ஒன்று வைத்திருந்தார்கள். அந்தப் பிராந்தியத்தில் சிறப்புற்றவர்களாக இருந்தவர்களின் பெயர்கள் அதில் குறிப்பிடப்பட்டிருந்தன. ஆனால் கதிர்வீச்சுப் பகுதியில் கிண்டர் கார்டனில் இருந்த குழந்தைகளை மீட்டுவரச் சென்றது குடிகார டாக்ஸி டிரைவர்தானே ஒழிய அந்தத் தகட்டில் குறிப்பிடப் பட்டிருந்தவர்கள் இல்லை. அடுத்து குடிவெளியேற்றம். முதலில் அவர்கள் குழந்தைகளை வெளியேற்றி பெரிய பஸ்களில்

இருக்க வைத்தனர். திடீரென்று யுத்தங்கள் சம்பந்தப்பட்ட திரைப்படங்களில் பார்த்தது போல நான் அங்கு நடப்பது அனைத்தையும் படம் பிடிக்க ஆரம்பித்தேன். அப்போது மக்கள் எல்லோரும் ஒரே மாதிரியாக செயல்படுவதை நான் கவனித்தேன். எல்லோருக்கும் விருப்பமான திரைப்படமான The Cranes are Flying படத்தில் வருவது போல துளி கண்ணீரும், சில சொற்களில் பிரியாவிடையும் சொல்லிச் சென்றனர். எங்களுக்கு பழக்கமான நடவடிக்கைகளை எதிர்பார்த்தோம். அந்தத் தருணத்திற்கேற்றவாறு இருக்க நினைத்தோம். இவைதான் எனக்கு நினைவிருக்கிறது. ஒரு பெண் அவளது அம்மாவைப் பார்த்துக் கையசைத்தாள். அது, 'எல்லாம் நன்றாக இருக்கிறது. நான் தைரியமானவள், நாம் ஜெயிப்போம்!' என்று சொல்வது போல இருந்தது.

நான் மின்ஸ்க் போகலாமென்று நினைத்தேன். அங்கேயும் குடி வெளியேற்றம் நடந்து கொண்டிருந்தது. எனது மனைவிக்கும், மகனுக்கும் நான் எப்படி 'குட்பை' சொல்வேன்? நானும் 'நாம் ஜெயிப்போம்' என்று அதே மாதிரி சைகை மூலம் கூறலாம் என கற்பனை செய்து கொண்டிருந்தேன். நாங்கள் வீரர்கள்! என் நினைவுக்கு எட்டிய வரை என்னுடைய அப்பா ராணுவத்தில் இல்லையென்றாலும்கூட ராணுவ உடை அணிந்திருந்தார். பணம் பற்றி நினைப்பது முதலாளித்துவம், உன்னுடைய சொந்த வாழ்க்கை பற்றி நினைப்பது தேசப்பற்றற்ற தன்மை. வழக்கமான வாழ்க்கை என்பதில் பசி இருக்கும். அவர்கள், எனது பெற்றோர், மிகப் பெரிய பேரழிவுக்கு மத்தியில் வாழ்ந்தவர்கள். நாங்களும் அந்த மாதிரி வாழ வேண்டியது தேவையாயிருந்தது. இல்லையென்றால் நாங்கள் ஒருபோதும் 'மனிதர்களாக' இருக்க முடியாது.

இப்படித்தான் நாங்கள் வளர்க்கப்பட்டோம். நாங்கள் தினமும் வேலை பார்த்து நன்றாக சாப்பிட்டால் மற்றவர்களுக்கு அது வினோதமானதும், சகிக்க முடியாததாகவும் இருக்கும்!

நாங்கள் கலைப்பாளர்கள் அல்லது துப்புரவு பணியாளர்களுடன் சேர்ந்து தொழில்நுட்ப கல்வி நிலையத்தின் விடுதியில் வசித்து வந்தோம். அவர்கள் எல்லாம் இளைஞர்கள். அவர்கள் எங்களுக்கு ஒரு பெட்டி நிறைய வோட்கா கொடுத்தனர். அது கதிர்வீச்சிலிருந்து விடுபட உதவியது. அந்த விடுதியில் நர்ஸ்களும் தங்கியிருப்பது எங்களுக்குத் தெரியவந்தது. அனைவரும்

பெண்கள். ‘ஆ, இப்போது நாம் கொஞ்சம் சந்தோஷமாக இருக்கலாம்’ என எங்களில் ஒருவன் கூறினான். அவர்களில் இரண்டு பேர் அந்தப் பக்கம் போய்ப் பார்த்துவிட்டு ஆச்சரியத்துடன் திரும்பி வந்தார்கள். அந்தப் பெண்கள் ஹாலில் நடந்து போய்க் கொண்டிருந்தனர். அவர்கள் போட்டிருந்த பைஜாமாவுக்குக் கீழ் போட்டிருந்த உள்ளாடை நாடா தரையில் இழுபட்டுக்கொண்டே சென்றது. அவை தளர்வாக இருந்தன. அதைப் பற்றி யாரும் அக்கறை எடுத்துக் கொண்டதாகத் தெரியவில்லை. எல்லாமே பழையதாகவும், உபயோகப்படுத்தப்பட்டதாகவும், சரியான அளவில் இல்லாமலும் இருந்தன. அவர்கள் மேல் அவை ஹேங்கர்கள் போல தொங்கிக் கொண்டிருந்தன. சிலர் சாதாரண ‘செருப்புகளும்’, சிலர் நைந்து போன ‘ஷூக்களும்’ அணிந்திருந்தனர். இதற்கெல்லாம் மேல் ரசாயனப் பொருட் களால் பக்குவப்படுத்தப்பட்ட பாதி ரப்பர் கலவையினால் ஆன உடைகளையும் அணிந்திருந்தனர். சிலர் இதை இரவில் கூட கழட்டுவது இல்லை. அதைப் பார்ப்பதற்கே கொடூர மானதாக இருந்தது. அவர்கள் நர்ஸ்கள் இல்லை. கல்வி நிறுவனத்தில் ராணுவ படிப்பு துறையிலிருந்து அவர்களை ‘இழுத்து’க் கொண்டு வந்திருக்கிறார்கள். அவர்களிடம் வார இறுதியில் மட்டும் அங்கிருந்தால் போதும் என சொல்லி அழைத்து வந்திருக்கிறார்கள். ஆனால் நாங்கள் அந்த விடுதிக்குச் சென்றபோது அந்தப் பகுதியில் அவர்கள் ஒரு மாதத்திற்கு மேலாக இருந்து வருகிறார்கள் என்பது தெரிய வந்தது. அணுஉலை இருக்குமிடத்திற்கு அவர்களை அழைத்துச் சென்று அது எப்படி எரிந்துவிட்டிருந்தது என்பதைப் பார்க்கச் சொன்னதாகவும் அவர்கள் எங்களிடம் கூறினார்கள். இவர்கள் மட்டுந்தான் முதன் முதலாக எங்களிடம் எரிந்தது பற்றி பேசியவர்கள். தூக்கத்தில் நடப்பவர்கள் போல அவர்கள் நடந்து சென்றதை இன்றைக்கும் என்னால் காட்சிப்படுத்திப் பார்க்கமுடியும்.

அதிர்ஷ்டவசமாக காற்று நகரை நோக்கியோ, கீவ்வை நோக்கியோ வீசவில்லையென்று எல்லாப் பத்திரிகைகளிலும் எழுதினார்கள். சரி. ஆனால் அது பெலாரஸை நோக்கியும், என்னை நோக்கியும் எனது யூரிக்கை நோக்கியும் வீசுகிறது என ஏன் எழுதவில்லை. அன்றைக்கு நாங்கள் காட்டின் வழியே நடந்து போய்க் கொண்டிருக்கும்போது முட்டைக்கோஸ் சிலவற்றை பறித்தோம். கடவுளே, எப்படி என்னை யாரும் எச்சரிக்கவில்லை? நாங்கள் காட்டிலிருந்து மின்ஸ்க்கு வந்து

வேலைக்கு நான் பஸ்ஸில் சென்று கொண்டிருந்தேன். அப்போது காதில் விழுந்த உரையாடலின் ஒரு பகுதி — அவர்கள் செர்னோபிலில் படம் எடுத்துக் கொண்டிருந்தபோது ஒரு கேமராமேன் அந்த இடத்திலேயே இறந்துவிட்டாராம். அவர் எரிந்து போயிருக்கிறார். அவர் யார், அவரை எனக்குத் தெரியுமா என எண்ணிக் கொண்டிருந்தேன். அதற்குப் பிறகு அவர்கள் பேசிக் கொண்டது — அவன் ஓர் இளைஞன், இரண்டு குழந்தைகள். அவனுடைய பெயர் விட்யா குரெவிச் *(Vitya Gurevich)*. எங்களிடமும் அந்தப் பெயரில் ஒரு கேமராமேன் இருந்தான், இளைஞன். ஆனால் இரண்டு குழந்தைகளா? அவன் ஏன் எங்களிடம் சொல்லவில்லை? நாங்கள் ஸ்டூடியோவை நெருங்கிக் கொண்டிருந்தோம். ஏற்கனவே சொல்லப்பட்டத் தகவலை இன்னொருவன் திருத்தினான் — அது குரெவிச் கிடையாது, செர்ஜி குரின். கடவுளே, அது நான்! இது மிகவும் வேடிக்கையாக இருந்தது. ஆனால் நான் ஸ்டூடியோவின் கதவைத் திறந்து உள்ளே நுழையும்போது நினைவுச்சின்னத்தில் எனது புகைப்படம் இருக்குமோ என்கிற கவலையோடு நடந்து சென்று கொண்டிருந்தேன். அதன்பின் பொருத்தமில்லாத ஒரு சிந்தனை வந்தது — 'என்னுடைய புகைப்படம் அவர்களுக்கு எங்கிருந்து கிடைக்கும்? மனிதவளத் துறையிலிருந்தா?'

எங்கேயிருந்து அந்த வதந்தி பரவியிருக்கும்? நடைபெற்ற நிகழ்வோடு, பாதிக்கப்பட்டவர்களின் எண்ணிக்கையை ஒப்பிட்டுப் பார்க்கும் பொருத்தமற்ற ஒன்றை நினைத்துக் கொண்டிருந்தேன். உதாரணமாக, 'பேட்டில் ஆஃப் குர்ஸ்க்' — இதில் ஆயிரக்கணக்கானவர்கள் மரணமடைந்தார்கள். இதை நீங்கள் புரிந்து கொள்ள முடியும். ஆனால் இங்கே, முதல் சில நாட்களில் ஏழு தீயணைப்புப் படைவீரர்கள் அதற்குப் பிறகு இன்னும் சிலர். ஆனால் அதற்கும் பிறகு அவர்கள் சொன்ன பொருள் வரையறைகள் — 'பல தலைமுறைகள்', 'எப்போதும்', 'ஒன்றுமில்லை' போன்றவை — எங்களைப் பொருத்தவரை புலனாகாததோடு புரிந்து கொள்ளவும் முடி யாதது. அங்கே, மூன்று தலைகள் கொண்ட பறவைகள் இருப் பதாகாவும், கோழிகளைத் தூக்கிச் செல்லும் நரிகள் இறந்து போவதாகவும், 'வழுக்கை' (அதாவது முட்கள் எதுவுமில்லாத) முள்ளம் பன்றிகள் இருப்பதாகவும் பல வதந்திகள் உலா வந்து கொண்டிருந்தன. இதற்கெல்லாம் பிறகு அந்தப் பகுதிக்குச் செல்ல அவர்களுக்கு ஆட்கள் தேவையாக இருந்தது. ஒரு கேமராமேன் தனக்கு அல்சர் இருப்பதாகக் கூறி ஒரு சான்றிதழ்

வாங்கி வந்தார். இன்னொருவர் விடுமுறையில் இருப்பதாகக் கூறினார். அவர்கள் என்னை அழைத்து, "நீ திரும்பவும் அங்கே போகவேண்டும்" என்றார்கள். ஆனால், நான் "இப்போதுதானே அங்கேயிருந்து வந்திருக்கிறேன்" என்றேன். நீ ஏற்கனவே அங்கே போயிருக்கிறாய். எனவே திரும்பவும் அங்கே செல்வது உனக்கு ஒரு பெரிய விஷயமே இல்லை. அதுவும் போக, உனக்கு ஏற்கனவே குழந்தைகள் இருக்கின்றன. ஆனால் மற்றவர்களோ மிகவும் இளையவர்கள்" என்று கூறினார்கள். ஓ... ஜீசஸ், எனக்கும் ஐந்து அல்லது ஆறு குழந்தைகள் வேண்டும்! ஆனால் அவர்கள் எனக்கு அதிகம் அழுத்தம் கொடுத்தார்கள். 'விரைவில் நாங்கள் சம்பளத்தை மறுபரிசீலனை செய்யவிருக்கிறோம். உனக்கு அதிக சம்பளம் கிடைக்க வாய்ப்பிருக்கிறது' எனக் கூறினார்கள். இது ஒரு சோகமான, வேடிக்கையான கதை. எனது மனதில் இதை ஒரு ஓரமாகவே வைத்திருந்தேன்.

ஒரு முறை, சித்திரவதை முகாமில் இருந்தவர்களைப் பற்றி படமொன்று எடுத்தேன். அவர்கள் ஒருவரையொருவர் சந்தித்துக் கொள்வதைத் தவிர்க்க முயற்சித்தனர். நான் அதைப் புரிந்து கொண்டேன். ஒன்றாக சேர்ந்து யுத்தத்தில் நடந்ததை நினைவுகூர்வது என்பது வழக்கத்திற்கு மாறான ஒன்று. மக்கள் ஒன்றாகச் சேர்ந்து அவமானப்பட்டதை அல்லது மக்கள் எப்படி யிருப்பார்கள் என்று தெரிந்து கொண்ட பின் ஒருவரையொருவர் தவிர்க்க நினைத்தனர். நான் செர்னோபிலில் ஒன்றை உணர்ந்து கொண்டேன். நான் புரிந்து கொண்ட ஒன்றைப் பற்றி பேச விருப்பமில்லை. உதாரணமாக, மனிதநேயக் கருத்துகள் ஒன்றுக் கொன்று தொடர்புடையவை. இக்கட்டான சூழல்களில் நீங்கள் புத்தகங்களில் படித்தது போல மக்கள் நடந்து கொள்ளாமல் அதற்கு மாறாக நடந்து கொள்வார்கள். மக்கள் 'ஹீரோ'க்கள் இல்லை.

நாமெல்லாம் பேரழிவை விற்பனை செய்பவர்கள். அது பெரிதாக இருந்தாலும், சிறிதாக இருந்தாலும் சரி. எனது மனதில் இந்தப் படிமங்கள் இருக்கின்றன. கூட்டுப்பண்ணையின் தலைவர் தனது குடும்பத்தினருடன், துணிகளையும் அறைகலன்களையும் சேர்த்து அனுப்ப இரண்டு கார்கள் வேண்டுமென்று கேட்டிருக் கிறார். கட்சி அமைப்பும் கார் வேண்டுமென்று கேட்டு, கார் வழங்குவதில் நியாயம் வேண்டுமென்றும் கூறியது. இதற் கிடையில், நர்சரிப் பள்ளியில் உள்ள குழுவினரை அனுப்பு வதற்கு போதுமான வண்டிகள் இல்லாததால் அவர்களை

அனுப்ப முடியாமல் இருந்ததை நான் நன்கு அறிவேன். ஆனால் இங்கே எல்லாவற்றையும், 3 லிட்டர் ஜாம், காய்கறிகள் கேன்கள் உட்பட, மூட்டை கட்டி அனுப்புவதற்கு இரண்டு கார்கள் போதாது. அவர்கள் அதையெல்லாம் எப்படி மூட்டை கட்டினார்கள் என்பதை நான் மறுநாள் பார்த்தேன். நான் அதைப் படம் பிடிக்கவில்லை *(திடீரென்று சிரித்தார்)*. நாங்கள் கடையில் சலாமியும், கேனில் அடைத்து விற்கப்பட்ட சில உணவுகளையும் வாங்கினாலும் சாப்பிட பயமாக இருந்தது. எங்களோடு அதுவும் சுற்றிக்கொண்டே இருந்தது. ஏனென்றால் அதைத் தூக்கியெறிய எங்களுக்கு விருப்பமில்லை. பேரழிவின்போது தீயவைகளும் கூடவே இயங்குகின்றன. அதைத்தான் நான் புரிந்து கொண்டேன். மனிதர்கள் கிசுகிசு பேசுவார்கள். அதிகாரிகளுக்கு 'ஜால்ரா' போடுவார்கள். தொலைக்காட்சிப் பெட்டியையும், அசிங்கமான ஃபர் கோட்டையும் பாதுகாப்பார்கள். மக்கள் கடைசி வரை ஒரே மாதிரியானவர்கள்தான்.

என்னுடைய படப்பிடிப்புக் குழுவினருக்கு அதற்குப் பிறகு எந்த ஒரு நன்மையையும் பெற்றுத்தரவில்லை என்பதை நினைக்கும்போது வருத்தமாக இருந்தது. எங்கள் குழுவில் இருந்த ஒருவருக்கு அப்பார்ட்மெண்ட் தேவையாக இருந்தது. அதற்காக நான் யூனியன் கமிட்டியை அணுகி, "நாங்கள் அந்தப் பகுதியில் ஆறு மாதங்களாக இருக்கிறோம். எங்களுக்கு ஏதாவது நன்மைகள் செய்யப்படவேண்டும். எங்களுக்கு உதவுங்கள்" எனக் கேட்டுக் கொண்டேன். அதற்கு அவர்கள், "சரி, உங்களுடைய சான்றிதழ்களையெல்லாம் கொண்டு வாருங்கள். சான்றிதழ்களில் சீல் இருக்க வேண்டும்" என்று கூறினார்கள். நாங்கள் அந்தப் பகுதியில் இருந்த பிராந்தியக் கமிட்டி அலுவலகத்துக்குச் சென்றோம். அங்கே நாஸ்ட்யா என்கிற பெண் மட்டுந்தான் இருந்தார். அவரும் துடைப்பத்தோடு சுற்றிக் கொண்டிருந்தார். மற்றவர்கள் எல்லாம் எங்கோ போய்விட்டிருந்தார்கள். அங்கே இயக்குநர் ஒருவர் இருந்தார். அவரிடம் ஏகப்பட்ட சான்றிதழ்கள் இருந்தன — அவர் எங்கே போனார், என்ன படம் எடுத்தார். ஒரு ஹீரோதான் அவர்!

இந்தப் பெரிய, நீண்ட படம் என் நினைவில் இருந்தது. ஆனால் நான் தயாரிக்கவில்லை. அதில் பல பாகங்கள் இருந்தன *(அமைதி)*. நாமெல்லாம் பேரழிவை விற்பவர்கள்.

ஒரு முறை ராணுவத்தினருடன் சேர்ந்து ஒரு வயதான பெண்ணின் குடிசைக்குச் சென்றோம்.

“சரி, பாட்டி, வாருங்கள் போகலாம்” என்றோம்.

“கண்டிப்பாக” என்றார் அவர்.

“உங்கள் பொருட்களையெல்லாம் ஒன்று சேருங்கள். பாட்டி.”

நாங்கள் வெளியே புகைபிடித்துக்கொண்டு காத்திருந்தோம். பாட்டி கையில் ஒரு பூனையுடனும், சிறிய மூட்டையுடனும் வெளியே வந்தார். அவர் தன்னோடு எடுத்துக்கொண்டு வந்தது அவ்வளவுதான்.

“பாட்டி, நீங்கள் பூனையைக் கொண்டு போக முடியாது. அதனுடைய மெல்லிய முடிகளில் கதிர்வீச்சு இருக்கும். எனவே அதை அனுமதிக்கமாட்டார்கள்” என்றோம்.

“இல்லை. நான் பூனையில்லாமல் வரமாட்டேன். அதை விட்டுவிட்டு நான் எப்படி வருவேன்? நான் அதைத் தனியாக விட்டுவிட்டு வரமாட்டேன். அது எனது குடும்பத்தில் ஒன்று” என்றார்.

அந்தப்பாட்டி, வாசனை இல்லாத ஆப்பிள் மரம் ஆகியவற்று டன் தான் நான் புகைப்படம் எடுக்க ஆரம்பித்தேன். இப்போது நான் விலங்குகளை மட்டுந்தான் படம் எடுக்கிறேன். நான் ஒரு முறை செர்னோபில் படத்தைக் குழந்தைகளிடம் காண்பித்த போது மக்கள் என் மீது எரிந்து விழுந்தார்கள். ஏன் அப்படி செய்தாய்? அவர்களுக்கு அதைப் பார்க்கவேண்டுமென்கிற தேவையில்லை. குழந்தைகள் பயத்துடனே வாழ்ந்து வந்தனர். இப்படிப்பட்ட பேச்சுகளுக்கு இடையே, அவர்களுடைய ரத்தம் மாறியது, நோய் எதிர்ப்பு சக்தி பாதிக்கப்பட்டது. நான் ஐந்து அல்லது பத்துப் பேர்களாவது படத்தைப் பார்க்க வருவார்கள் என நினைத்தேன். ஆனால் தியேட்டரே நிரம்பி விட்டது. அவர்கள் அனைத்துவிதமான கேள்விகளையும் கேட்டார்கள். ஆனால் அதில் ஒன்று மட்டும் என் நினைவில் நீங்காது இடம் பெற்றிருக்கிறது. திக்கித்திக்கி பேசியும், சிரித்துக் கொண்டும் இருந்த அந்தச் சிறுவனைப் பார்த்தவுடனே அமைதியானவன் என்று சொல்லிவிடலாம். அவன், “ஏன் யாரும் விலங்குகளுக்கு உதவவில்லை?” எனக் கேட்டான். நான் அதற்குப் பதிலேதும் சொல்லவில்லை. நமது கலை என்பது

மக்களுடைய துன்பங்களையும், அன்பையும் பற்றியதுதானே தவிர உயிர்வாழும் அனைத்தையும் பற்றியது இல்லை. மனிதர்கள் மட்டுந்தான். செர்னோபிலில் எல்லாவற்றிற்கும் மனிதர்கள் கையசைத்தார்கள்.

நான் தேடினேன், சுற்றிலும் உள்ளவர்களிடம் கேட்டேன். விபத்து நடந்து முடிந்த முதல் சில மாதங்களில் யாரோ ஒருவர் மனிதர்களுடன் விலங்குகளையும் குடி வெளியேற்றம் செய்யக்கூடிய திட்ட யோசனையைத் தெரிவித்ததாக என்னிடம் கூறினார்கள். ஆனால் எப்படி? எப்படி நீங்கள் அவற்றை குடி வெளியேற்றம் செய்ய முடியும். நிலத்துக்கு மேலே இருப்பதை வேண்டுமென்றால் நீங்கள் குடி வெளியேற்றம் செய்யலாம். ஆனால் நிலத்தில் இருப்பதை — புழு, பூச்சிகளை — எப்படி குடி வெளியேற்றம் செய்ய முடியும்? வானத்தில் இருப்பதை என்ன செய்வது? புறாக்களை அல்லது குருவிகளை எப்படி குடி வெளியேற்றம் செய்வது? அவற்றை வைத்துக்கொண்டு நீங்கள் என்ன செய்வீர்கள்? தேவையான தகவல்களை அவற்றிற்கு எப்படிக் கொடுக்க முடியும். அது தவிர, தத்துவார்த்த ரீதியிலான ஒரு குழப்பமும்கூட. நமது உணர்வுகளின் கட்டமைப்புத் திருத்தம் அங்கே நடந்து கொண்டிருந்தது.

நான் "பணயக்கைதிகள்" என்கிற பெயரில் விலங்குகளைப் பற்றி ஒரு படமெடுக்க விரும்பினேன். வித்தியாசமாக ஒன்று எனக்கு நடந்தது. நான் விலங்குகளுக்கும், செடி, மரங்களுக்கும் நெருக்கமானவன் ஆனேன். எனக்கும் அவற்றிற்குமான தூரம் குறைந்துகொண்டே வந்தது. நான் அந்தப் பகுதிக்குச் சென்ற போதெல்லாம் கைவிடப்பட்ட வீட்டிலிருந்து காட்டுப்பன்றியும், மானும் குதித்து வெளியே வந்தன. அதைத்தான் நான் படம் பிடித்தேன். விலங்குகளின் ஊடாக அனைத்தையும் பார்க்கும் வகையில் படமொன்று தயாரிக்க விரும்பினேன். "நீ எதைப் படம் பிடித்துக் கொண்டிருக்கிறாய்?" என மக்கள் என்னைப் பார்த்துக் கேட்டார்கள். "உன்னைச் சுற்றிலும் பார், செசென்யாவில் யுத்தம் நடந்து கொண்டிருக்கிறது" என்றார்கள். ஆனால் செயிண்ட் ஃப்ரானிசிஸ் பறவைகளுக்குப் போதித்தார். அவர் அவற்றையெல்லாம் சமமாக நினைத்துப் பேசினார். பறவைகள் எல்லாம் அதன் மொழியில் அவரிடம் பேசினால் என்ன, அவர் தனது உயர்நிலையிலிருந்து அவற்றின் நிலைக்கு இறங்கிச் சென்றுவிடவில்லையே?

– செர்ஜி குரின், கேமராமேன்.

ஒரு கூக்குரல்

*"**ந**ல்லவர்களே, நிறுத்துங்கள்! நாங்கள் இங்கே வாழ வேண்டும்! நீங்கள் பேசிவிட்டு போய்விடுவீர்கள். ஆனால் நாங்கள் இங்கே வாழ வேண்டும்!"*

இங்கே, இதோ என் முன்னால் ஒவ்வொரு நாளுக்குமான மருத்துவ அட்டை இருக்கிறது. ஒவ்வொரு நாளும் நான் அதை எடுத்துப் பார்ப்பதுண்டு.

ஆன்யா புடெய் — பிறப்பு 1985 — 380 பெக்கரெல் — கதிர் வீச்சுக்கான எஸ் ஐ யூனிட்)

க்ரின்கெவிச் — பிறப்பு 1986 — 785 பெக்கரெல்

ஷாப்லோவ்ஸ்க்யா — பிறப்பு 1986 — 570 பெக்கரெல்

ஆலியோஷா ப்ளெனின் — பிறப்பு 1985 — 570 பெக்கரெல்

கோட்சென்கோ — பிறப்பு 1987 — 450 பெக்கரெல்

அவர்கள் இப்படி இருக்க முடியாது என்றார்கள். அவர் களுடைய தைராய்டில் இவ்வளவு இருக்கும்போது எப்படி அவர்களால் வாழமுடியும்? ஆனால் இது மாதிரியான ஒரு பரிசோதனையை இதற்கு முன் யாராவது எப்போதாவது

செய்து பார்த்திருக்கிறார்களா? தினமும் நான் இதைப் படிக் கிறேன், பார்க்கிறேன். உங்களால் உதவ முடியுமா? முடியாது! அப்படியென்றால் நீங்கள் ஏன் இங்கே வந்தீர்கள்? கேள்வி கேட்பதற்காகவா? எங்களைத் தொட்டுப் பார்க்கவா? அவர் களுடைய துயரத்தை நான் வியாபாரமாக்க மறுத்துவிட்டேன். தத்துவார்த்தமாக சொல்ல வேண்டுமெனில், 'தயவு செய்து எங்களைத் தனியாக விட்டு விடுங்கள். நாங்கள் இங்கே வாழ வேண்டியிருக்கிறது.'

– அர்காடி பாவ்லோவிச் பாக்டன்கெவிச்,
கிராமத்து மருத்துவ உதவியாளர்.

ஒரு புதிய தேசம்

பேசுபவர்கள்: நீனா கான்ஸ்டாண்டினோவா, நிக்கோலாய் ப்ரோகோரோவிச் ஸார்கோவ் (இருவரும் ஆசிரியர்கள்). நீனா இலக்கியமும், நிக்கோலாய் தொழிலாளர் கல்வியும் கற்றுக் கொடுப்பவர்கள்.

நீனா:

கவனிக்கக்கூட நேரமில்லாத அளவுக்கு மரணம் பற்றிய செய்தியை அடிக்கடி கேட்கிறேன். குழந்தைகள் மரணம் பற்றிப் பேசுவதை நீங்கள் எப்போதாவது கேட்டிருக்கிறீர்களா? என்னிடம் படிக்கும் ஏழாவது கிரேடைச் சேர்ந்தவர்கள், இது பயமாக இருக்கிறதா, இல்லையா? என விவாதம் செய்கிறார்கள். குழந்தைகள் பொதுவாக, நாம் எங்கிருந்து வந்தோம்? குழந்தை கள் எப்படி உருவாகிறது? எனக் கேட்பார்கள். ஆனால் இப்போது அவர்கள் அணு ஆயுதப் போருக்குப் பிறகு என்ன நடக்கும் என்பது பற்றிய கவலையில் இருக்கிறார்கள். அவர்கள் செவ்விலக்கியத்தையெல்லாம் விரும்பவில்லை. எனது நினை விலிருந்து புஷ்கின் பற்றியெல்லாம் அவர்களிடம் சொல்வேன். ஆனால் அவர்களிடமிருந்து எந்த எதிர்வினையும் இருப்பதில்லை. இப்போது அவர்களைச் சுற்றி வேறொரு உலகம் இருக்கிறது. அவர்கள் ஃபேண்டஸி புத்தகங்களைப் படிக்கின்றனர். அது அவர்களுக்கு குதூகலமாக இருக்கிறது. பூமியைவிட்டுச் செல்லும்

மனிதர்கள் வேறொரு உலகத்திற்குச் செல்கிறார்கள். பெரிய வர்கள் மரணம் பற்றி பயந்தது போல இவர்கள் பயப்படாமல் ஒரு சுவாரசியமான, அருமையான விஷயமாக எடுத்துக் கொள் கிறார்கள்.

மரணம் நம்மை அணுகுகிறது எனத் தெரியவரும்போது அது நம்மை சிந்திக்க வைக்கும். இது குறித்து நான் நினைத்துப் பார்ப்பதுண்டு. பத்துவருடங்களுக்கு முன்பு குழந்தைகளுக்கு இலக்கியம் கற்றுக் கொடுத்தது போல இல்லை இப்போது உள்ள குழந்தைகளுக்குக் கற்றுக் கொடுப்பது. யாரையாவது அல்லது எதையாவது புதைக்கப்படுவதை அவர்கள் தினந் தோறும் பார்த்துக் கொண்டிருக்கின்றனர். வீடுகளும், மரங்களும் புதைக்கப்பட்டன. வரிசையில் பதினைந்து அல்லது இருபது நிமிடங்கள் நிற்கும்போது சிலர் மயக்கமடைந்து கீழே விழுந்தார்கள். அவர்களுடைய மூக்கிலிருந்து ரத்தம் வந்தது. நீங்கள் எதைக்கொண்டும் அவர்களை ஆச்சரியப்படுத்தவோ அல்லது மகிழ்ச்சிப்படுத்தவோ முடியாது. அவர்கள் எப்போதும் களைப்புற்றும், தூக்கக்கலக்கத்துடனும் காணப்பட்டார்கள். அவர்களுடைய முகம் வெளிறிப் போய் இருந்தது. அவர்கள் விளையாடவோ, சுற்றிக் கொண்டிருக்கவோ இல்லை. அவர்கள் சண்டை போட்டுக்கொண்டாலோ அல்லது தற்செயலாக ஜன்னலை உடைத்துவிட்டாலோ ஆசிரியர்களாகிய நாங்கள் சந்தோஷப்பட்டோம். நாங்கள் அவர்களை சத்தம் போடு வதில்லை. ஏனென்றால் அவர்கள் இன்னும் குழந்தைகள் இல்லை. வகுப்பில் பாடம் நடந்து கொண்டிருக்கும்போது இடையில் நிறுத்தி கற்றுக் கொடுத்ததைத் திரும்பச் சொல்லச் சொன்னால் அவர்களால் சொல்ல முடியவில்லை, ஒரு வாக்கியத்தைத் திரும்பவும் சொல்லச் சொன்னால் அவர்களால் அதையும் சொல்ல முடியவில்லை. அதன் பின் அவர்களிடம் 'நீ எங்கே இருக்கிறாய்? எங்கே?' எனக் கேட்க வேண்டியிருந்தது.

நான் இது பற்றி நிறைய நினைத்தேன். இது சுவரில் தண்ணீர் வைத்து படம் வரைவது போல, நான் என்ன வரைகிறேன் என்று யாருக்கும் தெரியாது. யாராலும் ஊகிக்க முடியாது. யாருக்கும் இது பற்றி எந்தக் கருத்தும் இருக்காது. எங்களுடைய வாழ்க்கை செர்னோபிலைச் சுற்றியே இருந்தது. அது நடக்கும்போது நீங்கள் எங்கிருந்தீர்கள்?, அணுஉலை இருக்குமிடத்திலிருந்து நீங்கள் எவ்வளவு தூரத்தில் வசிக்கிறீர்கள்? நீங்கள் என்ன பார்த்தீர்கள்? யார் இறந்தது? யாரெல்லாம் உயிரோடு இருக்கிறார்கள்?

அவர்கள் எல்லாம் எங்கே சென்றார்கள்? இந்த சம்பவம் நடந்த பின் முதல் சில மாதங்கள் உணவகங்கள் எல்லாம் கொஞ்சம் சுறுசுறுப்பாக இயங்க ஆரம்பித்தன — 'நீங்கள் ஒரு முறைதான் வாழ்வீர்கள்' என்கிற அறிவிப்பு வேறு செய்தார்கள். ராணுவ வீரர்கள் வந்தார்கள், அதிகாரிகள் வந்தார்கள். செர்னோபில் எங்களோடு எப்போதும் இருக்கிறது. திடீரென்று ஓர் இளம் கர்ப்பிணி பெண் இறந்துவிட்டார். நோயியல் வல்லுநர் நோய்க்கான அறிகுறி இருப்பதாக எதுவும் சொல்லவில்லை. ஐந்தாவது கிரேடு படித்துக் கொண்டிருந்த சிறுமி எந்தவொரு காரணமும் இல்லாமல் தூக்குப் போட்டு தற்கொலை செய்து கொண்டாள். அனைத்து மரணங்களுக்கும் ஒரே குறையறிதல் தான், அதாவது செர்னோபில். என்ன நடந்தாலும் அது ஒரு விஷயமே இல்லை. எல்லோரும் சொல்வது; செர்னோபில். மக்கள் எல்லாம் எங்களிடம் கோபத்துடன் — நீங்கள் பயப்படுவதனால்தான் உடல்நலமில்லாமல் இருக்கிறீர்கள். கதிர்வீச்சு குறித்த பயத்தினால்தான் உடல்நலமில்லாமல் இருக்கிறீர்கள்" — என்று கூறினார்கள். அப்படியென்றால் சிறு குழந்தைகள் ஏன் உடல்நலமில்லாமல் இருந்து இறக்க வேண்டும்? அவர்களுக்கு பயம் என்றால் என்னவென்று தெரியாது. அவர்களால் அதைப் புரிந்து கொள்ளவும் முடியாது.

என்னுடைய தொண்டை எரிச்சலாக இருந்ததோடு உடம்பு முழுவதும் ஏதோ கனமாக இருப்பது போல் ஓர் உணர்வு ஏற்பட்ட அந்த நாட்கள் நன்றாக நினைவில் இருக்கிறது. அதற்கு டாக்டர், "நீங்கள் உடல் நிலை பற்றி அதிகமாக அக்கறை கொள்வதால் ஏற்படக்கூடிய ஹைப்போகோண்டிரியாக்ஸ் தான் இது" என்றார். "செர்னோபில் நிகழ்வினால் எல்லோரும் அப்படித்தான் இருக்கிறார்கள்". ஹைப்போகோண்டிரியாக்ஸ் என்றால் என்ன? உடலின் அனைத்துப் பகுதிகளும் வலிக்கும். நான் மிகவும் களைப்புற்றவளாக உணர்ந்தேன். எனது கணவரும் நானும் இதை ஒருவரிடத்தில் மற்றவர் ஒத்துக் கொள்வதில் வெட்கப்பட்டோம். ஆனால் எங்கள் கால்கள் செயலிழக்கப் போவது போன்ற உணர்வைக் கொடுத்தன. நீங்கள் தெருவில் நடந்து போய்க் கொண்டிருக்கும்போது அங்கேயே படுக்க வேண்டுமென்பது போல சோர்வு தட்டுவதாக எல்லோரும், நண்பர்கள் உட்பட அனைவரும் கூறினார்கள். மாணவர்கள் அவர்களுடைய மேசைகளிலேயே சோர்ந்து போய் தலையை சாய்த்துக் கொண்டனர். வகுப்பு நடந்து கொண்டிருக்கும்போது

இடையிலேயே தங்களது உணர்வை இழந்தவர்களாக இருந்தார்கள். எல்லோரும் மகிழ்ச்சியற்றும், வாடிய முகத்துடனுமே இருந்தனர். நாள் முழுவதும் ஒரே மாதிரியான முகத்துடன் யாரும் இல்லை. யாரும் சிரிக்கக்கூடவில்லை. காலை எட்டு மணியிலிருந்து இரவு ஒன்பது மணிவரை குழந்தைகள் பள்ளிக்கூடத்திலேயே இருந்தனர். வெளியே சென்று சுற்றித்திரிவது அவர்களுக்கு மறுக்கப்பட்டிருந்தது.

பெண்களுக்கு ஸ்கர்ட்டும், ப்ளவுஸூம் பையன்களுக்கு சூட்டும் கொடுக்கப்பட்டிருந்தன. அவர்கள் அந்தத் துணிகளோடு வீட்டுக்குச் செல்வார்கள். அதற்குப் பிறகு என்ன நடந்தது என்பது பற்றி எங்களுக்கு எதுவும் தெரிந்திருக்கவில்லை. வழிமுறைகளின்படி, குழந்தைகளின் அம்மாக்கள் தினமும் அந்தத் துணிகளை நன்கு துவைக்க வேண்டும். அப்போதுதான் குழந்தைகள் சுத்தமான உடை அணிந்து பள்ளிக்கூடத்துக்கு வரமுடியும். ஆனால், முதலாவதாக அவர்களுக்குக் கொடுக்கப்பட்டது ஒரு செட் உடைதான். இரண்டாவதாக, அவர்களுடைய அம்மாக்கள் ஏற்கனவே வீட்டு வேலைச்சுமையுடன் — கோழிகள், பசுக்கள், பன்றிகள் பராமரிப்பு — இருந்தார்கள். இறுதியாக, ஏன் தினமும் துவைக்க வேண்டும் என அவர்களுக்குப் புரியவில்லை. அவர்களைப் பொருத்தவரையில் அழுக்கு என்பது மை அல்லது மண் அல்லது எண்ணெய் கறைதானே ஒழிய ஐசோடோப்புகள் இல்லை. பெற்றோர் யாரிடமாவது நான் இதை விளக்கிச் சொல்ல முயற்சி செய்தாலும் அவர்கள் அதைப் புரிந்து கொள்வார்களா எனத் தெரியவில்லை. ‘கதிர்வீச்சு என்றால் என்ன? உங்களால் அதைக் கேட்கவும், பார்க்கவும் முடியாது. சரி, நான் உங்களுக்கு கதிர்வீச்சுப் பற்றி சொல்கிறேன். என்னிடம் போதுமான பணம் இல்லை. கடைசி மூன்று நாட்கள் நாம் பாலையும், உருளைக்கிழங்கையும் வைத்து உயிர் வாழ வேண்டும். சரியா? ஆனால் அம்மா அதை மறந்து விடு என்றார். ஏனென்றால், நீங்கள் பால் குடிக்கவோ, உருளைக் கிழங்கு சாப்பிடவோ கூடாது. அரசு சைனீஸ் ஸ்டைர்-ஃப்ரையும், கோதுமையையும் கடையில் கிடைக்கும்படி செய்திருக்கிறது. ஆனால் இதை வாங்குவதற்கு எங்கிருந்து மக்களுக்கு பணம் வரும்? நாங்கள் இங்கே வசிப்பதற்கு நஷ்ட ஈடு — மரணத்திற்கான நஷ்டஈடு— கிடைக்கும். ஆனால் அது இரண்டு கேன் சாப்பாடு வாங்குவதற்கே போதாது. லாண்டரி வழிமுறையும்கூட குறிப்பிட்ட சிலருக்கும், குறிப்பிட்ட சூழ்நிலைக்கும் மட்டுந்தான். ஆனால் நாங்கள்

அந்த மாதிரியான சூழ்நிலையில் இல்லை. ராண்ட்ஜனுக்கும், பெக்கரெல்லுக்குமான வித்தியாசத்தை விளக்கிச் சொல்வது அவ்வளவு எளிதானது இல்லை.

என்னுடைய கோணத்தில் இது கொஞ்சம் ஊழ்வினை சம்பந்தப்பட்டது என்றே நினைக்கிறேன். உதாரணமாக, முதல் வருடம் எங்கள் தோட்டத்தில் விளைவது எதையும் நாங்கள் உபயோகிக்க அனுமதியில்லை. ஆனால் மக்கள் அதில் விளைவதைப் பறித்து சமைத்து சாப்பிடத்தான் செய்தார்கள். அவர்கள் அனைத்தையும் நேர்த்தியாகப் பயிரிட்டிருந்தார்கள்! அதில் விளையும் வெள்ளரியையும், தக்காளியையும் அவர்கள் சாப்பிடக் கூடாது என்று சொன்னேன். அதற்கு அவர்கள், “கூடாது?” என்பதற்கான அர்த்தம் என்னவென்று கேட்டார்கள். அவை நல்ல ருசியாகத்தானே இருக்கிறது. நீங்கள் அதைச் சாப்பிடுங்கள். உங்கள் வயிற்றுக்கு ஒன்றும் ஆகாது. எங்களது பக்கத்து வீட்டுக்காரர்கள் அருகிலிருந்த காட்டிலிருந்து கொண்டுவந்த மரங்களைக்கொண்டு ஒரு புதிய தளம் கட்டினார்கள். அதை கதிர்வீச்சுமானி வைத்து கதிர்வீச்சின் அளவை அளவிடும் போது அனுமதிக்கப்பட்ட அளவை விட நூறுமடங்கு அதிகமாக இருந்தது. அந்தத் தளத்தை யாரும் எதுவும் செய்யவில்லை. அவர்கள் தொடர்ந்து அதில் வசித்து வந்தனர். அவர்களுடைய உதவியோ, பங்கேற்போ இல்லாமல் அனைத்தும் நன்றாகத்தான் இருக்கும் என நினைத்தார்கள். ஆரம்பத்தில் சில பொருட்களை கதிர்வீச்சுமானியில் பரிசோதித்துப் பார்ப்பதற்காக அவர்கள் எடுத்து வந்தார்கள் — அவையெல்லாம் குறிப்பிடப்பட்ட அளவைக் காட்டிலும் அதிகமாகவே இருந்தன. எனவே மக்கள் பொருட்களின் பரிசோதனையை நிறுத்திக் கொண்டனர். “தீயதைப் பார்க்காதே, தீயதைக் கேட்காதே. அந்த விஞ்ஞானிகள் என்ன நினைக்கிறார்கள் என யாருக்கு என்ன தெரியும்!” அனைத்தும் அதனதன் போக்கில் நடந்தது. அவர்கள் மண்ணைப் புரட்டிப் போட்டார்கள், பயிரிட்டார்கள், அறுவடை செய்தார்கள். நினைக்காதது நடந்தது. ஆனால் மக்கள் முன்பு போலவே வாழ்ந்து கொண்டிருந்தார்கள். செர்னோபிலை விட அவர்கள் தோட்டத்தில் விளைந்த வெள்ளரியை மறுதலிப்பது முக்கியமானதாகப்பட்டது. கோடைகாலம் முழுவதும் குழந்தைகள் பள்ளிக்கூடத்திலேயே இருந்தனர். ராணுவ வீரர்கள் அதை பிரத்யேக பவுடர் கொண்டு கழுவினார்கள். அவர்கள் பள்ளிக்கூடத்தைச் சுற்றிலும் இருந்த மணலின் மேற்பகுதியை அகற்றினார்கள். இலையுதிர்க்

காலத்தில்? இலையுதிர்க் காலத்தில் அவர்கள் மாணவர்களை பீட்ருட் பறிக்க அனுப்பினார்கள். வயல்வெளிகளில் வேலை செய்ய மாணவர்கள் வரவழைக்கப்பட்டார்கள். அங்கிருந்தவர்கள் துரத்தப்பட்டனர். வயல்வெளியில் உருளைக்கிழங்குகளை விட்டு விட்டு போவதைப் போல மோசமானது வேறெதுவும் இல்லை.

யாரைக் குற்றம் சொல்வது? நம்மையல்லாமல் வேறு யாரை குறை சொல்வது?

இதற்கு முன்பாக நம்மைச் சுற்றியிருக்கும் உலகத்தை நாம் கவனித்ததே இல்லை. அது வானத்தைப் போல, காற்றைப் போல நம்மிடம் யாரோ கொடுத்து விட்டுச் சென்றது போல இருந்தது. அது நம்மை நம்பி இருக்கவில்லை. ஆனால் அது எப்போதும் இருந்தது. நான் காட்டில் படுத்துக்கொண்டு மேலே வானத்தையே பார்த்துக் கொண்டிருந்திருக்கிறேன். எனது பெயரே மறந்து போகும் அளவுக்கு நான் ரசித்ததுண்டு. ஆனால் இப்போது? காடு இன்னும் அழகாகத்தான் இருக்கிறது. அங்கு நிறைய புளூபெரிஸ் இருக்கின்றன. ஆனால் அவற்றைப் பறிக்கத்தான் யாரும் இல்லை. இலையுதிர்க் காலத்தில் காட்டில் மனிதக் குரல் கேட்பது மிகவும் அரிதாகவே இருக்கும். நமது உணர்வுகளில் பயமென்பது ஆழ்மன நிலையில் இருக்கிறது. நம்மிடம் இன்னும் தொலைக்காட்சிப் பெட்டி, புத்தகங்கள், கற்பனைகள் இருக்கின்றன. குழந்தைகள் காட்டிலோ, ஆற்றிலோ இல்லாமல் வீட்டில் வளர்ந்து வருகிறார்கள். அவர்கள் அந்தக் குழந்தைகளை மட்டுந்தான் கவனிப்பார்கள். அவர்கள் முற்றிலும் வித்தியாசமான குழந்தைகள். நான் அவர்களை அணுகினால் அவர்கள் சாகாவரம் பெற்ற புஷ்கினை மனப்பாடமாகச் சொல்வார்கள். அதன் பின் எனக்கு ஒரு கொடூரமான சிந்தனை ஏற்பட்டது — நமது கலாச்சாரம் முழுவதையும் பழைய, நாட்பட்ட கையெழுத்துப் பிரதிகளாக ஒரு ட்ரங்கில் வைத்திருந்தால் என்ன? நான் அனைத்தையும் விரும்புகிறேன்...

நிக்கோலாய்:

எங்கள் அனைவருக்கும் ராணுவ வளர்ப்பு முறை இருந்தது என்பது உங்கள் எல்லோருக்கும் தெரியும். அணு ஆயுதத் தாக்குதலை தடுப்பது, கலைப்பது சார்ந்த பயிற்சியும் அதில் உண்டு. ரசாயன, உயிரியல், அணு ஆயுதத் தாக்குதல்களுக்கு நாங்கள் தயாராக இருப்பது அவசியம். ஆனால் உயிரினங்களிடமிருந்து

கதிர்வீச்சு அணுக்களை எடுப்பது பற்றி எதுவும் தெரியாது.

நீங்கள் இதை யுத்தத்தோடு ஒப்பிட முடியாது. ஆனால் எல்லோரும் அதோடு ஒப்பிட்டே பேசினார்கள். நான் குழந்தையாக இருந்தபோது 'லெனின்கிராட் முற்றுகை'யையெல்லாம் பார்த்தவன். இதை நீங்கள் அவற்றோடு ஒப்பிட முடியாது. போர் முனையில் இருப்பது போல இருந்த நாங்கள் தொடர்ந்து துப்பாக்கிச்சூடுகளுக்கு ஆளாகிக் கொண்டிருந்தோம். அங்கு பல ஆண்டுகளாக பசி நிலவி வந்தது. மக்கள் விலங்குகளின் உணர்வுநிலைக்குத் தள்ளப்பட்டனர். ஆனால் இங்கே நீங்கள் வீட்டைவிட்டு வெளியே சென்று பாருங்கள் அனைத்தும் மலர்ந்து கொண்டிருக்கின்றன! இவையெல்லாம் ஒப்பிட முடியாத விஷயங்கள். ஆனால் வேறொன்று பற்றி சொல்ல ஆரம்பித்து சற்றே தடம் மாறி போய்விட்டேன். ம்ம்ம்... துப்பாக்கிச்சூடு ஆரம்பமாகும்போது, ஒவ்வொருவருக்கும் கடவுள் உதவுவார்! அந்த வினாடியே நீங்கள் இறந்துபோவீர்கள். இறப்பிற்காகக் காத்திருக்கத் தேவையில்லை. குளிர்காலத்திலும் பசி பாடாய்ப் படுத்தி எடுத்தது. லெனின்கிராடில் மக்கள் மரத்தினால் ஆன அறைகலன்களையெல்லாம் எரித்தனர், எங்கள் அபார்ட்மெண்ட்டில் மரத்தினால் ஆன அனைத்தையும் எரித்ததோடு புத்தகங்களையும் எரித்தோம். தரைவிரிப்பைக் கூட அடுப்பெரிக்க நாங்கள் உபயோகித்ததாக நினைவு. தெருவில் நடந்து போய்க்கொண்டிருந்த மனிதர் ஒருவர் சிறிது நேரத்துக்குப் பிறகு உட்கார்ந்தார். அடுத்தநாள் நீங்கள் அது வழியே நடந்து செல்லும்போது அவர் இன்னும் அங்கேயே உட்கார்ந்திருந்தார். அதாவது ஓர் உறைந்து போன நிலை. அவர் இன்னும் ஒரு வாரம் வரைக்குமோ, வசந்தகாலம் வரும் வரைக்குமோ அப்படியே உட்கார்ந்திருப்பார். யாருக்கும் அவரை உறைநிலையிலிருந்து வெளியே கொண்டுவருவதற்கான வலு இல்லை. சில சமயங்களில் இந்தமாதிரி யாராவது பனியில் விழுந்துவிட்டால் காப்பாற்றுவதற்கு யாராவது ஒருவர் வருவார். ஆனால் வழக்கமாக அவர்களைத் தாண்டி நடந்து அல்லது ஊர்ந்து சென்றுவிடுவார்கள். இதை நீங்கள் வேறு எதோடும் ஒப்பீடு செய்து பார்க்க முடியாது.

எனது அம்மா என்னோடுதான் இருந்து வருகிறார். அவர் அணுஉலை வெடிக்கும் போது, "நாம் ஏற்கனவே மிக மோசமான நிலையில் வாழ்ந்திருக்கிறோம். நாம் 'முற்றுகை'யின்போதும் வாழ்ந்து வந்திருக்கிறோம். அதை விட மோசமானதாக வேறு

எதுவும் இருக்க முடியாது" என்று சொல்லிக்கொண்டே இருந்தார்.

நாங்கள் யுத்தத்துக்கு, அணு ஆயுத யுத்தத்துக்கு, தயாராக இருக்க வேண்டுமென்பதற்காக தங்குமிடத்தையும் உருவாக்கியிருந்தோம். வெடித்துச் சிதறும் குண்டிலிருந்து எங்களைப் பாதுகாத்து கொள்வது போல அணுவிலிருந்தும் எங்களைக் காத்துக் கொள்ள விரும்பினோம். ஆனால் அணு ரொட்டி, உப்பு முதற்கொண்டு எங்கும் வியாபித்திருந்தது. நாங்கள் கதிர்வீச்சை சுவாசித்தோம். அதைச் சாப்பிட்டோம். நீங்கள் ரொட்டி அல்லது வெண்ணெய் சாப்பிடாமல் இருக்கலாம். நீங்கள் தோல் பெல்ட்டை சூடு செய்தால் அந்த வாசனை மூலம் அதை சாப்பிடுகிறீர்கள். எல்லாமே விஷம் கலந்ததா? அப்படியென்றால் நாம் எப்படி வாழ்வது? ஆரம்பத்தில் சில மாதங்கள் பயமாகத்தான் இருந்தது. டாக்டர்கள், ஆசிரியர்கள், சுருக்கமாகச் சொல்லப் போனால், அறிவுஜீவிகள் என அனைவரும் அப்படியே எல்லாவற்றையும் விட்டுவிட்டு வேக வேகமாகச் சென்றுவிட்டனர். ஆனால் ராணுவத்தினர் யாரையும் வெளியேற அனுமதிக்கவில்லை. யாரைக் குற்றம் சொல்வது? எப்படி வாழ்வது என்கிற கேள்விக்குப் பதில் அளிப்பதற்கு யாரைக் குற்றம் சாட்டுவது என்பதை நாம் அறிந்து கொள்வது அவசியம். சரி, யாரை குற்றம் சாட்டுவது? விஞ்ஞானிகளையா அல்லது நிலையத்திலிருந்த பணியாளர்களையா? இயக்குநரையா? அந்த நேரத்தில் வேலையிலிருந்த ஆபரேட்டரையா? மனிதனின் மனம் போல நடக்கும் ஆட்டோமொபைல்களோடு சண்டை போடாமல் அணுஉலையுடன் ஏன் சண்டை போட வேண்டும். அனைத்து அணுமின் நிலையங்களும் மூடப்படவேண்டும், அணு விஞ்ஞானிகள் எல்லோரையும் சிறையில் அடைக்க வேண்டுமென்றா நாம் கேட்கப் போகிறோம்? நாம் அவர்களை சபிக்கலாம். ஆனால் ஞானம் என்பது என்றைக்கும் குற்றவாளி ஆக முடியாது. இன்றைக்கு விஞ்ஞானிகளும் செர்னோபிலினால் பாதிக்கப்பட்டவர்கள்தான். செர்னோபிலுக்குப் பிறகு நான் சாகவிரும்பவில்லை. வாழ விரும்புகிறேன். நான் அந்த நிகழ்வைப் புரிந்து கொள்ள விரும்புகிறேன்.

மக்கள் இப்போது வேறுவிதமாக எதிர்வினை புரிந்தார்கள். பத்து வருடங்கள் ஆகிவிட்டன. மக்கள் யுத்தத்தின் அடிப்படை யிலேயே விஷயங்களைக் கணக்கிடுகிறார்கள். யுத்தம் நான்கு வருடங்கள் நீடித்தன. அதாவது இரண்டு யுத்தங்களை கடந்து

சென்றது போல இருக்கிறது. என்ன மாதிரியான எதிர்வினைகள் மக்களிடம் இருக்கிறது என்பதை நான் சொல்கிறேன் — 'எல்லாம் கடந்து போகும்', 'எல்லாம் சரியாகிவிடும்'. 'பத்துவருடங்கள் ஆகிவிட்டது நாங்கள் இனி எதற்கும் பயப்படமாட்டோம்', 'நாங்கள் எல்லோரும் இறக்கப் போகிறோம்', 'நாங்கள் எல்லோரும் விரைவிலேயே இறக்கப் போகிறோம்', 'நான் இந்த நாட்டை விட்டு வெளியேறப் போகிறேன்', 'அவர்கள் நமக்கு உதவ வேண்டும்', 'நாசமாகப் போகட்டும், நாங்கள் வாழ வேண்டும்' — அனைத்தையும் கூறிவிட்டேன் என நினைக்கிறேன். இவற்றைத்தான் நாங்கள் தினமும் கேட்டுக் கொண்டிருந்தோம். சர்வதேச ஆய்வுக்கூட அறிவியல் பரிசோதனைகளுக்கு நாங்கள் எல்லாம் "மூலப் பொருட்கள்" என்பது என் கருத்து. மொத்தம் இருக்கக்கூடிய 10 மில்லியன் பெலாரஷ்யன்களில் 2 மில்லியன் பேர் இந்த விஷம் படர்ந்த பகுதிகளில் இருக்கிறோம். இது ஒரு அரக்கத்தனமான பெரிய ஆய்வுக்கூடமாகும். தரவுகளை எழுதிக்கொண்டு என்ன பரிசோதனை வேண்டுமானாலும் செய்யுங்கள். மாஸ்கோ, பீட்டர்ஸ்பர்க்கிலிருந்தும், ஜப்பான், ஜெர்மனி, ஆஸ்திரியா எனப் பல நாடுகளிலிருந்து வந்தும் விளக்கவுரைகள் எழுதினார்கள். அவர்கள் எதிர்காலத்துக்காக தயார் செய்து கொண்டிருக்கிறார்கள் *(உரையாடலில் நீண்ட அமைதி நிலவியது).*

இப்போது நான் எதைப் பற்றி நினைத்துக் கொண்டிருக்கிறேன்? நான் மீண்டும் ஒப்பீட்டுப் பார்க்க ஆரம்பித்தேன். செர்னோபிலைப் பற்றி பேச முடியும். ஆனால் 'முற்றுகை'யைப் பற்றி நான் பேச முடியாது என்பது குறித்து சிந்தித்துக் கொண்டிருந்தேன். அவர்கள் 'லெனின்கிராட் முற்றுகையின் குழந்தைகள்' என்கிற நிகழ்வுக்கு எனக்கு அழைப்பிதழ் அனுப்பியிருந்தார்கள். நானும் போயிருந்தேன். ஆனால் என்னால் ஒரு வார்த்தைகூட அங்கே பேச முடியவில்லை. பயத்தைப் பற்றி மட்டும் சொல்வதா? அது மட்டும் போதாது. பயத்தை மட்டும் பற்றியா — வீட்டில் நாங்கள் முற்றுகை பற்றி ஒருபோதும் பேசியது இல்லை. அது குறித்து யாரும் நினைவில் வைத்துக் கொள்ளக்கூடாது என அம்மா கூறினார். ஆனால் நாங்கள் செர்னோபில் பற்றி பேசினோம் *(நிறுத்தினார்).* இது குறித்து நாங்கள் ஒருவருக்கொருவர் பேசிக் கொள்ளாமல் அங்கே வந்திருந்த வெளிநாட்டுக்காரர்கள், பத்திரிகையாளர்கள், அங்கு வசித்திராத உறவினர்கள் ஆகியோரோடு கூடிய கலந்துரையாடலாக அமைந்தது. பள்ளிக்கூடத்தில் எங்களுடைய மாணவர்

களுடன் செர்னோபில் பற்றி ஏன் நாங்கள் பேசவில்லை? மருத்துவ சிகிச்சைக்காக அவர்கள் ஆஸ்திரியா, ஃப்ரான்ஸ், ஜெர்மனி என வேறு நாடுகளுக்குச் சென்றபோது அவர்கள் இது பற்றி இவர்களுடன் பேசியிருக்கிறார்கள். அவர்கள் என்ன பேசினார்கள் என அங்கு சென்று வந்த குழந்தைகளிடம் கேட்டேன். அவர்களுக்கு தங்கின நகரம் அல்லது கிராமம், யார் வீட்டில் தங்கியிருந்தார்களோ அவர்களின் பெயர் என எதுவுமே நினைவில் இல்லை. ஆனால் அவர்கள் இவர்களுக்குக் கொடுத்த அன்பளிப்புகள், ருசியான உணவு போன்றவை மட்டும் நினைவில் இருந்தன. சிலருக்கு கேசட் ப்ளேயர் கிடைத்திருந்தது. சிலருக்கு கிடைக்கவில்லை. அவர்கள் திரும்பி வரும்போது போட்டிருந்த உடைகள் அவர்கள் சம்பாதித்து அல்லது அவர்களது பெற்றோர்கள் சம்பாதித்து வாங்கியதில்லை. அவர்கள் அங்கிருந்து யாராவது வந்து தங்களைத் திரும்பவும் கூட்டிச் செல்லமாட்டார்களா எனக் காத்திருந்தனர். அதனால் மீண்டும் பரிசுப் பொருட்கள் கிடைக்குமில்லையா? இவர்களுக்கு அது பழக்கமாகிவிட்டது. அதுவே இவர்களின் வாழ்வியல் முறையாகவும் ஆகிவிட்டது. இந்த மிகப்பெரிய 'வெளிநாட்டு' அனுபவத்துக்குப் பிறகு, அன்பளிப்புகளைக் காட்சிப்படுத்திய பிறகு அவர்கள் பள்ளிக்கூடத்துக்குச் சென்று வகுப்பில் உட்கார வேண்டியிருந்தது. அவர்களை நான் எனது ஸ்டூடியோவுக்கு அழைத்துவந்தேன். அங்கே எனது மரச் சிற்பங்கள் எல்லாம் இருந்தன. குழந்தைகளுக்கு அது பிடித்திருந்தது. நான் அவர்களிடம், "மரத்தின் சிறிய துண்டுகளின் உதவி கொண்டு நீங்களும் இது போல செய்யலாம். முயற்சி செய்து பாருங்கள்" என்றேன். 'முற்றுகை' குறித்த சிந்தனையிலிருந்து நான் வெளியே வருவதற்கு இது பெரிதும் உதவியது.

பெரும்பாலும் நாங்கள் அமைதியாகத்தான் இருந்தோம். நாங்கள் கத்துவதோ, புகார் சொல்வதோ கிடையாது. நாங்கள் எப்போதுமே பொறுமையாக இருந்தோம். ஏனென்றால் பேசு வதற்கு வார்த்தைகள் இல்லை. பேசுவதற்கு பயமாக இருந்தது. எப்படி பேசுவதென்று தெரியவில்லை. இது ஒரு சாதாரண அனுபவமில்லை. இது குறித்து கேட்ட கேள்விகளும் சாதாரண மானவை இல்லை. செர்னோபிலைச் சேர்ந்த நாங்களும், மற்ற பகுதிகளைச் சேர்ந்த அவர்களும் என உலகம் இரண்டாக பிரிந்திருந்தது. யாரும் இங்கே அவர்கள் ரஷ்யர்கள் அல்லது பெலாரஷ்யர்கள் அல்லது உக்ரேனியர்கள் எனச் சொல்லிக்

கொள்ளவில்லை என்பதை நீங்கள் கவனித்தீர்களா? நாங்கள் எங்கள் அனைவரையும் "செர்னோபிலியன்கள்" என அழைத்துக் கொண்டோம். ஏதோ ஒரு புதிய தேசம் போலவும், நாங்கள் தனிப்பட்டவர்கள் போலவும் "நாங்கள் செர்னோபிலிலிருந்து வந்தவர்கள்", "நான் ஒரு செர்னோபிலியன்" எனவும் சொல்லிக் கொண்டோம்.

செர்னோபில் பற்றி எழுதியவை

மரக்கிளையில் எறும்புகள் ஊறிக் கொண்டிருந்தன. எல்லா இடங்களிலும் ராணுவத் தளவாடங்கள் கிடந்தன. ராணுவ வீரர்கள், அழுகுரல்கள், சாபமிடுதல், ஹெலிகாப்டர் சத்தம் போன்றவை இருந்தாலும் எறும்புகள் ஊறிக் கொண்டிருந்தன.

நான் அந்தப் பகுதியிலிருந்து திரும்பி வந்தேன். அன்று அங்கே பார்த்த அனைத்திலும் ஒன்றே ஒன்றுதான் தெளிவாக என் நினைவில் இருந்தது. அது எறும்பின் பிம்பம்தான். நாங்கள் காட்டில் நின்றோம். நான் பூச்ச மரத்துக்குப் பக்கத்தில் நின்று புகைப்பிடித்துக் கொண்டிருந்தேன். நான் மிகவும் நெருக்கமாக அதன் மேல் சாய்ந்துகொண்டு நின்றேன். எனது முகத்துக்கு முன்னால் அந்தக் கிளையில், எங்களின் இருப்பைப் பற்றி சிறிது கூட கவலைப்படாமல், அவை ஊர்ந்து சென்று கொண்டிருந்தன. நாங்கள் அங்கிருந்து சென்றதையும் அவை கவனித்திருக்காது. நான்? இதற்கு முன்பாக அவற்றை ஒருபோதும் இவ்வளவு பக்கத்தில் வைத்துப் பார்த்தது இல்லை.

எல்லோரும் முதலில் இதை ஒரு பேரழிவு என்று கூறினார்கள். அதன் பின் இது ஒரு 'அணு ஆயுத யுத்தம்' என்றார்கள். நான் ஹிரோஷிமா, நாகசாகி பற்றி படித்திருக்கிறேன். அது குறித்த ஆவணப் படம் பார்த்திருக்கிறேன். மிகவும் பயமுட்டக்கூடியதாக

ஸ்வெட்லானா அலெக்ஸியேவிச்

இருந்தாலும் அணு யுத்தம், வெடிவிபத்தின் பரப்பளவு போன்றவை பற்றி புரிந்து கொள்ள முடிந்தது. என்னால் கற்பனை பண்ணிக்கூட பார்க்க முடிந்தது. ஆனால் எங்களுக்கு நடந்ததை என்னுடைய உணர்வு நிலையுடன் பொருத்திப் பார்க்க முடியவில்லை.

எப்படி கண்ணுக்குத் தெரியாத ஒன்று நுழைந்து உலகத்தையே நாசமாக்கி விடுகிறது என்பதை நீங்கள் உணர முடியும். விஞ்ஞானி ஒருவருடன் நடந்த உரையாடல் நினைவுக்கு வருகிறது — யுரேனியம்-238 சிதைவுக்கு ஆகும் காலம் பில்லியன் ஆண்டுகள், தோரியத்திற்கு 14 பில்லியன் ஆண்டுகள். 50, 100, 200. அதற்கும் அப்பால்? அதற்கும் அப்பால் எனது உணர்வு நிலை செல்லவில்லை. என்னால் இதற்கு மேல் எதையும் புரிந்து கொள்ள முடியவில்லை. காலம் என்றால் என்ன? நான் எங்கேயிருக்கிறேன்?

அதைப் பற்றி இப்போது எழுதுவதற்கு, பத்து வருடங்கள் தான் போயிருக்கிறது. அதைப்பற்றி எழுதுவது என்பது அறிவற்ற செயலாகும். உங்களால் அதை விளக்கவோ, புரிந்து கொள்ளவோ முடியாது. நமது வாழ்வு போல தோற்றமளிக்க வேண்டுமென்பதற்காக எதையோ கற்பனை செய்து பார்க்க முயற்சிக்கிறோம். நான் முயற்சித்துப் பார்த்தேன். என்னால் முடியவில்லை. செர்னோபில் வெடிவிபத்து நமக்கு செர்னோபில் தொன்மவியலைக் கொடுத்திருக்கிறது. செய்தித்தாள்களும், பத்திரிகைகளும் இது குறித்து யார் பயங்கரமான கட்டுரை எழுதுவது என போட்டி போட்டுக் கொண்டிருந்தன. அந்த இடத்தில் இல்லாத மக்களைப் பயமுறுத்த விரும்பினார்கள். மனிதத் தலை அளவுக்கு காளான் இருப்பதாக எல்லோரும் படித்திருப்பார்கள். ஆனால் அதை யாரும் இன்னமும் கண்டுபிடிக்கவில்லை. எனவே எழுதுவதற்குப் பதிலாக நீங்கள் பதிவு செய்து அதை ஆவணப்படுத்த வேண்டும். செர்னோபில் பற்றிய ஃபேன்டஸி நாவல் ஒன்றை காண்பியுங்கள் பார்ப்போம் — ஒன்றுகூட இல்லை! ஏனென்றால் உண்மை மிக அற்புதமாக இருக்கிறது.

நான் தனியாக ஒரு நோட்டு வைத்திருந்தேன். அதில் உரையாடல்கள், வதந்திகள், நிகழ்வுகள் ஆகியவற்றை எழுதுவதுண்டு. மிகவும் சுவாரசியமாக இருக்கும். புராதன கிரீஸைப் பொருத்த வரை எஞ்சியிருப்பது என்ன? அது பற்றிய தொன்மங்கள் மற்றும் பழங்கதைகள்தான்.

எனது நோட்டில் எழுதியவை —

'நிலைமை உறுதியாகி வருகிறது, நிலைமை உறுதியாகி நிலைமை உறுதியாகி...' என வானொலியில் கடந்த 3 மாதங்களாக அறிவித்துக் கொண்டிருந்தனர்.

"மேற்கத்திய ரகசிய சேவையின் ஏஜெண்ட்டுகள்", "சோஷலிசத்தினுடைய சபிக்கப்பட்ட எதிரிகள்", "அழியாத சோவியத் மக்களின் ஒற்றுமையை குறைத்து மதிப்பிடுபவர்கள்" என்கிற ஸ்டாலினுடைய பழைய சொற்றொடர்கள் மீண்டும் எட்டிப் பார்த்தது. உளவாளிகள், ஆத்திரமூட்டுபவர்கள் பற்றி பேசும் ஒவ்வொருவரும் இங்கே அனுப்பப்படுகிறார்கள். ஆனால் யாரும் அயோடின் பாதுகாப்பு பற்றி பேசவில்லை. அதிகாரப்பூர்வமற்ற தகவல்கள் எல்லாம் வெளிநாட்டு சித்தாந்தம் எனக் கருதப் பட்டது.

"நேற்று நான் எழுதியிருந்த கட்டுரையில், சம்பவம் நடந்த அன்று இரவு அணுமின் நிலையத்துக்குச் சென்ற தீயணைப்புப் படைவீரரின் அம்மா கூறிய கதையை எழுதியிருந்தேன். அதை ஆசிரியர் எடுத்துவிட்டிருந்தார். அவர் கடுமையான கதிர்வீச்சு பாதிப்பால் இறந்துவிட்டிருந்தார். மாஸ்கோவில் அவருடைய மகனைப் புதைத்தபின் பெற்றோர் அவர்களுடைய சொந்த கிராமத்திற்குத் திரும்பி வந்தனர். ஆனால், வந்தவுடனே அந்த கிராமம் வெளியேற்றம் செய்யப்பட்டது. இலையுதிர்க் காலத்தில் அவர்கள் காட்டின் வழியாக அவர்கள் இடத்துக்கே மீண்டும் வந்து தக்காளி, வெள்ளரிக்காய் ஆகியவற்றை எடுத்துச் சென்றனர். 20 கேன்கள் நிறைந்திருந்தது என அந்த அம்மாவுக்கு சந்தோஷம். அவர்களுக்குத் தங்களின் நிலத்தின் மேலும், புராதன விவசாய அனுபவத்தின் மீதும் நம்பிக்கையிருந்தது — மகன் இறந்ததுகூட அவர்களது வாழ்க்கை முறைமையை புரட்டிப் போட்டு விடவில்லை"

என்னுடைய ஆசிரியர் என்னிடம், "நீ ரேடியோ ஃப்ரீ யூரோப் கேட்பதுண்டா?" எனக் கேட்டார். நான் எதுவும் சொல்லவில்லை. "அபாயகரமான செய்தியைப் பரப்புபவர்கள் இந்த செய்தித்தாளில் இடம் பெறக்கூடாது. யாராவது ஹீரோக்களைப் பற்றி எழுது" என்று கூறினார்.

"எதிரி என்பதற்கான பழைய வரைமுறை அழிக்கப்பட்டிருக்காதா?" கண்ணுக்குத் தெரியாத எதிரி, அவன் எங்குமிருக்

கிறான். இது புதிய ரூபத்தில் இருக்கும் ஒரு தீயசக்தி.

'சில பயிற்றுனர்கள் மத்தியக் குழுவிலிருந்து கமிட்டியிலிருந்து வந்தனர். அவர்கள் வந்த வழி என்ன — ஹோட்டலிலிருந்து பிராந்திய கட்சித் தலைமையகத்துக்கு காரில் வந்து அதிலேயே திரும்பிச் சென்றனர். அவர்கள் உள்ளூர் செய்தித்தாள்களின் தலைப்புச் செய்தியைப் படித்து சூழ்நிலையை ஆய்வு செய்தார்கள். அவர்கள் மின்ஸ்க்கிலிருந்து சாண்ட்விச் வாங்கி வந்திருந்தார்கள். அவர்கள் தேநீர் தயாரிப்பதற்கு மினரல் வாட்டரைக்கூட அங்கேயிருந்தே கொண்டுவந்திருந்தனர். ஹோட்டலில் வேலையிலிருந்த பெண் என்னிடம், "மக்கள் பத்திரிகைகள், தொலைக்காட்சி செய்திகள் அல்லது வானொலி என எதையும் நம்புவதில்லை — அவர்கள் தங்கள் அதிகாரிகளின் நடத்தையிலிருந்து தகவல்களை எதிர்பார்க்கிறார்கள். அதுதான் நம்பத் தகுந்தது என நினைக்கிறார்கள்" என்றார்.

'ஸ்டோலிச்னயா வோட்கா, ஸ்ட்ரோட்னியம், சீசியம் போன்றவை பாதிக்காதவாறு நன்கு பாதுகாப்புத் தருவதாக ஒரு கற்பனைக் கதை உலா வந்து கொண்டிருந்தது.'

'என் குழந்தையை வைத்துக்கொண்டு நான் என்ன செய்வது? நான் அவனை என் கைகளுக்குள் வைத்துக் கொண்டு இங்கிருந்து வெளியேற வேண்டும். ஆனால் என்னிடம் கட்சி அட்டை இருப்பதால் அதைச் செய்ய முடியாது.'

'கிராமத்தில் இருக்கக்கூடிய கடைகளில் பற்றாக்குறையாக இருந்த சாமான்கள் எல்லாம் கொண்டுவந்து நிரப்பப்பட்டது. பிராந்தியக் கட்சியின் செயலாளர் பேசுவதை நான் கேட்டேன். அவர் தனது பேச்சில், 'நாங்கள் பூமியில் உங்களுக்காக ஒரு சொர்க்கத்தை உருவாக்குவோம். நீங்கள் அங்கேயே இருந்து தொடர்ந்து வேலை செய்யலாம். உங்களுக்குப் போதுமான அளவுக்கு சலாமியும், கோதுமையும் கிடைக்கும். பிரத்யேகமான பிரபல கடைகளில் இருக்கும் அனைத்து பொருட்களும் உங்களுக்கும் கிடைக்கும்'. இந்தத் திட்டம்தான் பிராந்தியக் கட்சியிடம் இருந்தது. 'வோட்காவும், சலாமியும்' போதும் என்பதுதான் மக்களின் மீதான அவர்களின் அணுகுமுறையாக இருந்தது. நான் அதுவரைக்கும் அத்தனை வகையான சலாமியை கிராமப்புறக் கடைகளில் பார்த்தது இல்லை. எனது மனைவிக்குத் தேவையான இறக்குமதி செய்யப்பட்ட உள்ளாடைகளை வாங்கினேன்.'

'ஆரம்பத்தில் ஒரு குறிப்பிட்ட கால அளவு வரை கதிர் வீச்சுமானி வாங்கக் கூடியதாக எல்லா இடங்களிலும் கிடைத்தது. அதன் பின் எங்கும் தென்படவில்லை. நீங்கள் அது குறித்து எழுத முடியாது. கதிர்வீச்சு எவ்வளவு என்பது குறித்தும் எழுத முடியாது. ஆண்கள் மட்டுந்தான் கிராமத்தில் இருக்கிறார்கள், பெண்களும், குழந்தைகளும் அந்தக் கிராமத்திலிருந்து குடி வெளியேற்றம் செய்யப்பட்டுவிட்டார்கள் என்றும் எழுத முடியாது. கோடைக்காலம் முழுவதும் அங்கிருந்த ஆண்கள் துணி துவைப்பது, பால் கறப்பது, நிலத்தில் வேலை பார்ப்பது போன்ற காரியங்களை செய்து வந்தனர். அதன் பின் குடித்தார்கள்; சண்டை போட்டார்கள். பெண்களற்ற உலகமாக அது இருந்தது.'

....அவர்கள் அதை எடுத்துவிட்டார்கள். 'நமக்கு எதிரிகள் இருக்கிறார்கள். பெருங்கடலெங்கும் நமக்கு பல எதிரிகள் இருக்கிறார்கள் என்பதை மறந்துவிட வேண்டாம்' என்று ஆசிரியர் என்னைக் கூப்பிட்டு மிரட்டும் தொனியில் கூறினார். அதனால்தான் நாங்கள் நல்லவற்றை மட்டுமே வெளியிட்டோம். ஆனால், எங்கேயோ பிரத்யேக உணவு தயாரிக்கப்பட்டது. அதிகாரிகள் சூட்கேஸுடன் இருப்பதை யாரோ சிலர் பார்த்திருக்கிறார்கள்...'

'வயதான பெண்மணி என்னை காவல்துறையினரின் சோதனைச் சாவடிக்கு அருகில் நிறுத்தி, 'என்னுடைய குடிசையை வந்து பார்ப்பாயா? உருளைக்கிழங்குகளைத் தோண்டி எடுக்க வேண்டிய நேரம் இது. ஆனால் ராணுவ வீரர்கள் என்னை உள்ளே அனுமதிக்கமாட்டேன் என்கிறார்கள்" என்றார். அவர்கள் ராணுவ முற்றுகையை மீறி பனிபடர்ந்த காடு வழியாகவும், புதர்கள் வழியாகவும் இரவில் அந்த கிராமத்துக்குள் நுழைந்தவர்கள். அவர்கள் எல்லாம் ஹெலிகாப்டர், கார் மூலம் துரத்தியடிக்கப்பட்டு பிடிக்கப்பட்டார்கள். இதைப்பார்த்த வயதானவர்கள் "இது ஜெர்மானியர்கள் இங்கிருந்தபோது நடத்தப்பட்டது போல இருக்கிறது" என்றார்கள்.

'நான் முதல் கொள்ளைக்காரனைப் பார்த்தேன். பார்ப் பதற்கு மிகவும் இளமையாக இருந்ததோடு இரண்டு ஃபர் கோட்டுகள் அணிந்திருந்தான். இப்படித்தான் அவன் தன்னை கதிர்வீச்சு நோயிலிருந்து காத்துக் கொள்கிறான் என்பதை ராணுவ ரோந்துப் பிரிவினருக்குச் சொல்லாமல் சொன்னான்.

அவர்கள் அவனை நையப்புடைத்தவுடன் அவன் ஒப்புக் கொண்டான். முதல் தடவை பயமாக இருக்கும். ஆனால் அதற்குப் பின் அது பழகிவிடும். உள்ளுணர்வுக்கு முன்பாக உங்கள் சுய பாதுகாப்பை அனுமதிக்கக்கூடாது. சாதாரண சூழ்நிலையில் இது சிரமமான ஒன்று. ஆனால் அப்படித்தான் நம்மைப் போன்றவர்கள் மிகவும் ஈர்க்கக்கூடிய காரியங்களை, குற்றங்கள் உட்பட, செய்கின்றனர்.'

'ஒரு வருடத்திற்குப் பிறகு நான் மீண்டும் கிராமத்திற்குச் சென்றேன். நாய்கள் மிகவும் முரட்டுத்தனமாக நடந்து கொண்டன. நான் எங்களது 'ரெக்ஸை'க் கூப்பிட்டேன். அது வரவில்லை. அது என்னை அடையாளம் கண்டுகொள்ளவில்லையா? அல்லது என்னிடம் வர விருப்பம் இல்லையா? அதற்கு எங்கள் மேல் கோபம் இருக்கலாம்.'

'முதல் சில வாரங்களிலும், மாதங்களிலும் எல்லோரும் அமைதியாக இருந்தார்கள். எங்கும் நிசப்தம். திறனிழந்து இருந்தார்கள். நாங்கள் அங்கிருந்து செல்ல வேண்டும். ஆனால் கடைசி நாள் வரை, 'செல்ல வேண்டாம்' என்றே நினைத்துக் கொண்டிருக்கிறோம். என்ன நடக்கிறது என்பதை புரிந்து கொள்ளக் கூடிய நிலையில் உங்கள் மனதிற்கு திறன் இல்லை. சில ஜோக்குகளைத் தவிர எந்தவொரு காத்திரமான உரையாடலும் என் நினைவில் இல்லை. எல்லாக் கடைகளிலும் அப்போது 'கதிரியக்கப் பொருட்கள்' கிடைத்தன. 'ஆண்மை குறைந்தவர்களை இரண்டு வகையாகப் பிரிக்கலாம் 1. ரேடியோஆக்டிவ் 2. ரேடியோபாசிவ்' அதன் பின் திடீரென்று இந்த ஜோக்குகள் எல்லாம் மறைந்துவிட்டன.'

மருத்துவமனையில் கேட்டது:

"இந்தப் பையன் இறந்துவிட்டான். நேற்று அவன் எனக்கு மிட்டாய்கள் கொடுத்தான்."

மார்க்கெட்டில் இருந்த வரிசையில்:

"ஓ, இந்த வருடம் காளான்கள் அதிகமாக இருக்கின்றன."

"அவையெல்லாம் விஷமாகிப் போனவை."

"'ஓ' வினோதமானவரே, அவற்றைச் சாப்பிடும்படி யாரும் உங்களைக் கட்டாயப்படுத்தவில்லை. அதை வாங்குங்கள், காயப் போடுங்கள். அதன் பின் மின்ஸ்க் மார்க்கெட்டிற்கு

எடுத்துச் செல்லுங்கள். நீங்கள் மில்லியனர் ஆகிவிடலாம்."

'அவர்கள் சொர்க்கத்திலிருந்துதான் தேவாலயம் கட்டுவதற்கான இடங்களைத் தேர்ந்தெடுத்திருக்க வேண்டும். தேவாலய பாதிரிமார்களுக்கு ஒரு தொலைநோக்குப் பார்வை இருந்தது. தேவாலயம் கட்டுவதற்கு முன்பாகவே சில ரகசிய சடங்குகள் செய்யப்பட்டன. ஆனால் அவர்களோ தொழிற்சாலை போல அணுமின் நிலையத்தை கட்டினார்கள். அது பன்றிக் கொட்டில் போல இருந்தது. மேற்கூரையில் அவர்கள் கருங்காரைகளை ஊற்றினார்கள். அது உருகிக் கொண்டிருந்தது.'

'நீங்கள் இதைப் படித்தீர்களா? உத்தியோகப்பூர்வ விடுப்பு எடுக்காமல் சென்ற ராணுவ வீரரை செர்னோபிலுக்கு அருகில் பிடித்தனர். அவர் அணுஉலை இருக்குமிடத்திற்கு அருகில் குழி தோண்டி அங்கேயே வசித்து வந்தார். கைவிடப்பட்ட வீடுகளுக்குச் சென்று அங்கிருந்ததை சாப்பிட்டிருக்கிறார் — சில இடங்களில் அவருக்குப் பன்றிக் கொழுப்பும், சில இடங்களில் கேனில் அடைத்த ஊறுகாயும் கிடைத்தது. அவர் விலங்குகளைப் பிடிப்பதற்காக பொறி வைத்திருந்தார். மூத்த ராணுவ வீரர்கள் எல்லாம் இளைய ராணுவ வீரர்களை 'சாகும் வரை' அடித்ததால்தான் உத்தியோகப்பூர்வ விடுப்பு எடுக்காமல் அவர் சென்றதாகக் கூறினார். அவர் செர்னோபில் சென்றதால் தன்னைக் காப்பாற்றிக் கொண்டார்.'

'முதன் முதலாக 'ஓநாய் - நாய்' தோற்றமளித்தது. இது ஓநாய்க்கும், நாய்க்கும் பிறந்த ஒரு கலப்பின உயிரினம். காட்டுக்குள் ஓடிச் சென்றது. இவை ஓநாயை விட பெரிய உருவம் கொண்டது. இவை கொடிகளுக்கோ, வெளிச்சத்துக்கோ, மக்களுக்கோ பயப்பட்டது இல்லை. வேட்டைக்காரர்களின் குரலுக்கு எதிர்வினை புரியாது. காட்டுப் பூனைகள் ஏற்கனவே கூட்டமாகச் சேர்ந்து மனிதர்களைத் தாக்க ஆரம்பித்திருந்தன. அவை மனிதர்களை பழி தீர்க்க நினைத்திருக்க வேண்டும். எப்படி மனிதருக்குப் பணிவாக வேலை செய்யும் என்பது அதன் நினைவிலிருந்து போய்விட்டிருந்தது. நமக்கோ எது உண்மை, எது உண்மையில்லை என்பதற்கிடையேயான எல்லை காணாமல் போய்விட்டிருந்தது.'

'எப்போதாவது அவர்களுக்கு வினோதமாகப் புதைக்கப் பட்டவைகளில் எஞ்சியவை ஏதாவது கிடைக்கும். விலங்குகள்

புதைக்கப்பட்ட சுடுகாடுகள் ‘உயிர்க் கல்லறைகள்’ என விஞ் ஞானிகளால் அழைக்கப்பட்டது. அவையெல்லாம் நவீன காலத்துக் கோவில்கள். அங்கே சுடப்பட்ட ஆயிரக்கணக்கான நாய்களும், பூனைகளும், குதிரைகளும் கிடந்தன.’

‘நேற்று அப்பாவுக்கு வயது எண்பது. குடும்பத்தில் உள்ள அனைவரும் மேசையைச் சுற்றி நின்று கொண்டோம். நான் அவரைப் பார்த்தேன். அவர் வாழ்க்கையில் எவ்வளவு பார்த் திருப்பார் — குலாக், ஆஷ்ச்விட்ஸ், செர்னோபில். ஒரு தலைமுறை இதையெல்லாம் பார்த்திருக்கிறது. அவருக்கு மீன் என்றால் விருப்பம் அதிகம். அவர் இளமையாக இருக்கும்போது அம்மாவுக்கு கோபம் வந்து, ‘அந்த நிர்வாகப் பிராந்தியத்தில் ஒரு ‘ஸ்கர்ட்டை’யும் இவர் விட்டதில்லை’ என்று சொன்னார். இப்போது யாராவது அழகான பெண் எங்களை நோக்கி நடந்து வந்தால் அவரது பார்வை எப்படி கீழிறங்கி செல்கிறது என்பதை நான் கவனித்தேன்.’

‘அந்தப் பகுதி ஒரு தனிப்பட்ட உலகம். உலகத்தின் மத்தியில் ஒரு தனிப்பட்ட உலகமாக இது இருந்தது. இது ஸ்ட்ருகாட்ஸ்கி சகோதரர்களின் கண்டுபிடிப்பு, நிதர்சனத்துக்கு முன்னால் இலக்கியம் பின் தங்கிவிட்டது.’

(வதந்திகளிலிருந்து)

செர்னோபிலுக்குப் பின்னால் முகாம்கள் இருப்பதாகவும் அங்கே அதிகக் கதிர்வீச்சினால் பாதிக்கப்பட்டவர்களைத் தங்கவைத்து, கண்காணித்து அதன் பின் அவர்களைப் புதைத்து விடுவார்கள்.

பக்கத்து கிராமங்களில் இறந்தவர்களையெல்லாம் பஸ்ஸில் தூக்கிப் போட்டுக்கொண்டு நேராக சுடுகாட்டுக்குச் சென்ற வர்கள், அங்கு லெனின்கிராட் முற்றுகையின்போது நடந்தது போல ஆயிரக்கணக்கானவர்களை ஒட்டு மொத்தமாகப் புதைத் தார்கள்.

வெடிவிபத்து நடப்பதற்கு முந்தைய தினம் அணுமின் நிலையத்துக்கு மேல் வானத்தில் ஏதோவொரு வினோதமான வெளிச்சத்தைப் பார்த்ததாகக் கூறினார்கள். யாரோ அதை புகைப்படம்கூட எடுத்ததாகவும் அதைப் பார்க்கும்போது ஏதோ ஒரு அன்னிய கிரகத்துப் பொருள் புகை வடிவத்தில்

இருந்ததாகவும் கூறினார்கள்.

மின்ஸ்கில் அவர்கள் ரயிலையும் மற்றும் அதில் இருந்த பொருட்களையும் நன்றாகக் கழுவினர். அங்கிருக்கும் மக்கள் அனைவரையும் சைபீரியாவுக்கு கொண்டு செல்லப் போகிறார்கள். ஸ்டாலின் இருக்கும்போது அங்கு அமைக்கப்பட்ட முகாம்களில் தங்க வைப்பதற்காக அதைத் தயார்படுத்திக் கொண்டிருக்கிறார்கள். அவர்கள் முதலில் பெண்கள், குழந்தைகளுடன் இதை ஆரம்பிக்கவிருக்கிறார்கள். உக்ரேனியர்கள் ஏற்கனவே அனுப்பப்பட்டுவிட்டார்கள்.

இது ஒரு விபத்து அல்ல. பூகம்பம். பூமியின் நடுப்பகுதிக்கு ஏதோ நடந்துவிட்டது. புவியியல் வெடிப்பு. புவியியற்பியல், பேரண்டவியலின் வேலைதான் இது. ராணுவத்துக்கு இது ஏற்கனவே தெரியும். அவர்கள் மக்களை எச்சரிக்கை செய்திருக்கலாம். ஆனால் அவர்கள் இதை ரகசியமாகவே வைத்திருந்தனர்.

ஏரிகளிலும், ஆறுகளிலும் தலையும் இல்லாமல், வாலும் இல்லாமல் ஈட்டி போன்றவை ஏதோ உடம்புகள் மிதந்து கொண்டிருப்பது போலக் கிடந்தன.

மனிதர்களுக்கும் இதே போல ஏதோவொன்று நடக்கவிருக்கிறது. பெலாரஷ்யர்கள் வெகுவிரைவில் மனிதப் பண்புகள் கொண்டவர்களாகப் போகிறார்கள்.

காட்டு விலங்களுக்கு கதிர்வீச்சு நோய் இருந்தது. அவை கண்களில் சோகத்துடன் சுற்றித் திரிந்தன. வேட்டைக்காரர்கள் அதைப் பார்த்து பயந்ததோடு அவற்றை சுடுவதற்காகப் பரிதாபப் பட்டார்கள். விலங்குகள் மனிதர்களுக்குப் பயப்படுவதை நிறுத்திக் கொண்டன. நரிகளும், ஓநாய்களும் கிராமத்திற்குள் சென்று குழந்தைகளுடன் விளையாடிக் கொண்டிருக்க ஆரம்பித்தன.

செர்னோபிலைச் சேர்ந்தவர்கள் பிரசவித்தக் குழந்தைகளின் உடம்பில் ரத்தத்துக்குப் பதிலாக ஏதோ மஞ்சள் நிறத்திலான திரவம் இருக்கிறதாம். கதிர்வீச்சுக்குப் பக்கத்தில் வசித்து வந்த குரங்குகள் எல்லாம் புத்திசாலி ஆகிவிட்டன என்று விஞ்ஞானிகள் உறுதிபடக் கூறினார்கள். மூன்று அல்லது நான்கு தலைமுறைகளுக்குப் பிறக்கும் குழந்தைகள் ஐன்ஸ்டீன் மாதிரி இருப்பார்கள். பேரண்டவியல் பரிசோதனைதான் நம் மீது நடத்தப்பட்டிருக்கிறது...

– அனடோலி ஷிமான்ஸ்கி, பத்திரிகையாளர்.

பொய்களும் உண்மைகளும்

அவர்கள் டஜன் கணக்கில் புத்தகங்கள் எழுதியிருக்கிறார்கள். அவை வர்ணனையும் இருந்ததால் அதிக பக்கங்களைக் கொண்டதாக இருந்தது. ஆனால் அந்த நிகழ்வு எந்தவொரு தத்துவார்த்த விளக்கத்துக்கும் அப்பாற்பட்டதாக இருந்தது. சுயபுரிதலுக்கான பிரச்சனையைத்தான் செர்னோபில் வழங்கியிருக்கிறது என்று யாரோ ஒருவர் என்னிடம் சொன்னாரா அல்லது நான் எதிலாவது படித்தேனா என்று தெரியவில்லை. அது சரியாக இருக்குமோ என்றுதான் தோன்றுகிறது. ஸ்டாலின், லெனின், போல்ஷெவிஸம் பற்றி எப்படி தெளிவு படுத்தினார்களோ அது போல புத்திசாலி யாராவது ஒருவர் இதை எனக்கு விளக்கிச் சொல்வார் எனக் காத்துக் கொண்டிருக்கிறேன். அல்லது 'மார்க்கெட், மார்க்கெட், ஃப்ரீ மார்க்கெட்!' எனச் சம்மட்டியால் அடிப்பது போல சொல்லிக் கொண்டிருக்கிறார்களே அப்படி இதையும் எனக்குச் சொல்லித்தரட்டும். ஆனால் நாங்கள் — செர்னோபில் இல்லாத உலகத்தில் வளர்ந்துவந்த நாங்கள் இப்போது செர்னோபிலோடு வாழ்ந்து கொண்டிருக்கிறோம்.

நான் ஒரு ராக்கெட் விரும்பி. ராக்கெட் எரிபொருளில் நான் நிபுணத்துவம் பெற்றிருக்கிறேன். நான் பைக்கானூர் *(Baikonur* — விண்கள ஏவு மையம் இருக்குமிடம்) மையத்தில் வேலை செய்தவன். புரோக்ராம்கள், காஸ்மோஸ், இண்டர் காஸ்மோஸ்

போன்றவைதான் என் வாழ்க்கையின் பெரும்பகுதியை ஆட் கொண்டது. அது ஓர் அற்புதமான நேரம்! வானம், ஆர்க்டிக் என அனைத்தையும் மக்களுக்குக் கொடுங்கள்! இந்த வெளியையும் கொடுங்கள். சோவியத் யூனியனில் உள்ள ஒவ்வொருவரும் யூரிஹா ஹரினுடன் விண்வெளிக்குச் சென்றுவந்தவர்கள். நாம் எல்லோரும்தான்! நான் இன்னும் அவரை நேசிக்கிறேன் — அற்புதமான சிரிப்பைக் கொண்டிருக்கும் ஓர் அற்புதமான மனிதர். அவருடைய மரணம்கூட நன்கு ஒத்திகை பார்க்கப் பட்டதாகத்தான் அமைந்தது.

அது ஓர் அற்புதமான காலம்! எனது குடும்ப காரணங் களுக்காக இங்கே எனது தொழில் வாழ்க்கையை முடித்துவிட்டு பெலாரஸுக்கு இடம் பெயர்ந்தேன். நான் அங்கே சென்றவுடன், செர்னோபில் வாழ்க்கையோடு என்னைத் தீவிரமாக ஈடுபடுத்திக் கொண்டேன். எனது உணர்வுகளைப் பொருத்தளவில் அது சரியாகவேத் தோன்றியது. எப்போதும் மேம்பட்ட தொழில் நுட்பத்தில், குறிப்பாக விண்வெளி தொழில்நுட்பம், இந்த மாதிரி நடக்குமென்று அப்போது கற்பனைகூட செய்து பார்க்க முடியவில்லை. இதை விளக்கிச் சொல்வதுகூட கடினம் — இது கற்பனையோடு பொருந்தாத ஒன்று. இது *(அவர் யோசித்தார்)*. நான் நினைத்துக் கொண்டிருக்கும்போது, ஒரு வினாடிக்கு முன்னால்தான், எனக்கு என்னால் அது என்னவென்று பிடிபட்டது. இது உங்களை தத்துவமயமாக்கச் செய்கிறது. நீங்கள் யாரிடம் செர்னோபில் பற்றிப் பேசுகிறீர்கள் என்பது விஷயமல்ல. ஆனால் எல்லோரும் அதைத் தத்துவமயமாக்க விரும்புவார்கள் நான் எனது வேலையைப் பற்றி உங்களிடம் சொல்கிறேன். நாங்கள் என்னதான் செய்யவில்லை! நாங்கள் தேவாலயம் கட்டுகிறோம், செர்னோபில் தேவாலயம், கடவுளின் அன்னை உருவத்தில் உருவாக்கி அதை 'தண்டனை'க்கு அர்ப்பணிக்க விருக்கிறோம். நாங்கள் நன்கொடை வசூலித்தோம், உடல்நல மில்லாதவர்களையும், இறந்தவர்களையும் போய்ப் பார்த்தோம், காலவரிசைப்படி அதை எழுதி வந்தோம். நாங்கள் ஒரு அருங்காட்சியகம் உருவாக்கினோம். எனது மனம் இருக்கும் நிலையில் இந்த மாதிரியான வேலையெல்லாம் செய்ய முடியாது என நினைப்பதுண்டு. என்னுடைய வழிமுறைகள் என்னவெனில், 'பணம் இதோ இருக்கிறது. முப்பத்தைந்து குடும்பங்களுக்கு, அதாவது முப்பத்தைந்து விதவைகளுக்கு, பிரித்துக் கொடு' என்பதுதான். அவர்கள் குடும்பத்தைச் சேர்ந்த

ஆண்கள் எல்லாம் கலைப்பாளர்கள். எனவே நீங்கள் பணத்தைப் பிரித்துக் கொடுப்பதில் நியாயமாக இருப்பது அவசியம் ஆகும். ஆனால் எப்படி? ஒருவருக்கு உடல்நலமில்லாத சிறிய பெண் குழந்தை, இன்னொருவருக்கு இரண்டு குழந்தைகள். மூன்றாமவர் — அவரே உடல்நலமில்லாதவர் அதோடு அவர் வாடகைக்கு குடியிருப்பவர், இன்னொருவருக்கு நான்கு குழந்தைகள் இருந்தன. இரவில் நான் எழுந்து, “எப்படி அவர்களை ஏமாற்றாமல் நான் நடந்து கொள்ள முடியும்?” என்பது பற்றி சிந்திக்க ஆரம்பித்தேன். நான் சிந்தித்தேன், கணக்குப் போட்டேன், கணக்குப் போட்டேன், சிந்தித்தேன். என்னால் அதைச் செய்ய முடியவில்லை. இறுதியாக பெயர் பட்டியலின்படி அனைவருக்கும் சமமாக பணத்தைப் பகிர்ந்து கொடுத்தோம்.

ஆனால் எனது உண்மையான குழந்தை அருங்காட்சியகம் தான்— செர்னோபில் அருங்காட்சியகம். *(அவர் அமைதியானர்).* சில சமயங்களில் நான் இங்கு இறுதிச் சடங்குக்கான இடம் தான் வேண்டுமே ஒழிய அருங்காட்சியகம் தேவையில்லை என நினைப்பதுண்டு. நான் இறுதிச்சடங்கு குழுவில் இருந்தேன். அன்று காலையில் நான் கோட்டைக்கூட கழற்றவில்லை. ஒரு பெண் உள்ளே வந்து அழ ஆரம்பித்தார். அழவா செய்தார் அவர், கத்தினார். “அவருடைய பதக்கங்கள், சான்றிதழ்கள் எல்லாவற்றையும் எடுத்துக் கொள்ளுங்கள்! எல்லா வசதிகளையும் எடுத்துக் கொள்ளுங்கள்! என் கணவனைக் கொடுத்து விடுங்கள்!” என்றார். அவையெல்லாம் அருங்காட்சியகத்தில் காட்சிப்பொருட்களாக உள்ளன. அனைவரும் அவற்றை பார்க்கலாம். ஆனால் அவருடைய அழுகை, அதை வேறு யாரும் கேட்கவில்லை, நான் மட்டுந்தான் கேட்டேன். அந்த சான்றிதழ்களையெல்லாம் காட்சிப்பொருட்களாக வைக்கும் போது எனக்கு இது நினைவுக்கு வந்தது.

கர்னல் யாரோஷுக் *(Yaroshuk)* இப்போது சாகும் தறுவாயில் இருக்கிறார். அவர் ஒரு கெமிஸ்ட்—டோசிமெட்ரிஸ்ட் ஆவார். அவர் மிகவும் நல்ல ஆரோக்கியத்துடன்தான் இருந்து வந்தார் ஆனால் இப்போது வாதம் வந்து படுத்த படுக்கையாகி விட்டார். ஒரு தலையணையைப் போல அவரை அவரது மனைவி புரட்டுகிறார். அவருடைய மனைவிதான் ஸ்பூனில் சாப்பாடு கொடுக்கிறார். அவருடைய சிறுநீரகத்தில் கற்கள் இருக்கிறது. அவர்கள் அதை நொறுக்க வேண்டும் என்கிறார்கள். ஆனால் அந்த அறுவைசிகிச்சை செய்யும் அளவிற்கு எங்களிடம் பணம்

இல்லை. நாங்கள் பிச்சைக்காரர்கள். மக்கள் எங்களுக்கு என்ன தருகிறார்களோ அதில்தான் நாங்கள் வாழ்ந்து கொண்டிருக்கிறோம். அரசாங்கமோ கடன் கொடுப்பவர் மாதிரி நடந்து கொள்கிறது. அது மக்களை மறந்து விட்டது. அவர் இறந்துவிட்டால் ஒரு தெருவுக்கோ, பள்ளிக்கூடத்துக்கோ, ராணுவப்பிரிவுக்கோ, அவருடைய பெயரை வைப்பார்கள். ஆனால் அதுவும்கூட அவர் இறந்த பிறகுதான். கர்னல் யாரோஷுக் அந்தப் பகுதியெங்கும் நடந்து சென்று எங்கெல்லாம் அதிகக் கதிர்வீச்சு இருந்ததோ, அந்த இடத்தில் எல்லாம் குறியிட்டு வைத்தார் — அவர்கள் இவரை ரோபோ போல எவ்வளவு முடியுமோ அந்த அளவுக்கு சுரண்டினர். அவர் இதைத் தெரிந்து கொண்டாலும் தொடர்ந்து சென்றார். அணுஉலை இருந்த இடத்திலிருந்து கதிர்வீச்சு தாக்கியிருந்த பகுதி முழுவதும் கதிர்வீச்சுமானியுடன் நடந்து சுற்றி வந்தார். அவர் கதிர்வீச்சு இருக்கும் இடத்தை உணர்ந்து அந்த இடத்தின் எல்லையைச் சுற்றி வருவார். இதனால் அவரால் வரைபடத்தில் இதைத் துல்லியமாகக் குறிக்க முடிந்தது.

அணுஉலை கூரையில் வேலை செய்துவந்த ராணுவ வீரர்கள் என்ன ஆனார்கள்? இந்தப் பேரழிவுக்குப் பிறகு கலைப்பாளார்களாக (அல்லது துப்புரவு செய்பவர்களாக) 210 ராணுவக் குழுவினர் யூனிட்டுகள் அதாவது 3,40,000 ராணுவ வீரர்கள் பணியில் அமர்த்தப்பட்டனர். அதில் கூரையைச் சுத்தம் செய்தவர்கள்தான் மிகவும் அதிகமாகப் பாதிக்கப்பட்டிருந்தார்கள். அவர்கள் ஈயத்தினால் ஆன பாதுகாப்பு உறை அணிந்திருந்தனர் ஆனால் கீழே இருந்து வந்த கதிர்வீச்சிலிருந்து அவர்களைப் பாதுகாத்துக் கொள்ள அவர்கள் எதுவும் அணிந்திருக்கவில்லை. அவர்கள் மிகவும் சாதாரணமான, மலிவான தோலினால் ஆன காலணியை அணிந்திருந்தனர். ஒவ்வொரு நாளும் ஒன்றரை அல்லது இரண்டு நிமிடம் அவர்கள் அணுஉலைக் கூரையில் செலவிட்டார்கள். அதன்பின் அவர்கள் விடுவிக்கப்பட்டார்கள். அவர்களுக்கு சான்றிதழும், நூறு ரூபிள் பணமும் கொடுக்கப்பட்டது. அதன் பின் அவர்கள் தாய்நாட்டின் பரந்த நிலப்பரப்பில் எங்கேயோ சென்று மறைந்து போனார்கள். கூரையில் அவர்கள் அணு உலையிலிருந்து எரிபொருளையும், கிராஃபைட்டையும், கான்கிரீட், உலோக சில்லுகளையும் சேகரித்தனர். அவற்றை சக்கரத் தள்ளுவண்டியில் நிரப்ப 20 - 30 வினாடிகளும், அதை கூரையிலிருந்து குப்பைகள் இருக்கும் இடத்தைப் பார்த்துத் தூக்கியெறிய இன்னொரு 30 வினாடிகளும் ஆயிற்று. இந்த

பிரத்யேகமான சக்கர தள்ளுவண்டியின் எடை மட்டும் கிட்டத் தட்ட 40 கிலோகிராம் ஆகும். இந்த வேலை எவ்வளவு கடின மாக இருந்திருக்கும் என நீங்கள் கற்பனை செய்து பார்த்துக் கொள்ளுங்கள் — அவர்கள் ஈயத்தினாலான பாதுகாப்பு உறையும், முகமூடியும் அணிந்திருந்ததோடு கனமான சக்கர தள்ளுவண்டியையும் வேகமாகக் கையாளவேண்டும்.

கீவ்வில் உள்ள அருங்காட்சியகத்தில் ராணுவ வீரரின் தொப்பி அளவுக்கு ஒரு கிராஃபைட் வார்ப்புப் படத்தை வைத்திருந்தார்கள். உண்மையாகவே அந்த அளவுக்குக் கிராஃபைட் வைத்திருந்தால் அதிக அடர்த்தி கொண்ட கிராஃபைட் கிட்டத்தட்ட 16 கிலோ எடையிருக்கும் எனக் கூறினார்கள். அதிகக் கதிர்வீச்சினால் அங்கு ரேடியோ-கட்டுப்பாட்டில் இருந்த கருவிகள் சரியாக வேலை செய்யாமல் அல்லது கொடுக்கப்பட்ட கட்டளைகளுக்கு எதிர்மாறாகவோ வேலை செய்தன. மிகவும் நம்பிக்கையான ‘ரோபோ’க்கள் ராணுவ வீரர்கள்தான். அவர்களின் சீருடை பச்சை நிறத்தில் இருந்ததால் அவர்கள் ‘பச்சை ரோபோக்கள்’ என அழைக்கப்பட்டனர். சீரழிந்து போன அணுஉலையின் கூரை சம்பந்தப்பட்ட வேலையில் மட்டும் சுமாராக 3600 ராணுவ வீரர்கள் ஈடுபடுத்தப்பட்டிருந்தனர். அவர்கள் தரையில் படுத்துத் தூங்கினார்கள். இது குறித்து அவர்கள், “ஆரம்பத்தில் நாங்கள் இருந்த கூடாரத்தின் தரையில் அணுஉலைக்கு அருகில் வைக்கப்பட்டிருந்த வைக்கோற்போரிலிருந்து வைக்கோல் எடுத்துப் போட்டு படுத்தோம்” எனக் கூறினார்கள்.

அவர்கள் எல்லாம் இளைஞர்கள், இப்போது செத்துக் கொண்டிருக்கிறார்கள். ஆனால் அவர்கள் தங்களுக்காக இந்தக் காரியத்தை மேற்கொள்ளவில்லை என்பதைப் புரிந்து கொண்டே இதில் ஈடுபட்டிருக்கிறார்கள். இவர்கள் எல்லாம் ஒரு குறிப்பிட்ட பண்பாட்டு பின்னணியிலிருந்து — மிகப்பெரிய சாதனைகளும் அதற்காகத் தியாகமும் செய்யும் பண்பாட்டைப் பின்புலமாகக் கொண்டவர்கள் — வந்தவர்கள். ஒரு சமயத்தில் அணு வெடிப்பு ஏற்படும் அபாயம் இருந்தது. அப்போது அணுஉலையிலிருந்து நீரை வெளியேற்ற வேண்டிய அவசியம் ஏற்பட்டது. இல்லையெனில் யுரேனியக் கலவையும், கிராஃபைட்டும் ஒன்றாகக் கலந்து ஒரு மாறுநிலை பொருண்மையாக உருவாகி பெரும் ஆபத்தை ஏற்படுத்தியிருக்கும். அப்படி ஒரு வெடிப்பு ஏற்பட்டிருந்தால் அது மூன்றிலிருந்து ஐந்து மெகாடன்கள் அளவுக்கான வீரியத்துடன் இருந்திருக்கும். அப்படி

ஏற்பட்டிருந்தால் கீவ், மின்ஸ்க் மட்டுமல்லாமல் ஐரோப்பாவின் பெரும்பாலான பகுதிகள் உயிரினங்கள் வாழ்வதற்கே ஏற்றதாக இருந்திருக்காது. உங்களால் இதைக் கற்பனை செய்து பார்க்க முடிகிறதா? அது ஒரு ஐரோப்பிய பேரழிவாக இருந்திருக்கும். எனவே அந்த நேரத்தில் இருந்த வேலையென்னவெனில், அதற்குள் போய் பாதுகாப்பு வால்வை யார் திறப்பது? இந்த வேலையில் ஈடுபடுபவர்களுக்கு அந்த வேலை முடியும் வரை கார், அபார்ட்மெண்ட், பண்ணை வீடு, குடும்பத்தினருக்கான அனைத்து உதவிகளும் அளிக்கப்படும் என அவர்கள் கூறினார்கள். அதற்காக அவர்கள் தன்னார்வலர்களைத் தேடிக் கொண்டிருந்தனர். தன்னார்வலர்களும் அவர்களுக்குக் கிடைத் தார்கள். அந்தத் தன்னார்வலர்கள் அதற்குள் பல முறை சென்று அந்தப் பாதுகாப்பு வால்வுக்கான நட்டைத் திறந்தனர். இதனால் அந்தப் பிரிவுக்கு 7000 ரூபிள்கள் கொடுக்கப்பட்டது. அவர்கள் வாக்கு கொடுத்தபடி கார், அபார்ட்மெண்ட் கொடுப்பதையெல்லாம் மறந்து விட்டிருந்தனர். ஆனால் அந்தத் தன்னார்வலர்கள் அதற்காக அந்த வேலையில் ஈடுபடவில்லை! பொருட்களுக்காகவோ அல்லது பொருள் பற்றிய வாக்குறுதிக்காகவோ அவர்கள் அதைச் செய்யவில்லை *(மனமுடைந்து போனார்).* அந்த வேலையில் ஈடுபட்டவர்கள் இப்போது உயிரோடு இல்லை. ஆனால் அவர்கள் குறித்த ஆவணங்களும், பெயர்களும் மட்டும் அருங்காட்சியகத்தில் வைக்கப் பட்டிருக்கின்றன. அன்றைக்கு அவர்கள் மட்டும் அந்த வேலையைச் செய்யாமல் விட்டிருந்தால் என்னவாகியிருக்கும்? தன்னைத் தானே தியாகம் செய்து கொள்வதற்கு இவர்களுக்குச் சமமாக வேறு யாருமில்லை.

அவர்களில் ஒருவரை நான் சந்திக்கும்படி நேரிட்டது. அவர்கள் மனித வாழ்வை துச்சமாக மதித்ததுதான் அதற்குக் காரணம். இது ஆசியாவிற்கான ஒரு விதியாகும். தன்னைத் தியாகம் செய்து கொண்டவர் தன்னைத் தனித்துவம் வாய்ந்த ஒருவராக உணர்ந்திருக்கவில்லை. வாழ்க்கையில் ஏதாவது பங்களிக்க வேண்டும் என ஏங்கிக் கொண்டிருந்த அவருக்கு இதன் மூலம் அந்த அனுபவம் கிடைத்தது. அதற்கு முன்னால் அவரைக் குறித்த எந்த விபரமும் இல்லை. அவருக்கென்று ஒரு அடிப்படைக் கருத்து இல்லை. அவர் பின்னணியில் இருந்து செயல்பட்டார். ஆனால் இந்த வேலையில் ஈடுபட்டபின் அவர் 'கதாநாயக அந்தஸ்த்து'க்கு உயர்ந்துவிட்டார். அது

அவரின் ஏக்கத்திற்கு ஓர் அர்த்தத்தைக் கொடுத்தது. நமது பிரச்சாரம் எதை உள்ளடக்கியதாக இருந்தது? நம்முடைய சித்தாந்தத்தையா? வாழ்ந்த வாழ்வுக்கு ஓர் அர்த்தம் வேண்டு மென்பதற்காக உங்களுக்கு இறப்பதற்கான வாய்ப்பை அவர்கள் கொடுத்தார்கள். அவர்கள் உங்களுக்கு ஒரு பங்களிப்பை கொடுப்பார்கள். அதுதான் இறப்பின் உச்சகட்ட மதிப்பு. ஏனென்றால் இறப்பு என்பது நித்தியமானது. அதைத்தான் நான் யாருடன் விவாதித்துக் கொண்டிருந்தேனோ அவர் நிரூ பித்தார்.

நான் அதைத் திடமாக மறுதலித்தேன். ஏனென்றால் நாங்கள் ராணுவ வீரர்களாக இருக்க வேண்டும் என உருவாக்கப் பட்டவர்கள். அப்படித்தான் எங்களுக்குக் கற்பிக்கப்பட்டது. சாதிக்க முடியாததைச் சாதிப்பதற்காக நாங்கள் ஓர் அணியின் கீழ் திரள்வதற்கு எப்போதும் தயாராக இருக்கக்கூடியவர்கள். நான் பள்ளிப்படிப்பை முடித்துவிட்டு சாதாரணமாக பொது மக்கள் படிக்கச் செல்லும் பல்கலைக்கழகத்துக்குச் சென்று படிக்க விரும்பினேன். அதைக் கேட்ட அப்பாவுக்கு ஒரே அதிர்ச்சி — நான் தொழில் முறையில் ராணுவ அதிகாரி. நீ சாதாரண கோட், சூட் போட்ட ஆளாக இருக்கப் போகிறாயா? நமது தாய்நாடு பாதுகாக்கப்படவேண்டும்! நான் ராணுவக்கல்லூரியில் சேர்வதற்கான விண்ணப்பப்படிவம் கொடுக்கும் வரை பல மாதங்களாக அவர் என்னுடன் பேசவில்லை. அவர் யுத்தத்தில் பங்கு கொண்டவர். இப்போது உயிரோடு இல்லை. அவர் தலைமுறையைச் சேர்ந்த மற்றவர்கள் போலவே அவருக்கென்று சொத்து எதுவும் இல்லை. காரோ, வீடோ, நிலமோ எதுவுமே அவர் விட்டுச் செல்லவில்லை. அவருடையது என்னிடம் என்ன இருக்கிறது? பின்லாந்து யுத்தத்துக்கு முன்பு அவருக்குக் கிடைத்த கள அதிகாரியினுடைய பையும் அதற்குள் அவருக்குக் கிடைத்த பதக்கங்களும் இருந்தன. அதோடு 1941 ஆம் ஆண்டிலிருந்து அவர் போர்முனையிலிருந்து எழுதிய 300 கடிதங்களும் இருந்தன. இதை அம்மா பாதுகாத்து வைத்திருந்தார். அப்பா இறந்த பின் அவர் விட்டுச் சென்றவை இவ்வளவுதான். ஆனால் என்னைப் பொருத்தவரையில் இவையனைத்தும் விலைமதிக்க முடியாதவை ஆகும்.

அருங்காட்சியகம் குறித்து எனது நினைப்பு எப்படி இருந் திருக்கும் என்று இப்போது உங்களுக்குப் புரிந்ததா? அந்தத் தாழியில் செர்னோபிலின் மணல் கையளவு இருந்தது. சுரங்கப்

பணியாளரின் தலைக்கவசமும் அங்கே இருந்தது. அந்தப் பகுதியைச் சேர்ந்த விவசாயி ஒருவரின் கருவிகளும் வைக்கப் பட்டிருந்தன. கதிர் வீச்சுமானிகள் வைக்க அங்கே அனுமதி யில்லை. அங்கே இருப்பது பூராவும் உண்மையாக இருப்பது அவசியமாக இருந்தது. வெறும் முலாம் பூசியது எதுவும் வைக்க அனுமதியில்லை. மக்கள் எங்களை நம்பவேண்டும். அப்படியென்றால் அங்கு உண்மையான பொருட்களைத்தான் வைக்க வேண்டும்.

நீங்கள் இந்தப் புத்தகம் எழுதுகிறீர்கள் என்பதால் சில தனித்துவமான காணொளிகளை அவசியம் பார்க்க வேண்டும். நாங்கள் கொஞ்சம் கொஞ்சமாகத்தான் சேகரித்துக் கொண்டி ருக்கிறோம். இது செர்னோபில் பற்றி காலக்கிரமமாக எடுக்கப்பட்டது இல்லை. அவர்கள் யாரையும் படம் எடுக்க அனுமதிக்கவில்லை. அப்படியே யாராவது படம் எடுத்திருந்தால் கூட அவர்கள் உடனடியாக படத்தை வாங்கி அதை யாருக்கும் உபயோகப்படாதபடி செய்து வாங்கியவர்களிடமே மீண்டும் கொடுத்தார்கள். எப்படி அவர்கள் மனிதர்களையும், கால்நடை களையும் குடிவெளியேற்றம் செய்தார்கள் என்பது குறித்த எந்தப் பதிவும் நம்மிடம் இல்லை. வீரதீரச் செயல்களைப் படம் பிடிக்க அனுமதித்தார்களே தவிர சோகமயமான செயல்களை படம் பிடிக்க அனுமதிக்கவில்லை. இப்போது செர்னோபில் சம்பந்தமாக சில புகைப்பட ஆல்பங்கள் இருக்கின்றன. ஆனால் எத்தனை வீடியோ, ஸ்டில் கேமராக்கள் உடைக்கப்பட்டன! அரசு அதிகாரத்தின் வழி மக்கள் இழுத்துச் செல்லப்பட்டார்கள். செர்னோபில் பற்றி உண்மையைச் சொல்வதற்கு அதிக தைரியம் வேண்டும். இப்போதும் அப்படித்தான், என்னை நம்புங்கள்! ஆனால் இந்தக் காணொளிக் காட்சிகளை நீங்கள் பார்க்க வேண்டும் — தீயணைப்புப் படை வீரர்களின் முகம் கிராஃபைட் போல கருப்பாக இருந்தது. அவர்களுடைய கண்கள்? அவை மக்களின் கண்கள். நம்மையெல்லாம் விட்டு அவர்கள் போகிறார்கள் என்பது அவர்களுக்குத் தெரியும். அந்தக் காணொளியின் ஒரு பகுதியில் பேரழிவு நடந்ததற்குப் பின்னால் அணுமின் நிலையத்துக்கு அருகில் இருக்கும் நிலத்திற்கு வேலை செய்யச் செல்லும் ஒரு பெண்ணின் கால்கள் காண்பிக்கப்பட்டிருக்கும். அவள் பனித்துளிகள் நிறைந்த புல்வெளியில் நடந்து சென்றாள். அவளுடைய கால்களில் சல்லடை போல முழங்கால் வரை ஓட்டைகள் இருந்தன. நீங்கள் இந்தப் புத்தகத்தை

எழுத வேண்டுமென்றால் அந்தக் காணொளியைப் பார்க்க வேண்டும்.

நான் வீட்டிற்கு வந்தவுடன் என் குட்டிப் பையனைத் தூக்குவதற்கு முன்பு 50 அல்லது 100 கிராம் வோட்கா குடிக்க வேண்டியிருந்தது.

அருங்காட்சியகத்தில் ஒரு பகுதி முழுவதும் ஹெலிகாப்டர் விமானிகளுக்காக ஒதுக்கப்பட்டிருந்தது. ரஷ்யாவின் ஹீரோ என அழைக்கப்பட்ட கர்னல் வோடோலாஸ்கி அதிகமான கதிர் வீச்சுத் தாக்கினாலும் அங்கிருந்து வெளியேறாமல் தங்கியிருந்து முப்பத்து மூன்று ஹெலிகாப்டர் பணியாளர்களை பயிற்றுவித்து மரணித்தவர். இவருடைய உடல் பெலாரஷ்யாவின் ஷுகோவ் லக் என்கிற கிராமத்தில் புதைக்கப்பட்டது. அவரே கிட்டத்தட்ட 120 தடவை விமானத்தை இயக்கி, 230 டன் சாமான்களை விநியோகித்தவர். அணு உலைக்கு மேலாக 300 மீட்டர் உயரத்திலும், அவரது கேபினில் 60 டிகிரி சென்டிகிரேட் வெப்பம் இருந்த சூழ்நிலையிலும் அவர் நாளொன்றுக்கு சராசரியாக 4 அல்லது 5 முறை விமானத்தை இயக்கியவர். மேலிருந்து மணல் மூட்டைகளை கீழே தள்ளிவிடும்போது என்ன நடந்திருக்கும் என்பதை நீங்கள் கற்பனை செய்து பார்த்துக் கொள்ளுங்கள். இந்த செயல்பாட்டின் போது ராண்ட்ஜனின் அளவு மணிக்கு 1800ஐ எட்டியது. அதை இயக்கிய விமானிகள் மேலே வானத்தில் இருந்தபோது இதை உணர்ந்திருக்கிறார்கள். குறிப்பிட்ட இலக்கை — தரையில் உள்ள பள்ளம் — பார்ப்பதற்காக அவர்கள் கேபினிலிருந்து தலையை நீட்டி பாதுகாப்பு கண்ணாடி எதுவும் அணியாமல் சாதாரணமாகப் பார்த்தார்கள். அதைத் தவிர அவர்களுக்கு வேறு வழியில்லை. அரசுத் தரப்பில் நடத்தப்படும் ஒவ்வொரு கூட்டத்திலும், ‘நாம் இதற்காகத் தினமும் இரண்டிலிருந்து மூன்று உயிர்களை பணயம் வைக்க வேண்டும்’ என மிகவும் சாதாரணமாகக் கூறினார்கள்.

கர்னல் வோடோலாஸ்கி இறந்து போனார். அணுஉலைக்கு மேல் அவர் விமானியாக பயணித்தபோது பெற்ற கதிர்வீச்சு 7 பெக்கரெல் என மருத்துவர்கள் அவருடைய அட்டையில் குறித்திருந்தனர். ஆனால் உண்மையைச் சொல்லப் போனால் அது 600 பெக்கரெல்ஸுக்கு மேல் இருந்திருக்கும்!

அணுஉலைக்குக்கீழ் சுரங்கவழிப்பாதையை ஏற்படுத்துவதற்காக

நானூறு பேர் அயராது உழைத்து வந்தனர். திரவ நிலையிலிருந்து நைட்ரஜனை ஊற்றி உறைய வைக்கக்கூடிய கூடிய மண் அமைப்பை உருவாக்க அவர்களுக்கு சுரங்கப்பாதைத் தேவைப்பட்டது. அப்படியில்லையென்றால் அணுஉலையே நிலத்தடி நீருக்குள் சென்றுவிடும் அபாயம் இருந்தது. ஆகவே மாஸ்கோ, கீவ், தினெப்ரொபேதிறோவிஸ்க் *(Dniepropetrovsk)* போன்ற இடங்களில் இருந்தெல்லாம் சுரங்கப் பணியாளர்கள் வரவழைக்கப்பட்டனர். நான் அவர்களைப் பற்றிய தகவல்கள் எதையும் படிக்கவில்லை. ஆனால் அவர்கள் எவ்வித பாதுகாப்புக் கருவிகளுமின்றி களத்தில் இறங்கி வேலை செய்திருப்பார்கள். வெப்பம் 50 டிகிரி சென்டிகிரேடை தொட்டிருந்தது. ராண்ட்ஜனின் அளவு நூறுகளில் இருந்தன. அவர்கள் இறந்து கொண்டிருந்தனர். அவர்கள் களத்தில் இறங்கி வேலை செய்யவில்லை என்றால் என்னவாகியிருக்கும்? என்னைப் பொருத்தவரையில் அவர்கள் யுத்தத்தினால் பாதிக்கப்பட்டவர்கள் இல்லை. மாறாக ஹீரோக்கள். அவர்கள் இதை விபத்து, பேரழிவு எனக் கூறினார் கள். ஆனால் அது ஒரு யுத்தம். செர்னோபில் குறித்த நினைவுச் சின்னங்கள் எல்லாம் பார்ப்பதற்கு யுத்த சின்னங்கள் போலவே இருக்கின்றன.

இவையெல்லாம் எங்களால் கலந்துரையாடப்படவில்லை. இதிலிருந்து ஸ்லேவிக் மக்களின் அடக்கத்தை நீங்கள் தெரிந்து கொள்ளலாம். ஆனால் நீங்கள் புத்தகம் எழுதுவதால் உங்களுக்கு இது தெரிய வேண்டும். அணுஉலையிலோ அல்லது அதற்குப் பக்கத்திலோ வேலை பார்த்தவர்களுக்கு சிறுநீரக மற்றும் ஆண் உறுப்பு வேலை செய்வதில் பிரச்சனைகள் ஏற்பட்டன. இது ராக்கெட் சம்பந்தப்பட்டத் துறையில் இருப்பவர்களிடம் பொதுவாகக் காணப்பட்ட ஒரு குறைபாடு ஆகும். ஆனால் இவையெல்லாம் ஏற்றுக் கொள்ளப்படமாட்டாது என்பதால் யாரும் இது பற்றி குரல் எழுப்பவில்லை. ஒரு முறை ஆங்கிலப் பத்திரிகையாளர் ஒருவருடன் சேர்ந்து சென்றபோது அவர் சுவாரசியமான சில கேள்விகளை எழுப்பினார். குறிப்பாக, மனிதர்கள் சம்பந்தப்பட்ட விஷயங்களான — வீட்டில் இருந்தவர்களுக்கு எப்படியிருந்தது, அவர்களுடைய குடும்ப வாழ்க்கை, அன்யோன்ய வாழ்க்கை போன்றவை குறித்ததாக இருந்தன. ஆனால் அவரால் ஒரு நேர்மையான உரையாடலைக் கூட மேற்கொள்ள முடியவில்லை. அவர் என்னிடம் சில ஹெலிகாப்டர் விமானிகளை ஒன்றாக அழைக்குமாறு கேட்டுக்

கொண்டதோடு அவர்களிடையே பேசவும் விரும்பினார். அவர்களும் வந்தார்கள். அவர்களில் சிலர் முப்பத்தைந்து, நாற்பது வயதிலேயே வேலையிலிருந்து ஓய்வு பெற்றிருந்தார்கள். அதில் ஒருவர் உடைந்த காலுடன் வந்திருந்தார். கதிர்வீச்சினால் அவருடைய எலும்புகள் பலமிழந்து மென்மையாக ஆகிவிட்டிருந்தன. எனவே அவரை மற்றவர்கள் கூட்டிக் கொண்டு வந்தனர். அந்த ஆங்கிலேயர் அவர்களிடம், இப்போது உங்கள் குடும்பத்தினருடன், குறிப்பாக இளம் மனைவிகளுடன், எப்படியிருக்கிறீர்கள்? எனக் கேட்க ஹெலிகாப்டர் விமானிகள் அமைதியாக இருந்தனர். அவர்கள் தாங்கள் சராசரியாக நாளொன்றுக்கு ஐந்து முறை விமானம் ஓட்டியதைப் பற்றி சொல்ல வந்த இடத்தில் அவரோ மனைவிமார்களைப் பற்றி கேட்டால்…? அதைப் பற்றியா? அவர் ஒவ்வொருவரிடமும் தனித்தனியாக அந்தக் கேள்வியைக் கேட்டார். அவர்கள், "நாங்கள் ஆரோக்கியமாக இருக்கிறோம். அரசாங்கம் எங்களை மதிக்கிறது. எங்கள் குடும்பத்தில் அன்பு நிலவுகிறது" என ஒரே பதிலை எல்லோரும் கூறினார்கள். ஒருவர்கூட அவரிடம் மனந்திறந்து பேசவில்லை. வந்த அனைவரும் சென்றுவிட்டார்கள். ஆனால் அவருக்கு சமாதானமாகப்படவில்லை. அவர் என்னிடம், "உங்களை யாரும் ஏன் நம்பமாட்டேன் என்கிறார்கள் என்று இப்போது புரிகிறதா? நீங்கள் உங்களுக் குள்ளேயே பொய் சொல்லிக் கொள்கிறீர்கள்" என்றார். ஒரு கஃபேயில் இந்தச் சந்திப்பு நடைபெற்றது. அங்கிருந்த இரண்டு அழகான பணிப்பெண்கள் எங்களுக்குப் பரிமாறினார்கள். அவர் அவர்களிடம், "எனது சில கேள்விகளுக்கு நீங்கள் பதில் சொல்வீர்களா?" என்று கேட்க அவர்கள் அனைத்தையும் விவரித்தார்கள். அதற்கு அவர், "நீங்கள் திருமணம் செய்து கொள்ள விரும்புகிறீர்களா?" எனக் கேட்க அவர்களும், "ஆமாம். ஆனால் இங்குள்ளவர்களை இல்லை. நாங்கள் எல்லோரும் வெளிநாட்டினரைத் திருமணம் செய்து கொள்ளவே விரும்பு கிறோம். அப்போதுதான் பிறக்கும் குழந்தைகள் ஆரோக்கியமாக இருப்பார்கள்" என பதிலளித்தார்கள். அவர் தைரியத்துடன், "உங்களுக்கு இணைகள் யாரும் இருக்கிறார்களா? அவர்கள் எப்படியிருக்கிறார்கள்? அவர்கள் உங்களைத் திருப்திப்படுத்து கிறார்களா? நான் என்ன சொல்கிறேன் என்று உங்களுக்குப் புரிகிறதல்லவா? நீங்கள் அவர்களைப் பார்த்தீர்களா?" எனக் கேட்டதற்கு அந்தப் பணிப்பெண்கள், "யார் பளபளப்பான பதக்கங்களுடன் 6 அடி உயரமிருக்கும் ஹெலிகாப்டர் விமானி

களையா?" எனக் கேட்டுவிட்டு மேலும், "அவர்கள் எல்லாம் செயற்குழுக் கூட்டங்களுக்குத்தான் நன்றாக இருப்பார்கள் படுக்கைக்கு இல்லை" என்று கூறினார்கள். அந்த ஆங்கிலேயர் பணிப்பெண்களைப் புகைப்படம் எடுத்துவிட்டு, "உங்களை ஏன் நம்பமாட்டேன் என்கிறார்கள் என்பது இப்போது புரிகிறதா? நீங்கள் உங்களுக்குள்ளே பொய் சொல்லிக் கொள்கிறீர்கள்" என மனதுக்குள் மீண்டும் சொல்லிக் கொண்டார்.

நானும் அவரும் அந்தப் பகுதிக்குச் சென்றோம். செர்னோபிலைச் சுற்றி கழிவுகளைப் புதைப்பதற்கென்று 800 இடங்கள் இருந்தது அனைவருக்கும் தெரிந்த ஒன்றாகும். கழிவுகளைப் புதைப்பதற்கான இடம் மிக அருமையாக வடிவமைக்கப்பட்ட கட்டுமானங்களைக் கொண்டதாக இருக்கும் என அவர் நினைத்தார். ஆனால் அங்கே இருந்ததென்னவோ சாதாரண மான பள்ளங்கள்தான். அணுஉலையைச் சுற்றி இருந்த 150 ஹெக்டேர் பரப்பளவு முழுவதும் 'ஆரஞ்ச் நிறக் காடு *(விபத்து நடந்த சில நாட்களுக்குப் பின் அங்கிருந்த பைன் மரங்களும், பசுமையான மரங்களும் முதலில் சிவப்பாகவும் அதன் பின் ஆரஞ்சாகவும் மாறியது)*' காட்சியளித்தது. அந்தக் குழிகளில் ஆயிரக்கணக்கான டன் எடை கொண்ட உலோகமும், எஃகும், சிறிய குழாய்களும், பிரத்யேக துணிகளும், கான்கிரீட் கட்டமைப்புகளும் நிரப்பி வைக்கப்பட்டிருந்தன. ஆங்கிலப் பத்திரிகையில் வெளியாகியிருந்த உயரத்திலிருந்து எடுக்கப்பட்ட ஒரு புகைப்படத்தை அவர் என்னிடம் காண்பித்தார். அதில் வாகனங்கள், விமானங்கள், தீயணைப்பு வண்டிகள், ஆம்புலன்ஸ்கள் சம்பந்தப்பட்ட ஆயிரக்கணக்கான துண்டுகள் கிடப்பதைப் பார்க்க முடிந்தது. மிகப் பெரிய இடுகாடு அணு உலைக்கு அருகிலேயே இருந்தது. அவர் அதை இப்போதுகூட, அதாவது 10 ஆண்டுகளுக்குப் பிறகுகூட புகைப்படம் எடுக்க விரும்பினார். அவர் அதைப் புகைப்படம் எடுத்தால் அதிகப் பணம் தருவதாக அவருக்கு வாக்குறுதி அளித்திருந்தார்கள். எனவே நாங்கள் ஒருவரிடமிருந்து இன்னொருவர் என சுற்றி சுற்றி வந்து கொண்டிருந்தோம். ஒருவரிடம் வரைபடம் இல்லை. இன்னொருவரிடம் அனுமதி தருவதற்கான அதிகாரம் இல்லை. இப்படி ஓடி ஓடி தேடியதன் முடிவாக அப்படி ஒரு இடுகாடு இப்போது இல்லை என்கிற விபரத்தைத் தெரிந்து கொண்டோம். அது அவர்களுடைய கணக்குப் புத்தகங்களில் மட்டுமே இருந்தது. அப்படி ஒன்று இருந்ததாகவும் அதிலிருந்த

சாமான்களையெல்லாம் சந்தைக்கும், கூட்டுப்பண்ணைக்கும், வீடுகளுக்கும் எடுத்துச் சென்றதாகவும் தெரியவந்தது. அங்கிருந்ததில் பெரும்பாலானவை திருட்டுப்போய் விட்டதோடு, அகற்றப்பட்டும் விட்டது. அந்த ஆங்கிலேயருக்கு இது புரிய வில்லை. நான் அவரிடம் முழு உண்மையைக் கூறியும் அவர் நான் சொன்னதை நம்பவில்லை. மிகவும் தைரியமாக எழுதப் பட்டிருந்தக் கட்டுரையைப் படித்தபோது நான்கூட அதை நம்பவில்லை. சில சமயங்களில் எனக்குள்ளேயே, 'இதுவும் பொய்யாக இருந்தால் எப்படியிருக்கும்?' என நினைத்துக் கொள்வதுண்டு. ஒரு சோகத்தைக் குறிப்பதற்கு பழக்கத்தில் அடிபட்டு போன சொற்றொடர் இது. வாழ்த்துவது போல! ஒரு வெருளி! *(அவர் மனக்கசப்புற்று அமைதியாக இருந்தார்)*

நான் எல்லாவற்றையும் அருங்காட்சியகத்திற்குக் கொண்டு சென்றேன். சில வேளைகளில் ஓடி விடலாமா என்றுகூட நினைப்பதுண்டு. இதையெல்லாம் எப்படி எடுத்துச் செல்வது?

நாங்கள் சார்ஜெண்ட் மேஜர் சாஷா கோன்சரோவ் கல்லறையில் நின்று கொண்டிருந்தபோது ஒரு இளைய பாதிரியாரிடம் பேசிக் கொண்டிருந்தேன். அவர் அணு உலையின் கூரையில் வேலை செய்து கொண்டிருந்தபோது பனிப் பொழிவு இருந்ததாகவும், காற்று வீசியதாகவும் கூறினார். மிகவும் மோசமான காலநிலை. மதகுரு தலையில் தொப்பி வைக்காமல் துயர பிரார்த்தனையைப் படித்தார். அது பற்றி அவரிடம் நான் "காலநிலை பற்றி நீங்கள் கவலைப்படாதது போல இருந்தது" என்றேன். அதற்கு அவர், "ஆமாம் அதுதான் உண்மை. அந்த மாதிரியான சமயங்களில் அதிக சக்தி இருப்பது" போன்ற ஓர் உணர்வு எனக்கு ஏற்படுவதுண்டு. துயர பிரார்த்தனை தரும் சக்தியை சாதாரண தேவாலயப் பிரார்த்தனைகள் தருவதில்லை. எனக்கு அது இன்னும் நினைவிருக்கிறது. இங்கு வரும் வெளிநாட்டுப் பத்திரிகையாளர்களிடம், சிலர் பல முறை வந்திருக்கிறார்கள், நான் அடிக்கடிக் கேட்பது, நீங்கள் ஏன் இங்கு வருகிறீர்கள், உங்களை யார் இந்தப் பகுதிக்கு அனுப்பி வைக்கிறார்கள்? இது பணத்துக்காகவோ, செய்யக்கூடிய வேலையில் ஏற்படக் கூடிய முன்னேற்றத்திற்காகவோ இருக்கும் என நினைப்பது மடத்தனம்." 'இங்கு வருவதற்கு விரும்புகிறோம். வாழ்க்கைக்கான சக்தியை இங்கே பெறுகிறோம்' என அவர்கள் கூறினார்கள். இது ஒரு எதிர்பாராத பதில்தானே, இல்லையா? இங்கே உள்ளவர்களின் உணர்வுகளும், உலகமும் அறியப்படாத

ஆனால் கிறக்கம் தருவதாக அவர்களுக்கு இருக்கக்கூடும் என நான் நினைக்கிறேன். அவர்களும் எங்களைப் போலவேதானா இல்லை அவர்கள் எங்களைப் பற்றி என்ன எழுதுவார்கள் என்பதை அவர்களிடம் கேட்டுத் தெரிந்து தெளிவாக்கிக் கொள்ளலாம் என நினைத்தேன். ஆனால் கேட்கவில்லை.

நாம் ஏன் மரணத்தைச் சுற்றியே வந்து கொண்டிருக்கிறோம்?

செர்னோபில் — நமக்கு இப்போது மற்றொரு உலகமில்லை. முதலில் நமது கால்களுக்குக் கீழிருக்கும் தரையை உடைத்தெறிந்தது. அதன் பின் சிரமத்தைக் கொடுத்தது. ஆனாலும் நமக்கு இன்னொரு உலகம் இல்லை என இப்போதுதான் உணர ஆரம்பித்திருக்கிறோம். வேறெங்கும் போவதற்கும் வழியில்லை. துயரங்களுடன் இந்த நிலத்தில் வசித்துவருவது உலகம் பற்றிய முற்றிலும் வேறொரு பார்வையைக் கொடுக்கும். யுத்தத்திலிருந்து திரும்பி வருபவர்கள் சொல்வது போல நாங்களும் 'இழந்த' தலைமுறையாகிவிட்டோம். மாறாத ஒன்று மனிதனின் சிரமங்கள்தான். அதுதான் நமது ஒரே மூலதனம். அது விலைமதிப்பற்றது.

எல்லாவற்றையும் முடித்துவிட்டு வீட்டுக்கு வந்தேன். என் மனைவி நான் சொல்வதையெல்லாம் கேட்டுக் கொண்டிருந்தாள். 'நான் உங்களை நேசிக்கிறேன். ஆனால் எனது மகனை நீங்களோ, செர்னோபிலை, செசன்யாவைச் சேர்ந்த யாருமோ அல்லது வேறு யாருமோ வைத்துக் கொள்ள அனுமதிக்க மாட்டேன்! அவளிடத்தில் அந்த அளவுக்கு பயம் இருந்தது.

– செர்ஜி வாஸில்யெவிச் சோபோலெவ், டெபுடி ஹெட் ஆஃப் எக்ஸிக்யூடிவ் கமிட்டி ஆஃப் தி ஷீல்ட் ஆஃப் செர்னோபில் அசோஷியேசன்.

மக்களின் கூக்குரல்

க்ளாவ்டியா க்ரிகோரியவ்னா பார்சுக், கலைப்பாளரின் மனைவி; தமாரா வாசில்யவ்னா பெலுக்காயா, மருத்துவர்; யெகாத்ரீனா ஃபெடோரோவ்னா பார்ரோவா, ப்ரீபியாட்டிலிருந்து இடம் பெயர்ந்து வந்த நகரவாசி; ஆண்ட்ரி பர்ட்டிஸ், பத்திரிகையாளர்; இவான் நௌமோவிச் வெர்கிசிக், குழந்தை நல மருத்துவர்; யெலினா இல்யினிச்னா வோரொன்கோ, ப்ராஜின்னைச் சேர்ந்தவர்; ஸ்வெட்லானா கோவோர், கலைப்பாளரின் மனைவி; நாட்டல்யா மக்ஸிமோவ்னா கான்சரண்கோ, இடம் பெயர்ந்தவர்; தமாரா இல்யினிச்னா டூபிகோவ்ஸ்க்யா, நரோவ்ல் யாவைச் சேர்ந்தவர்; ஆல்பெர்ட் நிக்கோலேவிச் ஸரிட்ஸ்கி, மருத்துவர்; அலெக்ஸான்ட்ரா இவானோவ்னா காவ்ட்சோவா, மருத்துவர்; எலியோனோரா இவானோவ்னா லாடுடென்கோ, ரேடியோலாஜிஸ்ட்; ஐரினா யுரேவ்னா லூகாஷெவிச், நர்ஸ்; ஆண்டோனினா மக்ஸிமோவ்னா லாரிவோன்சிக், இடம் பெயர்ந்த நகரவாசி; அனடோலி இவானோவிச் போலிசுக், நீர் வானியல் நிபுணர்; மரிய யாகோவ்லெவ்னா சவேலியெவா, தாய்; நீனா காண்ட்சேவிச், கலைப்பாளரின் மனைவி.

ஒரு மகிழ்ச்சியான கர்ப்பிணி பெண்ணை நான் பார்த்து அதிக நாட்களாகி இருந்தது. மகிழ்ச்சியான தாய். சமீபத்தில் தான் அவள் பிரசவித்திருந்தாள். அவள் பிரசவித்தவுடன், “டாக்டர்,

குழந்தையை என்னிடம் காண்பியுங்கள்! அவனை இங்கே கொண்டு வாருங்கள்" என்றாள். குழந்தையின் தலை, நெற்றி, சிறிய உடம்பு, கால்கள், கைகள் என அனைத்து உறுப்புகளையும் தொட்டுப் பார்த்தாள். அவள் டாக்டரிடம், "டாக்டர், நான் 'ஆரோக்கியமான' குழந்தையைத்தானே பிரசவித்திருக்கிறேன்? எல்லாம் சரியாகத்தானே இருக்கிறது?" எனக் கேட்டு உறுதி படுத்திக் கொள்ள விரும்பினாள். அவர்கள் குழந்தைக்குப் பால் கொடுக்க அவளிடம் கொண்டு வந்தார்கள். அவளுக்கோ பயம். "நான் செர்னோபிலிலிருந்து அதிக தூரத்தில் வசிக்கவில்லை. நான் எனது அம்மாவைப் பார்ப்பதற்காக அங்கே சென்ற போது 'கருப்பு நிற' மழையினால் பாதிக்கப்பட்டேன்" என்றாள்.

"எட்டுக் கால்கள் கொண்ட கன்றுக்குட்டியை அல்லது காட்டுப் பன்றி தலை கொண்ட பூனைக்குட்டியை பிரசவித்திருப்பதாக நான் ஒரு வினோதமான கனவு கண்டேன். இந்த மாதிரியான கனவுகளுக்குப் பெண்கள் பழக்கப்பட்டிருக்கவில்லை. அல்லது அது மாதிரி நான் கேள்விப்பட்டிருக்கவில்லை. நான் செவிலியாக முப்பது ஆண்டுகள் வேலை பார்த்துவந்தவள்" என்று அவள் அப்போது தான் கண்ட கனவு பற்றிக் கூறினாள்.

◆

நான் ஒரு பள்ளி ஆசிரியர். ரஷ்ய மொழி கற்றுக் கொடுக்கிறேன். அது ஜூன் மாதம் தேர்வுகளின் போது நடந்தது என நினைக்கிறேன். திடீரென ஒரு நாள் பள்ளிக்கூட இயக்குநர் எங்களையெல்லாம் அழைத்து, "நாளைக்கு, ஒவ்வொருவரும் மண்வெட்டியோடு வாருங்கள்" எனக் கூறினார். பள்ளிக்கூடத்தைச் சுற்றிலும் மேற்பகுதியில் உள்ள மாசடைந்த மணலை நாங்கள் முதலில் அகற்றினால் அதன் பின் ராணுவ வீரர்கள் வந்து அதை ஒழுங்கு பண்ணுவார்கள் என்று திட்டமிடப்பட்டிருந்தது. பாதுகாப்புக்கு எந்த மாதிரியான பொருட்களை அவர்கள் தருவார்கள்? அவர்கள் பிரத்யேகமான உடைகள், செயற்கை சுவாசக் கருவிகள் போன்றவை தருவார்களா? என பல கேள்விகள் ஆசிரியர்களின் மனதில் எழுந்தன. இதற்கான பதில், 'இல்லை' என்பதுதான். "மண்வெட்டியை எடுத்து வெட்டுங்கள்" எனக் கூற இரண்டு ஆசிரியர்கள் தவிர மற்றவர்கள் அனைவரும் சொன்ன வேலையைச் செய்தனர். ஒடுக்குமுறை செய்கிறார்கள் என்கிற உணர்வு இருந்தாலும் தேவையான வேலையைச் செய்தோம் — அது எங்களுடனே பிறந்த ஒன்று, தாய்நாட்டைப்

பாதுகாப்பதற்காக சிரமமான, அபாயமான இடத்திலும் இருப்பது அவசியம் ஆகும். இதைத் தவிர நான் மாணவர்களுக்கு வேறு ஏதாவது கற்றுக் கொடுத்திருப்பேனா? “போங்கள், உங்களையே பணயம் வைத்து தாய்நாட்டைக் காப்பாற்ற தியாகம் செய்யுங்கள்” என்றுதான் கற்றுக் கொடுத்திருப்பேன். நான் வாழ்க்கையைக் கற்றுக் கொடுக்காமல் யுத்தம் பற்றி ஷோலோகோவ், செராஃபிமோவிச், ஃபர்மனநோவ், ஃபதீவ், போரிஸ் போல்வோய் போன்றவர்கள் எழுதியதைக் கற்றுக் கொடுத்தேன். இளைஞர்களாக இருந்த இரண்டு ஆசிரியர்கள் மட்டும் வேலை செய்ய மறுத்தனர். ஏனெனில் அவர்கள் புதிய தலைமுறையைச் சேர்ந்தவர்கள். அவர்கள் ஏற்கனவே வித்தியா சமானவர்களாக இருந்தார்கள்.

நாங்கள் காலையிலிருந்து இரவு வரை அங்கே வெட்டிக் கொண்டிருந்தோம். நாங்கள் வீட்டுக்கு வருகிற நேரத்தில் கடைகள் எல்லாம் திறந்திருந்ததைப் பார்க்க ஆச்சரியமாக இருந்தது. பெண்கள் எல்லாம் உள்ளாடைகளையும், நறுமணப் பொருட்களையும் வாங்கிக் கொண்டிருந்தனர். யுத்த காலம் போன்ற ஓர் உணர்வு ஏற்கனவே எங்களுக்குள் இருந்தது. திடீரென்று பல்வேறு வகையான ப்ரெட், உப்பு, தீப்பெட்டிகள் கடைகளில் காட்சியளிக்கவும் இந்த உணர்வு அதிகமானது. நான் யுத்தத்திற்குப் பிறகு பிறந்தவன் என்றாலும் இது எனக்கு பரிச்சயப்பட்டதாக இருந்தது. வாழ்க்கை முன் எப்போதும் போலவே போய்க் கொண்டிருந்தாலும் எப்படி நான் வீட்டி லிருந்து சென்றேன், எப்படி குழந்தைகளும் நானும் சென்றோம், எந்தப் பொருட்களையெல்லாம் எடுத்துச் சென்றோம், எப்படி என்னுடைய அம்மாவுக்கு எழுதினேன் என அனைத்தையும் என்னால் கற்பனை செய்து பார்க்க முடிந்தது. தொலைக்காட்சியில் வழக்கமான நகைச்சுவை நிகழ்ச்சிகள் ஒளிபரப்பப்பட்டன. ஆனால் நாங்கள் எப்போதும் பேரச்சத்திலேயே வாழ்ந்து வந்தோம். பேரச்சத்தில் எப்படி வாழ்வது என்பதையும் தெரிந்து வைத்திருந்தோம். அது எங்களிடம் இயற்கையாகவே இருந்தது. இதைப் பொருத்தமட்டில் எங்களுக்கு இணையானவர்கள் யாருமில்லை.

♦

ராணுவ வீரர்கள் கிராமத்திலிருந்த மக்களையெல்லாம் வெளியேற்றினார்கள். *APC*—க்கள், பச்சை நிற தார்பாலின்

போர்த்தப்பட்ட ட்ரக்குகள், டாங்குகள் போன்ற ராணுவத் தளவாடங்களால் கிராமத்துத் தெருக்கள் நிரம்பி வழிந்தன. ராணுவ வீரர்களின் முன்னிலையில் மக்கள் வீடுகளை விட்டு வெளியேறினார்கள். யுத்த காலத்தைப் பார்த்தவர்களுக்கு இது ஒரு ஒடுக்குமுறைக்கான சூழ்நிலை போலவே தெரிந்திருக்கும். முதலில் அவர்கள் ரஷ்யர்களைக் குற்றம் சொன்னார்கள் — இது அவர்களுடைய நிலையம், அவர்கள்தான் காரணம் என்றார்கள். அதன் பின் 'கம்யூனிஸ்ட்டுகள்தான் காரணம்' என குற்றம் சுமத்தினார்கள்.

இது யுத்தத்துடன்தான் தொடர்ந்து ஒப்பீடு செய்யப்பட்டு வந்தது. ஆனால் இது யுத்தத்தை விட பெரியது. யுத்தம் குறித்து நீங்கள் புரிந்து கொள்ள முடியும். ஆனால் இது பற்றி? மக்கள் அமைதியாக இருந்தார்கள்.

♦

நான் இதற்கு முன் ஒருபோதும் எங்கும் சென்றதில்லை என்பது போல இருந்தது. முன்பு நடந்தவற்றை ஒவ்வொரு நாளும் நினைத்துப் பார்ப்பதுண்டு. அதே தெருக்கள், அதே வீடுகள். இது ஒரு அமைதியான நகரமாக இருந்தது.

அன்றைக்கு ஞாயிற்றுக்கிழமை. நான் கருப்பாக வேண்டும் என்பதற்காக வெயிலில் காய்ந்து கொண்டிருந்தேன். அம்மா ஓடிவந்து என்னிடம், "மை சைல்ட், செர்னோபில் வெடித்து விட்டது. மக்கள் எல்லாம் அவர்களுடைய வீடுகளில் பதுங்கி இருக்கிறார்கள். நீ என்னடாவென்றால் சூரிய வெயிலில் காய்ந்து கொண்டிருக்கிறாய்!" என்றார். நான் சிரித்துக்கொண்டேன். நரோவ்ல்யாவிலிருந்து செர்னோபில் 40 கி.மீ தூரத்தில் இருந்தது.

அன்று மாலை ஒரு ஷிகுலி கார் வந்து எங்களுடைய வீட்டின் முன் நின்றது. அதிலிருந்து எனது தோழியும், அவளு டைய கணவரும் இறங்கி வந்தனர். குளிக்கும்போது அணிந்து கொள்ளும் உடையை அவள் அணிந்திருந்தாள். அவளுடைய கணவர் ட்ராக் சூட்டும், சாதாரண செருப்பும் அணிந்திருந்தார். ப்ரீபியாட்டிலிருந்து சிறிய கிராம சாலைகளின் வழியாக அவர்கள் காட்டுக்குச் சென்றிருக்கின்றனர். அந்தச் சாலைகளில் எல்லாம் காவல்துறையினர் ரோந்து வந்து கொண்டிருந்தனர்,

ராணுவத்தினர் தங்களது கண்காணிப்பு மையங்களையும் அங்கே அமைத்திருந்தனர். அவர்கள் யாரையும் உள்ளே விடவில்லை. “பாலும், வோட்காவும் இருக்கிறதா என முதலில் பார்க்க வேண்டும்!” என அவள் கத்தியிருக்கிறாள். “நாங்கள் இப்போது தான் புதிய அறைகலன்கள், புதிய குளிரூட்டுப் பெட்டி எல்லாம் வாங்கினோம். அதையெல்லாம் அப்படியே விட்டுவிட்டு வந்து விட்டோம். நான் அதையெல்லாம் செலோபேன் கொண்டு மூடி வைத்திருந்தேன். ராத்திரி முழுவதும் தூங்கவில்லை”. அவளுடைய கணவர் அவளை அமைதிப்படுத்த முயற்சி செய்தார். நாங்கள் தொலைக்காட்சிப்பெட்டிக்கு முன்னால் உட்கார்ந்து கோர்பசெவ் பேச்சுக்காகக் காத்திருந்தோம். அதிகாரத்தில் இருப்பவர்கள் எதுவும் சொல்லவில்லை. விடுமுறைக்குப் பின் கோர்பசெவ் தொலைக்காட்சியில் தோன்றி, “தோழர்களே, கவலைப்பட வேண்டாம். சூழ்நிலை கட்டுப்பாட்டுக்குள் இருக்கிறது. மோசமாக ஒன்றுமில்லை. அங்கே வசித்துக் கொண்டும், வேலை செய்து கொண்டும் இருக்கிறார்கள்” எனக் கூறினார்.

♦

வெளியேற்றப்பட்ட கிராமங்களிலிருந்து கால்நடை மந்தைகளை குறிப்பிடப்பட்ட எங்களுடைய பிராந்திய மையத்துக்கு ஓட்டிக்கொண்டு வந்தனர். பசுக்களும், கன்றுக்குட்டிகளும், பன்றிகளும் பித்துப் பிடித்தது போல இருந்தன. அவை தெருக்களைச் சுற்றி ஓடிக் கொண்டிருந்தன. விருப்பப்பட்டால் யார் வேண்டுமென்றாலும் அவற்றைப் பிடிக்கக் கூடியதாக இருந்தது. டப்பாவில் அடைக்கப்பட்ட இறைச்சி, இறைச்சி மையத்திலிருந்து கார் மூலம் காலினோவிச் வழி மாஸ்கோவிற்கு அனுப்பப்பட்டது. மாஸ்கோவில் அந்த சரக்கு ஏற்றுக் கொள்ளப்படவில்லை. எனவே அந்த ரயில் பெட்டிகள் எல்லாம் எங்களிடம் திரும்பவும் வந்தது. அதையும் நாங்கள் புதைத்துவிட்டோம். கெட்டுப் போன இறைச்சியின் நாற்றம் என்னை இரவு முழுவதும் சுற்றி வந்தது. அணு ஆயுத யுத்தம் என்றால் இந்த வாசனைதான் வருமோ? யுத்தத்தின்போது புகைவாடை வந்தது எனக்கு நினைவிருக்கிறது.

இரவு நேரத்தில் அவர்கள் குழந்தைகளையெல்லாம் பேருந்தில் அழைத்துச் சென்றனர். அவர்கள் பேரழிவை மறைக்க நினைத்தார்கள். ஆனால் மக்கள் எப்படியோ கண்டுபிடித்துவிட்டார்கள். அவர்கள் எங்கள் பேருந்துகளுக்கு பால் டப்பாக்களைக்

கொண்டு வந்து பேக் செய்ய ஆரம்பித்தார்கள். இதுகூட யுத்த காலத்தில் நடந்தது போலவே இருந்தது. ஆனால் இதோடு ஒப்பீடு செய்வதற்கு வேறெதுவும் இல்லை.

பிராந்திய அதிகாரியின் அலுவலகத்தில் ஒரு கூட்டம் நடைபெற்றது. அப்போது ராணுவ சூழ்நிலையை உணர முடிந்தது. சிவில் பாதுகாப்புத் தலைவர் பேசட்டும் என அனைவரும் அமைதியாக இருந்தனர். ஏனென்றால் அவர்களுக்குக் கதிர்வீச்சு பற்றி பத்தாம் வகுப்பு இயற்பியல் புத்தகத்தில் படித்தது தவிர வேறு எதுவும் தெரிந்திருக்கவில்லை. அவர் மேடைக்குச் சென்று அணு ஆயுதப் போர் பற்றி புத்தகங்களில் என்ன எழுதியிருக்கிறது என்பதை எங்களுக்குச் சொல்ல ஆரம்பித்தார் — ஒரு ராணுவ வீரரிடம் 50 ராண்ட்ஜன் அளவுக்குக் கதிர்வீச்சு இருந்தால் அவர் உடனே களத்திலிருந்து வெளியேற வேண்டும் என்றும், எப்படி தங்குமிடம் கட்டுவது, எப்படி 'வாயுக் கவசம்' அணிவது என்பது பற்றியும், வெடிவிபத்தின் பரப்பளவு குறித்தும் அவர் கூறினார்.

மாசடைந்த பிராந்தியத்துக்கு ஹெலிகாப்டரில் நாங்கள் சென்றோம். நாங்கள் எங்களை சரியாக ஆயத்தப்படுத்திக் கொண்டிருந்தோம் — உள்ளாடைகள் அணியவில்லை. மலிவான காட்டனில் செய்யப்பட்ட ரெயின் கோட், கையுறைகள், அறுவைசிகிச்சையின்போது அணியக்கூடிய முகமூடி ஆகியவை அணிந்திருந்தோம். எங்களிடம் அனைத்துவிதமான கருவிகளும் இருந்தன. நாங்கள் கிராமத்திற்குப் பக்கத்தில் வரும்போது அங்கு மணலில் சிறுவர்கள் எதுவும் நடக்காதது மாதிரி விளையாடிக் கொண்டிருந்தார்கள். ஒருவன் வாயில் கல்லை வைத்திருந்தான். இன்னொருவன் மரக்கிளையொன்றை வைத்திருந்தான். அவர்கள் பேண்ட் எதுவும் போடாமல் அம்மணமாக இருந்தார்கள். மக்களைக் கலவரப்படுத்த வேண்டாமென்று எங்களுக்கு கட்டளை இட்டிருந்தார்கள்.

இப்போது நான் இதோடு வாழ்ந்து கொண்டிருக்கிறேன்.

♦

வயதான பெண்மணி பால் கறந்து, கேனில் ஊற்றும் போது தொலைக்காட்சியைச் சேர்ந்த நிருபர் ஒருவர் ராணுவத்தினர் பயன்படுத்தும் கதிர்வீச்சுமானியுடன் வந்து கணக்கெடுப்பது

போல ஒரு காட்சியை திடீரென தொலைக்காட்சியில் காண்பிக்க ஆரம்பித்தார்கள். அப்போது "இதோ பாருங்கள் எல்லாம் சிறப்பாக இருக்கிறது" என்றும், அணு உலை அங்கிருந்து 10 கிலோமீட்டர் தொலைவில்தான் இருக்கிறதென்றும் வர்ணனையாளர் கூறினார். அவர்கள் ப்ரீபியாட் ஆற்றைக் காட்டியதுடன் அங்கு மக்கள் நீந்திக் கொண்டிருப்பதையும் காண்பித்தார்கள். தூரத்தில் அணுஉலையையும், அதிலிருந்து புகை வெளிச்செல்வதையும் பார்க்கமுடிந்தது. அப்போது வர்ணனையாளர், "இந்த விபத்து குறித்து மேற்கத்திய நாடுகள் பொய் சொல்லி பீதியைக் கிளப்பி விட முயற்சித்துக் கொண்டிருக்கின்றனர்" என்றார். அதன் பின் அவர்கள் மீண்டும் கதிர்வீச்சுமானியின் உதவியுடன் தட்டில் உள்ள மீன் அல்லது சாக்லேட் பார், அல்லது திறந்து வைக்கப் பட்டிருக்கும் பான்கேக் போன்றவற்றில் இருக்கக்கூடிய கதிர் வீச்சைக் கணக்கிட்டு அதைக் காண்பித்தனர். அதெல்லாம் பொய். ராணுவத்தினர் அந்தச் சமயத்தில் உபயோகப்படுத்திய கதிர்வீச்சுமானி கதிர்வீச்சின் பின்புலத்தைக் கணக்கெடுக்க உதவுவதற்காக வடிவமைக்கப்பட்டதே தவிர தனிப்பட்ட பொருட்களில் உள்ள கதிர்வீச்சைக் கணக்கிடுவதற்காக இல்லை.

இந்த நம்ப முடியாத பொய்யோடு கூடிய செர்னோபில்தான் நம் மனதோடு தொடர்புபடுத்தப்பட்டிருக்கிறது. பெரிய யுத்தங்களின்போது சொல்லப்பட்ட பொய்களுடன்தான் இதை ஒப்பிட முடியும்.

♦

நாங்கள் முதலாவது குழந்தையை எதிர்பார்த்துக் கொண்டிருந்தோம். என் கணவர் ஆண் குழந்தை வேண்டுமென்றார். நான் பெண் குழந்தை வேண்டுமென்று விரும்பினேன். டாக்டர்கள் என்னிடம், "நீங்கள் அவசியமாக கருக்கலைப்பு செய்து கொள்ள வேண்டும். ஏனெனில் உங்கள் கணவர் செர்னோபிலில் இருந்திருக்கிறார்" எனக் கூறினார்கள். அவர் ஒரு ட்ரக் டிரைவர். சம்பவம் நடந்த முதல் சில நாட்களிலேயே அவர்கள் அவரை அழைத்தனர். அவர் தனது வண்டியில் மணலை எடுத்துச் சென்றார். ஆனால் நான் யார் சொன்னதையும் நம்பவில்லை.

குழந்தை இறந்தே பிறந்தது. அவளுக்கு இரண்டு விரல்கள் இல்லாமல் இருந்தது. நான் அழுதேன். 'அவளுக்குக் குறைந்த பட்சம் எல்லா விரல்களுமாவது இருந்திருக்கலாம்' என

நினைத்துக் கொண்டேன். 'அது ஒரு பெண் குழந்தை'.

♦

என்ன நடந்தது என்று யாருக்கும் எதுவும் புரியவில்லை. நான் ராணுவத் தலைமையகத்தைத் தொடர்புகொண்டு உதவி செய்ய விரும்புவதாகக் கூறினேன். அதற்கு என்னிடம் பேசிய மேஜர் ஒருவர்—பெயர் நினைவில்லை—"எங்களுக்கு இளைஞர்கள்தான் தேவை" என்றார். நான் அவரை சமாதானம் செய்வதற்காக, "முதலாவதாக, இளைஞர்கள் விரும்பவில்லை. இரண்டாவதாக, கதிர்வீச்சு இளைஞர்களிடையே அதிக பாதிப்பை ஏற்படுத்தும் அபாயம் உள்ளது" என்றும் கூறினேன். அதற்கு அவர், "எங்களுக்கு வந்த உத்தரவுப்படி நாங்கள் இளைஞர்களைத்தான் தெரிவு செய்ய வேண்டும்" எனக் கூறினார்.

நோயாளிகளின் காயங்கள் லேசாக ஆற ஆரம்பித்தன. முதன் முதலில் பெய்த 'கதிர்வீச்சு மழை' — பின்னாளில் இது 'கருப்பு மழை' என அழைக்கப்பட்டது — எனக்கு நினைவில் இருக்கிறது. முதலாவது, நாங்கள் அதற்கான தயார் நிலையில் இல்லை. இரண்டாவதாக இந்த பூமியிலேயே நாங்கள்தான் சிறந்த, மிகவும் அசாதாரணமான, மிகவும் சக்திவாய்ந்த நாடு என்கிற நினைப்பு. எனது கணவர் பல்கலைக்கழகத்தில் படித்து பட்டம் பெற்ற ஒரு என்ஜினீயர். அவர் இது ஒரு பயங்கரவாதச் செயல் என்று கூறி என்னை சமாதானம் செய்ய நினைத்தார். இது எதிரிக்கான திசைதிருப்பல் ஆகும். பெரும்பாலான மக்கள் அப்படித்தான் நினைத்தார்கள். எப்போதோ ஒரு முறை ரயிலில் ஸ்மோலென்ஸ்க் அணு மின்சக்தி நிலையத்தில் கட்டமைப்பில் வேலை பார்த்த ஒருவரை சந்திக்க நேரிட்டது. அப்போது அவர், எவ்வளவு சிமெண்ட், போர்டுகள், ஆணிகள், மணல் போன்றவை கட்டிடம் கட்டும் இடத்திலிருந்து திருடப்பட்டு பணத்திற்காகவும், வோட்காவிற்காகவும் விற்கப்பட்டது என்று கூறியது என் நினைவுக்கு வந்தது.

கட்சியிலிருந்து ஆட்கள் கிராமங்களுக்கும் தொழிற்சாலை களுக்கும் சென்று மக்களிடம் பேசினார்கள். ஆனால் ஒருவர் கூட முடக்கம் என்றால் என்ன? குழந்தைகளை எப்படி பாதுகாப்பது, ரேடியோ நியூக்லைட்ஸுக்கும், சாப்பாடு விநியோகத்துக்கும் ஆன தொடர்பு என்ன? என்பது பற்றி

எதுவும் பேசவில்லை. அவர்களுக்கு ஆல்ஃபா, பீட்டா, காமா கதிர்கள் பற்றியோ, கதிரியக்க உயிரியல் பற்றியோ, மின்னனு வாக்கக் கதிர்வீச்சு பற்றியோ, ஐசோடோப்புகள் பற்றியோ எதுவும் தெரியவில்லை. அவர்களைப் பொருத்தவரையில் இவையெல்லாம் வேற்றுலகப் பொருட்கள் ஆகும். அவர்கள் வீரபராக்கிரமம் பற்றியும், சோவியத் மக்கள் பற்றியும் பேசினார்கள். ராணுவ வீரம், மேற்கத்திய நாடுகளில் உளவுத்துறை எப்படி இயந்திரமயமாக்கப்பட்டிருக்கிறது என்பது பற்றியும் பேசினார்கள். இதைப் பற்றி நான் கட்சிக் கூட்டத்தில் பேசிய போது அவர்கள் என்னைக் கட்சியைவிட்டு வெளியேற்றி விடுவதாகக் கூறினார்கள்.

இங்கு இருக்கவே பயமாக இருக்கிறது. என்னிடம் அவர்கள் கதிர்வீச்சுமானியைக் கொடுத்தனர். ஆனால் அதை வைத்துக் கொண்டு நான் என்ன செய்ய முடியும்? நான் துணிகளை துவைக்கும்போது இந்தக் கதிர்வீச்சுமானி செயலிழந்து விடும். நான் சாப்பாடு தயாரிக்கும்போது அல்லது கேக் தயாரிக்கும் போது இது செயலிழந்து விடும். நான் படுக்க படுக்கை தயார் செய்யும்போது இது செயலிழந்து விடும். எனக்கு இதற்கான தேவையென்ன? நான் எனது குழந்தைகளை நினைத்து அழுதேன். அவர்கள், “நீங்கள் ஏன் அழுகிறீர்கள் அம்மா?” எனக் கேட்டார்கள்.

எனக்கு இரண்டு மகன்கள். அவர்கள் நர்சரி பள்ளிக்கோ, கிண்டர் கார்ட்டனுக்கோ போகவில்லை. அவர்கள் எப்போதும் மருத்துவமனையில்தான் இருந்தார்கள். இருவரில் மூத்தவன் — பையனாகவும் இல்லை, பெண்ணாகவும் இல்லை. வழுக்கைத் தலை. அவனை நான் டாக்டரிடமும், குணப்படுத்துபவர்களிடமும் கூட்டிச் சென்றேன். அவனுடைய வகுப்பில் இவன் தான் மிகவும் சிறியவன். அவனால் ஓடவோ, விளையாடவோ முடியாது. தற்செயலாக யாராவது அவனைத் தட்டினால் கூட ரத்தம் கசிய ஆரம்பித்துவிடும். அவன் இறந்துவிடக் கூடும். அவன் ரத்தம் சம்பந்தப்பட்ட நோயால் பாதிக்கப் பட்டிருந்தான். எனக்கு அந்த நோயின் பெயரை உச்சரிக்கக்கூட தெரியாது. நான் அவனோடு மருத்துவமனையில் படுத்திருக்கும் போது, ‘அவன் இறக்கப் போகிறான்’ என நினைத்துக் கொண்டிருந்தேன். அப்படி நினைக்கக்கூடாது என்பது அதற்குப்

பின்தான் எனக்குப் புரிந்தது. நான் குளியலறைக்குச் சென்று அழுதேன். தாய்மார்கள் யாரும் மருத்துவமனை அறைகளில் அழுவதில்லை. அவர்கள் கழிப்பறைகளிலோ அல்லது குளியலறைகளிலோதான் அழுவார்கள். நான் குதூகலத்துடன் திரும்பினேன் — கன்னங்கள் இரண்டும் சிவந்து போயிருந்தன. முன்பிருந்ததைவிட நன்றாக இருப்பதாக உணர்ந்தேன்.

அவன், "அம்மா, மருத்துவமனைக்கு வெளியே என்னை அழைத்துச் செல். நான் இங்கேயிருந்தால் செத்துவிடுவேன். இங்கேயிருக்கும் எல்லோரும் இறந்து போகிறார்கள்" என்றான்.

இப்போது, நான் எங்கே போய் அழுவது? குளியலறையிலா? அங்கே ஒரு நீண்ட வரிசை இருக்கிறது — என்னைப் போல இருப்பவர்கள் அனைவரும் அங்குதான் நிற்கிறார்கள்.

♦

நினைவு நாளான மே 1 ஆம் தேதி, அவர்கள் எங்களை கல்லறைக்குச் செல்ல அனுமதித்தார்கள். அவர்கள் சமாதிக்கு போக அனுமதித்தார்கள். ஆனால் எங்கள் வீடுகளுக்கும், தோட்டங்களுக்கும் போக காவல்துறையினர் அனுமதிக்கவில்லை. கல்லறையிலிருந்தபடியே தூரத்தில் தெரிந்த எங்கள் வீடுகளைப் பார்த்தோம். நாங்கள் இருந்த இடத்திலிருந்தே அதை ஆசிர்வதித்தோம்.

♦

எப்படிப்பட்ட மக்கள் இங்கே வசிக்கிறார்கள் என்பதை உங்களுக்கு ஒரு உதாரணம் மூலம் சொல்கிறேன். அழுக்கடைந்த பகுதிகளில் முதல் சில ஆண்டுகள் அவர்கள் சீன இறைச்சி, கோதுமை போன்றவற்றை கடைகளில் வைத்திருந்தார்கள். மக்களும், "ஓ, இங்கே நன்றாக இருக்கிறதே. இங்கேயிருந்து எங்களைப் போகச் சொல்லாதீர்கள்" என்று கூறினார்கள். நிலம் எல்லாம் சமனற்ற முறையில் மாசடைந்து இருந்தது — ஒரு கூட்டுப்பண்ணையின் நிலம் மிகவும் 'சுத்தமாக'வும் அடுத்த கூட்டுப்பண்ணையின் நிலம் 'அசுத்தமாக'வும் இருந்தது. அசுத்தமாக இருந்த கூட்டுப்பண்ணையில் வேலை பார்த்தவர்களுக்கு அதிக சம்பளம் கொடுக்கப்பட்டது. இதனால் எல்லோரும் அங்கேயே வேலை பார்க்க ஆசைப்பட்டனர். 'சுத்தமான' நிலத்தில் வேலை

செய்ய மறுத்தார்கள்.

தூர கிழக்கு நாட்டிலிருந்த எனது சகோதரர் என்னைப் பார்ப்பதற்காக சில ஆண்டுகளுக்கு முன்பு வந்திருந்தார். அவர் 'இங்கே நீங்கள் எல்லாம் விமானத்தில் இருக்கும் ஒரு "கருப்புப் பெட்டி" போல' என்றார். நாம் வாழ்ந்து கொண்டிருக்கிறோம், பேசிக் கொண்டிருக்கிறோம், நடந்து கொண்டிருக்கிறோம், சாப்பிட்டுக் கொண்டிருக்கிறோம், ஒருவருக்கொருவர் நேசித்துக் கொண்டிருக்கிறோம் என நாம் நினைத்துக் கொண்டிருக்கிறோம். ஆனால் உண்மையைச் சொல்லப் போனால் நாம் தகவல்களைப் பதிவு செய்து கொண்டிருக்கிறோம்.

நான் குழந்தை நல மருத்துவர். குழந்தைகளைப் பொருத்தவரை இது வித்தியாசமானது. உதாரணமாக, புற்றுநோயை மரணத்தோடு அவர்களுக்குத் தொடர்புபடுத்தத் தெரியாது. ஆனால் அவர்களுக்கு அதைப் பற்றிய அனைத்து விஷயங்களும் — ஆய்வு செய்தது, என்ன மருந்து சாப்பிடுகிறார்கள், செயல்முறைகளின் பெயர்கள் — தெரிந்திருக்கின்றன. அம்மாக்களுக்குத் தெரிந்ததை விட இவர்களுக்கு அதிகம் தெரிந்திருக்கிறது. அவர்கள் இறக்கும் போது அவர்களது முகத்தில் இதே ஆச்சரிய பார்வை இருந்தது.

எனது கணவர் இறந்து விடுவார் என டாக்டர்கள் என்னை எச்சரித்தார்கள். அவருக்கு லுகேமியா என்கிற ரத்தப் புற்றுநோய் இருந்தது. செர்னோபில் பகுதியிலிருந்து அவர் திரும்பி வந்த இரண்டாவது மாதத்திலிருந்து உடல் நலமில்லாமல் இருந்தார். தொழிற்சாலையிலிருந்து அவர் அங்கு அனுப்பப்பட்டார். இரவு நேர பணி முடிந்தபிறகு காலையில் வீட்டிற்கு வந்தார்.

"நான் நாளைக்குக் கிளம்புகிறேன்"

"நீங்கள் அங்கே என்ன செய்யப் போகிறீர்கள்?"

"கூட்டுப்பண்ணையில் வேலை பார்க்க"

15 கிலோமீட்டர் பரப்பளவுள்ள பகுதியில் வைக்கோல், பீட்ரூட் மற்றும் உருளைக்கிழங்கு ஆகியவற்றை சேகரித்தனர்.

அங்கிருந்து அவர் திரும்பி வந்த பின் அவருடைய பெற்றோரைப் பார்ப்பதற்குச் சென்றோம். அவருடைய அப்பாவோடு சேர்ந்து அவரும் சுவரில் இருந்த ஓட்டைகளை அடைத்துக் கொண்டிருந்தபோது கீழே விழுந்துவிட்டார். நாங்கள் ஆம்புலன்ஸைக் கூப்பிட்டு அதில் அவரை மருத்துவமனைக்குக் கொண்டு சென்றோம். அங்கு அவருக்கும் லூக்கோசைட்ஸ் கொடுக்கப்பட்டது.

'நான் செத்துக் கொண்டிருக்கிறேன்' என்கிற சிந்தனையோடுதான் அவர் அங்கிருந்து திரும்பினார். அதன் பின் அவர் மிகவும் அமைதியாகிவிட்டார். அது உண்மையில்லை என அவருக்கு சமாதானம் சொல்ல எவ்வளவோ முயற்சித்தேன். அவரை வேண்டிக் கொண்டேன். ஆனால் அவர் அதை நம்பவில்லை. அதன் பின் மகளை அவரிடம் கொடுத்தேன். அப்படியாவது நம்பட்டும் என்கிற நம்பிக்கையில். நான் காலையில் எழுந்தவுடன் அவரைப் பார்த்தேன். நீங்கள் மரணம் பற்றி அதிகமாக சிந்திக்கக்கூடாது. நான் அந்த எண்ணங்களை விரட்டி அடித்தேன். அவருக்கு உடல்நிலை சரியில்லாமல் போகுமென்று தெரிந்திருந்தால் கதவுகளையெல்லாம் மூடியிருப்பேன்.

இரண்டு வயது மகனோடு நாங்கள் மருத்துவமனை, மருத்துவமனையாகப் போய்க் கொண்டிருந்தோம். செர்னோபில் குறித்து எதையும் படிக்கவோ, கேட்கவோ பிடிக்கவில்லை. நான் எல்லாவற்றையும் பார்த்தாகி விட்டது.

மருத்துவமனையில் இருந்த சிறிய குழந்தைகள் பொம்மைகளோடு விளையாடிக் கொண்டிருந்தனர். அவற்றின் கண்களை மூடியவுடன் பொம்மைகள் இறந்துவிடும்.

"பொம்மைகள் ஏன் சாக வேண்டும்?"

"ஏனென்றால் அவையெல்லாம் எங்களுடைய குழந்தைகள். எங்கள் குழந்தைகள் வாழாது. அவை பிறந்தவுடன் இறந்துவிடும்" என்றார்கள்.

ஆர்ட்யோமுக்கு வயது ஏழு. ஆனால் பார்ப்பதற்கு ஐந்து வயது பையன் போல இருப்பான். அவன் கண்களை மூடிக்

கொள்ளும்போது அவன் தூங்கிவிட்டான், நான் அழுவதைப் பார்க்கமாட்டான் என நினைத்து அழ ஆரம்பிப்பேன். ஆனால் அவனோ, "அம்மா, நான் ஏற்கனவே இறந்து கொண்டிருக்கிறேனா?" என கேட்பான்.

அவன் தூங்கப் போய்விடுவான், ஆனால் சுவாசிப்பது போல தெரியாது. நான் எனது முழங்காலை அவன் முன் வைத்துக் கொண்டு, "ஆர்ட்யோம், கண்களைத் திறந்து ஏதாவது பேசு" என சொல்வேன். அதன் பின் நான் எனக்குள், 'நீ இன்னும் அன்பாகத்தான் இருக்கிறாய்' என சொல்லிக் கொள்வேன்.

அவன் கண்களை திறந்து பார்த்துவிட்டு மீண்டும் அமைதியாக இறந்து கொண்டிருப்பது போல உறங்கச் சென்றுவிடுவான்.

"ஆர்ட்யோம், கண்களைத் திற"

நான் அவனை இறப்பதற்கு விடமாட்டேன்.

♦

சமீபத்தில் நாங்கள் புத்தாண்டு கொண்டாடினோம். வீட்டில் தயாரிக்கப்பட்ட புகையூட்டிய உணவு, பன்றிக் கொழுப்பு, இறைச்சி, ஊறுகாய் போன்ற அனைத்தும் இருந்தன. கடையிலிருந்து ப்ரெட் மட்டுந்தான் வாங்கினோம். வோட்காகூட எங்களுடையதுதான். 'எங்களுடையது' என்றால் செர்னோ பிலிலிருந்து தருவிக்கப்பட்டது. வேறெங்கு போய் இதை வாங்க முடியும்? கிராமத்தில் இருந்த கடைகள் அனைத்தும் மூடப் பட்டிருந்தன. அப்படியே ஏதாவது இருந்தாலும் எங்களுடைய சம்பளத்திலோ, ஓய்வூதியத்திலேயோ அவற்றை வாங்க முடியாது.

வீட்டுக்குப் பக்கத்திலிருந்த சிலர் இளம் வயதினர் — ஒரு ஆசிரியர், கூட்டுப்பண்ணையில் மெக்கானிக்காக இருப்பவரும் அவருடைய மனைவியும் வந்திருந்தனர். நாங்கள் குடித்தோம்; சாப்பிட்டோம்; அதன் பின் பாடினோம். எதிர்பாராமல் தானாகவே பழைய பாடல்களாகப் — புரட்சிப்பாடல்கள் — பாடினோம். 'The morning sun colors the ancient Kremlin with its gentle light'. அது எப்போதும் போலவே ஒரு நல்ல மாலைப் பொழுதாக அமைந்தது.

இது குறித்து நான் எனது மகனுக்கு எழுதினேன். அவன் தலைநகரில் வசித்து வந்தான். அவன் ஒரு மாணவன். நான் எழுதியதற்கு அவன், 'அம்மா, நான் அந்த நிகழ்வைக் காட்சிப்படுத்திப் பார்த்தேன். செர்னோபில் நிலம், நமது வீடு. பிரகாசிக்கும் அந்தப் புத்தாண்டு மரம். வந்திருந்தவர்கள் பாடிய புரட்சிப் பாடல்கள், ராணுவப் பாடல்கள்.' என்று எழுதியிருந்தான். என்னைப் பற்றியல்லாமல் என் மகனைப் பற்றி எனக்கு பயம் வந்துவிட்டது. அவன் திரும்பி வருவதற்கு எந்த இடமும் இல்லை.

பகுதி-3

சோகத்தின் வியப்பு

மரணமும் அழகானதாக இருக்கமுடியும் என்பது நமக்குத் தெரியாது

யாரைக் குற்றம் சாட்டுவது? என்கிற கேள்விதான் முதன் முதலாக எழுந்தது. ஆனால் இது பற்றி நன்கு தெரிந்து கொண்ட பின் நாம் என்ன செய்யலாம்? என சிந்திக்க ஆரம்பித்தோம். எப்படி நம்மை நாமே பாதுகாத்துக் கொள்வது? இது ஒரு வருடம் அல்லது இரண்டு வருடத்தோடு முடிந்து விடுகிற கதை இல்லை. மாறாக, தலைமுறை, தலைமுறையாகத் தொடரக்கூடியது. நாங்கள் நடந்தவை குறித்து பின்னால் திரும்பிப் பார்த்தோம். பழைய பக்கங்களைப் புரட்டிப் பார்த்தோம்.

அது வெள்ளிக்கிழமை இரவு நடந்தது. மறுநாள் காலையில் யாருக்கும் எந்தச் சந்தேகமும் வரவில்லை. நான் எனது மகனை பள்ளிக்கூடத்துக்கு அனுப்பினேன். எனது கணவர் முடி திருத்தகத்துக்குச் சென்றார். அங்கிருந்து திரும்பி வந்ததும் அவர் எடுத்துச் செல்வதற்காக மதிய உணவு தயார் செய்து கொண்டிருந்தேன். திரும்பி வந்த அவர், "அணுமின் நிலையத்தில் ஏதோ தீ பிடித்திருக்கிறது போல இருக்கிறது. ரேடியோவை ஆஃப் செய்யக்கூடாது என அவர்கள் சொல்கிறார்கள்" என்றார். நாங்கள் அணுஉலை இருந்த பகுதியான ப்ரீபியாட்டில் தான் வசித்து வந்தோம் என்பதை சொல்ல மறந்து விட்டேன். அப்போதும்கூட சிவப்பு நிறத்தில் அணுஉலை பிரகாசித்துக் கொண்டிருந்தது தெரிந்தது. இது சாதாரண தீ போல இல்லாமல்

ஏதோ பிரகாசமாகத் தெரிந்தது. பார்ப்பதற்கு அழகாக இருந்தது. இது போன்று எந்தவொரு சினிமாவிலும்கூட நான் பார்த்ததில்லை. அன்றைக்கு மாலை நேரத்தில் அனைவரும் அவரவர் பால்கனியில் நிரம்பியிருந்தார்கள். பால்கனி இல்லாதவர்கள் அவர்களுடைய நண்பர்களின் வீடுகளுக்குச் சென்றார்கள். நாங்கள் ஒன்பதாவது மாடியில் இருந்ததால் அங்கிருந்து பார்க்கும்போது அற்புதமாக இருந்தது. சிலர் தங்களது குழந்தைகளையும் வெளியே அழைத்துச் சென்று, "அதோ பார்! நினைவில் வைத்துக் கொள்!" எனக் கூறி அந்தக் காட்சியைக் காண்பித்தார்கள். அந்த நேரத்தில் அங்கிருந்தவர்கள் எல்லாம் அணு உலையில் வேலைபார்க்கும் என்ஜீனியர்கள், தொழிலாளர்கள், இயற்பியல் பயிற்சியாளர்கள் தான். அவர்கள் தூசியில் நின்றுகொண்டு அதைப் பற்றி பேசிக்கொண்டும், ஆச்சரியப்பட்டுக்கொண்டும் இருந்தார்கள். இதைப் பார்க்க சுற்றிலுமிருந்த மக்கள் தங்கள் கார்களிலும், பைக்குகளிலும் வந்திருந்தார்கள். மரணம் இவ்வளவு அழகாக இருக்கமுடியும் என்று எங்களுக்குத் தெரிந்திருக்கவில்லை. வாசனை எதுவும் இல்லை என்று சொல்லமாட்டேன். ஆனால் வசந்தகாலம் அல்லது இலையுதிர்க் காலத்திற்கே உரிய வாசனை போல இந்த வாசனை இல்லை. மண்வாசனை போலவும் இல்லை. எனது தொண்டை லேசாக கமறிற்று. கண்களிலிருந்து கண்ணீர் வந்தது.

நான் இரவு முழுவதும் தூங்கவில்லை. பக்கத்து வீட்டிலிருந்த வர்களும் தூங்காமல் நடந்து கொண்டிருந்த சப்தம் கேட்டது. அவர்கள் எதையோ தூக்கிக்கொண்டு இங்கேயும் அங்கேயுமாக நகர்ந்துகொண்டு இருப்பது போலவும், பேக்கிங் செய்வது போலவும் சத்தம் கேட்டுக் கொண்டிருந்தது. எனது தலைவலிக்கு மாத்திரை போட்டுக்கொண்டேன். காலையில் நான் எழுந்து சுற்றிலும் பார்க்கும்போது ஏதோ சரியில்லாதது போன்ற உணர்வு — நான் ஏதோ கதை கட்டுவதாக நினைக்க வேண்டாம் — முற்றிலும் ஏதோ மாறியிருப்பது போன்று தோன்றியது. காலை எட்டு மணிக்கு 'வாயுக் கவசம்' அணிந்து கொண்டிருந்த ராணுவ வீரர்களைப் பார்க்க நேரிட்டது. நாங்கள் ராணுவ வாகனங்களுடன் அவர்களைத் தெருக்களில் பார்த்த போது பயப்படவில்லை — அதற்கு மாறாக, அவை எங்களை அமைதியடையச் செய்தது. ராணுவம் எங்கள் உதவிக்கு வந்ததால் எல்லாம் சரியாக இருக்கும் என நினைத்தோம். அமைதிக்காக பயன்படுத்தப்பட்ட அணு இப்படி மனிதர்களைக் கொல்லும்

என அப்போது எங்களுக்குப் புரிந்திருக்கவில்லை. இயற்பியல் விதிகளுக்கு முன்பு மனிதன் உதவியற்ற நிலையில் இருக்க வேண்டியதாகிவிட்டது

குடி வெளியேற்றம் ஆவதற்குத் தயாராக இருங்கள் என நாள் முழுவதும் வானொலியில் மக்களுக்கு அறிவிப்பு செய்து கொண்டிருந்தனர். எங்களிடமிருந்த அனைத்தையும் எடுத்துக் கொண்டுபோய் சுத்தம் செய்து சோதனை செய்து பார்த்தனர். குழந்தைகளிடம் அவர்களுடைய புத்தகத்தை எடுத்துக்கொண்டு வரும்படி கூறினார்கள். இருப்பினும், எங்களுடைய ஆவணங்கள், திருமணத்தின்போது எடுக்கப்பட்ட புகைப்படங்கள் ஆகியவற்றையும் என் கணவர் அவருடைய பெட்டியில் வைத்துக் கொண்டார். நான் தலைக்குக் கட்டக் கூடிய மெல்லிய துணியை மட்டும் என்னோடு எடுத்துக் கொண்டேன்.

ஆரம்பத்திலிருந்தே நாங்கள் அனைவரும் செர்னோபில் வாசிகள் என்கிற உணர்வுதான் இருந்தது. அதாவது நாங்கள் தனிப்பட்டவர்கள். இரவு நேரத்தில் ஒரு கிராமத்தில் நாங்கள் சென்ற பஸ் நின்றது. பள்ளிக்கூடத்தில் சிலரும், சங்கக் கட்டிடத்தில் சிலரும் படுத்திருந்தனர். வேறெங்கும் போவதற்கு இடமில்லை. ஒரு பெண்மணி எங்களை அவர் வீட்டிற்குப் படுக்கக் கூப்பிட்டார். "வாருங்கள், உங்களுக்காக நான் விரிப்பை விரிக்கிறேன். உங்கள் பையனை நினைத்தால் கஷ்டமாக இருக்கிறது" என்றார். அவருடைய தோழி அவரை எங்களிடமிருந்து இழுத்துச் சென்று, "உனக்கு என்ன பைத்தியமா? அவர்கள் மா சுபடிந்தவர்கள்" என்று கூறினார். நாங்கள் மோகிலெவ்வில் குடியமர்ந்த பிறகு எங்களுடைய பையன் பள்ளிக்கூடத்துக்கு போக ஆரம்பித்தான். பள்ளிக்கூடம் சென்ற முதல் நாளே அழுதுகொண்டே திரும்பிவந்தான். அவனை அவர்கள் ஒரு சிறுமிக்கு பக்கத்தில் உட்கார வைத்திருக்கின்றனர். ஆனால் அந்தச் சிறுமியோ அவன் கதிர்வீச்சினால் பாதிக்கப்பட்டவன் என்பதறிந்து அருகில் உட்காருவதை விரும்பவில்லை. எங்களுடைய பையன் நான்காம் கிரேடில் படித்து வந்தான். அந்த வகுப்பிலேயே அவன் ஒருவன்தான் செர்னோபிலைச் சேர்ந்தவன். அவனைப் பார்த்து மற்ற குழந்தைகள் பயந்தார்கள். அவர்கள் அவனை 'பிரகாசமானவன்' என அழைத்தனர். அவனுடைய குழந்தைப்பருவம் மிக விரைவிலேயே முடிவுக்கு வந்தது.

நாங்கள் ப்ரீபியாட்டை விட்டு வெளியேறும்போது ராணுவத்தினரில் ஒரு பகுதியினர் அதற்கு எதிர்த்திசையில் சென்றனர். அங்கே ஏராளமான ராணுவ வண்டிகள் இருந்தன. அப்போது தான் எனக்கு பயமெடுக்க ஆரம்பித்தது. ஆனால் இதெல்லாம் யாரோ ஒருவருக்குத்தான் நடக்கிறது என்கிற எனது உணர்வு மட்டும் மாறவில்லை. நான் அழுதேன், சாப்பாட்டை எதிர்பார்த்தேன், தூங்கினேன், எனது மகனை அணைத்துக் கொண்டேன், அவனை சமாதானப்படுத்தினேன். ஆனால் மனதிற்குள் என்னவோ நான் ஒரு கவனிப்பாளர் போன்ற உணர்வுதான் இருந்தது. கீவ்வில் எங்களுக்குப் பணம் கொடுத்தார்கள். ஆனால் எதுவும் வாங்க முடியவில்லை. ஆயிரக்கணக்கான மக்கள் குடிபெயர்ந்ததால் அவர்கள் எல்லாவற்றையும் வாங்கிவிட்டிருந்ததோடு சாப்பிட்டிருக்கவும் செய்தார்கள். ரயில் நிலையங்களிலும், பஸ்களிலும் பெரும் பாலானவர்களுக்கு மாரடைப்பும், வாதமும் ஏற்பட்டது. என்னுடைய அம்மாவினால் நான் பாதுகாக்கப்பட்டேன். அவர் நீண்ட ஆண்டுகள் வாழ்ந்தவர். அனைத்தையும் ஒரு முறைக்கு மேல் இழந்தவர். முதலாவதாக, அவருடைய பசு, குதிரை, வீடு அனைத்தையும் அவர்கள் 1930 ஆம் ஆண்டு எடுத்துக் கொண்டார்கள். இரண்டாவது முறை, தீ விபத்தில் என்னைத் தவிர எல்லாவற்றையும் இழந்தார். இப்போது அவர், "நாம் இன்னும் உயிரோடு இருப்பதால் இதையும் கடந்து செல்லத்தான் வேண்டும்" என்றார்.

எனக்கு ஒரு விஷயம் நினைவில் இருக்கிறது — நாங்கள் பேருந்தில் இருந்தோம். அதிலிருந்த ஒவ்வொருவரும் அழுது கொண்டிருந்தனர். முன்னால் உட்கார்ந்திருந்த ஒருவர் தனது மனைவியைப் பார்த்து, "நீ இவ்வளவு முட்டாளாக இருப்பாய் என்று நான் நினைக்கவில்லை. எல்லோரும் அவரவர் பொருட் களை எடுத்து வந்திருக்கின்றனர். ஆனால் நம்மிடம் இந்த மூன்று லிட்டர் பாட்டில்கள் தான் இருக்கின்றன!" என்று கத்தினார். மனைவியோ பஸ்ஸில் செல்வதால் சில பாட்டில்களை தன்னு டைய அம்மாவுக்கு கொண்டு செல்லலாம் என நினைத்து எடுத்து வந்திருந்தார். பேருந்தில் பெரிய சாக்கு மூட்டைகள் வேறு இருந்தன. பேருந்து கீவ்வை அடையும் வரை நாங்கள் அதன் மேல் விழுந்து கொண்டேயிருந்தோம்.

இப்போது நான் தேவாலயத்தின் சேர்ந்திசைக் குழுவில் பாடுகிறேன். நான் பைபிள் படிக்கிறேன். தேவாலயத்துக்குப்

போகிறேன் — அங்குதான் முடிவற்ற வாழ்க்கை பற்றி பேசு கிறார்கள். அவை மனிதர்களை ஆறுதல்படுத்தும். இந்த மாதிரியான வார்த்தைகளை நீங்கள் இங்கே மட்டுமே கேட்க முடியும்.

சூரிய ஒளிமிக்க ப்ரீபியாட் வழியாக நான் மகனுடன் செல்வது போல அடிக்கடி கனவு காண்பதுண்டு. ஆனால் இப்போது அது ஆவிகள் நிறைந்த நகரமாகும். நாங்கள் ப்ரீபியாட்டில் உள்ள பலவிதமான ரோஜா பூக்களையும், பூக்களிருந்த புதர்களையும் பார்த்தவாறு சென்று கொண்டிருந்தோம். நான் இளமையோடு இருந்தேன். என்னுடைய மகன் சிறியவனாக இருந்தான். நான் அவனை நேசித்தேன். நான் ஒரு பார்வையாளர் போல எனது கனவில், அனைத்து பயங்களையும் மறந்து விட்டிருந்தேன்.

- நடெஷ்டா பெட்ரனோவா விகொவ்ஸ்க்யா, ப்ரீபியாட் நகரத்திலிருந்து வெளியேற்றப்பட்டவர்களில் ஒருவர்.

மண்வாரியும் அணுவும்

நான் அந்த நாட்களை நினைவில் வைத்துக் கொள்ள முயற்சித் தேன். புதுவிதமான உணர்ச்சிகள் — பயம், அறிமுகமில்லாத இடத்தில் அதாவது செவ்வாய் கிரகத்தில் இறங்கியது போன்ற உணர்வு — ஏற்பட்டன. நான் குர்ஸ்க்கைச் சேர்ந்தவன். 1969 ஆம் ஆண்டில் அவர்கள் குர்சட்டாவ் என்கிற நகரத்திற்குப் பக்கத்தில் அணுஉலை ஒன்றைக் கட்டினார்கள். நாங்கள் உணவுப் பொருட்கள் வாங்குவதற்காகக் அந்தப் பகுதிக்குச் செல்வதுண்டு — அணுஉலைத் தொழிலாளர்களுக்கு எப்போதுமே மிகச் சிறந்த உணவுப் பொருட்கள் வழங்கப்பட்டு வந்தது. நாங்கள் அணுஉலைக்குப் பக்கத்திலிருந்த குட்டைக்கு மீன் பிடிக்கச் செல்வதுண்டு. செர்னோபில் நிகழ்வுக்குப் பிறகு இதைப் பற்றி நான் அடிக்கடி நினைப்பதுண்டு.

அது எப்படியிருந்தது என்பதை நான் சொல்கிறேன். எனக்கு அறிக்கை கிடைத்தவுடன் ஒழுக்க சீலனான நான் அடுத்த நாள் ராணுவத் தேர்வாளர் அலுவலகத்துக்குச் சென்றேன். அவர்கள் என்னுடைய கோப்பு முழுவதையும் பார்த்தார்கள். "நீங்கள் ஒரு போதும் எங்களது பயிற்சியில் ஈடுபட்டதில்லை. அவர்களுக்கு வேதியியலாளர்கள் தேவைப்படுகிறது. மின்ஸ்க்கு அருகில் ஒரு முகாமிற்குச் சென்று 25 நாட்கள் இருக்க வேண்டும், சரியா?" எனக் கேட்டனர். 'என் வேலையிலிருந்து—குடும்பத்திலிருந்தும்

சிறிது 'மாற்றம்' கிடைத்தால் நன்றாக இருக்குமென்று நினைத்த நான் அங்கே புத்துணர்வுடன் சுற்றிவந்தேன்.

1986ஆம் ஆண்டு ஜூன் மாதம் 22 ஆம் தேதி ஒரு மூட்டையுடன் கூட வேண்டிய இடத்துக்குச் சென்றேன். அங்கிருந்தவர்களைப் பார்த்தபோது எனக்கு அதிர்ச்சியாக இருந்தது. யுத்த படங்களில் வரக்கூடிய காட்சிகளை நினைவுக்குக் கொண்டுவர ஆரம்பித்தேன் — ஜூன் 22, ஜெர்மானியர்கள் படையெடுத்த நாள். நாள் முழுவதும் குழுவாக இருங்கள் என சொல்லிக் கொண்டிருந்தார்கள். அதன் பின் நாங்கள் பிரிந்து இருட்டும் நேரத்தில் எங்களுடைய பேருந்துகளில் ஏறினோம். அப்போது யாரோ ஒருவர், "நீங்கள் உங்களுடன் மது கொண்டு வந்திருந்தால் அதைக் குடித்து விடுங்கள். இன்றிரவு நாம் ரயிலில் பயணிக்க வேண்டும். நாளை நமது பிரிவினருடன் சேரும் போது ஒவ்வொருவரும் 'புத்தம்புது' வெள்ளரிக்காய் போல இருக்க வேண்டும். அதிகமான பொருட்கள் எதுவும் இருக்கக்கூடாது" என்றார். இதைக் கேட்ட நாங்கள் அன்றிரவு முழுவதும் பார்ட்டியில் ஈடுபட்டோம்.

காலையில் எங்களுடைய பிரிவினர் காட்டில் இருந்தனர். அவர்கள் மறுபடியும் எங்களைக் குழுவாக இருக்கச் சொல்லிவிட்டு வரிசைக் கிரமமாக அழைத்தார்கள். எங்களுக்குப் பாதுகாப்புப் பொருட்கள் கிடைத்தன. அவர்கள் எங்களுக்கு முதலில் ஒரு செட் கொடுத்தார்கள். அதன் பிறகு இன்னொன்று, அதன் பிறகு மற்றொன்று என மூன்று தடவைக் கொடுத்தார்கள் என்பதாக ஞாபகம். அதோடு ஓவர் கோட், தொப்பி, படுக்கை, தலையணை என குளிருக்குத் தோதான பொருட்களைக் கொடுத்தார்கள். ஆனால் அப்போது கோடைக்காலம். நாங்கள் 25 நாட்களில் வீட்டுக்குத் திரும்பிச் சென்றுவிடலாம் என்று கூறினார்கள். "நீ என்ன ஜோக் சொல்கிறாயா?" என சிரித்துக் கொண்டே கேட்ட எங்களுடன் வந்த கேப்டன், "செர்னோபிலில் நீ ஆறு மாதம் இருக்க வேண்டும்" என்றார். என்னால் அதை நம்ப முடியவில்லை. கோபம் வந்தது. அதைத் தெரிந்து கொண்ட அவர்கள், "இருபது கிலோ மீட்டர் தூரத்தில் வேலை பார்த்தால் இரட்டிப்புச் சம்பளமும், பத்து கிலோமீட்டர் தூரத்தில் வேலை பார்த்தால் மூன்று மடங்கும், அணுஉலை இருக்கும் இடத்தில் வேலை பார்த்தால் ஆறு மடங்கு சம்பளமும் கொடுக்கப்படும்" எனச் சொல்லி சமாதானப்படுத்தினர். ஆறு மாதம் அங்கிருந்தால் ஒரு புதிய காரில் வீட்டிற்குச் செல்லலாம் என ஒருவர் நினைக்க

இன்னொருவர் ஓடி விடலாம் என நினைத்தார். ஆனால் அவர் ராணுவத்தில் இருந்தார். கதிர்வீச்சு என்றால் என்ன? யாரும் இது பற்றி கேள்விப்பட்டிருக்கவில்லை. நான் சமூக பாதுகாப்பு படிப்பு படிக்கும்போது முப்பத்தைந்து வருடங்களுக்கு முந்தைய தகவலான 50 ராண்ட்ஜன் அபாயகரமானது என்பதைத்தான் சொன்னார்கள். வெடிவிபத்து நடக்கும்போது உருவாகும் காற்றலையிலிருந்து தப்பிக்க கீழே தரையோடு தரையாக படுத்துக் கொள்ள வேண்டும் எனக் கற்றுக் கொடுக்கப்பட்டது. அதோடு அவர்கள் எங்களுக்கு கதிர்வீச்சேற்றம், வெப்ப ஆற்றல் போன்றவை பற்றியும் கற்றுக் கொடுத்தார்கள். ஆனால் கதிர் வீச்சினால் அந்தப் பகுதியில் ஏற்படும் மாசு — இது மிகவும் அபாயகரமான ஒன்றாகும் — குறித்து யாரும் ஒரு வார்த்தை கூட பேசவில்லை.

எங்களை செர்னோபிலுக்கு அழைத்துச் சென்ற அதிகாரிகள் யாரும் அதிபுத்திசாலிகள் இல்லை. அவர்களுக்குத் தெரிந்த ஒரு விஷயம் — நீங்கள் வோட்கா அதிகம் குடிக்க வேண்டும். அது கதிர்வீச்சுத் தாக்குதலில் இருந்து ஓரளவு பாதுகாக்கும் என்பது தான். நாங்கள் மின்ஸ்க்கு அருகில் 6 நாட்கள் தங்கியிருந்தோம். அந்த 6 நாட்களும் நன்றாகக் குடித்தோம். பாட்டிலின் லேபிளில் எழுதியிருந்ததை நான் படித்தேன். முதலில் நாங்கள் வோட்கா குடித்தோம். அதன் பிறகுதான் நாங்கள் ஏதோ ஒரு வினோதமான பானத்தைக் குடிக்கிறோம் எனத் தெரிந்தது. அதாவது நித்தினாலும், கண்ணாடி சுத்திகரிப்பானும் சேர்ந்த கலவை அது. வேதியியலாளரான எனக்கு அது மிகவும் சுவாரசியமான ஒரு விஷயமாக இருந்தது. நித்தினால் குடித்தபின் உங்கள் கால்கள் மிருதுவாக, பலவீனமாக ஆனாலும் தலை தெளிவாக இருப்பது போல தெரிந்தது. நீங்கள் உங்களுக்குள் 'எழுந்து நில்' என்று கட்டளை கொடுத்துக் கொண்டாலும் நிற்க முடியாமல் கீழே விழ வேண்டியிருந்தது.

நான் கெமிக்கல் என்ஜீனியரிங்கில் முதுகலைப் பட்டம் பெற்றவன். மிகப் பெரிய தொழிற்சாலையொன்றின் ஆய்வுக் கூடத்தில் தலைமைப் பதவியில் வேலை பார்த்து வந்தேன். அவர்கள் என்னை என்ன செய்யச் சொன்னார்கள்? ஒரு மண் வாரியைக் கொடுத்தார்கள் — அதுதான் என்னிடமிருந்த மிகப் பெரிய கருவி. நாங்கள் 'அணுவை மண்வாரி கொண்டு போராடு' என்கிற கோஷம் ஒன்றை உடனடியாக உருவாக்கினோம். பாதுகாப்புப் பொருட்களாக செயற்கை சுவாசக் கருவி,

வாயுக் கவசம் போன்றவை எங்களுக்குக் கொடுக்கப்பட்டது. ஆனால் அதை யாரும் உபயோகிக்கவில்லை. ஏனென்றால் வெளியே வெப்பம் கிட்டத்தட்ட 30 டிகிரி சென்டிகிரேட் அளவுக்கு இருந்தது. அந்த மாதிரியான சூழ்நிலையில் இதையும் அணிந்து கொண்டால் சாக வேண்டியதுதான். நாங்கள் அதை கையொப்பமிட்டு வாங்கிக் கொண்டபின் மறந்துவிட்டோம். அவர்களைப் பொருத்தவரை இது இன்னுமொரு விபரம் என் பதோடு சரி.

அவர்கள் எங்களை பேருந்திலிருந்து ரயிலுக்குப் போகுமாறு சொன்னார்கள். நாங்கள் எழுபது பேர் இருந்தோம். ஆனால் அந்த ரயில் பெட்டியில் 45 பேர்தான் பயணிக்க முடியும். எனவே ஒருவர் மாற்றி ஒருவராக தூங்கிக்கொண்டு சென்றோம்.

செர்னோபில் என்றால் என்ன? எண்ணற்ற ராணுவத் தளவாடங்களும், அதிக எண்ணிக்கையில் ராணுவ வீரர்களும் இருந்தனர். உண்மையான ஒரு ராணுவ சூழ்நிலையில் அது இருந்தது. ஒரு கூடாரத்திற்கு பத்துப் பேர் என்கிற அடிப்படையில் அவர்கள் எங்களை தங்குமாறு கேட்டுக் கொண்டனர். எங்களில் சிலருடைய குழந்தைகள் வீட்டில் இருந் தனர்; சிலருடைய மனைவிகள் கர்ப்பிணிகளாக இருந்தனர்; சிலர் அபார்ட்மெண்டில் தங்கியிருந்தனர். ஆனால் யாரும் எதைப்பற்றியும் புகார் சொல்லவில்லை. நாங்கள் வேலை செய்ய வேண்டுமென்றால் செய்துதான் ஆக வேண்டும். 'தாய்நாடு எங்களை அழைத்தது; நாங்கள் சென்றோம்' என்பதுதான் எங்களது நிலையாக இருந்தது.

கூடாரங்களைச் சுற்றி காலியான கேன்கள் நிறையக் கிடந்தன. யுத்தம் நடக்கும் நேரத்தில் ராணுவக் கிடங்குகளுக்குப் பிரத் யேகமாக பொருட்கள் விநியோகிக்கப்படும். அவை இறைச்சி, கோதுமை, கருவாடு போன்றவை அடைக்கப்பட்டிருந்த கேன்கள் ஆகும். அங்கே கூட்டமாக பூனைகளும், ஈக்களும் இருந்தன. கிராமங்கள் எல்லாம் காலியாக இருந்தன. கதவு சப்தம் கேட்கும் போது யாராவது வருகிறார்களா என்று திரும்பிப் பார்த்தால் பூனை வெளியே சென்று கொண்டிருந்தது.

மாசுபட்டிருந்த மேலடுக்கு மணலை எடுத்து புதைகுழிகள் இருக்கும்இடத்திற்குவாகனங்களில்கொண்டுசென்றோம்.கழிவுப் பொருட்களைப் போட்டு புதைக்கும் இடம் ஒரு வளாகமாகவும்,

ஸ்வெட்லானா அலெக்ஸியேவிச் | 247

பொறியியல் முறைப்படி கட்டப்பட்டதாகவும் இருக்குமென்று நினைத்தேன். ஆனால் அது சாதாரண பள்ளங்களாகத்தான் இருந்தன. நாங்கள் நிலத்தின் மேலடுக்கை ஒரு பெரிய விரிப்பு போல வெட்டி எடுத்தோம். அதில் பசுமையாக இருந்த புல், பூக்கள், வேர்கள் ஆகியவற்றை எடுத்தோம். அதன் பின் சிலந்தி மற்றும் புழுக்களை நீக்கினோம். இதெல்லாம் பைத்தியக்காரர்கள் செய்யும் வேலை போல இருந்தது. நீங்கள் நிலத்தின் மேலடுக்கையெல்லாம் அப்படியே எடுத்து அதிலிருக்கும் உயிரினங்களையெல்லாம் மொத்தமாக எடுக்க முடியாது. நாங்கள் தினமும் குடிக்கவில்லையென்றால் இதையெல்லாம் நாங்கள் செய்திருப்போமா என்பது சந்தேகம்தான். எங்கள் மனமும் உடைந்திருக்கும். நூற்றுக்கணக்கான கிலோமீட்டர் தூரத்திற்கு இந்த வேலையைத்தான் நாங்கள் செய்தோம். வீடுகளும், பண்ணைகளும், மரங்களும், நெடுஞ்சாலைகளும், கிண்டர் கார்டன்களும், கிணறுகளும் அங்கேயே 'நிர்வாணமாக' நின்று கொண்டிருந்தன. காலையில் எழுந்ததும் ஷேவ் செய்ய வேண்டியதாக இருந்தது. ஆனால் கண்ணாடியில் முகத்தைப் பார்க்கவும் பயமாக இருந்தது. ஏனென்றால் மனதிற்குள் பலவிதமான சிந்தனைகள் எழுந்தன. மக்கள் மீண்டும் அங்கே வந்து வாழ்வது என்பது கற்பனைகூட செய்து பார்க்க முடியாத அளவுக்கு கடினமாக இருந்தது. ஆனால் நாங்கள் வீட்டுக் கூரைகளையெல்லாம் மாற்றினோம். இது ஒரு உபயோகமற்ற வேலையென்று எல்லோருக்கும் தெரியும். என்னைப் போன்று ஆயிரத்துக்கும் மேலானவர்கள் அங்கிருந்தார்கள். ஒவ்வொரு நாள் காலையிலும் நாங்கள் எழுந்ததிலிருந்து இந்த வேலையைத் தான் செய்து கொண்டிருந்தோம். படிப்பறிவில்லாத வயதான ஒருவர் எங்களிடம், "இந்த உபயோகமற்ற வேலை செய்வதை விட்டுவிட்டு எங்களுடன் வந்து சாப்பிடுங்கள்" என்றார். காற்று வீசிக் கொண்டிருந்தது. மேகம் நகர்ந்து கொண்டிருந்தது. அணு உலையை நிறுத்தவில்லை. நாங்கள் நிலத்தின் மேல் பகுதியை எடுத்தோம். அதன் பின் ஒரு வாரம் கழித்து திரும்பிச் சென்ற போது அதே இடத்தில் அதே வேலையை செய்தோம். சில ஹெலிகாப்டர்கள் மேலேயிருந்து ஏதோவொரு கலவையை நிலத்தில் தெளித்துக்கொண்டே சென்றன. அதன் மூலம் நிலத்தின் மேல் ஒரு பாலிமர் படலம் உருவானது. அதனால் அடிப்பகுதியிலிருந்த மணல் அசைவு தடுக்கப்பட்டது. இதை நான் புரிந்து கொண்டேன். ஆனாலும் நாங்கள் தொடர்ந்து தோண்டிக் கொண்டிருந்தோம்...

கிராம மக்களில் ஒரு சில வயதானவர்கள் தவிர்த்து அனைவரும் குடி வெளியேற்றம் செய்யப்பட்டனர். வயதான விவசாயியின் வீட்டுக்குச் சென்று அவரோடு டின்னர் சாப்பிடும் அந்த அரை மணி நேரம்தான் இயல்பான வாழ்க்கையாக இருந்தது. நாங்கள் எதுவேண்டு மென்றாலும் சாப்பிடுவதற்கு அனுமதியில்லை. ஆனால் நான் அந்த வயதான விவசாயியின் குடிசையில் உட்கார்ந்திருக்க விரும்பினேன்.

குழிகளில் செய்ய வேண்டிய வேலைகள் தவிர்த்து அனைத்து வேலைகளும் முடிந்து விட்டன. அவர்கள் கான்கிரீட் மூடிகள் கொண்டு அதை மூடி சுற்றிலும் கம்பி போடப்போவதாகக் கூறினார்கள். உலோகங்கள் கதிர்வீச்சை உள்வாங்கிக் கொள்ளும் என்பதால் அவர்கள் உபயோகித்த டம்ப் ட்ரக்குகள், கார்கோ ட்ரக்குகள், கிரேன்கள் ஆகியவற்றை அங்கேயே விட்டுவிட்டுச் சென்றுவிட்டனர். ஆனால் அவையனைத்தும் திருடு போய் விட்டதாக என்னிடம் கூறினார்கள். அவர்கள் சொன்னதை நான் நம்பினேன். ஏனென்றால் அந்தக் காலகட்டத்தில் அனைத்தும் சாத்தியமானதாக இருந்தது.

நாங்கள் வேலைபார்க்கும் இடத்தில் இருப்பதை விட அதிகக் கதிர்வீச்சு நாங்கள் சாப்பிடும் கேன்டீனில் இருந்தது என்பதை கதிர்வீச்சுமானி 'காட்டி'க் கொடுத்தது. நாங்கள் ஏற்கனவே இரண்டு மாதங்களாக அங்குதான் இருக்கிறோம். அந்தக் காலகட்டத்தில் இப்படித்தான் எங்களது வாழ்க்கை இருந்து வந்தது. கேன்டீனில் சில மரத் தூண்கள் இருந்தன. அதில் நெஞ்சு உயரத்தில் போர்டுகள் வைக்கப்பட்டிருந்தது. நாங்கள் அங்கு பேரலில் இருந்த தண்ணீரில்தான் குளித்தோம். திறந்தவெளியில் இருந்த பள்ளங்கள்தான் எங்களுக்கான கழிவறையாகும். எங்கள் கைகளில் மண்வாரிகள் இருந்தன. இந்த இடம் அணு உலை இருந்த இடத்திலிருந்து அதிக தூரத்தில் இல்லை.

இரண்டு மாதங்களுக்குப் பிறகு எங்களுக்கு விஷயம் புரிய ஆரம்பித்தது. 'இதுவொன்றும் தற்கொலைப் படையில்லை. நாம் ஏற்கனவே இரண்டு மாதங்கள் இங்கே இருந்துவிட்டோம். அவர்கள் வேறு யாரையாவது அழைத்துக்கொள்ளட்டும். இரண்டு மாதங்கள் போதும்' எனச் சிலர் பேச ஆரம்பித்தனர். மேஜர் ஜெனரல் ஆண்டோஷ்கின் எங்களோடு பேசினார். அவர் மிகவும் நேர்மையானவர். "இன்னொரு ஷிஃப்ட்டுக்காக மற்றவர்களைக்

கொண்டு வருவதில் சாதகம் எதுவுமில்லை. நமக்கு ஏற்கனவே மூன்று செட் துணிகள் கொடுத்திருக்கிறார்கள். நீங்களும் இந்த இடத்துக்குப் பழக்கப்பட்டுவிட்டீர்கள். புதியவர்களை இங்கு அழைத்துவருவது அதிக செலவையும், சிக்கலையும் ஏற்படுத்தும். நீங்கள்தான் இங்கே ஹீரோக்கள்" என்பதை அழுத்தமாகச் சொன்னார். யார் நன்றாக பள்ளம் தோண்டுகிறார்களோ அவர்களுக்கு மற்ற அனைவரின் முன்னிலையிலும் தகுதிச் சான்றிதழ் வழங்கப்படும் என்றார். அதாவது, சோவியத் யூனியனின் 'மிகச் சிறந்த சவக்குழி தோண்டுபவர்' என்பதற்கான சான்றிதழ். இது பைத்தியக்காரத்தனமாக இருந்தது.

காலியாக இருந்த கிராமங்களில் பூனைகளும் கோழிகளும் இருந்தன. நீங்கள் பண்ணை/களஞ்சியத்தில் நடந்தால் அது முழுவதும் முட்டைகளால் நிரம்பியிருந்தன. நாங்கள் அதை பொரித்தோம். ராணுவ வீரர்கள் எதற்கும் தயாராக இருந்தார்கள். கோழியைப் பிடித்து, நெருப்பில் காட்டி, வீட்டில் தயாரிக்கப்பட்ட வோட்காவினால் கழுவினோம். இதற்காக கூடாரத்தில் 3 லிட்டர் பாட்டிலைத் தனியாக வைத்திருந்தோம். ஒருவர் செஸ் விளையாடிக் கொண்டிருந்தார், இன்னொருவர் கிடார் இசைத்துக் கொண்டிருந்தார். இப்படி ஒவ்வொருவரும் ஏதாவது ஒன்றைச் செய்து கொண்டிருந்தனர். ஒருவர் நன்றாக குடித்து விட்டு தனது படுக்கையிலிருந்து கீழே விழுந்தார். இன்னும் சிலர் கத்திக்கொண்டும் சண்டை போட்டுக்கொண்டும் இருந்தனர். இரண்டு பேர் நன்றாக குடித்துவிட்டு வண்டி ஓட்டிச் சென்று விபத்தில் சிக்கிக் கொண்டனர். வண்டியின் அடியில் மாட்டிக் கொண்ட அவர்களை ஒரு வழியாக காப்பாற்றிக் கூட்டி வந்தனர். நான் வீட்டிற்கு நீண்ட கடிதங்கள் எழுதுவது, டயரி எழுதுவதின் மூலம் என்னைக் காப்பாற்றிக் கொண்டேன். இதை அவதானித்த அரசியல் பிரிவின் தலைவர், 'நான் என்ன எழுதிக் கொண்டிருக்கிறேன், எழுதியதை எங்கே வைக் கிறேன்' என்பதைக் கேட்டுக்கொண்டே இருந்தார். எனக்கு அருகாமையில் தங்கியிருந்த ஒருவரின் மூலம் என்னை உளவு பார்க்கச் சொல்லியிருந்தார். ஆனால் எனக்கு அருகாமையில் இருந்தவரோ என்னை கவனமாக இருக்கும்படி எச்சரித்தார். "நீங்கள் என்ன எழுதிக் கொண்டிருக்கிறீர்கள்?" என்று அவர் கேட்க நான், "விளக்கவுரை" எழுதுகிறேன் என்று கூற அவர் சிரித்தார். "சரி நான் அப்படியே கர்னலிடம் சொல்கிறேன். ஆனால் நீங்கள் அனைத்தையும் மறைத்து வையுங்கள்" என்

றார். அவர்கள் எல்லாம் நல்ல மனிதர்கள். நான் ஏற்கனவே சொன்னது போல அங்கிருந்தவர்களில் யாரும் 'சிணுங்கு மூஞ்சி'களோ, 'கோழை'களோ இல்லை. 'எங்களை யாரும் எப்போதும் தோற்கடிக்க முடியாது' — இதை நீங்கள் நம்புங்கள். அதிகாரிகள் தங்களது கூடாரத்தை விட்டு வெளியே வருவதே கிடையாது. அவர்கள் சாதாரண செருப்பு அணிந்து கொண்டு நாள் முழுவதும் குடித்துக்கொண்டு அங்கேயே சுற்றி வந்தார்கள். அதைப் பற்றி யாருக்கு அக்கறை? நாங்கள் தோண்டிக் கொண்டிருந்தோம். அதிகாரிகள் அதற்காக இன்னொரு 'ஸ்டார்' வாங்கி தங்களது தோள்பட்டையில் குத்திக் கொள்வார்கள். யாருக்கு அக்கறை? இந்த மாதிரியான மக்கள் தான் இந்த நாட்டில் இருக்கிறார்கள்.

கதிர்வீச்சு கணக்கீட்டாளர்கள் எல்லாம் கடவுள்கள். கிராமத்து மக்கள் எல்லோரும் நெருக்கியடித்துக்கொண்டு அவர்கள் அருகில் சென்று, "என்னுடைய கதிர்வீச்சு அளவு என்ன?" எனக் கேட்டார்கள். ஆர்வமிக்க ராணுவ வீரர் ஒருவர் சாதாரண கம்பு ஒன்றில் வயர் ஒன்றை சுற்றிவைத்துக் கொண்டு ஒரு வயதான பெண் குடியிருந்த வீட்டுக் கதவைத் தட்டினார். அவர் கதவைத் திறந்தவுடன் அவர் தன்னிடமிருந்த கம்பை சுவரில் மேலும், கீழும் அசைத்தார். உடனே அந்தப் பெண்மணி அவரிடம், "எவ்வளவிருக்கிறது?" எனக் கேட்க அதற்கு அவர், "அது ராணுவ ரகசியம், பாட்டி" என்றார். "நான் ஒரு க்ளாஸ் வோட்கா தருகிறேன். எவ்வளவு இருக்கிறது என்று சொல்லுப்பா?" எனக் கேட்டார். "சரி" என்று சொல்லிவிட்டு ஒரே மடக்கில் வோட்காவை குடித்துவிட்டு, "பாட்டி, கவலைப் பட வேண்டாம். எல்லாம் சரியாகத்தான் இருக்கிறது" என்று கூறிவிட்டு அங்கிருந்து இடத்தைக் காலி செய்தார்.

நாங்கள் அங்கு சென்று சில மாதங்கள் ஆன பிறகு ஒரு வழியாக எங்களுக்கும் கதிர்வீச்சுமானி கொடுத்தார்கள். சிறிய பெட்டி போன்றிருந்த அதில் கிரிஸ்டல் இருந்தது. என்னோடு இருந்த சிலர் அதை எடுத்துக்கொண்டு காலையில் சுடுகாடு இருக்கும் இடத்திற்குச் சென்று நாள் முழுவதும் கதிர்வீச்சை உள்வாங்கிக் கொண்டார்கள். இதன் மூலம் அவர்கள் அங்கிருந்து விரைவில் விடுவிக்கப்படலாம் அல்லது சம்பளம் அதிகமாகக் கிடைக்கக்கூடும் என நம்பினார்கள். தரைக்கு மிக அருகில் இருக்க வேண்டுமென்பதற்காக சிலர் அதை தங்கள் ஷூக்களில் வைத்துக் கொண்டனர். அந்த இடமே

அபத்தங்களின் அரங்கமாக இருந்தது. அங்கிருந்து புறப்படு வதற்கு முன்பு எங்களுக்கான மருத்துவ அட்டையில் ஒரே மாதிரியாக எழுதியிருந்தார்கள். சராசரி கதிர்வீச்சின் அளவை நாங்கள் இருந்த நாட்களைக்கொண்டு பெருக்கி அதைக் குறிப்பிட்டிருந்தார்கள். கணக்கிடுவதற்கு அவர்கள் எடுத்துக் கொண்ட சராசரிகூட கூடாரத்தில் இருந்த அளவுதானே ஒழிய நாங்கள் வேலை பார்த்த இடத்திலிருந்த கதிர்வீச்சின் அளவு இல்லை.

நாங்கள் இரண்டு மணி நேரம் ஓய்வு எடுத்துக் கொள்ளலாம். அப்போதெல்லாம் நான் ஏதாவது ஒரு புதருக்கடியில் உட் கார்ந்து பெரிதாக, சாறு அதிகமாக உள்ள செர்ரிகளைப் பார்த்துக் கொண்டிருப்பேன். அதை ஆட்டி கீழே விழவைத்து சாப்பிடக்கூட செய்யலாம். மல்பெரியை நான் அப்போதுதான் முதல் தடவையாகப் பார்த்தேன். எங்களுக்கு வேலை எதுவும் இல்லாதபோது எங்களைச் சுற்றிவரச் சொல்வார்கள். நாங்கள் காதல் பற்றிய இந்தியப்படங்களை காலையில் மூன்று, நான்கு மணிவரைகூட பார்த்தோம். சில வேளைகளில் சமையல் செய்பவர் அதிகமாகத் தூங்கிவிட்டால் நாங்கள் சரியாக சமைக்கப்படாத கோதுமையைச் சாப்பிட்டோம். அவர்கள் எங்களுக்காக செய்தித்தாள்கள் கொண்டு வந்தார்கள். அதில் அவர்கள் நாங்கள் எல்லாம் ஹீரோக்கள் என எழுதியிருந்தனர். தன்னார்வலர்களின் புகைப்படங்கள் அதில் இருந்தன. அந்தப் புகைப்படக்காரரை நாம் சந்தித்தால்தான் நமது புகைப்படம் அதில் இடம் பெறும்.

சர்வதேசப் பிரிவுகள் அருகாமையில் இருந்தது. காஷானி லிருந்து வந்த தாத்தார்ஸ் இருந்தனர். அவர்களது கோர்ட்-மார்ஷியலைப் பார்த்தேன். அவர்கள் தங்கள் பிரிவுக்கு முன்பாகவே ஒருவரைத் துரத்திச் சென்றனர். அவர் நின்றாலோ அல்லது அந்தப் பகுதியை விட்டுச் சென்றாலோ அவரை அடிக்கத் தொடங்கினர். அவர் வீடுகளைக் கழுவினார். அவரிடம் அந்த வீடுகளிலிருந்து திருடிய பொருட்கள் இருந்ததை அவர்கள் பார்த்தனர். லுத்துவேனியாவைச் சேர்ந்தவர்களும் பக்கத்திலேயே இருந்தார்கள். அங்கு வந்து சேர்ந்த இரண்டு மாதங்களுக்குப் பின் அவர்கள் தங்களை வீட்டிற்கு மறுபடியும் அனுப்புங்கள் என கிளர்ச்சி செய்தனர்.

ஒரு முறை எங்களுக்கு அவசர உத்தரவு ஒன்று பிறப்பிக்கப்

பட்டது. அதன்படி காலியாகிவிட்ட கிராமத்திலிருந்த ஒரு வீட்டை உடனடியாக கழுவ வேண்டியிருந்தது. இது நம்ப முடியாத ஒன்று! "எதற்காகக் கழுவ வேண்டும்?" அங்கு நடக்க இருக்கும் திருமணம் ஒன்றைப் படம் எடுக்கவிருப்பதால் அதைக் கழுவி விட வேண்டும். கழுவி விடுவதற்காக எங்களுக்கு சில குழாய்கள் கிடைத்தன. நாங்கள் அதைக்கொண்டு மேல்கூரை, மரங்கள், சுரண்டப்பட்ட தரை ஆகிய அனைத்தையும் சுத்தம் செய்தோம். உருளைக்கிழங்குச் செடி மற்றும் முழு தோட்டத் தையும் அழகாக சமமாக்கினோம். மறுநாள் அவர்கள் பெண்ணையும், மாப்பிள்ளையையும் அழைத்து வந்ததோடு பஸ் நிறைய விருந்தினர்களையும் அழைத்து வந்திருந்தார்கள். இசையை ஒலிக்க விட்டார்கள். அவர்கள் நடிகர்கள் இல்லை. உண்மையான மணப்பெண்ணும், பையனும் ஆவார்கள். அவர்கள் ஏற்கனவே குடி வெளியேற்றம் செய்யப்பட்டு வேறிடத்தில் வசித்து வருகிறார்கள். முன்பு வசித்து வந்த இடத்திலேயே திருமணம் நடத்தி அதைப் படம் எடுத்தால் வரலாற்று முக்கியத்துவம் வாய்ந்ததாக இருக்கும் என ஒருவர் கூற அவர்கள் திருமணத்திற்காக இங்கே வந்திருந்தார்கள். எங்களுடைய பிரச்சாரம் ஆரம்பமானது. கனவுகள் நிறைந்த பிரச்சாரமாக இருந்தது. இறந்து போன நிலத்தில்கூட நாங்கள் வாழ்ந்து கொண்டிருக்கிறோம் என்பதை உணர்த்தும் விதமாக அது இருந்தது.

நான் வீட்டிற்குப் போவதற்கு முன் கமாண்டர் என்னைக் கூப்பிட்டார். "நீ என்ன எழுதிக் கொண்டிருந்தாய்?" என்று கேட்டார். "என் இளம் மனைவிக்காகக் கடிதம் எழுதிக் கொண்டிருந்தேன்" என்றேன். அவரும் "சரி, கவனமாக இரு" என்றார்.

அந்த நாட்கள் குறித்து என் நினைவில் இருப்பது என்ன? பைத்தியக்காரத்தனத்தின் சாயல்தான். எப்படி? நாங்கள் தோண்டினோம், தோண்டினோம், தோண்டிக் கொண்டே யிருந்தோம். எனது டயரியில் எங்கேயோ ஓரிடத்தில் ஆரம்பத்தில் சில நாட்களிலேயே புரிந்து கொண்டதாக — நிலமாக இருப்பது எவ்வளவு எளிதான விஷயம் என்பதைப் புரிந்து கொண்டதாக — எழுதியிருந்தேன்.

– இவான் நிக்கோலேஃப்பிச் ஷிகோவ், வேதியியல் பொறியியலாளர்.

அளவீடுகள்

விபத்து நடந்து ஒரு மாதம் கழித்து, அதாவது மே மாதக் கடைசியில் விபத்து நடந்த இடத்திலிருந்து முப்பது கிலோ மீட்டர் தூரம் வரையுள்ள இடங்களிலிருந்து பரிசோதனைக் காகப் பொருட்களைப் பெற்றுக் கொள்ள ஆரம்பித்தோம். ராணுவம் போல எங்கள் நிறுவனமும் நாள் பூராவும் செயல்பட்டது. பெலாரஸில் அந்த நேரத்தில் நிபுணர்களையும், தேவையான கருவிகளையும் கொண்டிருந்த ஒரே அமைப்பு எங்களுடையதுதான்.

வீட்டில் பழக்கப்படுத்தப்பட்ட, பழக்கப்படுத்தப்படாத விலங்குகளின் உள்பகுதியை அவர்கள் கொண்டு வந்தனர். நாங்கள் பாலை பரிசோதனை செய்து பார்த்தோம். முதல் பரிசோதனை செய்து முடித்தபின், எங்களுக்கு வருவதெல்லா வற்றையும் இறைச்சி என சொல்லமுடியாது. அவற்றைக் கதிர்வீச்சு கலந்திருந்த துணைப் பொருட்கள் என்று சொல்லலாம். அந்தப் பிராந்தியத்தில் இருந்த கால்நடைகள் மீது ஷிஃப்ட்டின் அடிப்படையில் நன்கு அக்கறை எடுத்துக் கொள்ளப்பட்டது. கால்நடை மேய்ப்பவர்களும், பால் கறப்பவர் களும் வழக்கம்போல வந்து போனார்கள். பால் தொழிற் சாலைகள் அரசு திட்டத்தை மேற்கொண்டு வந்தன. அந்தப் பாலையும் நாங்கள் பரிசோதனை செய்து பார்த்தோம். அது

பாலே இல்லை. மாறாக கதிர்வீச்சு பட்ட துணைப் பொருளாக இருந்தது.

அதற்குப் பிறகு நீண்ட நாட்களுக்கு எங்களது விரிவுரைகளுக்கு ரோகசெவ் பால் தொழிற்சாலையில் உற்பத்தி செய்யப்பட்டு வந்த அடர்த்தியான பாலையும், பால் பவுடரையும் கதிர் வீச்சின் மூலத்துக்கு உதாரணமாக உபயோகித்து வந்தோம். இதற்கிடையில் அவை வழக்கம் போல கடைகளிலும் விற்பனை செய்யப்பட்டு வந்தது. பால் வாங்கும் மக்கள் அது ரோகசெவ் தொழிற்சாலையில் உற்பத்தியானது எனத் தெரிந்து கொண்டவுடன் அந்நிறுவனத்தின் பாலை வாங்குவதை நிறுத்தி விட்டனர். அதன் பின் லேபிள் எதுவும் இல்லாமல் வெறும் கேனில் அடைக்கப்பட்டு பால் விற்கப்பட்டது. லேபிள் இல்லை யென்பதால் இப்படி பண்ணியிருப்பார்கள் என என்னால் நினைத்துப் பார்க்கமுடியவில்லை.

அந்தப் பகுதிக்கு முதன் முதலாக நான் சென்றிருந்த சமயத்தில் கதிர்வீச்சு எவ்வளவு இருக்கிறது என்பதை அளவிடும்போது அது சாலையில் அல்லது வயல்வெளிகளில் இருப்பதை விட காட்டில் ஐந்து அல்லது ஆறு மடங்கு அதிகமாக இருந்தது. எல்லா இடத்திலும் இருக்க வேண்டிய அளவை விட அதிகமாகத்தான் இருந்தது. ட்ராக்டர்கள் வழக்கம் போல் ஓடிக் கொண்டிருந்தன. விவசாயிகள் தங்களது நிலத்தைத் தோண்டிக் கொண்டிருந்தனர். சில கிராமங்களில் நாங்கள் சிறுவர்கள், பெரியவர்களின் தைராயிட் செயல்பாடுகளையும் கணக்கிட்டோம். அது 100 ஆக இருந்தது. சில சமயங்களில் அங்கீகரிக்கப்பட்ட அளவை விட 200 அல்லது 300 மடங்கு அதிகமாக இருந்தது. எங்களது குழுவில் பெண் கதிரியக்க மருத்துவர் ஒருவர் இருந்தார். குழந்தைகள் மணல் நிரம்பியிருந்த பெட்டியில் உட்கார்ந்து விளையாடிக் கொண்டிருப்பதைப் பார்த்ததும் வெறி பிடித்தவர் போல் ஆனார். தாய்ப்பாலை சோதித்துப் பார்த்தோம். அதிலும் கதிரியக்கம் இருந்தது. நாங்கள் கடைகளுக்கும் சென்றோம். கிராமத்தில் இருக்கும் பெரும்பாலான கடைகளில் இருப்பது போலவே துணிமணிகளும், சாப்பாட்டுப் பொருட்களும் அடுத்தடுத்து வைக்கப்பட்டிருந்தன. அவையெல்லாம் செலோபேன் தாளினால் கூட மூடப்படாமல் அப்படியே திறந்து வைக்கப்பட்டிருந்தன. நாங்கள் சலாமி, முட்டை ஆகியவற்றை எடுத்துக்கொண்டோம். அதைக்கொண்டு ராண்ட்ஜன் வடிவத்தை உருவாக்கினோம். இவையும் கதிர்வீச்சினால் ஆன துணைப் பொருட்கள்தான்.

தன்னுடைய வீட்டிற்கு அருகில் உட்கார்ந்து தாய்ப்பால் கொடுத்துக் கொண்டிருந்த ஒரு பெண்ணைப் பார்த்தோம். அவள் கொடுத்துக் கொண்டிருந்த பாலில் சீசியம் இருந்தது. அவள் செர்னோபில் மடோனா.

நாங்கள் என்ன செய்ய வேண்டும், எப்படி இருக்க வேண்டும் என்று எங்கள் மேற்பார்வையாளர்களைக் கேட்டோம். அதற்கு அவர்கள், "நீங்கள் அளவீடுகளை எடுங்கள். அதன் பின் தொலைக்காட்சி பாருங்கள்" எனக் கூறினார்கள். தொலைக் காட்சியில் கோர்பசெவ் மக்களிடம் "நாங்கள் உடனடி நடவடிக்கைகளை எடுத்துவிட்டோம்" எனக் கூறி சமாதானப் படுத்திக் கொண்டிருந்தார். நானும் அதை நம்பினேன். நான் பொறியியலாளராக இருபது ஆண்டுகள் பணிபுரிந்திருக்கிறேன். எனக்கு இயற்பியல் விதிகள் குறித்து நன்றாகவேத் தெரியும். வாழும் உயிரினங்கள் அனைத்தும் அங்கிருந்து சிறிது காலத்திற்காவது வெளியேற வேண்டும். ஆனால் நாங்கள் மனசாட்சிப்படி நேர்மையுடன் அளவீடு செய்தோம். அதன் பின் தொலைக்காட்சி பார்த்தோம். நாங்கள் அனைத்தையும் நம்பினோம். நான் யுத்தத்துக்கு பிந்தையத் தலைமுறையைச் சேர்ந்தவன். நான் நம்பிக்கையுடன் வளர்க்கப்பட்டவன். அது எங்கேயிருந்து வந்தது? நாங்கள் அந்த யுத்தத்தில் வென்றோம். அதற்காக உலகம்பூராவும் எங்களுக்கு நன்றியுடையதாக இருந்தது.

உங்கள் கேள்விக்கான பதில்: உங்களுக்குத் தெரிந்திருந்தாலும் நீங்கள் ஏன் அமைதியாக இருந்தீர்கள்? ஏன் பொது இடத்துக்குச் சென்று அது குறித்து சத்தம் போடவில்லை? நாங்கள் எங்கள் அறிக்கைகளையெல்லாம் ஒருங்கிணைத்து அதில் எங்கள் விளக்கங்களையும் எழுதியிருந்தோம். கட்சி ஒழுக்கம் கருதி நாங்கள் சத்தம் எதுவும் போடாமல் எங்களுக்குக் கொடுக்கப் பட்ட உத்தரவின்படி வேலை செய்து கொண்டிருந்தோம். நான் ஒரு கம்யூனிஸ்ட். அந்தப் பகுதிக்குச் சென்று வேலைபார்க்க என நண்பர் யாரும் மறுத்தார்களா என்பது குறித்து எனக்கு நினை வில்லை. தாங்கள் போகவில்லையென்றால் கட்சி உறுப்பினர் அந்தஸ்து போய்விடுமே என்கிற பயத்தில் அவர்கள் செல்லாமல் ஒரு நம்பிக்கையின் அடிப்படையில் சென்றார்கள். நாங்கள் நன்றாக, நியாயமாக வாழ்ந்தோம் என்கிற நம்பிக்கையிலும், எங்களைப் பொருத்தவரையில் மனிதன் என்பது எல்லாவற்றையும் விட உயர்ந்த ஒன்றாகும். இந்த நம்பிக்கையை இழந்தவர்களில்

பெரும்பாலோர் நெஞ்சுவலியிலும், தற்கொலை செய்து கொண்டும் இறந்து போனார்கள். நீங்கள் அந்த நம்பிக்கையை இழந்து விட்டால் பங்கேற்பவர் என்கிற நிலையிலிருந்து இறங்கி மற்றவர்களைப் போல சாதாரணமான ஒருவர் என்கிற நிலைக்கு தள்ளப்பட்டுவிடுவீர்கள். அதற்குப் பின் வாழ்வதில் அர்த்தம் இல்லை. இதுதான் பேராசிரியர் லெகாசொவுக்கு நடந்தது. அதனால்தான் நெஞ்சில் சுட்டுக்கொண்டு இறந்தார். அப்படித்தான் அவருடைய தற்கொலையை ஓர் அடையாளமாக நான் புரிந்து கொண்டேன்.

மாரட் ஃபிலிப்போவிச் கோகனவ், முன்னாள் தலைமை பொறியியலாளர்.

வாழ்க்கையில் பயமுறுத்தக்கூடிய விஷயங்கள் எப்படி அமைதியாகவும், இயற்கையாகவும் நடக்கின்றன

எங்கேயோ ஏதோ நடந்திருக்கிறது என்பதை ஆரம்பத்திலிருந்தே கேட்க நேர்ந்தது. எந்த இடம் என்றுகூட சரியாகக் கேட்கவில்லை. ஆனால் அது மோகிலெவ்விலிருந்து அதிக தூரம் என்பது மட்டும் தெரியும். அதன்பின் பள்ளிக்கூடத்திலிருந்து ஓடிவந்த என் சகோதரன், எல்லாக் குழந்தைகளுக்கும் மாத்திரைகள் கொடுக்கப்படுவதாகக் கூறினான். எனவே ஏதோவொன்று உண்மையிலேயே நடந்திருக்கிறது என்பது உறுதியானது.

இருந்தாலும் மே ஒன்றாம் தேதி மிகவும் சிறப்பாக இருந்தது. நாங்கள் அன்றிரவு வெகு நேரம் கழித்தே வீடு திரும்பினோம். அடித்த காற்றில் என் வீட்டு ஜன்னல் தூக்கியெறிப்பட்டது என்பது பின்னால்தான் நினைவுக்கு வந்தது.

சுற்றுப்புறச்சூழல் பாதுகாப்பு ஆய்வு மையத்தில் நான் வேலை பார்த்து வந்தேன். நாங்கள் வழிமுறைகளுக்காகக் காத்துக் கொண்டிருந்தோம். ஆனால் எங்களுக்கு எதுவும் கிடைக்க வில்லை. எங்கள் அமைப்பில் சில தொழில் வல்லுநர்கள் இருந்தார்கள். அவர்களில் பெரும்பாலானோர் இயக்குநர்களாக — ஓய்வுபெற்ற கர்னல், கட்சியின் முன்னாள் அங்கத்தினர், ஓய்வுபெற்றவர்கள் அல்லது விரும்பத்தகாதவர்கள் — இருந் தனர். நீங்கள் வேறெங்கேயாவது சிக்கலை உருவாக்கினால்

அவர்கள் உங்களை எங்களிடம் அனுப்பி விடுவார்கள். அதன் பின் நீங்கள் இங்கே உட்கார்ந்து பேப்பரை கசக்கிக்கொண்டு இருக்க வேண்டியதுதான். பெலாரஷ்யன் எழுத்தாளர் அலெக்ஸீ ஆடாமோவிச் மாஸ்கோவில் பேசியதன் மூலம் ஒரு எச்சரிக்கை மணி ஒலிக்க ஆரம்பித்தது. அதன் பின் இவர்களும் சத்தம் போட ஆரம்பித்தார்கள். அவர்கள் அவரை மிகவும் வெறுத்தார்கள். அவர்களுடைய குழந்தைகள், பேரக்குழந்தைகள் எல்லோரும் இங்கே வசித்து வருகின்றனர். அவர்களுக்குப் பதிலாக ஒரு எழுத்தாளர் உலகத்தைப் பார்த்து, "எங்களைக் காப்பாற்றுங்கள்" எனக் கூறுகிறார். ஏதோ ஒருவிதமான சுயபாதுகாப்புத் தன்மைதான் இதைத் தூண்டி யிருக்கும் என நீங்கள் எண்ணக்கூடும். ஆனால், கட்சிக் கூட்டங்கள் நடக்கும்போது வரக்கூடிய 'புகைப்பிடிப்பதற்கான இடைவேளைகளில்' அவர்கள் பேசக் கேட்டதெல்லாம் "அந்த எழுத்தாளர்கள்" பற்றித்தான். "அவர்களுக்கு சம்பந்தப்படாத விஷயத்தில் அவர்கள் ஏன் தங்கள் மூக்கை காட்டிக் கொண்டிருக்கிறார்கள்?" அவர்கள் எப்படியும் போகட்டும்! எங்களுக்கு வழிமுறைகள் கொடுக்கப்பட்டன! நாங்கள் அந்த உத்தரவுகளைத்தான் பின்பற்ற வேண்டும். அவருக்கு என்ன தெரியும்? அவர் ஒரு இயற்பியலாளர் கிடையாது! நாம் மத்திய கமிட்டி வைத்திருக்கிறோம், பொதுச் செயலாளர் இருக்கிறார்!" 1937 ஆம் ஆண்டு எப்படியிருந்திருக்கும் என்பதை முதல் முறையாக அப்போதுதான் நான் புரிந்து கொண்டேன். எப்படிப்பட்ட உணர்வு அது.

அந்த சமயத்தில் அணுமின் நிலையங்கள் எல்லாம் ரம்மிய மானவை என்று நினைத்துக் கொண்டிருந்தேன். 'ஒன்று மில்லாததிலிருந்து சக்தி' வரவழைக்கும் மந்திரத்தன்மை கொண்டவைதான் அணுமின் நிலையங்கள், அங்கு வெள்ளை டிரஸ் போட்டவர்கள் உட்கார்ந்துகொண்டு பட்டனை அழுத்திக் கொண்டிருப்பார்கள் என்கிற ரீதியில்தான் பள்ளிக்கூடத்திலும், கல்லூரியிலும் எங்களுக்குக் கற்றுக் கொடுக்கப்பட்டது. நாங்கள் தயார்நிலையில் இல்லாத சமயத்தில் செர்னோபில் விபத்து ஏற்பட்டது. அது குறித்து எந்தவொரு தகவலும் இல்லை. எங்களிடம் 'மிக ரகசியம்', 'விபத்து பற்றிய அறிக்கைகள் — ரகசியம்', 'மருத்துவ அவதானிப்பு முடிவுகள் — ரகசியம்', 'விபத்து களைப்பில் ஈடுபட்டிருந்தவர்களிடம் கதிர்வீச்சு ஏற்படுத்திய தாக்கம் பற்றிய அறிக்கைகள் — ரகசியம்' என குறிப்பிடப்பட்டிருந்த காகிதக்

குவியல்கள் கிடந்தன. யாரோ இதில் எழுதியிருப்பதைப் படித்ததாகவும், கேட்டதாகவும், சொன்னதாகவும்... என வதந்திகள் பரப்பப்பட்டன. மேற்கத்திய நாடுகளில் என்ன பேசப்படுகிறது என்பதை சிலர் கேட்டனர். அவர்கள்தான் என்ன மருந்து, எப்படி சாப்பிட வேண்டும் என்பது குறித்து பேசினார்கள். ஆனால் இதற்கான எதிர்வினை 'நமது எதிரிகள் கொண்டாடுகிறார்கள். ஆனால் நாம் இன்னும் சிறப்பாக இருக்க வேண்டும்' என்பதாகத்தான் இருந்தது. மே மாதம் 9 ஆம் தேதி வழக்கமாக நடக்கும் வெற்றிப் பேரணியில் கலந்து கொள்ள முன்னாள் படைவீரர்களாகிய அவர்கள் சென்றார்கள். அணு உலையில் ஏற்பட்ட தீயை அணைக்கப் போராடுபவர்கள்கூட வதந்திகளிலேயே வாழ்ந்து கொண்டிருந்தனர். 'கிராஃபைட்'டை உங்கள் கைகளில் எடுத்தால் அபாயம் என நான் நினைக்கிறேன். நான் நினைக்கிறேன்..."

ஒரு பைத்தியக்கார பெண் திடீரென்று நகரத்திற்கு வந்தாள். அவள் மார்க்கெட் பகுதியில் சுற்றிக்கொண்டே. "நான் கதிர்வீச்சைப் பார்த்தேன். அது நீல நிறத்தில் இருந்தது, அது எல்லாவற்றிலும் இருக்கிறது" எனக் கூறிவந்தாள். பால் மற்றும் பாலாடைக் கட்டி வாங்குவதை மக்கள் நிறுத்திவிட்டனர். வயதான பெண் ஒருவர் பாலுடன் நின்று கொண்டிருந்தார். "கவலைப்படாதீர்கள். நான் எனது பசுக்களை வயல்வெளிக்குச் சென்று மேய அனுமதிப்பதில்லை. அதற்குத் தேவையான புல்லை நானே கொண்டுவந்து அதற்குக் கொடுக்கிறேன்" என்றார். நீங்கள் நகரிலிருந்து வெளியே காரில் செல்லும்போது இந்த 'கைகாட்டி பொம்மைகளை' காணலாம் — பசு ஒன்றை செலோபேன் டேப்பில் சுற்றி வைத்திருந்தார்கள். அதற்குக் கொஞ்சம் தள்ளி ஒரு வயதான விவசாயப் பெண்மணியை அதேபோல செலோபேன் டேப்பில் சுற்றி வைத்திருந்தார்கள். இதைப் பார்த்து அழுவதா, சிரிப்பதா என்று தெரியவில்லை.

இந்த நேரத்தில் ஆய்வுக்காக அவர்கள் எங்களை அனுப்பினார்கள். என்னை பதப்படுத்தப்படும் செய்யும் தொழிற்சாலைக்கு அனுப்பினார்கள். அவர்களுக்கு எப்போதும் போல மரம் வந்து கொண்டிருந்தது. அந்தத் திட்டத்தில் மாற்றம் எதுவுமில்லை. நான் எனது கருவியை மரங்கள் வைத்திருக்கும் கிட்டங்கியின் பக்கம் திருப்பினேன். கதிர்வீச்சின் அளவை அது 'எக்குத் தப்பாக'க் காட்டியது. இந்தக் கட்டைகள் எல்லாம் எங்கேயிருந்து வந்தது எனக் கேட்டதற்கு அவர்கள், "க்ராஸ்நோப்பால் " எனக்

கூறினார்கள். மோகிலெவ் பிராந்தியத்தில் க்ராஸ்நோப்பால் மிக மோசமாக மாசுள்ள பகுதி என பின்னாளில் தெரியவந்தது. 'இன்னும் ஒரு ஷிப்மெண்ட் தான் பாக்கி இருக்கிறது. மற்றதெல்லாம் போய்விட்டது' என்றார்கள். எங்கெல்லாம் அவர்கள் இதை அனுப்பியிருக்கிறார்களோ அந்த நகரங்களுக்கெல்லாம் போய் இதை எப்படிக் கண்டுபிடிப்பது?

ஏதோவொன்றை விட்டுவிட்டோமோ என்கிற அச்சம் இருந்தது...

ஓ, சரிதான். செர்னோபில் நிகழ்வு நடந்ததும் ஒவ்வொருவருக்கும் ஒரு தனிப்பட்ட வாழ்க்கை இருக்கிறது என்கிற ஒரு புதிய உணர்வு ஏற்பட ஆரம்பித்தது. இந்த மாதிரியான உணர்வுக்கு நாங்கள் பழக்கப்பட்டிருக்கவில்லை. அது வரைக்கும் இந்த மாதிரியான வாழ்க்கை யாருக்கும் தேவைப்பட்டிருக்கவில்லை. ஆனால் இப்போது, 'நீங்கள் என்ன சாப்பிடுகிறீர்கள், குழந்தைகளுக்கு என்ன உணவு கொடுக்கிறீர்கள்? எது அபாயகரமானது, எது அபாயமற்றது? நீங்கள் வேறு இடத்திற்குச் செல்ல வேண்டுமா அல்லது இருக்கிற இடத்திலேயே தொடர்ந்து இருக்கலாமா?' ஒவ்வொருவரும் அவரவருக்கான முடிவை எடுக்க வேண்டியிருந்தது பற்றி சிந்திக்க ஆரம்பித்தார்கள். நாங்கள் ஒரு கிராமமாக, கூட்டாக — ஒரு தொழிற்சாலை போல, கூட்டுப்பண்ணை போல வாழப் பழகியவர்கள். நாங்கள் சோவியத் மக்கள். கூட்டாக வாழப் பழகியவர்கள். உதாரணமாக நான் சோவியத்தைச் சேர்ந்தவன். அதிலேயே ஊறித் திளைத்தவன். நான் கல்லூரியில் படிக்கும்போது ஒவ்வொரு கோடைக் காலத்திலும் மாணவ கம்யூனிஸ்ட் இளைஞர் குழுவோடு சென்றவன். நாங்கள் கோடைக் காலத்தில் வேலைக்குச் செல்வோம், அந்த வருமானம் லத்தீன் அமெரிக்காவில் உள்ள ஏதோவொரு கம்யூனிஸ்ட் கட்சிக்கு அனுப்பப்படும். எங்களது பிரிவு உருகுவேக்காக வேலை செய்தது.

அதன் பின் நாங்கள் மாறிவிட்டோம். எல்லாம் மாறிவிட்டது. அதைப் புரிந்து கொள்வதற்கே கடின உழைப்பு தேவைப்பட்டது. அதோடு நினைத்ததைப் பேசுவதற்கும் போதிய திறமை இல்லாமலிருந்தது.

நான் ஒரு உயிரியலாளர். தேனீக்களின் நடத்தையைப் பற்றியதுதான் என்னுடைய ஆராய்ச்சிக் கட்டுரை. யாரும்

வசிக்காத ஒரு தீவில் நான் இரண்டு மாதங்கள் தங்கினேன். எனக்கென்று ஒரு தேனீக்கூட்டை உருவாக்கினேன். நான் சிறிது நாட்கள் அங்கே சுற்றித் திரிந்ததைப் பார்த்ததும் அவை தன்னுடைய குடும்பத்தோடு என்னையும் சேர்த்துக் கொண் டன. அவை யாரையும் மூன்று மீட்டர் தொலைவுக்குள் அனுமதிக்காதவை. ஆனால் ஒரு வாரத்திற்குப் பிறகு அவற்றை நெருங்க என்னை அனுமதித்தன. நான் அவற்றிற்கு சாப்பாடு கொடுக்க ஆரம்பித்தேன். என்னுடைய ஆசிரியர், 'புற்றை என்றைக்கும் அழிக்காதீர்கள், அது அந்நிய வாழ்க்கைக்கான நல்ல வடிவம்' ஆகும் என்பார். தேனீயினுடைய கூடு அந்த முழுக் காடுடனும் தொடர்பு கொண்டிருந்தது. நானும் அதன் ஒரு பகுதியாக ஆகியிருந்தேன். ஒரு சின்ன எலி ஓடி வந்தது. என் காலணியில் வந்து உட்காரும் — அது காட்டு எலி ஆனாலும் அந்தக் காட்சிவெளியில் நானும் ஓர் அங்கம் என அது நினைத்திருக்கக்கூடும். நேற்று நான் அங்கிருந்தேன். மறுநாளும் அங்கிருப்பேன்.

செர்னோபிலுக்குப் பிறகு குழந்தைகளின் ஓவியங்கள் காட்சிப் படுத்தப்பட்டன. அதில் நாரையொன்று வயல்வெளிகளில் நடப்பது போன்ற ஓவியமொன்று இருந்தது. அந்த ஓவியத்தின் கீழ் 'யாரும் நாரையிடம் சொல்லவில்லை' என்கிற வாசகம் எழுதப்பட்டிருந்தது. என்னுடைய உணர்வுகளும் அதே மாதிரி தான். ஆனால் நான் வேலை செய்ய வேண்டும். நாங்கள் அந்த பகுதி முழுவதும் சென்று தண்ணீர், நிலத்திலிருக்கும் மண் ஆகியவற்றை சேகரித்து மின்ஸ்க்கு எடுத்துச் சென்றோம். 'நாம் முக்கியமானவற்றை எடுத்துச் செல்கிறோம். பாதுகாப்புக்கு எதுவுமில்லை, பிரத்யேக ஆடை எதுவுமில்லை' என என்னோடு வேலைபார்த்துவந்த உதவியாளர்கள் முணுமுணுக்க ஆரம்பித் தனர். நீங்கள் முன் இருக்கையில் அமர்ந்திருக்கும்போது பின் இருக்கையில் சேகரித்த மாதிரிகள் பிரகாசித்துக் கொண்டி ருந்தன.

கதிர்வீச்சினால் பாதிக்கப்பட்ட நிலத்தை வாங்குவதற்கான ஒரு நெறிமுறையை அவர்கள் வகுத்திருந்தார்கள். நாங்கள் நிலத்தை நிலத்திலேயே புதைத்தோம் — இது ஒரு வினோதமான மனித செயல்பாடாக இருந்தது. வழிமுறைகளின்படி, எதையும் புதைப்பதற்கு முன்பாக புதைக்குழியிலிருந்து 4 முதல் 6 மீட்டர் வரை நிலத்தடி நீர் இருக்கக்கூடாது. குழியின் ஆழம் அதிகமாக இருக்கக்கூடாது. குழியின் கீழும் பக்கவாட்டிலும்

பாலித்தின் படலத்தால் லைனிங் கொடுக்கப்பட்டிருக்க வேண்டும். இதை நிர்ணயிப்பதற்காக நாங்கள் ஒரு புவியியல் ஆய்வை மேற்கொள்ள வேண்டும். இப்படித்தான் வழிமுறைகள் கூறுகின்றன. ஆனால் யதார்த்தத்தில் அப்படியில்லை. புவியியல் ஆய்வு மேற்கொள்ளப்படுவதே இல்லை. அவர்கள் ஓரிடத்தைக் காட்டி அங்கே தோண்டு என்பார்கள். அங்கே தோண்டப் படும். எவ்வளவு ஆழத்துக்குத் தோண்டுவீர்கள்? யாருக்கு என்ன தெரியும்? தண்ணீரைத் தொட்டுவிட்டதென்றால் நான் நிறுத்திவிடுவேன். அவர்கள் தண்ணீர் இருக்குமிடம் பார்த்து தோண்டினார்கள்.

'தெய்வீகமான மனிதர்கள். ஆனால் குற்ற புத்தி கொண்ட அரசாங்கம்' என்று சொன்னார்கள். நான் அது பற்றியும், எமது மக்களைப் பற்றியும், என்னைப் பற்றியும் பிறகு சொல்கிறேன்.

நான் க்ராஸ்நோபோல்ஸ்க் பகுதியில்தான் அதிக நாட்கள் இருந்தேன். அதுதான் மிகவும் மோசமான பகுதியும் ஆகும். கதிரியக்கச்சிதைவு அணுக்கருக்கள் தரைப்பகுதியிலிருந்து ஆற்றில் கலந்துவிடாமல் இருக்க நாங்கள் மீண்டும் சில வழி முறைகளை பின்பற்ற வேண்டியிருந்தது. நீங்கள் இரட்டை வரப்பை உழுது சிறிது இடைவெளிவிட்டு மீண்டும் இரட்டை வரப்பை உழுது இடைவெளிவிட்டு என தொடர்ந்து செய்து கொண்டிருக்க வேண்டும். நீங்கள் அனைத்து சிறிய ஆறுகளின் ஓரமாகவும் வண்டி ஓட்டிச் சென்று பரிசோதனை செய்ய வேண்டும். நான் பிராந்திய மையத்திற்கு பஸ்ஸில் செல்வேன். ஆனால் அங்கிருந்து பரிசோதனை நடத்தக்கூடிய இடத்துக்குக் காரில் செல்வது அவசியமானதாக இருந்தது. இதற்கு நான் பிராந்திய அதிகாரியின் தலைவரிடம் செல்ல வேண்டும். அவர் தனது அறையில் தலையை கையில் தாங்கியபடி உட்கார்ந்திருந்தார். யாரும் திட்டத்தை மாற்றவில்லை. யாரும் அறுவடை செயல் முறைகளை மாற்றவில்லை. அவர்கள் திட்டமிட்டிருந்தபடி பட்டாணியைத்தான் அறுவடை செய்யப் போகிறார்கள். பட்டாணிதான் கதிர்வீச்சை அதிகமாக உள்வாங்கிக் கொள்ளும் எனத் தெரிந்திருந்தும்கூட அப்படியேதான் செய்தனர். அங்கே சில இடங்கள் 40 க்யூரி அல்லது அதற்கும் மேல் இருந்தன. அவருக்கு என்னை சந்திக்க நேரமில்லை. சமையற்காரர்களும், நர்ஸ்களும் கிண்டர்கார்டனிலிருந்து ஓடினார்கள். குழந்தை கள் எல்லோரும் பசியோடு இருந்தனர். யாருக்கேனும் குடல் வாலை எடுக்க வேண்டுமெனில் மோசமான சாலை வழியாக

60 கிலோ மீட்டர் தூரத்தில் இருக்கும் இன்னொரு பகுதிக்கு ஆம்புலன்ஸில்தான் செல்ல வேண்டும். என்ன கார்? இரட்டை வரப்பு என்றால் என்ன? என்னை சந்திக்க அவரிடம் நேர மில்லை.

எனவே நான் ராணுவத்தினரிடம் சென்றேன். அவர்கள் அனைவரும் இளைஞர்கள். அங்கே ஆறு மாதமாக இருந்தார்கள். இப்போது அவர்களுக்கெல்லாம் உடல்நிலை சரியில்லை. அவர்கள் எனக்கு APC ஒன்றை அதை இயக்குபவர்களுடன் சேர்த்துக் கொடுத்தார்கள். இல்லை, அவர்கள் கொடுத்தது 'A.P.C'யை விட ஒருபடி மேலானது. அவர்கள் எனக்கு இயந்திரத் துப்பாக்கி பொருத்தப்பட்ட AEV (Armored Exploratory Vehicle)- ஐக் கொடுத்தார்கள். அதோடு சேர்ந்திருப்பது போல ஒரு புகைப் படம்கூட நான் எடுத்துக் கொள்ளவில்லை என்பதில் எனக்கு வருத்தம் உண்டு. எனவே நான் சொன்னது போல இது பரவசமாக இருந்தது. அந்தத் தளவாடத்தை இயக்கியவர் தொடர்ந்து 'ஈகிள்! ஈகிள்! ஈகிள்!' எனக் கூறியவாறு "பேஸ்" நிலையத்தோடு தொடர்பிலிருந்தார். நாங்கள் எங்கள் வேலையைத் தொடர்ந்து செய்தோம். நாங்கள் அந்த வண்டியில் காடு, ரோடு என எல்லா இடங்களுக்கும் சென்று கொண்டிருந்தோம். பெண்கள் எல்லாம் வேலியருகில் நின்று அழுது கொண்டிருந்தனர் — அவர்கள் இந்த மாதிரி எதையும் யுத்தத்திற்குப் பின் பார்த்ததில்லை. எங்கள் வாகனத்தைப் பார்த்ததும் எங்கே இன்னொரு யுத்தம் ஆரம்பமாகிவிட்டதோ என எண்ணி பயந்திருக்கக்கூடும்.

வழிமுறைகளின்படி, வரப்பு போட பயன்படுத்தப்படும் ட்ராக்டர்களில் டிரைவர் அமரக்கூடிய இடம் காற்றுபுகா வண்ணம் சீல் வைக்கப்பட்டு, பாதுகாக்கப்பட்டிருக்க வேண்டும். நான் ஒரு ட்ராக்டரைப் பார்த்தேன். அது நன்கு சீல் வைக்கப் பட்டிருந்தது. ஆனால் ட்ராக்டர் ஒரு இடத்திலும் அதன் டிரைவர் இன்னோரிடத்தில் புல்லில் படுத்து ஓய்வெடுத்துக் கொண்டுமிருந்தார். "உங்களுக்கு என்ன பைத்தியமா?, யாரும் உங்களை எச்சரிக்கவில்லையா?" நான் மேலே போட்டிருந்த கனமான சட்டையை தலை மேல் போட்டிருந்தேன். மக்கள் யாரும் புரிந்து கொள்ளவில்லை. அவர்கள் எல்லோரும் அணுஆயுதப் போரை நினைத்தே பயந்து கொண்டிருந்தார்களே தவிர செர்னோபிலைப் பற்றி எதுவும் இல்லை.

அந்த நிலம் மிகவும் அழகாக இருந்தது. புராதனக் காடுகள்

இன்னும் அங்கேயே இருந்தன. சிறிய நீரோடை தேநீர் நிறத்திலும், பகல் போல தெளிவாகவும் இருந்தது. பச்சைப் புல்வெளி. காட்டின் வழியே மக்கள் ஒருவரையொருவர் தொடர்பு கொண்டவாறு இருந்தனர். அவர்களுக்கு இது காலையில் வழக்கமாக எழுந்திருப்பது, தோட்டத்தில் நடப்பது போல மிகவும் இயற்கையான ஒன்றாக இருந்தது. அங்கிருந்த எல்லாம் விஷமாகிவிட்டது எனத் தெரிந்திருந்தாலும் அவர்கள் அங்கே நின்று கொண்டிருந்தார்கள்.

நாங்கள் ஒரு மூதாட்டியை நோக்கி ஓடினோம்.

"நான் வைத்திருக்கும் பசுவிடமிருந்து கறந்த பாலைக் குடிக்க லாமா? சொல்லுங்கள் என் குழந்தைகளே" என்றார்.

நாங்கள் கீழே தரையைப் பார்த்தோம். உள்ளூர் மக்களுடன் தொடர்பு வைத்துக் கொள்ளக் கூடாது. தரவுகளை மட்டும் சேகரியுங்கள் என்பதுதான் எங்களுக்குக் கொடுக்கப்பட்ட உத்தரவு.

கடைசியாக டிரைவர் பேசினார்.

"பாட்டி, உங்களுக்கு வயது என்ன?"

"ஓ, எண்பதுக்கு மேல். அது சம்பந்தப்பட்ட ஆவணங்கள் எல்லாம் யுத்தத்தின் போது எரிந்து போய் விட்டது."

"அப்படியென்றால் எவ்வளவு வேண்டுமோ குடியுங்கள்" என்றார்.

கிராமத்திலிருந்த அனைத்து மக்களுக்காகவும் — அவர்கள் குழந்தைகளைப் போல வெகுளியானவர்கள். மிகவும் சிரமப்பட்டார்கள் — நான் பரிதாபப்பட்டேன். விவசாயிகள் செர்னோபிலை கண்டுபிடிக்கவில்லை. அவர்கள் இயற்கை யோடு நம்பகமான ஓர் உறவை வைத்திருந்தார்கள். கொள்ளையடிப்பதை நோக்கமாகக் கொண்டிருக்கவில்லை. நூறாண்டுகளுக்கு ஏன் ஆயிரமாண்டுகளுக்கு முன்பு எப்படிப்பட்ட உறவைக் கொண்டிருந்தார்களோ அதே மாதிரியான உறவைத்தான் இப்போதும் வைத்திருந்தார்கள். ஆனால் அவர்களால் என்ன நடந்ததென்று புரிந்து கொள்ள முடியவில்லை. பாதிரியாரை அவர்கள் நம்புவது போல விஞ்ஞானிகள் அல்லது படித்த மனிதர்கள் சொல்வதை நம்ப வேண்டியிருந்தது. அவர்களிடம்,

'எல்லாம் நன்றாக இருக்கிறது. பயப்படுவதற்கு எதுவுமில்லை. சாப்பிடுவதற்கு முன்பு கைகளைக் கழுவி விட்டுச் சாப்பிடுங்கள்' என்று மட்டும் கூறினார்கள். உடனே எனக்குப் புரியாவிட்டாலும், இந்தக் குற்றத்தில், சதியில் எங்கள் அனைவரின் பங்கும் இருந்தது என்பது சில வருடங்கள் கழித்துப் புரியவந்தது *(அவர் அமைதியாக இருந்தார்).*

சட்டப்படி தடைசெய்யப்பட்ட — காபி, டப்பாவில் அடைக்கப்பட்ட இறைச்சி, பன்றி இறைச்சி, ஆரஞ்சுகள் — பொருட்கள் செர்னோபிலுக்கு என்ன, எவ்வளவு நிவாரணமாக வருகிறது என்பது பற்றி யாருக்கும் எந்த யோசனையும் இல்லை. இவையனைத்தும் பெட்டி பெட்டியாக எடுக்கப்பட்டு வேன் மூலம் கொண்டு செல்லப்பட்டது. உள்ளூர் விற்பனையாளர்கள், ஆய்வாளர்கள், சிறிய, மத்திய நிலையிலிருந்த அதிகாரிகள் அனைவருக்கும் இதை வைத்து வாழ்க்கை நடந்தது. நான் நினைத்ததை விட மிகவும் மோசமானவர்களாக இவர்கள் இருந்தார்கள். நானும் கூட மோசமானவள்தான். என்னைப் பற்றி இப்போது எனக்குத் தெரியும் *(நிறுத்தினார்).* கண்டிப்பாக நான் இதை ஒத்துக் கொள்ளத்தான் வேண்டும். உதாரணமாக, ஒரு கூட்டுப்பண்ணையில் ஐந்து கிராமங்கள் இருந்தன. மூன்று கிராமங்களில் பரிவர்த்தனை இந்த மாதிரி இல்லாமல் 'சுத்தமாக' இருந்தது. இரண்டு கிராமங்கள் இந்த விஷயத்தில் 'மோசமாக' இருந்தன. அவையிரண்டுக்கும் இடைப்பட்ட தூரம் இரண்டிலிருந்து மூன்று கிலோமீட்டர் இருக்கும். இரண்டு கிராமங்களுக்கு 'கல்லறை'ப் பணம் கிடைத்தது. மூன்று கிராமங்களுக்குக் கிடைக்கவில்லை. இப்போது ஊழல் எதுவுமற்ற 'சுத்தமான' கிராமத்தில் கால்நடைகளுக்கென்று ஒரு வளாகம் கட்டப்பட்டு வருகிறது. அதற்காக அவர்கள் சுத்தமான உணவைப் பெறவேண்டும். எங்கேயிருந்து அவர்களுக்குக் கிடைக்கும்? ஒரு திடலிலிருந்து இன்னொரு திடலுக்கு காற்று தூசியை அடித்துச் சென்றது. அதெல்லாமே ஒரே நிலம்தான். அந்த வளாகம் கட்டுவதற்கு அவர்களுக்கு சில ஆவணங்களில் கையெழுத்துத் தேவையாயிருந்தது. அந்த கையெழுத்துப் போடக்கூடிய குழுவில் நான் இருந்தேன். அந்த ஆவணங்களில் நாங்கள் கையெழுத்துப் போடமாட்டோமென்று எல்லோருக்கும் தெரியும். அது குற்றமாகும். ஆனால் இறுதியில் எல்லோரையும் போலவே நானும் ஒரு நியாயமான காரணத்தைக் கண்டுபிடித்தேன். 'சுற்றுப்புறச் சூழல் ஆய்வாளருக்கு சுத்தமான உணவு என்பது

ஒரு பிரச்சனை அல்ல' என்று நான் நினைத்தேன்.

ஒவ்வொருவரும் அவரவருக்கு நியாயம் கற்பித்துக் கொள்வார்கள். நானே என்னைப் பரிசோதித்துக் கொண்டேன். பயப்படக்கூடிய விஷயங்கள் அனைத்தும் அமைதியாகவும், இயற்கையாகவும் நடக்கிறது என்பதைத்தான் இதிலிருந்து நான் கண்டுபிடித்தது.

– ஷோயா டேனிலோவ்னா ப்ரீக், சுற்றுப்புறச்சூழல் ஆய்வாளர்.

பதில்கள்

இதைப் பற்றி எங்களுக்குள்ளேயே நாங்கள் பேசிக் கொள்வதில்லை என்பதை நீங்கள் கவனித்தீர்களா? நூறாண்டுகளில் சில தசாப்தங்கள் தொன்ம ஆண்டுகள் ஆகும்.

எனக்கு மழை என்றால் பயம். செர்னோபிலும் அப்படித்தான். எனக்குக் காட்டில் உள்ள பனி என்றால் பயம். இது ஒரு கருத்து வடிவாக்கமோ, மூளைக்கான விளையாட்டோ இல்லை. ஆனால் நிதர்சனமான மனித உணர்வு. என்னுடைய வீட்டில் செர்னோபில் இருக்கிறது. அது மிகவும் விலைமதிப்பற்றது — அது வேறு யாருமில்லை; என்னுடைய மகன்தான். அவன் 1986 வசந்த காலத்தில் பிறந்தவன். இப்போது உடல்நலமில்லாமல் இருக்கிறான். தான் எப்போது பிரசவிக்கப் போகிறோமென்று விலங்குகளுக்கு, ஏன் கரப்பான் பூச்சிக்குக்கூட தெரிந்திருக்கும். ஆனால் மனிதர்களுக்கு எதுவும் தெரிந்திருக்கவில்லை. அந்த தீர்க்கதரிசனத்திற்கான சக்தியை கடவுள் மனிதர்களுக்குக் கொடுக்கவில்லை. சிறிது நாட்களுக்கு முன்பாக பெலாரஸில் மட்டும் 1993ஆம் ஆண்டு 2,00,000 கருத்தடைகள் செய்யப்பட்டிருக்கின்றன என பத்திரிகைகளில் செய்தி வந்தது. இதற்குக் காரணம் செர்னோபில். இந்தப் பயத்தில்தான் நாங்கள் இப்போது வாழ்ந்து கொண்டிருக்கிறோம். இயற்கையும் தன்னைத் தயார்படுத்திக் கொண்டு ஷராதுஸ்ட்ராவின் "ஓ, எனது துக்கமே! காலம்

எங்கே போனது?" என்பதைக் கேட்பதற்காகக் காத்திருக்கிறது.

நான் இது பற்றி நிறைய நினைத்திருந்தேன். அர்த்தத்தை நான் அதில் தேடிக் கொண்டிருந்தேன். ரஷ்யர்களின் மனநிலையைப் பொருத்தளவில் செர்னோபில் ஒரு பேரழிவாகும். இதை நீங்கள் கருத்தில் கொண்டீர்களா? வெடித்தது வெறும் அணு உலை மட்டுமல்ல. கூடவே பண்புகள் குறித்த அமைப்பும் தான். இது பற்றி எல்லோரும் எழுதினார்கள் என்பதை நான் ஒப்புக் கொள்கிறேன். ஆனால் எனக்கு இந்த விளக்கம் மட்டும் போதாது.

நான் வரலாற்று ஆசிரியர். நான் மொழியியல்—அதாவது மொழி பற்றிய தத்துவம்—துறையில் வேலை பார்த்து வந்தவன். நாங்கள் மொழியில் மட்டும் நினைப்பவர்கள் இல்லை. மொழி எங்களையும் நினைக்கும். எனக்கு 18 வயதாக இருக்கும்போது அல்லது அதற்கும் முன்னதாகவே 'சாமிஸ்டட்' தடைசெய்யப்பட்ட ஆவணங்களை நகல் எடுத்து அல்லது கையில் எழுதப்பட்ட பிரதியாக ரகசியமாக விநியோகிக்கும் இயக்கம் — சுயமாக பதிப்பித்தல் என்றும் சொல்லலாம். இது ஸ்டாலின் காலத்திற்குப் பிறகு வழக்கத்துக்கு வந்தது) மூலம் படிக்க ஆரம்பித்தபோது ஷாலாமோவ், சோல்ஷெனிஸ்டீன் பற்றி தெரியவந்தது. எனது குழந்தைப்பருவம் முழுவதும், நான் அறிவுஜீவிகளின் சூழ்நிலையில் வளர்ந்து வந்தவனாக இருந்தாலும் (எனது தாத்தா மந்திரியாக இருந்தவர், அப்பா செயிண்ட் பீட்டர்ஸ்பர்க் பல்கலைக்கழகத்தில் பேராசிரியராகப் பணிபுரிந்தவர்) மொழி முகாம்களின் வழிதான் எனது வளர்ச்சியும் இருந்தது என்பது எனக்கு திடீரென புரிய ஆரம்பித்தது. பதின்ம பருவத்தைச் சேர்ந்த எங்களுக்கெல்லாம் அப்பாவை 'பாக்ஷியன் என்றும் அம்மாவை 'மாக்ஷியன்' என்றும் கூப்பிடுவது முற்றிலும் இயற்கையாகவே அமைந்திருந்தது. எனக்கு ஒன்பது வயதாக இருக்கும்போது நான் ஒரு சொற்றொடரைக் கற்றிருந்தேன். நாகரிகமான எந்த வார்த்தைகளும் எனக்குத் தெரிந்திருக்கவில்லை. எங்களுடைய விளையாட்டுகள், முதுமொழிகள், புதிர்கள் எல்லாமே முகாமி லிருந்து கற்றுக் கொண்டதுதான். முகாம்கள் ஒன்றும் வித்தி யாசமான உலகம் இல்லை. அவை சிறைச்சாலைகளிலிருந்து மிகவும் தூரத்தில் இருந்தன. ஆனால் இது இங்கேயே இருந்தது. 'தேசத்தில் பாதிப்பேர் தூரத்தில் வைக்கப்பட்டிருந்தார்கள், பாதிப்பேர் சிறைச்சாலையில் உட்கார்ந்திருந்தார்கள்' என்று

அக்மேட்டோவ் எழுதினார். இந்தச் சிறைச்சாலை உணர்வுநிலை கலாச்சாரத்தோடு — நாகரிகத்தோடு, மோதிக் கொள்வது தவிர்க்கமுடியாதது ஆகும்.

நாங்கள் எல்லாம் சோவியத்தின் குறிப்பிட்ட பல்தெய்வ வணக்க முறைப்படி வளர்க்கப்பட்டவர்கள். அதன்படி, அனைத்து படைப்புகளிலும் மனிதனே உயர்ந்தவன், அவன் விருப்பப்படி இந்த உலகத்தில் என்ன வேண்டுமானாலும் செய்யலாம் என சொல்லப்பட்டது. மிச்சூரின் சூத்திரப்படி, 'இயற்கை அன்னையிடமிருந்து எதையும் எதிர்பார்த்து நாம் காத்திருக்க முடியாது. அவளிடமிருந்து நமக்குத் தேவை யானதை நாம்தான் எடுத்துக் கொள்ள வேண்டும்'. இது மனிதர் களிடத்தில் இயற்கையாக இல்லாத குணாதிசயங்களைக் கற்றுக் கொடுப்பதற்கான முயற்சி ஆகும். எங்களிடம் அடக்குமுறை யாளர்களின் உளவியல் இருந்தது. இப்போது எல்லோரும் கடவுள் பற்றி பேச ஆரம்பித்திருக்கிறார்கள். ஆனால் அவர்கள் ஏன் குலாக்கிலோ அல்லது 1937ல் சிறைச்சாலை செல்களிலோ அல்லது 1948ல் கட்சிக் கூட்டங்களில் முதலாலித்துவத்தை எதிர்க்க ஆரம்பித்தபோதோ அல்லது குருசேவ் ஆட்சியின்போது பழைய தேவாலயங்களை நாசமாக்கியபோதோ 'அவரை' எதிர்பார்க்கவில்லை. தற்கால ரஷ்ய மத நம்பிக்கையில் அடங்கியிருப்பதெல்லாம் ரகசியமும், பொய்யும்தான். அவர்கள் செச்சினியாவில் அமைதியாக இருந்த குடும்பங்களின் மேல் குண்டு வீசினார்கள். அவர்கள் எளியோர்களையும், பெருமை மிக்கவர்களையும் அழித்தார்கள். எப்படி செய்வதென்று நமக்குத் தெரிந்த வழி கத்தி ஒன்றுதான் — வார்த்தைக்குப் பதிலாக துப்பாக்கி எறிந்துபோன பீரங்கியிலிருந்து, அதன் ஓட்டுநர்களின் உடம்பில் என்ன மிச்சம் இருந்ததோ அதை மண்வாரி வைத்து பெயர்த்தெடுத்தோம். பக்கத்தில் அவர்கள் (அரசு தரப்பினர்) கிறிஸ்துமஸ்க்காக மெழுகுவர்த்தியோடு நின்று கொண்டிருந்தார்கள்.

இனி என்ன? யுத்ததுக்குப் பிறகு ஜெர்மானியர்களும், ஜப்பானியர்களும் சாத்தியம் என நிரூபித்த மொத்த வரலாறு முழுவதையும் மறுபரிசிலனை செய்வதற்கானத் திறன் நம்மிடம் இருக்கிறதா என்பதை கண்டறிவது இப்போது தேவையான ஒன்றாகும். நம்மிடம் அந்த அளவுக்குப் போதுமான அறிவுசார்ந்த தைரியம் இருக்கிறதா? சந்தை, காசோலை போன்றவை குறித்து பேசும் மக்கள் இது பற்றி மிகவும் அரிதாகத்தான் பேசுவார்கள்.

மீண்டும், ஏதோ பேருக்கு வாழ்ந்து கொண்டிருக்கிறோம். நமது சக்தியெல்லாம் அதை நோக்கித்தான் செலவிடப்படுகிறது. ஆனால் நமது ஆன்மா கைவிடப்பட்டுவிட்டது.

நீங்கள் எழுதிக் கொண்டிருக்கும் இந்தப் புத்தகம்? நான் தூங்காத இரவுகள்? நம்முடைய வாழ்க்கை தீக்குச்சியின் உரசல் போன்றதா? இதெல்லாம் எதற்காக? இதற்கு சில பதில்கள் இருக்கக்கூடும். அது புராதனகாலத்து விதிவசவாதம் போன்றது. சில சிறப்பான பதில்கள் இதற்கு இருக்கக்கூடும். எப்போதும் ஏதாவது ஒன்றை ரஷ்யர்கள் நம்புவது தேவையாக இருக்கிறது — சாலைப்போக்குவரத்து, பைஷாண்ட்சியம் (*Byzantium* — கி.பி. 330ல் நிறுவப்பட்ட பைஷாண்டைன் பேரரசு சம்பந்தப்பட்டது), அணு, இப்போது சந்தை.

பல்காகோவ் தனது *'A Cabal of Hypocrites'* ல் எழுதியது: 'நான் என் வாழ்க்கை முழுவதும் பாவம் செய்தேன். நான் ஒரு நடிகன்'. இது கலையினுடைய பாவம் குறித்த உணர்வு ஆகும். இது மற்றொரு நபரின் ஒழுக்கமற்ற இயல்பை பார்ப்பது போன்றது ஆகும். இது ஒரு சிறிய வியாதி. ஆனால் இது யாரோ இன்னொருவருடைய தவறுக்கு தடுப்பூசியாக அமையும். செர்னோபில் தாஸ்தோயெவ்ஸ்கி கருத்து போல — மனித குலத்தை நியாயப்படுத்துவதற்கான முயற்சி — மதிப்புமிக்கது ஆகும். அல்லது அதை விட எளிமையான நீதியாகக்கூட இருக்கலாம். நீங்கள் உங்கள் விரல் நுனிகளோடு இந்த உலகுக்கு வந்து நுழைவாயிலில் நிற்க வேண்டும்? இந்த அற்புதமான உலகத்திற்கு...

– **அலெக்ஸாண்ட்ர் ரேவல்ஸ்கி, வரலாற்றாசிரியர்.**

நினைவலைகள்

இதைப் பற்றி நான் பேச விரும்பவில்லை. பேசமாட்டேன். 'நான் மீண்டும் ஒருபோதும் சந்தோஷமாக இருக்கமாட்டேன்' என்பது மட்டுந்தான் எனக்குத் தெரிந்த ஒரு விஷயம்.

அவர் சில ஆண்டுகள் 'கொடுங்கன'வில் இருந்தது போல அங்கிருந்துவிட்டு மறுபடியும் வந்தார். "நீனா, நல்லது. நமக்கு இரண்டு குழந்தைகள் இருக்கிறார்கள். அவர்கள் அப்படியே இருப்பார்கள்."

அவர் என்னிடம் கதைகள் சொன்னார். கிராமத்தில் நடுவில் சிவப்பு நிறத்தில் குட்டையை வாத்துகள் சுற்றி வந்து கொண்டிருந்தன. பையன்கள் போல இளம் வயதில் இருந்த ராணுவ வீரர்கள் அங்கிருந்த புல்வெளியில் சட்டை, காலணிகள் ஆகியவற்றை கழற்றிவிட்டுவிட்டு தோலின் நிறம் கருப்பதற்காக படுத்துக் கொண்டிருந்தார்கள். "முட்டாள்களே, எழுந்திருங்கள்! எழுந்திருங்கள்! இல்லையென்றால் நீங்கள் எல்லோரும் இறந்துவிடு வீர்கள்! என்று அவர்கள் சொன்னார்கள். அதற்கு அவர்கள், "அதைப் பற்றி கவலைப்பட வேண்டாம்" என்றார்கள்.

மரணம் என்பது எல்லா இடங்களிலும் இருந்தது. ஆனால் ஒருவரும் அதை 'தீவிரமாக' எடுத்துக் கொள்ளவில்லை.

குடிவெளியேற்றம்: வயதான பெண்மணி ஒருவர் தனது வீட்டின் முன்னால் முழங்கால் போட்டிருந்தார். அவருக்கு முன்னால் ஓர் உருவம் இருந்தது. அவர், "பாய்ஸ், பாய்ஸ் நான் இங்கிருந்து போகமாட்டேன், இங்கிருந்து வெளியேறமாட்டேன். அவர்கள் எனக்காகக் கொடுத்த இந்த கொஞ்சப் பணத்தை எடுத்துக் கொள்ளுங்கள். என்னுடைய வீட்டுக்காகவும், மாட்டுக்காவும் அவர்கள் இதைக் கொடுத்தார்கள். ஆனால் என்னுடைய உயிருக்கு யார் பணம் கொடுப்பார்கள்? எனது வாழ்க்கை இரவு போல இருண்டு விட்டது. யுத்தத்தின்போது அவர்கள் எனது இரண்டு மகன்களையும் கொன்றுவிட்டார்கள். அவர்கள் இப்போது கல்லறையில் இருக்கிறார்கள். நீங்கள் இதை யுத்தம் என்றா அழைக்கிறீர்கள்? இது யுத்தமா? வானத்தில் வெண்மேகங்கள் இருக்கின்றன. ஆப்பிள் மரங்கள் காய்த்துக் கொண்டிருக்கின்றன. யாரும் எங்களைத் தாக்கவில்லை. யாரும் எங்களைச் சுடவில்லை. நாங்கள் இங்கே இருக்கிறோம். இது யுத்தமா?" அந்த மூதாட்டியின் கேள்விகளுக்கு யாரும் பதிலளிக்கவில்லை — குடிவெளியேற்றத்தை ஆய்வு செய்து கொண்டிருந்த கர்னலும் பிராந்தியக் கமிட்டியைச் சேர்ந்த உறுப்பினர் ஒருவரும் அங்கே நின்று கொண்டிருந்தனர். அதோடு உள்ளூர் தலைவர்களும் இருந்தனர். யாருக்கும் இது யுத்தம், அதன் பெயர் செர்னோபில் என்று தெரியவில்லை.

எனக்காக ஒருபோதும் அவரிடம் நான் கேட்டதில்லை. என் ஆன்மாவின் மூலம் அவரை நான் புரிந்து கொண்டிருந்தேன். நாங்கள் இருவரும் ஒருவரைப்பற்றி இன்னொருவர் ஆழமாக உணர்ந்திருந்தோம். எங்கள் அறிவும் எங்கள் தனிமையும். அந்தத் தனிமை...

அவர் இறந்து விடுவார் என அவருக்குத் தெரியும். சொல்லப் போனால் அவர் இறந்துகொண்டுதான் இருந்தார். கருணை, அன்பு மூலமாக மட்டுந்தான் அவர் உயிர் வாழ முடியும் என சொல்லியிருந்தார். நான் இரண்டு வேலைகள் பார்த்துவந்தேன். என்னுடைய ஒரு சம்பளமும் அவருடைய ஓய்வூதியமும் போத வில்லை. அவர், "நாம் நம்முடைய காரை விற்று விடுவோம். அது புதுசு இல்லை ஆனால் அதிலிருந்து ஏதாவது கிடைக்கும். நீ வீட்டிலேயே இரு. நான் உன்னைப் பார்த்துக்கொண்டே இருக்கிறேன்" என்றார். அவர் தனது நண்பர்களை வீட்டிற்கு வரவழைப்பது உண்டு. அவருடைய பெற்றோர் வந்து நீண்ட நாட்கள் எங்களோடு தங்குவதுண்டு. அவர் சிலவற்றைப் புரிந்து

வைத்திருந்தார். இதற்கு முன்னால் வாழ்க்கை பற்றி புரிந்து வைத்திராத ஒன்றை இப்போது அவர் புரிந்து வைத்திருந்தார். அவர் வித்தியாசமான 'மொழி'யொன்றை கண்டுபிடித்திருந்தார்.

"நீனா, நல்லது. நமக்கு இரண்டு குழந்தைகள் இருக்கிறார்கள். அவர்கள் அப்படியே இருப்பார்கள்" என்றார்.

நான் அவரிடம், "நீங்கள் நம்மைப் பற்றி நினைத்தீர்களா? அங்கே என்ன நினைத்துக் கொண்டீர்கள்?" என்று கேட்டேன்.

"நான் ஒரு பையனைப் பார்த்தேன் — அவன் வெடிவிபத்துக்கு இரண்டு மாதங்களுக்குப் பின் பிறந்திருக்கிறான். அவர்கள் அவனுக்கு ஆண்டன் எனப் பெயர் வைத்திருந்தாலும் எல்லோரும் அவனை ஆட்டம்சிக் *(atomchik)* என்றே அழைத்தார்கள்."

"நீங்கள் நினைத்தீர்கள்..."

"நீங்கள் அங்கே இருக்கும் எல்லோருக்கும் ஈக்களுக்கும், புறாக் களுக்கும்கூட பரிதாபப்பட்டீர்கள். ஒவ்வொருவராலும் வாழ முடியும். பறப்பவைகளால் பறக்க முடியும், குளவிகளாலும், கரப்பான்பூச்சிகளாலும் தவழ முடியும். நீங்கள் கரப்பான் பூச்சிகள்கூட காயப்படவேண்டுமென்று நினைக்கவில்லை."

"நீங்கள்..."

"குழந்தைகள் செர்னோபிலை வரைந்தன. படத்திலிருந்த மரங்கள் தலைகீழாக வளர்ந்தன. ஆற்றில் இருந்த தண்ணீ ன நிறம் சிவப்பு அல்லது மஞ்சளாக இருந்தது. அவர்கள் அதை வரைந்துவிட்டு அழுதார்கள்."

நான் புரிந்து கொள்ள விரும்புகிறேன்... எதை? எனக்கே அது என்னவென்று தெரியவில்லை *(சிரிக்கிறார்)*. அவருடைய நண்பர் என்னிடம் காதலைக் கூறினார். அவர் நீண்ட காலமாகவே, அதாவது நாங்கள் பள்ளிக்கூடத்தில் படிக்கும்போதிருந்தே, என் மீது காதல் கொண்டிருந்தார். அதன் பின் என் தோழியை திருமணம் செய்துகொண்டு அவர்களிருவருக்கும் விவாகரத்தும் ஆகிவிட்டது. அதன் பின் அவர் என்னை மீண்டும் காதலிப்பதாக கூறினார். — "நீ ராணி போல வாழலாம்" என்றார். அவருக்குச் சொந்தமாக ஒரு கடையும், நகரத்தில் பெரிய அபார்ட்மெண்ட்டும் இருந்ததோடு பண்ணைவீடும் இருந்தது. நான் அது பற்றி நினைத்தேன். ஒரு நாள் அவர் குடித்துவிட்டு

வந்து, "நீ உன் கதாநாயகனை மறக்கப் போவதில்லை, அப்படித்தானே? அவன் செர்னோபிலுக்குச் சென்றவன்; நான் மறுத்துவிட்டேன். நான் வாழ்ந்து கொண்டிருக்கிறேன். ஆனால் அவன் நினைவுச் சின்னமாகிக் கொண்டிருக்கிறான்" என்றார்.

ஹா... ஹா... நான் அவரை வெளியே போகும்படி தள்ளி விட்டேன்! சொல்லப் போனால் தூக்கியெறிந்தேன் என்றுதான் சொல்ல வேண்டும். சில வேளைகளில் எனக்கு வினோதமான சிந்தனைகள் ஏற்படுவதுண்டு. சில வேளைகளில் செர்னோபில் தான் என்னைக் காப்பாற்றியது என நினைப்பேன். அது என்னை கட்டாயப்படுத்தி சிந்திக்க வைத்தது. எனது ஆன்மா விரிவானது.

அவர் இதைப் பற்றிக் கூறியது எனக்கு நினைவிலிருக்கிறது.

தூசிகள் நிறைந்த மேகமும், வயல்வெளிகளில் ட்ராக்டரும், முள்வாரியுடன் பெண்களும், கதிர்வீச்சுமானிகளின் சத்தமும் முள்வேலிக்குப் பின்னால் இருந்தன. அந்தப் பகுதியில் மக்கள் இல்லையென்றாலும் காலம் கடந்து கொண்டிருந்தது. நீங்கள் குழந்தைகளாக இருந்தபோது எப்படியோ அப்படி பகல் பொழுது நீண்டதாக இருந்தது.

மகிழ்விப்பவர்கள் வந்து அவர்களை மகிழ்வித்தார்கள். கவிஞர்கள் வந்து கவிதை வாசித்தார்கள். அல்லா புகசெவா கச்சேரி நடத்தினார். 'நீங்கள் தூங்கவில்லையென்றால் நான் இரவு முழுவதும் பாடிக்கொண்டே இருப்பேன்' என்றார். அந்தப் பாடகி அவர்களை "ஹீரோக்கள்" என்றழைத்தார்.

ஒவ்வொருவரும் அவர்களை ஹீரோக்கள் என அழைத்தனர் *(அழுகிறார்)*. எந்தவொரு அர்த்தமும் இல்லாமல் இப்படி சிரமப்படுவது சாத்தியமற்றதாகும். பழைய வார்த்தைகள் எதுவு மில்லை. அவருக்குக் கொடுத்த பதக்கங்கள்கூட இல்லை. அது அங்கே வீட்டில் இருக்கிறது. அவர் அதை எங்கள் மகனுக்குக் கொடுத்துவிட்டார். நான் மீண்டும் ஒருபோதும் சந்தோஷமாக இருக்கமாட்டேன் என்பது மட்டுந்தான் எனக்குத் தெரிந்த ஒரே விஷயம்.

– நீனா ப்ரோஹோரோவ்னா கோவாலேவா
கலைப்பாளர் ஒருவரின் மனைவி.

இயற்பியலைக் காதலிப்போம்

நான் இளைஞனாக இருந்ததிலிருந்தே எப்போதும் விஷயங்களை குறித்துக் கொள்வதுண்டு. ஸ்டாலின் இறந்தபோது தெருக்களில் நடந்தது, மக்கள் பேசிக்கொண்டது என அனைத்தையும் எழுதி வைத்திருந்தேன். செர்னோபில் விபத்து நடந்த முதல் நாளிலிருந்தே எழுத ஆரம்பித்திருந்தேன். நாட்கள் செல்லச் செல்ல அது பற்றி மறந்து போவதுடன் நிரந்தரமாகவே காணாமலும் போய்விடும் என்று எனக்குத் தெரியும். உண்மையும் அதுதான். சம்பவம் சம்பந்தப்பட்ட அனைத்திலும் என் நண்பர்கள்தான் மையமாக இருந்தார்கள். அவர்கள் அனைவரும் அணு இயற்பியலாளர்கள். ஆனால் அவர்கள் எப்படி உணர்ந்தார்கள், என்னிடம் என்ன பேசினார்கள் என்பதையெல்லாம் மறந்துவிட்டிருந்தார்கள். ஆனால் நான் அனைத்தையும் குறித்து வைத்திருந்தேன்.

அந்தக் குறிப்பிட்ட நாளில், பெலாரஸ் அகாடமி ஆஃப் சயின்ஸில் உள்ள இன்ஸ்டிடியூட் ஃபார் நியூக்ளியர் எனர்ஜிக்கு வழக்கம் போல வேலைக்குச் சென்றிருந்தேன். நான் அங்கிருந்த ஆய்வுக்கூடத்தில் தலைமைப் பொறுப்பில் இருந்தேன். அந்த நிலையம் நகருக்கு வெளியே காட்டுப் பகுதியில் இருந்தது. அப்போது வசந்தகாலம். காலநிலை மிகவும் ரம்யமாக இருந்தது. நான் ஜன்னலைத் திறந்தபோது சுத்தமான, புத்துணர்வு தரக்கூடிய காற்று வீசியது. ப்ளூ ஜே பறவைகளுக்கு குளிர்காலம்

முழுவதும் நான்தான் சாப்பாடு கொடுத்துக் கொண்டிருந்தேன். ஆனால் அன்றைக்கு ஒரு பறவையைக்கூட காணவில்லை. அவை சாப்பிட நான் வைத்திருந்த சலாமி மட்டும் அப்போது அங்கே தொங்கிக் கொண்டிருந்ததைப் பார்த்தபோது எனக்கு ஆச்சரியமாக இருந்தது. இதை விடச் சிறந்த உணவு அவற்றிற்குக் கிடைத்துவிட்டதா, என்ன?

இதற்கிடையில் நிலையத்தில் இருந்த அணுஉலை பகுதியில் பீதி ஏற்பட்டிருந்தது. காற்றை சுத்திகரிக்கும் வடிக்கட்டியில் குறிப்பிடப்பட்ட அளவை விட 200 மடங்கு அதிகமாக இருந்ததை கதிர்வீச்சுமானி காட்டியது. நுழைவாயிலுக்குப் பக்கத்தில் அதன் சக்தி மணிக்கு மூன்று மில்லி ராண்ட்ஜனாக இருந்தது. இது மிகவும் அபாயமான ஒன்றாகும். பொதுவாக வேலை நடக்கும்போது கதிர்வீச்சு இருக்கும் அபாயகரமான பகுதியில் மிஞ்சி மிஞ்சிப் போனால் ஆறு மணி நேரம் வரை மட்டுமே அனுமதிக்கப்பட்ட இந்த அதிகபட்ச கதிர்வீச்சு இருக்கலாம். வெப்பத்தை உருவாக்கும் தனிமங்களில் உள்ள ரசவாத அடைப்பான் உடைந்து விட்டது என்பது முதல் கோட்பாடாக இருந்தது. நாங்கள் அதைப் பரிசோதித்தோம். அது சரியாகத்தான் இருந்தது. கதிரியக்க வேதியியல் ஆய்வுக்கூடத்திலிருந்து வரும் வழியில் அங்கிருந்து அனுப்பப்பட்ட கொள்கலனுக்கு சேதம் ஏற்பட்டு அதனால் அந்தப் பகுதி முழுவதும் மாசு அடைந் திருக்கக்கூடுமோ? என்பது இரண்டாவது சிந்தனையாக இருந்தது. ஆனால் அது நடைபாதையில் எங்காவது ஓரிடத்தில் இருக்கும் — அதைக் கழுவ முயற்சியுங்கள்! இங்கு என்னதான் நடந்து கொண்டிருக்கிறது?

அந்த நேரத்தில் நிலையத்திற்கு உள்ளேயே இயங்கும் வானொலி மூலம் கட்டிடத்தைவிட்டு யாரும் வெளியே செல்ல வேண்டாம் என அறிவிப்பு விடுக்கப்பட்டது. எங்களுடைய தனிப்பட்ட கட்டிடங்களுக்கு இடையே இருந்த இடைவெளி பாலைவனம் போல காட்சியளித்தது. கண்ணுக்கு ஒருவர்கூட தென்படவில்லை. அதுவே பயமாகவும், வினோதமாகவும் இருந்தது.

என்னுடைய அலுவலகத்தில் கதிர்வீச்சு ஏற்பளவியல் பரிசோதனை செய்து பார்த்தபோது மேஜை 'பிரகாசித்தது', என்னு டைய உடைகள் பிரகாசித்தன. என்னுடைய நாற்காலியில்கூட உட்கார விருப்பமில்லாமல் எழுந்துவிட்டேன். நான் எனது

முடியை நீர்த் தொட்டியில் கழுவிவிட்டு, கதிர்வீச்சுமானி கொண்டு பார்த்தேன். கொஞ்சம் நன்றாக இருந்தது. அப்படி யென்றால் எங்களுடைய நிலையத்தில் நெருக்கடி நிலைமை சாத்தியமா? ஏதாவது கசிந்திருக்குமோ? எங்களை நகரம் முழுவதும் அழைத்து செல்லக்கூடிய பேருந்துகளை எப்படி சுத்தம் செய்வது? நாங்கள் எல்லோரும் எங்கள் தலையைப் பிய்த்துக் கொண்டு ஏதாவதொன்றை சிந்திக்க வேண்டும். எங்களுடைய அணுஉலை குறித்து நான் பெருமிதம் கொண்டிருந்தேன். அதை ஒவ்வொரு மில்லிமீட்டராக நான் ஆய்வு செய்திருந்தேன்.

நாங்கள் அருகிலிருந்த இக்னாலின்ஸ்க் அணுமின் நிலையத்தை அழைத்தோம். அவர்களுடைய கருவிகளும் தவறாக செய லாற்றின. அவர்களும்கூட பீதியடைந்திருந்தார்கள். அதற்குப் பிறகு செர்னோபில் அணுமின் நிலையத்தை அழைத்தோம் யாரிடமிருந்தும் பதிலில்லை. மதிய சாப்பாட்டு நேரத்தின் போது மின்ஸ்க் முழுவதும் கதிர்வீச்சு மேகம் சூழ்ந்திருந்ததைக் கண்டுபிடித்தோம். அந்த செயல்பாட்டைப் பார்த்தால் அயோ டின் சம்பந்தப்பட்டதாக இருந்தது. அப்படியென்றால் அணு உலையில்தான் விபத்து ஏற்பட்டிருக்க வேண்டும்.

எனது முதல் எதிர்வினை எனது மனைவியைக் கூப்பிட்டு எச்சரிக்கை செய்வதாகத்தான் இருந்தது. ஆனால் நிலையத்தில் இருந்த எங்களது தொலைபேசிகள் எல்லாம் வேவு பார்க்கப்பட்டது. ஓ, அந்தப் புராதன பயம். ஆனால் வீட்டில் இருந்தவர்களுக்கு எதுவும் தெரியாது. எனது மகள் அவளுடைய இசைப் பயிற்சி முடிந்தபின் அவளுடைய நண்பர்களுடன் சுற்றிக் கொண்டிருந்தாள். ஐஸ்கிரீம் சாப்பிட்டாள். நான் அவளைக் கூப்பிடலாமா? அப்படிக் கூப்பிட்டால் அது விரும்பத்தகுந்ததாக இருக்காது. அவர்கள் என்னை அதி ரகசியத் திட்டங்களில் வேலை செய்ய அனுமதிக்கமாட்டார்கள். ஆனால் நான் இதை அப்படியே விட்டுவிடவும் முடியாது. எனவே தொலைபேசியைக் கையிலெடுத்தேன்.

"நான் சொல்வதைக் கவனமாக கேள்"

"நீங்கள் என்ன சொல்கிறீர்கள்?" என என் மனைவி மிகவும் சத்தத்துடன் கேட்டாள்.

"சத்தமாகப் பேசாதே. ஜன்னல்களை மூடிவிட்டு அனைத்து உணவுப் பொருட்களையும் ப்ளாஸ்டிக்கில் போட்டு வை."

என்றேன்.

“ரப்பர் கையுறையை அணிந்து கொண்டு எல்லாவற்றையும் ஈரத்துணியால் துடைத்தெடு. தரை விரிப்பை ஒரு பையில் போட்டு அதை தூக்கியெறிந்து விடு. பால்கனியில் துணிகள் எதையாவது உலர வைத்திருந்தால் அதையெல்லாம் எடுத்து மீண்டும் துவைத்துப் போடு” என வரிசையாக உத்தரவு கொடுத்துக் கொண்டிருந்தேன்.

“என்ன நடந்தது?”

“சத்தமாகப் பேசாதே. ஒரு க்ளாஸ் தண்ணீரில் இரண்டு சொட்டு அயோடினைக் கலந்து, அதைக் கொண்டு உன் தலை முடியை நன்றாகக் கழுவு” என்றேன்.

“என்ன...” அவள் பேசுவதை நான் முடிக்க விடவில்லை. அதற்குள் நான் தொலைபேசியை வைத்துவிட்டேன். அவளுக்குப் புரிந்திருக்கும். அவளும் இதே நிலையத்தில்தான் வேலை பார்க்கிறாள்.

மதியம் 3.30 மணிக்குத்தான் செர்னோபில் அணு உலையில் விபத்து நடந்திருக்கிறது என்பது தெரியவந்தது.

அன்று மாலை நிலையப் பேருந்தில் மின்ஸ்க்குத் திரும்பிச் செல்லும் போது அரைமணி நேரம் யாரும் எதுவும் பேசவில்லை. அல்லது மற்ற ஏதாவதொன்றைப் பற்றி பேசினார்கள். என்ன நடந்தது என்பது பற்றி பேசுவதற்கு எல்லோரும் பயந்தனர். ஒவ்வொருவரும் கட்சி அட்டையை அவரவர் பாக்கெட்டில் வைத்திருந்தனர்.

என்னுடைய அபார்ட்மெண்ட் கதவின் முன்பு ஈரமான தரை விரிப்பு போடப்பட்டிருந்தது — எனவே என்னுடைய மனைவிக்கு எல்லாம் புரிந்திருக்கும். நான் உள்ளே நுழைந்தவுடன் ஜாக்கெட், சட்டை, பேண்ட், உள்ளாடைகள் என அனைத்தையும் கழற்றினேன். அந்த அளவுக்கு எனக்குள் சீற்றம் இருந்தது. இந்த ரகசியம், பயம் எல்லாம் நாசமாகப் போகட்டும். நான் நகர தொலைபேசி டைரக்டரி, என் மகளுடைய முகவரிப் புத்தகம், என் மனைவியுடைய முகவரிப் புத்தகம் என எல்லாவற்றையும் எடுத்து ஒவ்வொருவராகக் கூப்பிட்டு, “நான் இன்ஸ்டிடியூட் ஆஃப் நியூக்ளியர் ஃபிசிக்ஸ்”ஸில் வேலை பார்க்கிறேன்.

மின்ஸ்க்கில் கதிர்வீச்சு மேகம் சூழ்ந்துள்ளது என்று சொல்லி விட்டு அதன் பிறகு அவர்கள் செய்யவேண்டியதையும் — முடியைக் கழுவுங்கள், ஜன்னல்களையெல்லாம் மூடுங்கள், பால்கனியிலிருந்து துணிகளை எடுத்து அதை மீண்டும் துவையுங்கள், ஐயோடின் குடியுங்கள், அதைச் சரியாக எப்படி அருந்த வேண்டும் போன்ற அனைத்து விஷயங்களையும் சொன்னேன். அதற்கு அவர்கள் நன்றி கூறினார்கள். அவர்கள் என்னைக் கேள்வி கேட்கவில்லை, அவர்கள் பயப்படவில்லை. அவர்கள் என்னை நம்பாமல் இருக்கலாம். அல்லது என்ன நடக்கிறது என்பது தெரியாமல் அதற்கு முக்கியத்துவம் தராமல் இருக்கலாம். யாரும் பயப்பட்டதாகத் தெரியவில்லை. இந்த மாதிரியான ஒரு எதிர்வினை ஆச்சரியமாக இருந்தது.

அன்று மாலை என் நண்பர் தொலைபேசியில் அழைத்தார். அவரும் அணு இயற்பியலாளர். எல்லாம் கவனக்குறைவு! நாங்கள் அந்த நம்பிக்கையிலேயே வாழ்ந்து வந்திருந்தோம்! அது என்ன மாதிரியான நம்பிக்கையென்று இப்போதுதான் தெரிகிறது. அவர் என்னை அழைத்து, தனது மே மாத விடுமுறையை கோமலுக்கு அருகிலிருக்கும் மனைவி வீட்டாரோடு கழிப்பதற்குச் செல்வதாகக் கூறினார். அந்த இடம் செர்னோபிலுக்கு மிகவும் அருகில் இருக்கிறது. அவர் தன்னோடு சிறு குழந்தைகளையும் கூட்டிக்கொண்டு செல்வதாகச் சொன்னார். "நல்ல விஷயம் உனக்கென்ன புத்தி கெட்டு போய்விட்டதா?" எனக் கத்தினேன். இதுதான் தொழில்சார்ந்த மனப்பான்மையும் எங்களது நம்பிக்கையும். ஆனாலும் நான் அவரிடம் கத்தினேன். அவருடைய குழந்தைகளை நான் பாதுகாத்தது குறித்து அவர் ஒருவேளை மறந்திருக்கலாம் *(சிறிது நேரம் பேசுவதை நிறுத்தினார்).*

நாங்கள் யாரும் செர்னோபிலை மறக்கவில்லை. எங்களுக்கு எதுவும் புரியவும் இல்லை. காட்டுமிராண்டிகள் மின்னலைப் பற்றி என்ன புரிந்து கொண்டார்கள்?

ஆலஸ் ஆடமோவிச் புத்தகத்தில் அவர் அணுகுண்டு பற்றி ஆண்ட்ரி சகாரோவுடன்—ஹைட்ரஜன் குண்டின் தந்தை—பேசிய தருணங்களைப் பதிவு செய்திருந்தார். "அணு உலை வெடிப்புக்குப் பின் ஓஸோன் படலத்தில் காற்று எவ்வளவு ரம்மியமான வாசனையுடன் இருந்தது என்று உங்களுக்குத் தெரியுமா?" என்ற இந்த வார்த்தைகளில் ஒரு கிறக்கம் இருந்தது.

என்னைப் பொருத்தவரை, எனது தலைமுறையினருக்கு — உங்களுடைய எதிர்வினையிலிருந்து மனித இனத்தின் மேதமைக்குப் பதிலாக இந்த கொடூரமான சம்பவத்தை நான் கொண்டாடுகிறேன் என நினைக்கக்கூடும். அதற்காக என்னை மன்னிக்கவும். இப்போதுதான் அணு சக்தி பற்றிய கருத்து இந்த அளவுக்குக் கீழான நிலையை அடைந்திருக்கிறது. என்னுடைய தலைமுறையைச் சேர்ந்தவர்களுக்கு — 1945 ஆம் ஆண்டு முதன் முதலாக அணுகுண்டு வீசியபோது எனக்கு வயது 17. எனக்கு அறிவியல் கதைகள் மேல் கொள்ளை விருப்பம். மற்ற கிரகங்களுக்குப் பயணம் செய்வது போல நான் கனவு கண்டிருக்கிறேன். அணுசக்தி நம்மை பிரபஞ்சத்துக்கு இட்டுச் செல்லும் என நான் தீர்மானமாக இருந்தேன். நான் மாஸ்கோ எனர்ஜி இன்ஸ்டிடியூட்டில் என் பெயரைப் பதிவு செய்திருந்தேன். அப்போதுதான் இருப்பதிலேயே மிக ரகசியமான துறையாக அணுசக்தித் துறை இருப்பது தெரியவந்தது. ஐம்பதுகளிலும், அறுபதுகளிலும் அணு இயற்பியலாளர்கள் மிகவும் உயர்ந்தவர்களாகக் கருதப்பட்டார்கள். அவர்கள் எல்லோரும் சிறந்தவர்களாகவும், புத்திசாலிகளாகவும் இருந்தார்கள். மனிதநேயம் என்பது தள்ளிவைக்கப்பட்டது. மூன்று சிறிய நாணயங்களில் ஒரு எலக்ட்ரிக்கல் மின் நிலையத்தை இயக்குவதற்கான சக்தி இருக்கிறதென்று என் பள்ளி ஆசிரியர் ஒருவர் கூறுவார். அதைக் கேட்கும் எங்களுக்குத் தலை சுற்றும்! அணுகுண்டு எப்படி கண்டுபிடிக்கப்பட்டது, பரிசோதனை செய்யப்பட்டது, அது வெடித்தால் எப்படியிருக்கும் என்பது குறித்து நான் அமெரிக்கன் ஸ்மித் எழுதியதையெல்லாம் படித்திருக்கிறேன். நம்முடைய உலகத்தில் அனைத்தும் ரகசியம். இயற்பியலாளர்களுக்கு அதிக சம்பளம் கொடுக்கப்பட்டது. அதோடு இந்தத் துறையோடு சம்பந்தப்பட்ட 'ரகசிய' விஷயங்கள் ஒரு மயக்கத்தையும் கொடுத்தது. இயற்பியலுக்கென்று ஒரு வழிபாடு இருந்தது. அது இயற்பியலுக்கான காலம்! செர்னோபிலில் விபத்து ஏற்பட்டாலும் இந்த வழிபாட்டிலிருந்து மக்கள் விலகிச் செல்வதற்கு நீண்ட காலம் ஆயிற்று. அவர்கள் விஞ்ஞானிகளை அழைத்தார்கள். விஞ்ஞானிகள் 'தனிப்பட்ட பிரத்யேக விமானத்தில்' செர்னோபிலுக்கு பறந்தார்கள். அணுஉலையில் வெடிப்பு ஏற்பட்டிருந்தாலும் தாங்கள் சில மணி நேரங்களில் திரும்பி வந்துவிடுவோமென்று அவர்கள் முகச்சவர சாதனத்தைக் கூட தங்களுடன் எடுத்துச் செல்லாமல் சென்றார்கள். தாங்கள் படித்த இயற்பியலின் மேல் அவ்வளவு

நம்பிக்கை கொண்ட தலைமுறையாக அந்தத் தலைமுறை இருந்தது. ஆனால் செர்னோபிலோடு இயற்பியலின் சகாப்தம் முடிவுக்கு வந்தது.

உங்களுடைய தலைமுறை உலகத்தை வித்தியாசமாகப் பார்க்கிறது. சமீபத்தில் நான் கான்ஸ்டாண்டின் லியோண் டிவ்வில் ஒரு பத்தி படிக்க நேர்ந்தது. அதில் மனிதர்கள் செய்து கொண்டிருக்கும் இயற்பியல்-வேதியியல் பரிசோதனைகள் பூமிக்குரிய விவகாரங்களில் பெரிய அளவில் ஓர் ஊடுருவலை ஏற்படுத்தும் என எழுதப்பட்டிருந்தது. ஆனால் ஸ்டாலின் ஆட்சிக்குக் கீழ் வளர்ந்த எங்களைப் போன்றவர்களுக்கு இந்த மாதிரியான சில அதீதசக்திகள் குறித்த சாத்தியக்கூறுகளைக் கற்பனை செய்துகூட பார்க்க முடியாது. நான் அதற்குப் பிறகுதான் விவிலியத்தைப் படித்தேன். நான் ஒரே பெண்ணை இரண்டு முறை திருமணம் செய்து கொண்டேன். நான் என் மனைவியைவிட்டுச் சென்று விட்டு மீண்டும் சேர்ந்து கொண்டேன் — நாங்கள் இருவரும் 'அதே உலகத்தில்' மீண்டும் சந்தித்துக் கொண்டோம். வாழ்க்கை என்பது ஆச்சரியப்படக்கூடிய விஷயம்! மர்மம் நிறைந்த விஷயம்! இப்போது அதை நான் நம்புகிறேன். அதில் எதை நான் நம்புகிறேன்? முப்பரிமாணம் கொண்ட இந்த உலகம் மனித நெரிசல் கொண்டதாக மாறியிருக்கிறது. அறிவியல் புதினங்களின் மேல் ஏன் இவ்வளவு சுவாரசியம்? பூமியிலிருந்து மனிதன் தன்னை விடுவித்துக் கொள்ளப் பார்க்கிறான். பல்வேறு வகையான நேரங்கள், கிரகங்கள் ஆகியவற்றில் நிபுணத்துவம் பெற அவன் முயற்சித்துக் கொண்டிருக்கிறான். 'நியூக்ளியர் விண்ட்டர்' போன்ற பேரழிவுகளுக்கு ஒத்திகை பார்ப்பது போல, மேற்கத்திய இலக்கியங்களில் எழுதப்பட்டு விட்டது. அவர்கள் எதிர்காலத்திற்காகத் தங்களை தயார்படுத்திக் கொண்டிருந்தார்கள். அணு ஆயுதங்கள் வெடிப்பதன் விளைவாக மிகப் பெரிய அளவில் தீ உருவாகும். சுற்றுப்புறம் முழுவதும் புகையால் நிரம்பும். சூரியவெளிச்சம் பூமியை வந்தடைய முடியாது. சங்கிலித் தொடர் போன்ற ஒரு எதிர்வினையை — குளிரிலிருந்து அதிகக்குளிர் அதிலிருந்து மிக அதிகக் குளிர் — இது உருவாக்கும். 18 ஆம் நூற்றாண்டில் ஏற்பட்ட தொழிற் புரட்சியிலிருந்து இந்த 'மனிதனால் ஏற்படக்கூடிய உலக அழிவை'ப் பற்றி கற்றுக் கொடுக்கப்படுகிறது. அவர்கள் கடைசி அணு ஆயுதத்தை அழித்தால்கூட அணுகுண்டுகள் காணாமல்

போவதற்கான வாய்ப்பில்லை. அப்போதும்கூட அணுகுண்டு பற்றி ஞானம் இருக்கத்தான் செய்யும்.

நீங்கள் வெறுமனே கேட்டீர்கள். ஆனால் நான் உங்களுடன் விவாதித்துக் கொண்டிருக்கிறேன். தலைமுறைகளுக்கிடையே நாம் விவாதித்துக்கொண்டே இருக்கிறோம் என்பதை நீங்கள் கவனித்தீர்களா? அணுகுண்டு பற்றிய சரித்திரம் என்பது ராணுவ ரகசியம் மற்றும் சாபம் மட்டுமல்ல. அது நமது இளமை, நமது சகாப்தம், நமது மதம். ஐம்பது வருடங்கள்தான் கடந்திருக்கிறது. இந்த உலகம் வேறு யாராலோ ஆளப்படுகிறது. பீரங்கிகளும், விண்கலன்களும் நமக்குக் குழந்தைகள் போல என இப்போதும் நான் நினைப்பதுண்டு. ஆனால் நான் இன்று வரை இது குறித்து ஆறுதல் அடையவில்லை.

வாழ்க்கை என்பது ஆச்சரியகரமான ஒரு விஷயம். நான் இயற்பியலைக் காதலித்தேன். இயற்பியல் தவிர்த்து எதுவும் செய்வதில்லை எனத் தீர்மானித்திருந்தேன். ஆனால் இப்போது எனக்கு எழுதுவதில் விருப்பம் இருக்கிறது. உதாரணமாக, மனிதன் அறிவியலைத் தேவைக்கு அதிகமாகத் 'துதிபாட' வேண்டியதில்லை அல்லது இயற்பியலாளர்களால் உலகத்தை எப்படி மாற்ற முடியும் என்பது போன்ற விஷயங்கள் குறித்து எழுத விருப்பமாக இருக்கிறது. இயற்பியல், கணிதம் என்கிற இரண்டு சர்வாதிகாரிகள் குறித்தும் எழுத வேண்டும். ஒரு புத்தம் புதிய வாழ்க்கை எனக்காகத் திறந்தது.

— வாலேண்டின் அலெக்ஸீவிச் போரீஸெவிச், மேனாள் தலைவர் லெபாரட்டரி ஆஃப் டி இன்ஸ்டிடியூட் ஆஃப் நியூக்ளியர் எனர்ஜி, பெலாரஷ்யன் அகாடமி ஆஃப் சயின்ஸஸ்.

அதிகவிலையிலான சலாமி

முதல் சில நாட்களில், பலவிதமான உணர்வுகள். அதில் இரண்டு எனக்கு நினைவில் இருக்கிறது. அது பயமும் அவமானமும் ஆகும். எல்லாமும் நடந்தது. ஆனால் அது பற்றி தகவல் எதுவும் இல்லை. அரசாங்கம் மௌனம் காத்தது. டாக்டர்கள் மௌனம் காத்தார்கள். பிராந்திய நிர்வாக அமைப்பின் உத்தரவுக்காகப் பிராந்திய அமைப்புகள் காத்திருந்தன. அதுவோ மின்ஸ்கின் உத்தரவுக்காகக் காத்திருந்தது. மின்ஸ்க்கோ மாஸ்கோவின் உத்தரவுக்காகக் காத்திருந்தது. அது ஒரு நீண்ட சங்கிலித் தொடராக இருந்தாலும் அதில் வெகு சிலரே முடிவு எடுக்கக் கூடியவர்களாக இருந்தார்கள். எனவே நாங்கள் ஒரு கையறு நிலையில் இருந்தோம். அந்த நாட்களில் இதுதான் மிகப் பெரிய குறைபாடாக இருந்தது. மில்லியன் கணக்கிலான மக்களின் தலைவிதியை ஒரு சிலர் மட்டுமே நிர்ணயித்தார்கள்.

அதே நேரத்தில் வெகு சிலரே பல பேரை கொல்லக்கூடிய நிலையில் இருந்தார்கள். அவர்கள் கிறுக்கர்களோ, குற்றவாளி களோ இல்லை. அவர்கள் அணுமின் நிலையத்தில் வேலை பார்த்து வந்த சாதாரண தொழிலாளிகள். அதைப் புரிந்து கொண்ட போது எனக்கு அதிர்ச்சியாக இருந்தது. செர்னோபில் அணு உலை விபத்து ஆஷ்ச்விட்ஸ் கோலிமாவில் நடந்த இனப்படுகொலைகளுக்கும் அப்பாற்பட்டதாக இருந்தது.

கோடாரி, அம்பு, வெடிகுண்டு லாஞ்சர், கேஸ் சேம்பர்கள் வைத்திருப்பவர்கள்கூட எல்லோரையும் கொல்ல முடியாது. ஆனால் அணு...

நான் தத்துவ அறிஞர் இல்லை. எதையும் நான் தத்துவமாக்கவும் இல்லை. என் நினைவில் இருப்பதை உங்களிடம் சொல்வது நல்லது என நினைக்கிறேன். முதல் சில நாட்கள் எங்கும் பீதி பரவியிருந்தது. மக்களில் சிலர் மருந்துக் கடைகளுக்குச் சென்று இருக்கக்கூடிய அயோடின் எல்லாவற்றையும் வாங்கினார்கள். சிலர் மார்க்கெட்டுக்குச் செல்வதையும், பால், இறைச்சி — குறிப்பாக ஆட்டிறைச்சி வாங்குவதையும் நிறுத்தினார்கள். எங்கள் குடும்பத்தைச் சேர்ந்தவர்கள் செலவு செய்வதை சுருக்க விரும்பவில்லை. எனவே அவர்கள் மிகவும் அதிக விலை கொண்ட சலாமியை வாங்கினார்கள். நல்ல இறைச்சியில் செய்ததாக இருக்கும் என்கிற நம்பிக்கையில் அவர்கள் அதை வாங்கினார்கள். ஆனால் அந்த விலை அதிகமான சலாமியில் மாசுபடிந்த இறைச்சியையும் சேர்த்திருந்தது தெரியவந்தது. மிகவும் அதிமான விலை கொடுத்து ஒரு சிலரே வாங்குவார்கள் என்பதால் அவர்கள் மாசடைந்த இறைச்சியையும் கலந்திருந் தார்கள். நாங்கள் கையறுநிலையில் இருந்தோம். இது உங்களுக்கு முன்பே தெரிந்திருக்கக்கூடும். நான் வேறொன்று பற்றி சொல்ல விரும்புகிறேன். அது எங்களது சோவியத் தலைமுறை பற்றியதாகும்.

எனது டாக்டர் மற்றும் ஆசிரிய நண்பர்கள் உள்ளூர் அறிவுஜீவிகளாக இருந்தார்கள். எங்களுக்கென்று ஒரு நண்பர்கள் வட்டம் இருந்தது. நாங்கள் எல்லோரும் என்னுடைய வீட்டில் கூடி காஃபி அருந்துவதுண்டு. இரண்டு பழைய நண்பர்கள் அந்தக் குழுவில் இருந்தார்கள். அவர்களில் ஒருவர் டாக்டர். இரண்டு பேருக்குமே குழந்தைகள் இருந்தன.

"நான் எனது பெற்றோரோடு சேர்ந்து இருப்பதற்காக நாளைக் காலையில் கிளம்புகிறேன்" என்றார் டாக்டர். "குழந்தைகளையும் கூட்டிக் கொண்டு செல்கிறேன். அவர்களுக்கு உடல்நிலை சரியில்லாமல் போனால் என்னை நான் ஒருபோதும் மன்னித்துக் கொள்ளமாட்டேன்."

ஆனால் இன்னும் ஓரிரு நாட்களில் நிலைமை மாறி ஒரு நிரந்தரத்தன்மைக்கு வந்து விடும் என பத்திரிகைச் செய்திகள்

கூறுவதாக இரண்டாமவர் கூறினார். 'நமது படைகள், ஹெலி காப்டர்கள், ஆயுதந்தாங்கிய வாகனங்கள்' எல்லாம் இருப்பதாக வானொலியிலும் கூறினார்கள் என்றார்.

முதலாமவர், "நீங்கள் உங்களுடைய குழந்தைகளையும் அழைத்துச் செல்லுங்கள். இங்கிருந்து அவர்களை தூரமாக கூட்டிச் செல்லுங்கள். அவர்களை மறைத்து வையுங்கள். இது யுத்தம் இல்லை. என்ன நடந்தது என நம்மால் கற்பனை செய்து கூட பார்க்கமுடியவில்லை" என்றார்.

திடீரென்று அவர்கள் பேசும் தொனியில் மாற்றம் ஏற்பட்டது. ஒருவருக்கொருவர் குற்றஞ்சாட்டிக் கொண்டனர்.

"ஒவ்வொருவரும் உன்னை மாதிரி நடந்து கொண்டால் என்ன நடக்கும்? நாம் யுத்தத்தில் வென்றிருக்க முடியுமா?"

"உன்னுடைய குழந்தைகளுக்கு நீ ஒரு துரோகி! எங்கே உனது தாய்மை உள்ளுணர்வு? வெறியன்!"

என்னுடைய டாக்டர் நண்பர் பீதியடைந்திருப்பதாக அங்கிருந்த எல்லோரும் உணர்ந்தோம். அவர்கள் அறிவிப்பது வரையிலும் நாம் காத்திருக்க வேண்டியது அவசியம். ஆனால் அவள் ஒரு டாக்டர் என்பதால் அவளுக்கு அதிகம் தெரிந்திருக்கக்கூடும். "உன் குழந்தைகளையே உன்னால் பாதுகாக்க முடியவில்லை! யாரும் அவர்களை பயமுறுத்தவில்லை? ஆனாலும் நீ பயப்படுகிறாய்!" அவள் அந்த மாலை நேரத்தையே வீணடித்துவிட்டாள் என்பதற்காக நாங்கள் எப்படி அவளை வெறுத்தோம் என்பதை சொல்லி முடியாது. அதற்கு மறுநாள் அவள் அங்கிருந்து சென்றுவிட்டாள். நாங்கள் எங்கள் குழந்தைகளுக்கு நன்றாக உடை அணிவித்து மே தின விழாவுக்கு அழைத்துச் சென்றோம். நமது விருப்பத்தைப் பொருத்து நாம் போகவும் செய்யலாம் அல்லது போகாமலும் இருக்கலாம். அங்கே நாங்கள் போக வேண்டும் என்று எங்களை யாரும் வற்புறுத்தவோ அல்லது கட்டாயப்படுத்தவோ இல்லை. ஆனால் அங்கே செல்வது எங்களது கடமை என நாங்கள் நினைத்தோம். அந்தக் காலகட்டத்தில், அந்த நாளில் ஒவ்வொருவரும் சேர்ந்து போக வேண்டும். நாங்கள் கூட்டத்தோடு கூட்டமாகச் சென்றோம்.

கட்சியின் பிராந்திய கமிட்டி செயலாளர்கள் எல்லோரும்

நீதிமன்றத்தில் முதல் செயலாளருக்கு அருகில் அமர்ந்திருந்தார்கள். அவருடைய சிறிய மகளும் அங்கே எல்லோரும் பார்க்கும்படி நின்று கொண்டிருந்தாள். வெயில் அடித்தாலும் அவள் ரெயின் கோட் அணிந்திருக்க அவர் ராணுவத்தினர் அணியும் கோட் போட்டிருந்தார். அவர்கள் அங்கே இருந்தார்கள். அது எனக்கு நன்றாக நினைவில் இருக்கிறது. நாடு மட்டும் மாசடைய வில்லை, எங்கள் மனதிலும் மாசுபடிந்திருந்தது. அதுவும் பல ஆண்டுகளாக!

– லூடிமில்லா டிமிட்ரியீவ்னா போலென்க்யா, கிராமத்து ஆசிரியர், செர்னோபில் பிராந்தியத்திலிருந்து குடிவெளியேற்றம் செய்யப்பட்டவருடைய கடிதத்திலிருந்து.

சுதந்திரமும், சாதாரண மரணம் பற்றிய கனவும்

சுதந்திரம் இருந்தது. அங்கே நீங்கள் சுதந்திரமான மனிதன் என்கிற உணர்வை உணர்ந்திருப்பீர்கள். அதை உங்களால் புரிந்து கொள்ள முடிந்திருக்காது. யுத்தத்தில் ஈடுபட்டவர்களால்தான் அதைப் புரிந்து கொள்ள முடியும். நான் அவர்களைப் பார்த்திருக் கிறேன். அந்த இளைஞர்கள் குடித்துவிட்டு, சுதந்திரத்தை எப்படியெல்லாம் இழந்து நிற்கிறோம் என்பது பற்றியெல்லாம் பேசிக் கொண்டிருப்பார்கள். ஆனால் யாரும் ஒரு அடிகூட பின்னேறிச் செல்ல மாட்டார்கள். ஸ்டாலினின் கட்டளை! பிரத்யேகப் படை. நீங்கள் சுட்டால் அதற்குப் பரிசாக 100 கிராம் மலிவான புகையிலை கொடுக்கப்படும். இறப்பதற்கு 1000 வழிகள் இருக்கின்றன. ஆனால் நீங்கள் கடுமையாக முயற்சித்தால் அவர்களை — மூத்த அதிகாரிகள், போராளிகள், அடிபட்டு பெட்டியில் இருப்பவர், ஏன் கடவுளைக்கூட — ஏமாற்றிப் பிழைத்துக் கொள்ளலாம்.

சுதந்திரம் தனிமையானது. எனக்கு அது நன்றாகவேத் தெரியும். அணுஉலையில் இருந்த அனைவருக்கும் இது தெரியும். முன்பகுதியிலேயே அகழியில் இருப்பது போலத்தான் இது. பயமும், சுதந்திரமும்! எல்லாவற்றிற்காகவும் நீங்கள் வாழ வேண்டும். சாதாரண வாழ்க்கை வாழ்பவர்களால் இதைப் புரிந்து கொள்ள முடியாது. அவர்கள் எங்களை

எப்போதும் யுத்தத்துக்கு எப்படி தயார் செய்கிறார்கள் என்பதை நினைத்துக் கொள்ளுங்கள். ஆனால் எங்கள் மனம் அதற்கான தயார்நிலையில் இல்லை. நான் தயாராக இல்லை. இரண்டு ராணுவ வீரர்கள் தொழிற்சாலைக்கு வந்து என்னை வெளியே அழைத்தனர். "பெட்ரோலுக்கும், டீசலுக்கும் என்ன வித்தியாசம் என்று சொல்லமுடியுமா?" எனக் கேட்டார்கள். "நீங்கள் என்னை எங்கே அனுப்புகிறீர்கள்?" எனக் கேட்டதற்கு "எங்கேயென்று என்ன கேள்வி? செர்னோபிலுக்குத்தான்" என்றனர். ராணுவத்தைப் பொருத்தவரை எனது தனித்துவம் ராக்கெட் எரிபொருள் துறையில்தான். அது ஒரு ரகசிய சிறப்புத்துறையாகும். டீ-சர்ட்டோடு இருந்த என்னை அவர்கள் தொழிற்சாலையிலிருந்து நேராகக் கூட்டிக்கொண்டு போனார்கள். வீட்டிற்குச் செல்லக்கூட அனுமதிக்கவில்லை. நான் அவர்களிடம், 'என் மனைவியிடம் சொல்ல வேண்டும்' எனக் கூறினேன். அதற்கு, "நாங்கள் சொல்லிக் கொள்கிறோம்" என்றார்கள். அந்தப் பேருந்தில் ரிசர்வ் அதிகாரிகள் 15 பேர் இருந்தார்கள். எனக்கு அவர்களைப் பிடித்திருந்தது. போக வேண்டியிருந்ததால் போனோம், தேவைப்பட்டதால் வேலை செய்தோம், அணுஉலை இருக்கும் பகுதிக்குப் போங்கள் என்றதால் அணுஉலையின் கூரை வரை சென்றோம்.

குடிவெளியேற்றம் செய்யப்பட்ட கிராமங்களுக்கு அருகில் அவர்கள் உயரமான இடத்தில் கண்காணிப்பு மையங்களை அமைத்தனர். அங்கு ராணுவ வீரர்கள் துப்பாக்கியுடன் உட்கார்ந் திருந்தார்கள். அங்கு தடைவேலிகளை அமைத்திருந்தனர். அங்கிருந்த பலகையில், 'இந்த சாலை மாசுபடிந்திருக்கிறது. இங்கு நிற்பதற்கும், இதன் வழியாக வெளியேறுவதற்கும் தடை செய்யப்பட்டிருக்கிறது' என எழுதப்பட்டிருந்தது. சாம்பல் நிறத்திலான மரங்கள் தூய்மை செய்யப்படுவதற்குத் தேவையான திரவத்தால் சூழப்பட்டிருந்தன. உங்களுக்குப் பித்துப் பிடிக்க ஆரம்பித்திருக்கும்! முதல் சில நாட்கள் தரையிலோ, புல்வெளியிலோ உட்காரவே பயமாக இருந்தது. நாங்கள் எங்கேயும் நடந்து செல்லவில்லை. எங்களைக் கார் கடந்து செல்லும்போது நாங்கள் அங்கிருந்து ஓடினோம். தூசியிலிருந்து எங்களைப் பாதுகாத்துக் கொள்ள கேஸ் மாஸ்க் போட்டிருந்தோம். எங்களது ஷிஃப்ட் முடிந்தபின் நாங்கள் கூடாரங்களில் உட்கார்ந்திருந்தோம். அப்பாடா! சில மாதங்களுக்குப் பிறகு எல்லாம் வழக்கமாக இருப்பது போலவே

தோற்றமளித்தது. நாங்கள் எங்கே வசித்து வந்தோமோ அது போலவே இருந்தது. மரத்திலிருந்து ப்ளம்களை பறித்தோம், மீன் பிடித்தோம். 'ப்ரீம்' வகை மீன்களை காயவைத்து பீர் குடிக்கும் போது சாப்பிட்டோம். இது பற்றி உங்களிடம் மக்கள் ஏற்கனவே சொல்லியிருக்கக்கூடும்? நாங்கள் கால்பந்து விளையாடினோம். நீச்சல் அடித்தோம்! ஹா *(மீண்டும் சிரித்தார்).* நாங்கள் விதியை நம்பும் ஊழ்வினைக் கொள்கைக்காரர்கள், வேதியியலாளர்கள் இல்லை. நாங்கள் பகுத்தறிவாளர்கள் இல்லை. அது ஸ்லாவிக்குகளின் மனநிலை. எனது விதியை நான் நம்பினேன்! ஹா, ஹா! இப்போது நான் இரண்டாவது பிரிவினுடைய ஆற்றலற்றவன் ஆகிவிட்டேன். எனக்கு உடல்நிலை சரியில்லாமல் போய் விட்டது. கதிர்வீச்சு நச்சுக்கு உள்ளானேன். நான் மருத்துவமனை செல்வதற்கு முன்னால் என்னிடம் மருத்துவக் அட்டைகூட இல்லை. அவர்கள் நாசமாகப் போகட்டும். நான் மட்டுமில்லை, இன்னும் பலருக்கும் இதே நிலைதான். இது ஒரு மனநிலை.

மற்றவர்களின் வீட்டை மூடிவிட்டு நான் இராணுவத்தினன் என்பதால் அந்த வீடுகளுக்குள் சென்றேன். ஏதோ ஒருவகையான உணர்வு ஏற்பட்டது... நிலத்தில் நீங்கள் எதுவும் பயிரிட முடியாது — மூடியிருந்த கேட்டை மாடு தனது தலையால் முட்டிக் கொண்டிருந்தது. அந்த வீடும் பூட்டியிருந்தது. அதனுடைய மடியிலிருந்து பால் தரையில் சொட்டிக் கொண்டிருந்தது. கிராமங்களிலிருந்து குடிவெளியேற்றம் ஆகாமல் இருந்த விவசாயிகள் தங்களது வீடுகளிலேயே வோட்கா தயாரித்து அதை எங்களுக்கு விற்றார்கள். வழக்கமான சம்பளத்தை விட மூன்று மடங்கு சம்பளமும், ராணுவத்தில் வழக்கமாக தரக்கூடிய தினசரி படியைப் போல மூன்று மடங்கு அதிகமாக கொடுக்கப்பட்டதால் எங்களிடம் பணம் அதிகமிருந்தது. யாரெல் லாம் குடிக்கிறார்களோ அவர்கள் இரண்டாவது முறையும் அங்கே தங்கலாம் என்கிற உத்தரவு எங்களுக்குக் கிடைத்தது. ஆக, வோட்கா உதவுகிறதா, இல்லையா? மனவியல்ரீதியாக வோட்கா உதவுகிறது. மற்ற எல்லாவற்றையும் போல நாங்கள் இதையும் நம்பினோம்.

விவசாயியினுடைய வாழ்க்கை அமைதியாகச் சென்று கொண்டிருந்தது. அவர்கள் எதையோ பயிரிட்டார்கள், அது வளர்ந்தது, அவர்கள் அதை அறுவடை செய்தார்கள். மற்றவை யெல்லாம் அவர்கள் இல்லாமலே நடந்தது. அவர்கள் ஜார் உடனோ, அரசாங்கத்துடனோ — விண்கலம், அணு மின்

நிலையங்கள், தலைநகரத்தில் நடைபெறும் கூட்டங்கள் — எந்தவிதத் தொடர்பும் வைத்திருக்கவில்லை. செர்னோபில் என்கிற வித்தியாசமான உலகத்தில் வாழ்கிறார்கள் என்பதை அவர்களால் நம்ப முடியவில்லை. அவர்கள் எங்கும் போக வில்லை. அதிர்ச்சியினால் மக்கள் இறந்தார்கள். அவர்கள் விதைகளை அமைதியாக எடுத்துச் சென்றார்கள். பச்சைநிற தக்காளிகளை ஏதோவொன்றில் சுற்றி எடுத்துக்கொண்டு போனார்கள். கண்ணாடியினல் ஆன கேன்கள் வெடித்துச் சிதறின. அழி, புதை, அனைத்தையும் குப்பையாக மாற்று என்றால் என்ன அர்த்தம்? நாங்கள் அதைத்தான் செய்தோம். நாங்கள் அவர்களுடைய உழைப்பை, அதாவது அவர்களது வாழ்க்கையை, செல்லுபடியாகாததாக ஆக்கினோம். நாங்கள் அவர்களுடைய எதிரிகள்.

நான் அணு உலை இருக்கும் பகுதிக்கு செல்ல விரும்பினேன். அதற்கு என்னோடு இருந்தவர்கள், "கவலைப்படாதே, நீ இங்கிருந்து போவதற்கு ஒரு மாதத்துக்கும் முன்பாக அவர்கள் உன்னை அதன் கூரைக்கே அனுப்புவார்கள்" என்றார்கள். நாங்கள் அங்கு ஆறு மாதங்கள் இருந்தோம். காலக்கிரமப்படி, ஐந்து மாதங்கள் நாங்கள் குடிவெளியேற்ற வேலையை செய்து முடித்தவுடன் கடைசிமாதம் எங்களை அணு உலைக்கு அனுப்பினார்கள். அது குறித்து ஜோக்குகளும், சீரியஸான உரையாடல்களும் பரிமாறிக் கொள்ளப்பட்டன. அதற்குப் பிறகு நாங்கள் ஐந்தாண்டுகளோ, ஏழு ஆண்டுகளோ, பத்து ஆண்டுகளோ வாழக்கூடும். ஆனால் என்ன காரணத்தினாலோ தெரியவில்லை எல்லோரும் "ஐந்தாண்டுகள்" என்றுதான் கூறினார்கள். எங்கேயிருந்து அவர்களுக்கு இந்தச் செய்தி கிடைத்தது? அவர்கள் இதைப் பீதியெதுவும் அடையாமல் மிகவும் அமைதியாகக் கூறினார்கள். "தன்னார்வலர்களே, முன்னே செல்லுங்கள்!" என்று கூறவும் எங்கள் முழு பிரிவும் முன்னோக்கிச் சென்றது. எங்கள் கமாண்டரிடம் மானிட்டர் ஒன்று இருந்தது. அதை அவர் செயலாக்க ஆரம்பித்தவுடன் அதில் அணுஉலையின் கூரையும், கிராஃபைட் துண்டுகளும், உருகிப்போன தாரும் தெரிந்தன. "அதோ அங்கே அந்தத் துண்டுகளைப் பாருங்கள்? நீங்கள் அதை சுத்தம் செய்ய வேண் டும். இங்கே இந்தப் பகுதியில்தான் குழி ஒன்றை உருவாக்க வேண்டும்". வழிமுறைகளின்படி நீங்கள் 40 அல்லது 50 வினாடி களில் மேலே இருக்கவேண்டும். ஆனால் அது இயலாத

காரியம். குறைந்தபட்சம் சில நிமிடங்களாவது தேவை. நீங்கள் அங்கே போய்விட்டு திரும்ப வேண்டும். நீங்கள் மேலே ஓடிப்போய் பொருட்களைக் கீழே தூக்கிப்போட வேண்டும். ஒருவர் சக்கரவண்டியில் பொருட்களை நிரப்ப வேண்டும். இன்னொருவர் அதை அதற்கென்று உருவாக்கப்பட்டக் குழியில் தூக்கிப் போட வேண்டும். நீங்கள் எறிந்துவிட்டு மீண்டும் செல்ல வேண்டும். கீழே பார்ப்பதற்கு அனுமதி கிடையாது. ஆனால் எல்லோரும் கீழே பார்த்தார்கள்.

'அணுஉலையைச் சுற்றியிருக்கும் பகுதிகளில் காற்று சுத்தமாக இருக்கிறது' என பத்திரிகைகள் எழுதின. நாங்கள் அதைப் படித்தோம், சிரித்தோம், கொஞ்சம் திட்டினோம். காற்று சுத்தமாக இருக்கிறது. ஆனாலும் அங்கே மேலே கதிர்வீச்சு இருந்தது. அவர்கள் எங்களிடம் சில கதிர்வீச்சுமானிகளைக் கொடுத்தனர். ஒன்று 5 ராண்ட்ஜன்களுக்காக உள்ளது. ஆனால் அது உடனடியாக அதிகபட்ச அளவைத் தொட்டது. இன்னொன்று பெரியது. அது 200 ராண்ட்ஜன்களுக்கானது, அதிலேயும் அதிகப்பட்ச அளவைத் தாண்டிச் சென்றது. அவர்கள் ஐந்து வருடம் என்று சொன்னதோடு, குழந்தைகள் எதுவும் வேண்டாம் என்றும் சொன்னார்கள். நீங்கள் ஐந்து வருடம் ஆகியும் இறக்கவில்லையென்றால்...*(சிரிப்பு)*. இது போல பலதரப்பான ஜோக்குகள் வலம் வந்தன. ஆனால் பீதியெதுவும் இல்லாமல் எல்லாம் அமைதியாக நடந்தது. ஐந்து வருடங்கள்... நான் ஏற்கனவே பத்து வருடங்கள் வாழ்ந்துவிட்டேன் *(சிரிப்பு)*. அவர்களை கௌரவப்படுத்தும் வகையில் பதக்கங்கள் கொடுத்தார்கள். என்னிடம் இரண்டு உள்ளது. அதில் மார்க்ஸ், ஏங்கல்ஸ், லெனின் படங்களும், சிவப்புக் கொடிகளும் இருந்தன.

ஒருவர் காணாமல் போய்விட்டார். ஓடிப் போன அவரை இரண்டு நாட்களுக்குப் பிறகு புதருக்கு அருகில் கண்டுபிடித்தோம். அவர் தூக்குப் போட்டுக்கொண்டு இறந்து போயிருந்தார். எல்லோருக்கும் ஏதோ ஒரு மாதிரியான உணர்வு ஏற்பட்டது... ஆனால் எங்கள் அரசியல் அதிகாரி இது குறித்து பேசும்போது, இறந்து போனவருக்கு கடிதம் ஒன்று வந்ததாகவும், அவருடைய மனைவி அவரை ஏமாற்றிவிட்டதாகவும் கூறினார். யாருக்குத் தெரியும்? ஒரு வாரத்திற்குப் பிறகு நாங்கள் அங்கிருந்து கலைந்து சென்றோம். ஆனால் நாங்கள் அவரை புதரில்தான் பார்த்தோம்.

எங்களிடம் ஒரு சமையற்காரர் இருந்தார். அவர் தனது கூடாரத்தில் தங்குவதற்குக்கூட பயப்பட்டார். அதனால் அவர் கிட்டங்கியில் தங்கினார். வெண்ணைய், இறைச்சி வைக்கப் பட்டிருந்த இடத்துக்குக் கீழே குழி தோண்டி தன்னோடு கொண்டு வந்திருந்த படுக்கை மற்றும் தலையணையோடு 'பூமிக்கடியில்' வசித்து வந்தார். புதிதாக வந்திருக்கும் குழுவினருடன் சேர்ந்து எல்லோரும் மேலே கூரைக்குச் செல்ல வேண்டும் என எங்களுக்குப் புதிய உத்தரவு வந்தது. ஆனால் ஏற்கனவே எல்லோரும் அங்கே போய்விட்டு வந்தவர்கள்தான். ஆனால் அவர்களுக்கு ஆட்கள் தேவைப்பட்டார்கள்! எனவே அவர்கள் சமையற்காரரையும் விடவில்லை. அவர் ஏற்கனவே ஒரு முறை மேலே சென்று வந்திருக்கிறார். அவர் செல்லு படியாகாத இரண்டாவது குழுமத்தில் இருந்தார். அவர் என்னை அடிக்கடிக் கூப்பிடுவதுண்டு. நாங்கள் தொடர்ந்து தொடர்பில் இருந்து வருகிறோம். நாங்கள் எங்களின் நினைவலைகளை ஒருவருக்கொருவர் பகிர்ந்து கொள்வதுண்டு. நாங்கள் வேலை செய்யும் வரை அவர்கள் வாழ்வாங்கு வாழ்வார்கள். இதைத் தான் நீங்கள் எழுத வேண்டும்.

பத்திரிகைகளில் வெளிவருவதெல்லாம் பொய். நாங்கள் எங்களுக்குத் தேவையான பாதுகாப்புப் பொருட்கள், ஈயத்தி னாலான சட்டைகள், உள்ளாடைகள் ஆகியவற்றைத் தைத்தது பற்றி எந்தப் பத்திரிகைகளிலும் நான் படிக்கவில்லை. நாங்கள் ரப்பரினால் ஆன கயிறு செய்தோம். அதில் ஈயமும் கொஞ்சம் இருந்தது. ஆனால் நாங்கள் எங்கள் தேவைக்காக ஈயத்தில் உள்ளாடைகள் செய்து கொண்டோம். அதில் எந்தச் சந்தேகமும் இல்லை. ஒரு கிராமத்தில் அவர்கள் எங்களுக்கு இரண்டு விபச்சார விடுதிகளைக் காட்டினார்கள். ஒரு நெருக்கடியான சூழ்நிலை என்பதால் ஆண்களாகிய நாங்கள் ஆறு மாதங்கள் வீட்டைவிட்டு, பெண்கள் இல்லாமல் வெளியே இருந்து வந்தோம். நாங்கள் எல்லோரும் அங்கே சென்றோம். இன்னும் கொஞ்ச நாட்களில் இறந்து விடுவோம் என்று சொல்லிக் கொண்டே உள்ளூர் பெண்கள் அழுது கொண்டிருந்தாலும் சுற்றி நடந்து வந்து கொண்டிருந்தார்கள். நாங்கள் ஈயத்தினாலான உள்ளாடையை பேண்டுக்கு மேல் போட்டிருந்தோம். இதையும் நீங்கள் எழுதவேண்டும். இது குறித்த ஜோக்குகளும் புழக்கத்தில் இருந்தன. அவற்றில் ஒன்று: அமெரிக்க ரோபோ அணு உலையின் கூரையில் ஐந்து நிமிடம் இருந்த பின் செயலற்று

போய்விட்டது. ஜப்பான் ரோபாவும் ஐந்து நிமிடம் இருந்தது, செயலற்று போய்விட்டது. ரஷ்யன் ரோபோ இரண்டு மணி நேரம் அங்கே இருந்தது. அதன் பின் ஒலிபெருக்கி மூலமாக, ‘பிரைவேட் இவானோவ்! இரண்டு மணி நேரத்தில் புகைப்பிடிப் பதற்கான இடைவேளைக்குக் கீழே வரவும்’ என உத்தரவு பிறப் பிக்கப்பட்டது’. ஹா, ஹா! *(சிரித்தார்)*.

நாங்கள் மேலே கூரைக்கு செல்வதற்கு முன்பாக கமாண்டர் எங்களுக்கு வழிமுறைகள் எல்லாம் சொன்னார். நாங்கள் தொகுதி வாரியாக நின்று கொண்டிருந்தோம். ‘நாங்கள் ஏற்கனவே மேலே சென்றுவிட்டோம். எங்களை இந்நேரம் நீங்கள் வீட்டுக்கு அனுப்பியிருக்க வேண்டும்’ என சிலர் எதிர்ப்புக் குரல் எழுப்பினர். என்னைப் பொருத்தவரையில் எனது வேலை சிறப்பு எரிபொருள் சம்பந்தப்பட்டது. அவர்கள் என்னையும் மேலே கூரைக்குப் போகச் சொன்னார்கள். நான் எதுவும் சொல்லவில்லை.எனக்கு அங்கு செல்லவேண்டுமென்று விருப்பம் இருந்தது. எனவே நான் எதிர்ப்பு தெரிவிக்கவில்லை. கமாண்டர், “தன்னார்வலர்கள் மட்டும் மேலே கூரைக்குச் செல்லவும். மற்றவர்கள் விலகிக்கொண்டு ராணுவ வழக்கறிஞருடன் பேசுங்கள்” என்றார். அவர்கள் சுற்றிலும் நின்று அது பற்றி சிறிது நேரம் பேசிக் கொண்டிருந்துவிட்டு ஒரு உடன்பாட்டுக்கு வந்தார்கள். நீங்கள் உறுதிமொழி எடுத்துக் கொண்டால் நீங்கள் என்ன செய்ய வேண்டுமோ அதைச் செய்ய வேண்டும். கீழ்ப்படியவில்லை என்பதற்காக அவர்கள் சிறைச்சாலையில் அடைப்பார்கள் என்பதை யாரும் சந்தேகப்பட்டார்கள் என நான் நினைக்கவில்லை. சிறைத்தண்டனை கிட்டத்தட்ட 2 அல்லது 3 வருடங்கள் இருக்கும் என்கிற வதந்தியையும் பரவ விட்டார்கள். அதே சமயத்தில் 25 ராண்ட்ஜனுக்கு மேல் ஒரு ரணுவ வீரருக்கு இருந்தது என்றால் அவருக்கு நச்சு வைத்ததாகக் கருதி அவருடைய அதிகாரி சிறையிலடைக்கப்படுவார். எனவே யாருக்கும் 25 ராண்ட்ஜன்னுக்கு மேல் இல்லை. எல்லோருக்கும் அதைவிடக் குறைவாகத்தான் இருந்தது. உங்களுக்குப் புரிகிறதா? ஆனால் அவர்கள் நல்ல குழந்தைகள் (!) — இரண்டு பேருக்கு உடல்நிலை சரியில்லாமல் இருந்தது, இன்னொருவர் நான் போகிறேன் என்று சொல்லிவிட்டு போய் விட்டார். அவர் ஏற்கனவே மேல்தளம் வரை சென்று வந்தவர். அதற்காக மக்கள் அவரை மதித்தார்கள். அவருக்கு 500 ரூபிள் பரிசும் கொடுக்கப்பட்டது. இன்னொருவர் மேலே சென்று குழி

தோண்டிக் கொண்டிருந்தார். அதை நிறுத்த வேண்டிய நேரம் வந்துவிட்டது. நாங்கள் எல்லோரும் அவரை நோக்கி, 'கீழே வந்து விடுங்கள்' என்று கையை ஆட்டிக் கூப்பிட்டோம். ஆனால் அவர் உற்சாகத்துடன் பலமாக தோண்டிக் கொண்டிருந்தார். நாங்கள் குப்பைகளையெல்லாம் கொட்டுவதற்காக அங்கே பள்ளம் தோண்ட வேண்டியிருந்தது. அவர் அந்த பள்ளத்தை வெட்டி முடிப்பது வரை அங்கிருந்து கிளம்பவில்லை. அதற்காக அவருக்கு 1000 ரூபிள்கள் பரிசு கிடைத்தது. அந்தக் காலகட்டத்தில் அதற்கு 2 பைக்குகளை வாங்க முடியும். இப்போது அவர் செல்லுபடியாகாத முதல் குழுவில் இருந்தார்.

எங்கள் குழு கலைக்கப்பட்டது. நாங்கள் காரில் இருந்தோம். அந்தப் பகுதியைவிட்டு வெளியேவரும் வரை வண்டியில் சைரன் சத்தம் ஒலித்துக் கொண்டேயிருந்தது. அந்த நாட்களை நான் எண்ணிப் பார்க்கிறேன். அப்போது நான் அருமையான விஷயமொன்றின் அருகில் இருந்தேன். 'பிரம்மாண்டமானது, அருமையானது' போன்ற வார்த்தைகள் தவிர்த்து அதை விவரிக்க எனக்குத் தெரியவில்லை. எனக்கு அந்த உணர்வுதான் இருந்தது... என்ன? அதற்குப் பிறகு அந்த மாதிரியான ஒரு உணர்வு நான் மனைவியோடு இணைந்திருக்கும்போது கூட ஏற்படவில்லை.

– அலெக்ஸாண்டர் குட்யாகின், கலைப்பாளர்

மரணத்தின் நிழல்

அந்த நாட்களுக்கான உண்மையும் விபரங்களும் உங்களுக்குத் தேவையா? அல்லது எனது கதை மட்டுமா? உதாரணமாக, நான் ஒருபோதும் புகைப்படம் எடுப்பவன் இல்லை. ஆனால் அங்கு நான்தான் புகைப்படம் எல்லாம் எடுத்தேன். நான் அங்கே கேமரா வைத்திருந்தேன். நான் எனக்காகப் புகைப்படம் எடுத்துக் கொண்டிருந்தேன். ஆனால் இப்போது அதுவே என் தொழிலாக ஆகிவிட்டது. நான் அங்கே இருந்தேன் என்கிற உணர்வை என்னால் விட்டொழிக்க முடியவில்லை. *(அவர் பேசிக் கொண்டிருக்கும்போதே புகைப்படங்களை மேசையிலும், நாற்காலியிலும், ஜன்னல் ஓரங்களிலும் பரப்பி வைத்துக் கொண்டிருந்தார். அவை காரின் சக்கர அளவிற்கு மிகப்பெரிய சூரியகாந்தி பூ, காலியான கிராமத்தில் ஒரு குருவிக் கூடு, கிராமத்தில் 'கதிர்வீச்சு அதிகம், உள்ளே நுழைய வேண்டாம்' என எழுதப்பட்டு தனித்து இருந்த கல்லறை, கைவிடப்பட்ட வீட்டின் வாசல் முற்றத்தில் இருப்பது போலான குழந்தைகளின் வண்டி, மேலே ஏற்றி வைக்கப்பட்டிருந்த ஜன்னல், கூட்டைப் பாதுகாப்பது போல காகம் உட்கார்ந்திருக்கும் ஒரு வண்டி, காடாகிப் போயிருந்த வயல்வெளியிலிருந்த பழையகாலத்து கிரேன்கள்)*

என்னிடம் பொதுமக்கள், "ஏன் கலரில் புகைப்படம்

எடுக்கவில்லை" எனக் கேட்டார்கள்? "கலர்!" செர்னோபில் — இதற்கு அர்த்தமே 'கருப்பு நிகழ்வு' என்பதுதானே. வேறு எந்த நிறமும் அங்கே இல்லை. ஆனால் என் கதை? இதற்கெல்லாம் *(புகைப்படங்களைக் காண்பித்து)* ஆன ஒரு வர்ணனை. எல்லாம் இங்கேயே இருக்கிறது இருந்தாலும்கூட நான் முயற்சிக் கிறேன்.

அந்த சமயத்தில் நான் தொழிற்சாலையில் வேலைபார்த்து வந்ததோடு தொலைதூர கல்வி மூலம் பல்கலைக்கழகத்தில் வரலாறு பட்டப்படிப்பையும் முடிக்கும் தறுவாயில் இருந்தேன். தொழிற்சாலையில் இரண்டாம் தர ப்ளம்பராக வேலை பார்த்து வந்தேன். அவர்கள் எங்களை அழைத்து வெகுவிரைவாக அனுப்பி வைத்தனர்.

"நாம் எங்கே போய்க் கொண்டிருக்கிறோம்?"

"அவர்கள் உங்களை எங்கே போகச் சொல்கிறார்கள்."

"நாம் என்ன செய்யப் போகிறோம்?"

"அவர்கள் உங்களை என்ன செய்யச் சொல்கிறார்கள்."

"ஆனால் நாமெல்லாம் கட்டிடம் கட்டுபவர்கள்."

"அப்படியென்றால் நீ கட்டிடம் கட்டுவாய்."

நாங்கள் ஆதார கட்டமைப்புகளான லாண்டரி, கிட்டங்கிகள், கூடாரங்கள் ஆகியவற்றைக் கட்டினோம். சிமெண்ட் மூட்டை களை இறக்கும் வேலை எனக்குக் கொடுக்கப்பட்டிருந்தது. என்ன வகையான சிமெண்ட், எங்கேயிருந்து வருகிறது என்பதை யாரும் பரிசோதிக்கவில்லை. அவர்கள் ஓரிடத்தில் ஏற்றினார்கள், நாங்கள் இங்கே அதை இறக்கினோம். நாள் முழுவதும் அதை வாரிப் போட்டுக்கொண்டே இருந்தோம். அந்த நாளின் முடிவில் எங்கள் பற்களில் அது தெரியவந்தது. எங்கள் உடல் முழுவதும் மட்டுமல்லாமல் பிரத்யேக பாதுகாப்பு உடைகளிலும்கூட சிமெண்ட் இருந்தது. ஒவ்வொரு நாளின் முடிவிலும் அதை உதறி விட்டுவிட்டு மறுநாள் அதையே போட்டுக் கொள்ள வேண்டும்.

அவர்கள் எங்களிடையே அரசியல் கலந்துரையாடலை நடத்தினார்கள். நாங்கள் எல்லாம் ஹீரோக்கள் என்றும்,

முன்னணியில் நின்று சாதித்தவர்கள் என்றும் கூறினார்கள். அதெல்லாம் ராணுவத்தில் பேசப்படும் 'மொழி'யாகவே இருந்தது. ஆனால் பெக்கரல் என்றால் என்ன? கியூரி என்றால் என்ன? மில்லிராண்ட்ஜன் என்றால் என்ன? என்று தெரிந்து கொள்ள எங்கள் கமாண்டரைக் கேட்டோம். அவருக்கு பதில் தெரியவில்லை. மிலிட்டரி அகாடமியில் இது பற்றியெல்லாம் கற்றுக் கொடுக்கவில்லை. மில்லி, மைக்ரோ, இவையெல்லாம் அவருக்கு 'சீன' மொழி போல இருந்தது. "இதைத் தெரிந்து கொள்வதற்கான அவசியம் என்ன? நான் என்ன சொல்கிறேனோ அதைச் செய்யுங்கள். இங்கே நீங்கள் வீரர்கள்". ஆமாம் ராணுவ வீரர்கள் — குற்றவாளிகள் இல்லை!

நாங்கள் அங்கே இருக்கும்போது கமிஷனைச் சேர்ந்தவர்கள் அங்கு வந்தார்கள். அவர்கள் எங்களிடம், "இங்கே அனைத்தும் நன்றாக இருக்கிறது. கதிர்வீச்சும் சரியாக இருக்கிறது. இங்கிருந்து நான்கு கிலோமீட்டர் தொலைவில் நிலைமை மோசமாக இருக்கிறது. அங்கேயிருந்து மக்களை குடிவெளியேற்றம் செய்யப் போகிறார்கள். இங்கே நிலைமை வழக்கம்போலவே இருக்கிறது" என்றார்கள். அவர்களில் கதிர்வீச்சு அளவிடுபவரும் இருந்தார். அவர் தனது தோள்பட்டையில் போட்டிருந்த சிறிய பெட்டியில் தொங்கிக் கொண்டிருந்த ஒரு கம்பியை எங்கள் பூட்ஸ்களின் மேல் கொண்டு சென்றபோது, ஒரு ஓரப்பகுதியைப் பார்த்துக் குதித்தார் — இது ஒரு சுயவிருப்பமற்ற எதிர்வினையாகும். ஆனால் அவரால் அப்படி செய்யாமல் இருக்க முடியவில்லை.

எழுத்தாளராகிய உங்களுக்கு சுவாரசியமான பகுதி இங்கிருந்துதான் ஆரம்பமாகிறது. எவ்வளவு காலம் நாங்கள் அந்த தருணத்தை நினைவில் வைத்திருந்தோம் என நீங்கள் நினைக் கிறீர்கள்? ஒருசில நாட்கள்தான். ரஷ்யர்கள் அவர்களைப் பற்றியும் அவர்கள் வாழ்க்கையைப் பற்றியும் மட்டும் சிந்திக்கவில்லை. நமது அரசியல்வாதிகள் தனிப்பட்டவர்களின் வாழ்க்கைக்குரிய மதிப்பு பற்றி சிந்திக்கத் திறனற்றவர்கள். ஆக நாம் எதற்குமே திறனற்றவர்கள். இதில் ஏதாவது பயன் இருக்கிறதா? நாம் அந்த மாதிரி உருவாக்கப்படாமல் வித்தியாசமாக உருவாக்கப் பட்டவர்கள். அந்தப் பகுதியில் இருக்கும்போது நாங்கள் குடித்தோம். அதிகமாகவே குடித்தோம். இரவு நேரத்தில் சாந்த மானவர்களாக யாரும் இருந்ததில்லை. இப்போது, இரண்டு க்ளாஸுக்குப் பிறகு சிலர் தனித்து இருந்தார்கள், சிலர் மனைவியையோ, குழந்தைகளையோ நினைத்தார்கள், சிலர்

தனது வேலை பற்றி பேசவோ, அதிகாரிகளை திட்டவோ செய்தார்கள். அதன்பின், அதாவது ஒன்று அல்லது இரண்டு பாட்டில்கள் உள்ளே சென்ற பின் நாங்கள் நாட்டின் நிலைமை பற்றியும், பிரபஞ்சத்தின் வடிவமைப்பு பற்றியும் பேசினோம். அதில் கோர்பசெவ், லிகாசெவ், ஸ்டாலின் என அனைவரும் வந்தார்கள். நம்முடையது மிகப் பெரிய சாம்ராஜ்யமா, இல்லையா? நாம் அமெரிக்கர்களைத் தோற்கடிப்போமா, இல்லையா? அது 1986 ஆம் ஆண்டு — யாருடைய விமானங்கள் சிறந்தது, யாருடைய விண்கலங்கள் நம்பிக்கைக்குரியவை? சரி, செர்னோபில் அணுஉலை வெடித்து விட்டது, ஆனால் நாம் தானே முதலில் மனிதனை விண்ணுக்கு அனுப்பியவர்கள். இப்படித்தான் எதைப் பற்றியாவது விடியும்வரை பேசிக் கொண்டிருந்தோம். சொல்லப்போனால் எங்களிடம் கதிர் வீச்சுமானி எதுவும் இல்லை. அவர்கள் அவசரத்துக்கு தேவைப்படக்கூடிய பவுடர் கூட தரவில்லை. எங்களிடம் வாஷிங்மெஷினும் இல்லை. அப்படி இருந்தால் பாதுகாப்பு உடைகளை மாதத்திற்கு இரண்டு முறைகள் துவைப்பதற்குப் பதிலாக தினமும் துவைக்கலாமில்லையா? என்ப தோடு அன்றைய கலந்துரையாடல் முடிந்தது. அப்படித்தான் நாங்கள் உருவாக்கப்பட்டோம்!

வோட்காதான் தங்கத்தை விட விலைமதிப்பற்றதாக இருந்தது. அதை வாங்குவதுகூட சாத்தியமற்றதாக இருந்தது. கிராமத்தைச் சுற்றி கிடைப்பதெல்லாம் குடிக்கக்கூடியதாக இருந்தது — வோட்கா, கள்ளத்தனமாக தயாரிக்கப்பட்ட மது, லோஷன், நெயில்பாலிஷ் போன்றவை. கள்ளத்தனமாகத் தயாரிக்கப்பட்ட மது 3 லிட்டர் அல்லது யூடிகோலனுடன் இருந்த நாங்கள் இந்த முடிவற்ற கலந்துரையாடலில் ஈடுபட்டிருப்பதை நீங்கள் காட்சிப்படுத்தி பாருங்கள். எங்களில் ஆசிரியர்களும், பொறியியலாளர்களும் இருந்ததோடு ரஷ்யர்கள், பெலாரஷ்யர்கள், கசக்ஸ், உக்ரேனியர்கள் போன்றவர்களும் இருந்தார்கள். நாங்கள் தத்துவார்த்தமான விவாதத்தில் — பொருள்முதல்வாதத்துக்கு நாம் எப்படி கைதிகள் போல ஆகிவிட்டோம், அது எப்படி நம்மை உலகத்தில் உள்ள ஒரு பொருளாக வரையறுத்திருக்கிறது என்பது பற்றியும் — ஈடுபட்டோம். ஆனால் செர்னோபில் என்பது ஒரு முடிவற்ற ஒரு வாயில் போல ஆகிவிட்டது. ரஷ்யக் கலாச்சாரத்தின் தலைவிதி, அது துன்பியலை நோக்கி செல்வது ஆகியவை குறித்தும் பேசினோம். மரணத்தின் நிழல் இல்லாமல் நீங்கள் எதைக் குறித்தும் புரிந்து கொள்ள முடியாது. ரஷ்யக்

கலாச்சாரத்தின் அடிப்படையில் ஆரம்பித்தால்தான் இந்தப் பேரழிவைப் புரிந்து கொள்ள முடியும். ரஷ்யக் கலாச்சாரம் மட்டுந்தான் இதற்குத் தயார் நிலையில் இருந்தது. குண்டுகளுக்கும், அணு வெடிவிபத்து ஏற்படும்போது 'காளான்' வடிவத்தில் எழும் மேகச் சூழலுக்கும் நாங்கள் பயந்திருந்தோம். ஆனால் அது இந்த மாதிரி மாறிவிட்டது. மின்சாரக் கோளாறினாலோ, தீக்குச்சிப் பொருதி போடுவதினாலோ எப்படி வீடு தீப்பிடிக்கும் என நமக்குத் தெரியும். ஆனால் இதுவோ அப்படியில்லை. செர்னோபில் விபத்தின்போது ஏற்பட்ட ஜுவாலை வழக்கமானது போல இல்லை என்கிற வதந்தியை வேறு கேட்க நேர்ந்தது. அது ஜுவாலையாக இல்லாமல் லைட் போல பிரகாசமாக இருந்ததென்றும், நீல நிறமாக இல்லாமல் வான நிறத்தில் அந்த வெளிச்சம் இருந்ததாகவும் கூறியதோடு புகையும் இல்லையென்று கூறினார்கள். கடவுள்கள் போல இருந்த விஞ்ஞானிகள் இப்போது துரதிர்ஷ்ட தேவதைகளாகவும், அரக்கர்களாகவும் ஆகிவிட்டார்கள். இயற்கையின் ரகசியங்கள் அவர்களிடமிருந்து மறைக்கப்பட்டிருந்தன. இப்போதும் அப்படித்தான் இருக்கிறது. நான் பிரையன்ஸ்க்கைச் சேர்ந்த ரஷ்யன். குனிந்தபடி உட்கார்ந்திருக்கும் ஒரு பெரியவர் எங்களுக்குப் பழக்கம். அவருடைய வீடு விழுந்துவிடுவது போல சரிந்து நின்றது. ஆனால் அவரோ உலகத்தினுடைய விதியைப் பற்றி பேசினார். ஒவ்வொரு சிறிய தொழிற்சாலையிலும், பீர் ஸ்டாண்டிலும் ஒரு 'அரிஸ்டாட்டில்' இருப்பது வழக்கம். நாங்கள் அணுஉலைக்குக் கீழே உட்கார்ந்திருந்தோம். எந்த அளவுக்கு தத்துவம் பேசப்பட்டிருக்கும் என்பதை நீங்கள் கற்பனை செய்து பார்த்துக் கொள்ளுங்கள்.

செய்தித்தாளைச் சேர்ந்தவர்கள் எங்களைப் பார்க்கவந்து புகைப்படம் எல்லாம் எடுத்தார்கள். அவர்களாக சில காட்சிகளை "உருவாக்கினார்கள்". அவர்கள் கைவிடப்பட்ட வீட்டின் ஜன்னலுக்கு முன் ஒரு வயலினை வைத்து அதைப் புகைப்படம் எடுத்த பின் அதற்கு 'செர்னோபில் ஸிம்ஃபனி' பெயரிட்டனர். அங்கே நீங்கள் எதையும் உருவாக்கத் தேவையில்லை. நீங்கள் அதை நினைவில் வைத்திருந்தாலே போதுமானது — பள்ளிவளாகத்தில் இருந்த உலக உருண்டை ஒரு ட்ராக்டரால் நசுக்கப்பட்டிருந்தது, ஒருவீட்டின் பால்கனியில் காயப்போட்டிருந்த துணி ஒரு வருடகாலமாக அப்படியே கிடந்ததால் கருப்பாகிப் போயிருந்தது. கைவிடப்பட்டிருந்த ராணுவக் கல்லறைகளில்

வீரர்களின் சிலை உயரத்திற்கு வளர்ந்திருந்த புற்கள், சிலைகளில் தானியங்கி ஆயுதங்கள் இருந்தன. பறவையின் கூடு. வீட்டின் கதவு உடைக்கப்பட்டு, வீட்டிலிருந்த சாமான்கள் எல்லாம் களவாடப்பட்டிருந்தன ஆனால் திரைச்சீலைகள் எல்லாம் கீழே இழுத்துப் போடப்பட்டிருந்தன. மக்கள் வீட்டை விட்டுச் சென்று விட்டாலும் அவர்களுடையப் புகைப்படங்கள் அவர்களுடைய ஆன்மாக்கள் போல அங்கேயே இருந்தன.

முக்கியமற்றது என்று சொல்வதற்கோ, சிறியது என சொல் வதற்கோ எதுவுமே இல்லை. நான் அதைப் பார்த்த அந்த நாளின் நேரம், வானத்தினுடைய நிறம், எனது சொந்த உணர்வுகள் என எல்லாவற்றையும் விபரத்துடன் நினைவில் வைத்துக் கொள்ள விரும்பினேன். அதில் ஏதேனும் பயனுண்டா? மனித இனம் இந்த இடங்களையெல்லாம் நிரந்தரமாகக் கைவிட்டுவிட்டது. 'என்றைக்கும்' என்பதை முதலில் அனுபவித்தவர்கள் நாங்களாகத்தான் இருப்போம். நீங்கள் ஒரு சிறிய விஷயத்தைக் கூட விடமாட்டீர்கள். வயதான விவசாயிகளின் முகங்கள் 'ஒரு குறீயீடு' போல இருந்தன. இதை மிகக் குறைந்த அளவில் புரிந்து கொண்டவர்கள் அவர்களாகத்தான் இருப்பார்கள். அவர்கள் தங்களது பண்ணையையோ அல்லது நிலத்தையே விட்டுவிட்டுச் சென்றுவிடவில்லை. அவர்கள் அந்தப் பூமியில் தான் இருந்தார்கள், நேசித்தார்கள், வியர்வை நிலத்தில் விழ உழைத்து தங்களது வாழ்க்கையைத் தொடர்ந்தார்கள். தங்களது பேரக்குழந்தைகளுக்காகக் காத்திருந்தார்கள். இந்த வாழ்க்கையை வாழ்ந்தவர்கள், அந்த நிலத்தை விட்டுவிட்டு வேறிடத்திற்குச் சென்று அதையும் தங்கள் நிலமாக்கினார்கள். பெலாரஷ்ய விவசாயின் குடிசை! நகரவாசிகளான நமக்கு வாழக்கூடிய வீடு ஒரு இயந்திரம் போன்றது. ஆனால் அவர்களின் உலகம், அண்டவெளி எல்லாமே அதுதான். காலியான கிராமங்களின் வழியாக செல்லும்போது நீங்கள் மனிதர்களை சந்திக்க வேண்டும் என விரும்புவீர்கள். தேவாலயங்களும் கொள்ளை யடிக்கப்பட்டிருந்தன. அதற்குள் செல்லும்போது மெழுகு வாசனையை உணர்வீர்கள். அப்போது உங்களுக்கு பிரார்த்தனை செய்ய வேண்டும் போலத் தோன்றும்.

நான் எல்லாவற்றையும் நினைவில் வைத்துக் கொள்ள விரும்பியதால் புகைப்படம் எடுக்க ஆரம்பித்தேன். அதுதான் என் கதை. கொஞ்ச காலத்துக்கு முன்பாக அங்கேயிருந்த எனது நண்பன் ஒருவனைப் புதைத்தோம். அவன் ரத்தப்

புற்றுநோயால் இறந்து போனான். ஆண்டுத் திருவிழாவின்போது நாங்கள் குடித்தோம். முதலில் இறந்து போன நண்பனைப் பற்றி பேசினோம். அப்புறம்? மறுபடியும் நாட்டின் தலைவிதி, பிரபஞ் சத்தின் வடிவமைப்பு, ரஷ்ய ராணுவம் செசன்யாவிலிருந்து வெளியேறுமா, வெளியேறாதா? இரண்டாவது காக்காசியன் யுத்தம் ஆரம்பிக்குமா அல்லது ஏற்கனவே ஆரம்பித்துவிட்டதா? ஷிரினோவ்ஸ்கி ஜனாதிபதி ஆக முடியுமா? யெல்சினே மீண்டும் தேர்ந்தெடுக்கப்படுவாரா? பிரிட்டனின் அரச குடும்பம், இளவரசி டயானா, ரஷ்யாவின் முடியாட்சி, செர்னோபிலும் அது குறித்த பல்வேறுபட்ட கருத்துகள், வேற்றுக்கிரகத்தினருக்கு இந்தப் பேரழிவு பற்றி தெரிந்திருக்கும். அவர்கள் நமக்கு உதவி செய்திருப்பார்கள் என சிலர் பேசினார்கள், வேறு சிலர் இது ஒரு பரிசோதனை, இதன் மூலம் நம்பமுடியாத திறமைகளுடன் குழந்தைகள் பிறக்கும் என்றனர். அல்லது ஷீத்தியன்கள் போல பெலாரஷ்யன்களும் காணாமல் போகக்கூடும் என்றனர். இப்படியாக எங்கள் கலந்துரையாடல் நள்ளிரவு வரை நீடித்தது. நாங்கள் எல்லாம் மெய்ப்பொருளியல்வாதிகள். எங்கள் உரையாடலின் போது நாங்கள் பூமியில் வாழாமல் கனவில் வாழ்ந்தோம். ஏனென்றால் சாதாரண வாழ்க்கையைப் புரிந்து கொள்வதற்கு நீங்கள் ஏதாவதொன்றைச் சேர்க்கவேண்டும். நீங்கள் மரணத்தறுவாயில் இருந்தாலும்கூட!

– விக்டர் லாட்டூன், புகைப்படக் கலைஞர்

குறையுள்ள குழந்தை

அன்றொரு நாள் என் மகள் என்னிடம், 'நான் குறையுள்ள குழந்தையைப் பெற்றாலும் அவனை நான் நேசிக்கத்தான் செய்வேன்' என்றாள். உங்களால் அதைக் கற்பனை செய்து பார்க்க முடியுமா? அவள் பத்தாவதுதான் படித்துக் கொண்டிருந்தாள். ஆனாலும் இந்த மாதிரியான சிந்தனை அவளிடம் இருந்தது. அவளுடைய நண்பர்களும் இதே மாதிரியான சிந்தனையைத் தான் கொண்டிருந்தார்கள். எங்களுக்குத் தெரிந்தவர்களில் ஒருவர் சமீபத்தில் ஆண் குழந்தையைப் பிரசவித்திருந்தார். அவர்கள் இளம் வயதினர். பார்ப்பதற்கு நல்ல லட்சணமான தம்பதி. இது அவர்களது முதல் குழந்தை. அந்த ஆண் குழந்தை யினுடைய வாய் காது வரை நீண்டிருந்தது. சொல்லப் போனால் காதே இல்லை. நான் யாருக்கேனும் குழந்தை பிறந்தால் வழக்கமாக பார்க்கப் போவதுண்டு. ஆனால் இந்தக் குழந்தையைப் பார்க்க நான் போகவில்லை. ஆனால் என் மகள் அதைப் பொருட்படுத்தவில்லை. அவள் சென்று பார்க்க விரும்பினாள்.

நாங்கள் கிளம்பியிருப்போம். ஆனாலும் என் கணவரும், நானும் கொஞ்ச நேரம் யோசித்தபின் போக வேண்டாம் என முடிவெடுத்தோம். எங்களுக்குப் பயமாக இருந்தது. நாங்கள் அனைவரும் செர்னோபில்வாசிகள். ஒருவருக்கொருவர் பயந்ததில்லை. யாராவது அவர்கள் தோட்டத்தில் விளைந்த

ஆப்பிளையோ, வெள்ளரியையோ கொடுத்தால் அதை வாங்கி பாக்கெட்டுக்குள்ளோ,பைக்குள்ளோ வைத்திருந்துவிட்டு பின்னர் தூக்கியெறியாமல் சாப்பிட்டு விடுவோம். இதே மாதிரியான நினைவுகளை நாங்கள் எல்லோரும் பகிர்ந்து கொள்வதுண்டு. எங்கள் எல்லோருடைய தலைவிதியும் ஒன்றுதான். வேறு எல்லா இடங்களிலும் நாங்கள் அந்நியர்கள். தொழுநோயாளிகள் போல நடத்தப்பட்டோம். எல்லோருக்கும் செர்னோபில்வாசிகள், செர்னோபில் குழந்தைகள், செர்னோபில் அகதிகள் போன்ற வார்த்தைகள் பழகிப் போய்விட்டன. ஆனால் எங்களைப் பற்றி எதுவும் உங்களுக்குத் தெரியாது. எங்களைப் பார்த்து உங்களுக்குப் பயமாக இருந்தது. உங்களால் முடியுமென்றால் போலீஸ் பாதுகாப்பு வளையம் போட்டு எங்களை வெளியே விட மாட்டீர்கள் *(நிறுத்தினார்)*. அப்படியெல்லாம் இருக்காது என நீங்கள் எனக்குச் சொல்ல முயற்சிக்க வேண்டாம். நான் அதையெல்லாம் கடந்து வந்து விட்டேன். சம்பவம் நிகழ்ந்த பின் முதல் சில நாட்கள்... எனது மகளைத் தூக்கிக்கொண்டு என் சகோதரி இருக்கக்கூடிய மின்ஸ்க்கு ஓடினேன். எனது சொந்த சகோதரியே எங்களை அவள் வீட்டிற்கு உள்ளே வர அனுமதிக்கவில்லை. அவளுக்கு ஒரு குழந்தை இருந்தது. அதற்குத் தாய்ப்பால் கொடுத்துக் கொண்டிருந்தாள். நாங்கள் ரெயில்வே ஸ்டேஷனில் படுத்துத் தூங்கினோம். இதை உங்களால் கற்பனை செய்து பார்க்க முடியுமா?

என்னிடம் சில பைத்தியக்காரத்தனமான சிந்தனைகள் இருந்தன. நாங்கள் எங்கே போவது? சிரமப்படாமல் இருக்க வேண்டுமென்றால் எங்களை நாங்களே கொலை செய்து கொள்ள வேண்டுமோ? சம்பவத்திற்குப் பிறகு முதல் சில நாட்கள் சிந்தனை இப்படித் தான் இருந்தது. ஒவ்வொருவரும் கொடூரமான நோய்களையும், கற்பனைக்கெட்டாத நோய்களையும் கற்பனை செய்ய ஆரம்பித்தார்கள். நான் ஒரு டாக்டர். மற்றவர்கள் என்ன நினைத்துக் கொண்டிருக்கிறார்கள் என்பதை என்னால் ஊகிக்கத்தான் முடியும். இப்போது நான் எனது குழந்தைகள் எங்கு சென்றாலும் கவனிக்கிறேன். அவர்கள் தங்களை ஒரு அந்நியர் போலவே உணர ஆரம்பித்திருக்கிறார்கள். எனது மகள் கோடைக்கால பயோனீர் முகாமில் கலந்து கொள்ள சென்றிருந்தபோது மற்ற குழந்தைகள் அவளைத் தொடக்கூட பயந்தார்கள். 'இவள் செர்னோபிலிலிருந்து வந்திருக்கும் முயல், இவள் இருட்டில் கூட பிரகாசிப்பாள்' என அவளைப் பார்த்துக்

கூறினார்கள். இவள் பிரகாசிக்கிறாளா, இல்லையா என்பதை அறிந்து கொள்வதற்காக அவளை இரவில் வளாகத்துக்குப் போகச் சொல்லியிருக்கிறார்கள்.

மக்கள் யுத்தம் பற்றி பேசினார்கள். யுத்த தலைமுறையைச் சேர்ந்தவர்கள் அவர்களோடு எங்களை ஒப்பிட்டார்கள். ஆனால் அவர்கள் சந்தோஷமாக இருந்திருக்கிறார்கள்! அவர்கள் யுத்தத்தில் வென்றவர்கள்! அது அவர்கள் வாழ்க்கைக்குத் தேவையான சக்தியைக் கொடுத்திருக்கிறது. உண்மையிலேயே அது அவர்கள் வாழ்வதற்கும் தொடர்ந்து செல்வதற்கும் வலுவான ஓர் உந்துதலைக் கொடுத்திருக்கிறது. அவர்கள் எதைப்பற்றியும் பயப்படவில்லை. அவர்கள் வாழ்வதற்கும், கற்றுக்கொள்வதற்கும், குழந்தைகளுக்காகவும் ஆசைப்பட்டார்கள். ஆனால் நாங்கள்? நாங்கள் அனைத்துக்கும் பயந்தோம். குழந்தைகளுக்காகவும், இன்னும் இல்லாத பேரக் குழந்தைகளுக்காகவும் பயந்தோம். அவர்கள் இல்லை. ஆனால் நாங்கள் பயந்தோம். மக்கள் சிரிப்பதைக் குறைத்துக் கொண்டார்கள். விடுமுறை நாட்களில் பாடுவதைக் குறைத்துக் கொண்டார்கள். காட்சிகள் எல்லாம் மாறின. ஏனென்றால் வயல்வெளிக்குப் பதிலாக காடுகள் வளர ஆரம்பித்தன. தேசத்தினுடைய குணாதிசயமும் மாறியது. எல்லோரும் மன அழுத்தத்தில் இருந்தனர். இருள் சூழ்ந்த மாதிரியான ஓர் உணர்வு. செர்னோபில் என்பது ஓர் உருவகம், ஒரு குறியீடு. அது தினசரி வாழ்க்கையையும் எங்களுடைய சிந்தனையையும் மாற்றியது.

சிலசமயங்களில நீங்கள் எங்களைப் பற்றி எழுதக் கூடாது என நினைப்பேன். ஏனென்றால் மக்கள் பயப்படமாட்டார்கள். புற்றுநோயால் பாதிக்கப்பட்ட ஒருவருடைய வீட்டில் அது குறித்து யாரும் பேசமாட்டார்கள். யாருடைய வீட்டிலாவது ஒருவர் ஆயுள் தண்டனை அனுபவித்தால்கூட அதைக் குறிப்பிட்டு யாரும் பேசமாட்டார்கள்.

நாடேஷ்டா அஃபானஸ்யெவ்னா புரக்கோவா
கோய்னிகி கிராமத்தைச் சேர்ந்தவர்.

அரசியல் யுத்தி

நான் எனது காலத்தின் பொருள். நான் ஒரு கம்யூனிஸ்ட். இப்போது எங்களைத் திட்டுவது மிகவும் பாதுகாப்பான ஒன்று. அது நாகரிகமாகப் போய்விட்டது. அனைத்து கம்யூனிஸ்ட்டுகளும் குற்றவாளிகள்தான். இப்போது இயற்பியல் விதிகள் உட்பட அனைத்துக் கேள்விகளுக்கும் நாங்கள் பதில் சொல்ல வேண்டும்.

நான் கம்யூனிஸ்ட் கட்சியின் பிராந்திய கமிட்டியில் முதல் செயலாளராக இருந்தேன். பத்திரிகைகளில் — இது கம்யூனிஸ்ட்டுகளின் தவறு. அவர்கள் மோசமான, மட்டமான அணுமின் நிலையத்தைக் கட்டியிருக்கிறார்கள். பணத்தை சேமிக்க முயற்சித்தவர்கள் மக்களின் வாழ்வு குறித்து கரிசனம் காட்டவில்லை என்று எழுதுவார்கள் என்பது உங்களுக்குத் தெரியும். அவர்களுக்கு மக்கள் என்றால் மணலும், வரலாற்றின் உரமும்தான். அவர்கள் எக்கேடும் கெட்டுப் போகட்டும்! "என்ன செய்ய வேண்டும், யாரை குற்றம் சொல்லவேண்டும்?" போன்ற கேள்விகளைத் தவிர்க்க முடியாது. யாருக்கும் பொறுமையில்லை. அவர்கள் பழிவாங்கத் திட்டமிட்டார்கள், ரத்தம் தேவைப்பட்டது. அவர்கள் எக்கேடும் கெட்டுப் போகட்டும்!

மற்றவர்கள் அமைதியாக இருந்தாலும் நான் சொல்கிறேன்.

கம்யூனிஸ்ட்டுகள் மக்களை முட்டாளாக்கி விட்டார்கள். அவர்களிடமிருந்து உண்மைகளை மறைத்து விட்டார்கள் என நீங்கள் — இங்கு நீங்கள் என்பது தனிப்பட்ட முறையில் நீங்கள் இல்லை, பத்திரிகைகள் — எழுதுவீர்கள். நாங்கள் அப்படி செய்ததற்குக் காரணம் இருக்கிறது. எங்களுக்கு மத்திய கமிட்டியிலிருந்தும், பிராந்திய கமிட்டியிலிருந்தும் வந்த தகவல் என்னவெனில், 'நீங்கள் பீதியைக் கட்டுப்படுத்த வேண்டும்' என்பதுதான். பீதி என்பது மிகவும் பயப்படவைக்கக்கூடியது. யுத்த சமயத்தின்போதுதான் யுத்தமுனையிலிருந்து வரும் செய்திகளுக்கு அவர்கள் அதிக முக்கியத்துவம் கொடுப்பார்கள். அதுபோலத்தான் செர்னோபில் குறித்து வந்த செய்தியின் போதும் அவர்கள் செயல்பட்டார்கள். அங்கே அப்போது பயமும், புரளிகளும் அதிகமாக இருந்தன. கதிர்வீச்சினால் மக்கள் இறக்கவில்லை. ஆனால் நடந்த நிகழ்வுகளினால்தான் அவர்கள் இறந்தார்கள். நாங்கள் பீதியைக் கட்டுப்படுத்த வேண்டிய பொறுப்பில் இருந்தோம்.

நாங்கள் எல்லாவற்றையும் மறைத்துவிட்டோம் என நீங்கள் கூற முடியாது. ஏனெனில் என்ன நடந்து கொண்டிருக்கிறது என்பது கூட முழுவதுமாக எங்களுக்குத் தெரிந்திருக்கவில்லை. மிகவும் உயர்ந்த அரசியல் உத்தியின் மூலம் இது வழிநடத்தப்பட்டது. ஆனால் நீங்கள் உணர்ச்சிகளையும், அரசியலையும் ஓரங்கட்டி வைத்துவிட்டால் என்ன நடந்தது என்பதை யாரும் நம்பமாட்டார் கள் என்பதை நீங்கள் ஒத்துக்கொண்டுதான் ஆக வேண்டும். விஞ்ஞானிகள்கூட அதை நம்பவில்லை. இங்கு மட்டுமில்லை, உலகில் வேறெங்கும் இது போல எப்போதும் நடந்ததில்லை. அந்த சமயத்தில் அணுமின் நிலையத்தில் அங்கிருந்த விஞ் ஞானிகள் அப்போதிருந்த சூழ்நிலையை ஆய்வு செய்து அதன்படி உடனடியாக முடிவெடுத்தார்கள். நான் சமீபத்தில் 'மொமெண்ட் ஆஃப் ட்ரூத்' என்கிற நிகழ்ச்சியொன்றைப் பார்த்தேன். அந்த நிகழ்ச்சியில் கோர்பசெவ்வின் கீழ் இயங்கி வந்த கட்சியின் பொலீட்பீரோ உறுப்பினரும், முக்கியமான சிந்தனையாளருமான அலெக்ஸாண்டர் யாகோவ்லெவ்வை பேட்டி கண்டனர். அவருக்கு நினைவில் இருந்தது என்ன? அவர்களுக்கும், அதிகார அமைப்பில் என்னை விட ஒரு படி மேலே உள்ளவர்கள், கூட முழுமையாக என்ன நடந்து என தெரியவில்லை. பொலீட்பீரோ கூட்டத்தில் கலந்து கொண்ட ஜெனரல்களில் ஒருவர், 'கதிர்வீச்சு என்றால் என்ன?

அணுகுண்டு வெடிப்புக்குப் பிறகு, பரிசோதனை வெளியில், அவர்கள் ஒரு பாட்டில் ஒயின் குடிப்பார்கள். அவ்வளவுதான். எல்லாம் நன்றாகவே இருக்கும்' என்றார். அவர்கள் செர்னோபில் பற்றி பேசும்போது ஏதோ ஒரு விபத்து—அதுவும் சாதாரண விபத்து—போலவே பேசினார்கள்.

அப்போது வீட்டைவிட்டு யாரும் செல்லக்கூடாது என நான் சொன்னால் எப்படியிருக்கும்? அதற்கு அவர்கள், நீ மே தின விழாவை இடையூறு செய்ய வேண்டுமென நினைக்கிறாயா? என்றார்கள். இது ஒரு அரசியல் பிரச்சனை. அவர்கள் கட்சி எனக்குக் கொடுத்திருந்த அடையாள அட்டையைக் கேட்டனர் *(சிறிது நேரம் அமைதி).* இங்கே ஏதோ நடந்திருக்கிறது என நான் நினைக்கிறேன். இது வெறும் கதைமட்டுமல்ல. அரசு ஆணையக்குழுத் தலைவர் ஷெர்பின் விபத்து நடந்து முடிந்த முதல் சில நாட்களில் மின்நிலையத்துக்கு வருகை தந்தார். அப்போது அவர் தன்னை அணுஉலை இருக்குமிடத்திற்கு அழைத்துச் செல்லுமாறு அவர்களிடம் கூறினார். அதற்கு அவர்கள், அங்கே கிராஃபைட்டும், கதிர்வீச்சும், அதிக வெப்பமும், இயற்பியலின் விதியும் இருப்பதாகக் கூறி அவரை அழைத்துச் செல்ல மறுத்து விட்டனர். 'என்ன இயற்பியலின் விதி! நான் எனது கண்களால் அனைத்தையும் பார்க்க வேண்டும். அதன் அடிப்படையில் பொலீட்பீரோவுக்கு இன்றிரவுக்குள் அறிக்கை சமர்ப்பிக்க வேண்டும் எனவும் கூறினார். இது ஒரு விஷயத்தை ராணுவ ரீதியில் சந்திப்பது போன்றதாகும். அவர்களுக்கு அதற்கு மேல் வேறு வழி தெரியவில்லை. இயற்பியல் என்று ஒன்று இருக்கிறதா என்பதையும் அவர்களால் புரிந்து கொள்ள முடியவில்லை. இதற்கு தொடர் சங்கிலி போன்று ஒரு எதிர்வினை இருந்தது. எந்த உத்தரவும் அல்லது அரசு தீர்மானங்களும் இந்த தொடர்சங்கிலி எதிர்வினையை மாற்றமுடியாது. உலகம் இயற்பியலின் அடிப் படையில் கட்டமைக்கப்பட்டிருக்கிறதே ஒழிய மார்க்ஸின் அடிப்படையில் இல்லை. ஆனால் இதை நான் சொன்னால் என்னவாகும்? மே தின அணிவகுப்பை நிறுத்த முயற்சிக்கிறேன் என்பார்கள் *(மீண்டும் மனச்சங்கடம் அடைந்தார்).* பத்திரிகை களில் மக்கள் எல்லோரும் நன்றாக பொதுவெளியில் புழங்கு கிறார்கள் என எழுதினார்கள். ஆனால் நாங்களோ பதுங்கு குழி களுக்குள் இருந்தோம். தொப்பி, ரெயின்கோட் எதுவுமில்லாமல் சூரிய வெளிச்சத்தில் இரண்டு மணிநேரம் ஓர் அதிகாரிக்கு முன்னால் நான் நின்று கொண்டிருந்தேன். வெற்றி நாளான

மே ஒன்பதாம் தேதி நான் உயர் அதிகாரிகளுடன் நடந்து சென்றேன். அவர்கள் ஹார்மோனிகா வாசிக்க மக்களும் குடித்துவிட்டு நடனம் ஆடினார்கள். நாம் எல்லோரும் அந்த அமைப்பின் ஒரு பகுதிதான். நாம் நம்பினோம்! வெற்றியில் உயர் கொள்கைகளை நாம் நம்பினோம். நாம் செர்னோபிலை தோற்கடிப்போம்! உயர் கொள்கைகள் இல்லாத ரஷ்யர்களா? மிகப்பெரிய கனவில்லாமலா? அதுவும் பயமாகத்தான் இருக்கிறது.

ஆனால் அதுதான் இப்போது நடந்து கொண்டிருக்கிறது. எல்லாமும் சிதறிப் போய்க் கொண்டிருக்கிறது. அரசு இல்லை. ஸ்டாலின் இல்லை. குலாக் தீவுக் கூட்டம் இல்லை. அவர்கள் கடந்த காலத்தின் மீதும், நமது வாழ்க்கை முழுவதுக்குமாக தீர்ப்பு கூறியிருக்கிறார்கள். சிறந்தத் திரைப்படங்களையும், மகிழ்ச்சியான பாடல்களையும் நினைத்துப் பாருங்கள்! அதை எனக்கு விளக்கிச் சொல்லுங்கள். அந்த மாதிரியான படங்களும், பாட்டுகளும் ஏன் இப்போது இல்லை? மனிதர்களை உயர்வடையச் செய்வதும் ஊக்கமளிப்பதும் தேவையாகும். அவர்களுக்கு உயரிய கொள்கைகள் வேண்டும். அப்படியென்றால்தான் நம்முடைய நாடு ஒரு வலுவான தேசமாக இருக்கும். ஒளிர்விடக்கூடிய கொள்கைகள் — அவை நம்மிடம் இருக்கின்றன!

பத்திரிகைகளிலும்,வானொலியிலும்,தொலைக்காட்சிகளிலும் அவர்கள் உண்மை! உண்மை! எனக் கத்திக் கொண்டிருந்தனர். அனைத்துக் கூட்டங்களிலும் அவர்கள் உண்மையைக் கோரினார்கள். மிகவும் மோசமான நிலைமை, நாம் எல்லோரும் சாகப் போகிறோம்! ஆனால் யாருக்கு இந்த மாதிரியான உண்மை தெரிய வேண்டும்? ரோபஸ்பியரை தூக்கிலிட வேண்டுமென்று ஒரு கும்பல் கோரியது, அவர்கள் கோரியது சரியா? நீங்கள் கும்பல் சொல்வதைக் கேட்டு கும்பலில் ஒருவர் ஆகிவிடக் கூடாது. சுற்றிலும் பாருங்கள், இப்போது என்ன நடந்து கொண்டிருக்கிறது? (அமைதி). நான் குற்றவாளியென்றால் ஏன் எனது பேத்தி, அந்த சிறிய குழந்தையும்கூட உடல்நலமில்லாமல் இருக்க வேண்டும். அந்த வசந்த காலத்தில் எனது மகளுக்குப் பிறந்த அவளை நாங்களிருந்த ஸ்லாவ்கோராடுக்கு குழந்தைகளுக்கான வண்டி யில் வைத்துக்கொண்டு வந்தாள். மின் நிலையத்தில் வெடி விபத்து நடந்த சில வாரங்களுக்குப் பிறகு இது நடந்தது. எங்குபார்த்தாலும் ஹெலிகாப்டர்கள் பறந்தன. சாலையெங்கும் ராணுவ வண்டிகளாக இருந்தன. எனது மனைவி, ‘அவர்கள் —

மகளும் பேத்தியும் — இங்கிருந்து நமது உறவினர் வீட்டுக்குச் செல்லட்டும். இங்கேயிருந்து அவர்கள் கிளம்பவேண்டும்' என்று கூறினாள். நான் கட்சியில் பிராந்திய கமிட்டியின் முதல் செயலாளராக இருந்தேன். எனவே அது முடியவே முடியாது என சொல்லிவிட்டேன். 'எனது மகளையும், பேத்தியையும் இங்கிருந்து அனுப்பினால் மக்கள் என்னைப் பற்றி என்ன நினைப்பார்கள்? நம்முடைய குழந்தைகள் இங்குதான் இருக்க வேண்டும்'. தங்களைக் காப்பாற்றிக் கொள்வதற்காக அந்த இடத்தைவிட்டு செல்ல முயற்சிப்பவர்களை நான் பிராந்திய கமிட்டிக்கு அழைத்து, 'நீங்கள் கம்யூனிஸ்ட்டா, இல்லையா?' என்று கேட்பேன். மக்களுக்கு இது ஒரு பரிசோதனை. நான் குற்றவாளி என்றால் எனது பேரக்குழந்தையை நான் ஏன் கொல்லவேண்டும்? *(இப்படியே அவர் பேசிக் கொண்டிருந்தார். ஆனால் என்ன பேசிக் கொண்டிருக்கிறார் என்பதைப் புரிந்து கொள்வது சாத்தியமற்றதாக இருந்தது)*

முதல் சில நாட்கள் பற்றிக் கூறுமாறு நீங்கள் என்னிடம் கேட்டிருந்தீர்கள். உக்ரைனில் அவர்கள் அபாயத்தை எதிர்நோக்கி இருந்தார்கள். ஆனால் பெலாரஸில் எல்லாம் அமைதியாக இருந்தது. பயிரிடும் காலம் அது. நான் அலுவலகத்தில் இல்லாமால் வயல்வெளியெங்கும் சுற்றித் திரிந்தேன். மக்கள் பயிரிட்டுக் கொண்டும், தோண்டிக்கொண்டும் இருந்தனர். செர்னோபிலுக்கு முன்பாக 'அணு'வை எல்லோரும் "அமைதியான வேலையாள்" என அழைத்ததையும், அணு யுகத்தில் வாழ்ந்து வருவதை எல்லோரும் பெருமையாக நினைத்திருந்ததையும் அவர்கள் மறந்து விட்டிருந்தார்கள். அணு குறித்த எந்தவொரு பயமும் அவர்களிடம் இருந்ததாகத் தெரியவில்லை.

கட்சி பிராந்தியக் கமிட்டியின் முதல் செயலாளர் என்றால் என்ன? பொறியியல் அல்லது வேளாண்மைத் துறையில் பட்டயம் பெற்ற ஒரு சாதாரண மனிதன். எங்களில் சிலர் கட்சியின் உயர்நிலைப் பள்ளிக்கும் சென்றார்கள். சமூக பாதுகாப்பு பற்றி படிப்பின்போது அவர்கள் அணு பற்றி என்ன சொல்லிக் கொடுப்பார்களோ அந்த அளவுக்கு எனக்கு அதைப் பற்றி தெரிந்திருந்தது. பாலில் இருக்கும் சீசியம் அல்லது ஸ்ட்ரோண்டியம் பற்றி ஒரு வார்த்தைகூட கேட்கவில்லை. நாங்கள் சீசியம் உள்ள பாலைத்தான் பால் பண்ணைகளுக்கு அனுப்பினோம். இறைச்சியை இறைச்சி தொழிற்சாலைகளுக்குக் கொடுத்தோம். கோதுமை அறுவடை செய்தோம். நாங்கள்

திட்டமிட்டதைச் செய்தோம். எங்களுக்காக யாரும் திட்டத்தைத் திரும்பப் பெறவில்லை.

நாங்கள் அப்போது எப்படியிருந்தோம் என்பது குறித்த கதை இது. முதல் சில நாட்கள் மக்கள் பயத்தை உணர்ந்தவர்களாக இருந்தாலும் உற்சாகத்துடன் இருந்தார்கள். எனக்கு சுய பாதுகாப்பு என்கிற உள்ளுணர்வு போதுமான அளவு இல்லை *(ஆலோசிக்கிறார்)*. ஆனால் மக்களிடம் அதிகமான அளவுக்குக் கடமை உணர்ச்சி இருந்தது. செர்னோபிலுக்கு என்னை அனுப்புங்கள் என வேண்டுதலோடு மக்கள் அனுப்பிய கடிதங்கள் டஜன் கணக்கில் என் மேசையின் மேல் கிடந்தன. தன்னார்வலர்கள். இப்போது அவர்கள் என்ன எழுதினாலும் அது முக்கியமில்லை. அதுதான் சோவியத்தின் மனிதர்களும், சோவியத்தின் குணாதிசயமும். இப்போது அவர்கள் என்ன எழுதினாலும் அது முக்கியமில்லை.

விஞ்ஞானிகள் வந்தார்கள். அவர்கள் குரல் கரகரப்பாக வரும் நிலை வரும் வரை விவாதித்தார்கள். அவர்களில் ஒருவரிடம் நான், “நமது குழந்தைகள் கதிர்வீச்சு தாக்கப்பட்ட மணலில் விளையாடுகிறார்களா?” எனக் கேட்டேன். அதற்கு அவர், “அவர்கள் பயமுறுத்துகிறார்கள்! நாசக்காரர்கள்! உங்களுக்கு கதிர்வீச்சு பற்றி என்ன தெரியும்? நான் ஒரு அணு இயற்பியலாளர். நான் அணு ஆயுத வெடிப்புகளைப் பார்த் திருக்கிறேன். வெடித்து முடித்த பின் இருபது நிமிடத்தில் அது நடந்த இடத்தை ட்ரக்கில் சென்று பார்வையிட்டு இருக்கிறேன். எனவே நீங்கள் ஏன் பீதியைக் கிளப்புகிறீர்கள்?” என்றார். நான் அவர்களை நம்பினேன். நான் மக்களை என் அலுவலகத்துக்கு அழைத்து, “சகோதரர்களே! நான் அல்லது நீங்கள் இங்கிருந்து சென்றால் மக்கள் என்ன நினைப்பார்கள்? இந்த கம்யூனிஸ்ட்டுகள் நம்மைக் கைவிட்டு விட்டார்கள் என நினைக்கமாட்டார்களா?” என்றேன். என்னால் வார்த்தை களாலும், உணர்ச்சிப் பூர்வமாகவும் அவர்களைச் சமாதானப் படுத்த முடியவில்லையென்றால் வேறு சில வழிகளில் முயற்சித்தேன் — “நீங்கள் தேசாபிமானியா, இல்லையா? அப்படியில்லையென்றால் கட்சி அட்டையை இந்த மேசை மேல் வையுங்கள் அல்லது கீழே எறியுங்கள்!” என்றேன். ஒரு சிலர் அப்படிச் செய்தார்கள்.

இருந்தாலும் நான் சிலவற்றைச் சந்தேகப்பட ஆரம்பித்தேன்.

நாங்கள் அனுப்பக்கூடிய மண்ணின் மாதிரியை பரிசோதனை செய்வதற்கு இன்ஸ்டிடியூட் ஃபார் நியூக்ளியர் ஃபிசிக்ஸ் அமைப்புடன் உடன்படிக்கைக் கொண்டிருந்தோம். அவர்கள் புல்லையும், கருப்பு நிறத்திலான நிலத்தின் சில அடுக்குகளையும் எடுத்துக்கொண்டு மின்ஸ்க்குக்கு வருவார்கள். அவர்கள் பகுப்பாய்வு செய்தபின் என்னை அழைத்து, "மணலை இங்கிருந்து மீண்டும் அங்கே அனுப்புவதற்கு போக்குவரத்து ஏற்பாடு செய்யுங்கள்" என்று சொல்வார்கள். "நீங்கள் என்ன விளை யாடுகிறீர்களா? இங்கிருந்து அதன் தூரம் 400 கிலோமீட்டர்" என்று சொல்லும்போது ரிசீவர் ஏறக்குறைய என் கையிலிருந்து விழுந்துவிட்டது. 'மண் மாதிரியை இங்கிருந்து எடுத்துச் செல்வதா?' அதற்கு அவர்கள், 'நாங்கள் விளையாடவில்லை. எங்கள் வழி முறைகளின்படி, இந்த மாதிரிகளையெல்லாம் பிரத்யேக கொள்கலனில் வைத்து அதை கான்கிரீட் — உலோகக் கலவையினால் வடிவமைக்கப்பட்ட பதுங்கு குழியில் புதைக்க வேண்டும்' என்று கூறினார். ஆனால் அவற்றை பெலாரஸின் எல்லா இடங்களில் இருந்தும் பெற்றோம். ஒரே மாதத்தில் எங்களிடம் இருந்த அனைத்து இடங்களிலும் பொருட்கள் புதைக்கப்பட்டு விட்டன. சொல்வது உங்களுக்குக் கேட்கிறதா? இந்த நிலத்தில் அறுவடை செய்தும், பயிரிடவும் செய்தோம். எங்களுடைய குழந்தைகள் அதில் விளையாடினார்கள். பால் மற்றும் இறைச்சி சம்பந்தப்பட்ட திட்டத்தை நாங்கள் நிறைவேற்ற வேண்டியிருந்தது. நாங்கள் கோதுமையிலிருந்து வோட்கா தயாரித்தோம். ஆப்பிள், பேரிக்காய், செர்ரி போன்றவை ஜூஸ் தயாரிப்பதற்காகப் பயன்படுத்தப்பட்டன..

குடி வெளியேற்றத்தை மேலிருந்து யாராவது பார்த்திருந்தால் அவர்கள் மூன்றாம் உலகப் போர் மூண்டு விட்டதோ என நினைத்திருக்கக்கூடும். அவர்கள் ஒரு கிராமத்தை குடி வெளியேற்றம் செய்து முடித்தவுடன் இன்னொரு கிராமத்தில் உள்ளவர்களிடம் இன்னும் ஒரு வாரத்தில் உங்கள் குடி வெளியேற்றம் நடைபெறும் என சொல்வார்கள். அந்த ஒரு வாரமும் அவர்கள் வைக்கோலை அடுக்கி வைப்பார்கள், புல்தரையை சீராகக் கத்தரிப்பார்கள், மரத்தை வெட்டுவார்கள். என்ன நடந்து கொண்டிருக்கிறது என்பது தெரியாமல் அவர்கள் தங்கள் வாழ்க்கையை தொடர்ந்து கொண்டிருப்பார்கள். அதன் பின் ஒரு வாரத்தில் ராணுவ வாகனங்களில் அவர்கள் எல்லோரையும் கொண்டு செல்வார்கள். எனக்கு

கூட்டங்களும், தொழில் சம்பந்தமான பயணமும், பதற்றமும், தூங்கா இரவுகளாவும் இருந்தன. என்னென்னவோ நடந்து கொண்டிருந்தன. மின்ஸ்க் நகர கட்சி கமிட்டிக்கு அருகில் ‘மக்களுக்கு அயோடின் கொடுக்கவும்’ என்கிற பதாகையோடு ஒருவன் நின்று கொண்டிருந்ததைப் பார்த்தேன். அந்த நேரத்தில் மிகவும் வெப்பமாக இருந்தாலும் அவன் ரெயின் கோட் அணிந்திருந்தான்.

அணு மின்நிலையங்கள்தான் நமது எதிர்காலம் என மக்கள் கருதிவந்ததை மறந்துவிட்டிருந்தார்கள். நான் பல முறை பேசியிருக்கிறேன். பிரச்சாரம் செய்திருக்கிறேன். நான் சென்ற அணுமின் நிலையம் மிகவும் அமைதியாகவும், சுத்தமாகவும் இருந்தது. ஒரு மூலையில் இருந்த சிவப்புக் கொடியில் ‘சோஷியலிஸ்ட் போட்டியின் வெற்றியாளார்’ என்கிற வாக்கியம் எழுதப் பட்டிருந்தது. எங்களுடைய எதிர்காலம்.

நான் இந்த காலத்தின் பிரதிநிதி. குற்றவாளியில்லை.

– விளாடிமீர் மாட்வீவிச் இவானோவ், முன்னாள் முதன்மைச் செயலாளர் ஸ்டாவ்கோராட் ரீஜனல் பார்ட்டி கமிட்டி

சோவியத் அரசின் ஆதரவாளர்

நீங்கள் என்ன எழுதிக் கொண்டிருக்கிறீர்கள்? உங்களுக்கு யார் அனுமதி கொடுத்தது? அதோடு புகைப்படமும் எடுக்கிறீர்கள். அதைத் தூர வையுங்கள். கேமராவை தள்ளி வையுங்கள் அல்லது நான் அதை உடைத்து விடுவேன். இங்கே வந்து இதை யெல்லாம் எழுதுவதற்கு எப்படி தோன்றிற்று. நாங்கள் இங்கே வாழ்ந்துக் கொண்டிருக்கிறோம். நீங்கள் இங்கே வந்து மக்களின் மனதில் சில கருத்துகளை புகுத்திவிட்டு செல்வதோடு தவறான விஷயங்களைப் பேசுகிறீர்கள். அப்படி பேசுவதில் ஓர் ஒழுங்கு இல்லை! மைக்ரோஃபோனோடு அவர்கள் வலம் வந்ததைப் பார்த்தால் உங்களுக்கு எப்படியிருந்திருக்கும்.

நான் சோவியத் அரசின் நடவடிக்கைகளை ஆதரிக்கிறேன் என்பது சரிதான். அது எங்களுடைய அரசு. மக்களின் அரசு! சோவியத்துகளின் கீழ் நாங்கள் மிகவும் வலுவாக இருந்தோம், எல்லோரும் எங்களைப் பார்த்து பயந்தார்கள். உலகமே எங்களைக் கண்காணித்துக் கொண்டிருந்தது. சிலர் மிகவும் பயந்து போய் இருந்தார்கள், சிலர் பொறாமையுடன் இருந் தார்கள். இப்போது என்ன? ஜனநாயகம் என்கிற பெயரில் எங்களிடம் என்ன இருக்கிறது. மரத்திலிருந்து இறங்கி வந்த காட்டுமிராண்டிகளுக்கு கொடுப்பது போல் அவர்கள் காலணி களையும், பழைய வெண்ணெயையும், பழைய ஜீன்ஸ்களையும்

அனுப்பி வைத்தார்கள். எங்களிடம் மிகப் பெரிய சாம்ராஜ்யம் இருந்தது! இப்போது இங்கே வருவதை நீங்கள் எப்படி நினைக்கிறீர்கள். மிகப்பெரிய சாம்ராஜ்யம்! *F**k!*

பிறக்கும்போது சாத்தான் குறியோடு பிறந்த சண்டாளர் கோர்பி என்கிற கோர்பசெவ். அவர் வரும் வரை எல்லாம் நன்றாக இருந்தது. கோர்பி சிஐஏ—வுக்காக வேலை பார்த்தவர். நீங்கள் என்னிடம் என்ன சொல்ல முயற்சித்துக் கொண்டிருக்கிறீர்கள், ம்ம்ம்? அவர்கள்தான் செர்னோபிலை வெடிக்க வைத்தது. அதாவது சி.ஐ.ஏ.வும், ஜனநாயகவாதிகளும். இதை நான் பத்திரிகைகளில் படித்தேன். செர்னோபில் வெடிவிபத்து மட்டும் நிகழவில்லையென்றால் சாம்ராஜ்யம் சரிந்திருக்காது. மிகச் சிறந்த சாம்ராஜ்யம்! *F**k!* இப்போது அவர்கள் இங்கு வந்து கொண்டிருக்கிறார்கள். கம்யூனிஸ்ட்டுகள் ஆட்சியின் கீழ் 20 கோபெக்குகளுக்கு விற்கப்பட்ட ரொட்டி இன்றைக்கு 2000 ரூபிளுக்கு விற்கப்படுகிறது. ஜனநாயகவாதிகள் என்ன செய்தார் கள்? அவர்கள் அனைத்தையும் விற்றுவிட்டார்கள்! பணயம் வைத்துவிட்டார்கள்! எங்களுடையப் பேரக்குழந்தைகளுக்கு எதுவுமில்லை.

நான் குடிகாரன் இல்லை, நான் ஒரு கம்யூனிஸ்ட்! அவர்கள் எங்களைப் போன்ற எளிய மக்களுக்காக இருந்தார்கள். ஜனநாயக சுதந்தரம் பற்றி தேவதைக் கதைகளை என்னிடம் சொல்லாதீர்கள். *F**k!* இந்த சுதந்திரமான மனிதன் இறந்தால் அவனோடு சேர்த்து புதைப்பதற்கு எதுவுமில்லை. மூதாட்டி ஒருத்தி சமீபத்தில் இறந்து போனாள். அவளுக்குக் குழந்தைகள் யாரும் இல்லை. தனியொருத்தி. அவள் வீட்டில் போடக்கூடிய உடையில், இறந்த நிலையில் இரண்டு நாட்களாக வீட்டிலேயே கிடந்தாள். அவர்களால் சவப்பெட்டிக்கு ஏற்பாடு செய்ய முடியவில்லை. அவள் மிகவும் கடின உழைப்பாளி. ஸ்டாகானோவைட் (Stakhanovite) இயக்கத்தைச் சேர்ந்தவள். நாங்கள் இரண்டு நாட்களுக்கு வயல்வெளிக்குச் செல்ல மறுத்துவிட்டோம். நாங்கள் ஒரு கூட்டம் போட்டோம். *F**k!* கூட்டுப்பண்ணையின் தலைவர் வந்து கூட்டு பண்ணையைச் சேர்ந்த யார் இறந்தாலும் அவர்களை அடக்கம் செய்ய இலவசமாக சவப்பெட்டியும், கன்றுக்குட்டி அல்லது பன்றி, இரண்டு பெட்டி வோட்காவும் வழங்கப்படும் என்று உறுதியளிக்கும் வரை நாங்கள் அனைவரும் அங்கே குழுமியிருந்தோம். ஜனநாயக வாதிகளின் அரசின் கீழ் இரண்டு பெட்டி வோட்கா இலவசம்! கதிர்வீச்சால்

பாதிக்கப்பட்ட எங்களுக்கு அரைபாட்டில் வோட்கா குடித்தால் மருந்தாகும். முழு பாட்டிலையும் குடித்தால் பார்ட்டி!

இதை ஏன் நீங்கள் எழுதிக் கொள்ளவில்லை? நான் ஏன் சொல்லிக் கொண்டிருக்கிறேன்? எதைக் கேட்க வேண்டுமோ அதைத்தான் நீங்கள் எழுதிக் கொள்வீர்கள். மக்களிடம் கருத்துகளைப் புகுத்துவீர்கள், கண்டதைப் பேசுவீர்கள், உங்களுக்கு அரசியல் ஆதாயம் தேவை, அப்படித்தானே? உங்களுடைய பாக்கெட்டுகளை டாலர்களால் நிரப்பிக் கொள்ளவேண்டும்? நாங்கள் இங்கே வாழ்ந்து கொண்டிருக்கிறோம். யாரும் குற்றவாளிகள் இல்லை! குற்றவாளிகளை காண்பியுங்கள், பார்க் கலாம்! நான் கம்யூனிஸ்ட்டுகளுக்கு ஆதரவாளன். அவர்கள் மீண்டும் வருவார்கள், வந்து குற்றவாளிகளைக் கண்டுபிடிப் பார்கள். F**k! இங்கே வந்து எதைப்பற்றியாவது எழுதிக் கொண்டிருக்கிறீர்கள்.

- பெயர் குறிப்பிடப்படவில்லை

வழிமுறைகள்

நான் அதிகப்படியான விஷயங்களை வைத்திருக்கிறேன். கடந்த ஏழு வருடங்களாக நான் இது குறித்த செய்திகளை — பத்திரிகைகளில் வந்த செய்திகளும், எனது சொந்தக் கருத்து களும் — சேகரித்து வருகிறேன். அவையனைத்தையும் நான் உங்களுக்குக் கொடுக்கிறேன். இந்த விஷயங்களை என்னால் வெளியே சொல்லவும் எழுதவும் முடியாது. என்னால் ஆர்ப்பாட்டத்தை ஒருங்கிணைக்க முடியும், போராட்டம் நடத்த முடியும், மருந்துகள் வாங்க முடியும், உடல்நலமில்லாத குழந்தைகளைச் சென்று பார்க்க முடியும். ஆனால் எழுத மட்டும் முடியாது. அது உங்களால் முடியும். பலவிதமான உணர்வுகள் என்னிடம் இருக்கின்றன. ஆனால் ஒருபோதும் அவையனைத்தையும் என்னால் சமாளிக்க முடியாது. அவை என்னை செயலற்றுப் போகச் செய்துவிடும். செர்னோபிலுக்கென்று ஏகப்பட்ட ஆர்வலர்களும், எழுத்தாளர்களும் இருக்கிறார்கள். ஆனால், அந்த விஷயம் குறித்து 'சுரண்டுபவர்'களில் நானும் ஒருத்தனாக இருக்க விருப்பமில்லை.

ஆனால் நான் நேர்மையாக எழுதவேண்டுமென்றால்? *(சிந்தனை).* வெதுவெதுப்பான ஏப்ரல் மாதத்தில் மழை. ஏழுவருடம் ஆனாலும் கூட அந்த மழையை நினைத்துக் கொண்டேன். மழைத்துளிகள் மெர்குரி போல அசைந்து கொண்டிருந்தன. கதிர்வீச்சுக்கு நிறம்

இல்லை என்று சொன்னார்கள். ஆனால் அன்றைய தினம் குட்டைகள் எல்லாம் பச்சை நிறத்திலும், பிரகாசமான மஞ் சள் நிறத்திலும் இருந்தன. ரேடியோ ஃப்ரீடமில் செர்னோபில் விபத்து பற்றி அறிவித்ததாக எனது பக்கத்துவீட்டுக்காரர்தான் எனது காதில் வந்து முணுமுணுத்தார். ஆனால் நான் அந்தப் பெண்மணி சொன்னதைப் பொருட்படுத்தவில்லை. ஏதாவது முக்கியமான நிகழ்வு என்றால் அவர்கள் சொல்வார்கள் என திடமாக நம்பினேன். அவர்களிடம் அனைத்து விதமான பிரத் யேகக் கருவிகளும் — பிரத்யேக எச்சரிக்கை சமிஞ்ஞைகள், குண்டு வெடிப்பிலிருந்து தப்பிக்க பாதுகாப்பான இடமும் — இருக்கின்றன. அவர்கள் எங்களை எச்சரிப்பார்கள் என்பதில் பலமான நம்பிக்கை இருந்தது. நாங்கள் எல்லோரும் சமூகப் பாதுகாப்பு பற்றிய படிப்பு படித்தவர்கள். நான் அவர்களுக்குக் கற்றுக் கூட கொடுத்திருக்கிறேன். ஆனால் அதே நாள் மாலை நேரத்தில் என் வீட்டுக்குப் பக்கத்தில் இருக்கும் இன்னொரு பெண்மணி ஏதோ ஒரு பவுடரைக் கொண்டு வந்தார். அவர்களுக்கு யாரோ ஒரு உறவினர் கொடுத்ததாகவும், அதை எப்படி சாப்பிட வேண்டு மென்று கூறியதாகவும் சொன்னார். அவருடைய உறவினர் இன்ஸ்டிடியூட் ஆஃப் நியூக்ளியர் ஃபிசிக்ஸில்தான் வேலை பார்த்தார். அவர் என் பக்கத்துவீட்டுக்காரப் பெண்மணியிடம் யாரிடமும் எதுவும் சொல்லக்கூடாது என சத்தியம் வேறு வாங்கியிருந்தாராம். மீனைப் போல, பாறையைப் போல அமைதியாக இருப்பதற்கு! அவர் இது குறித்து தொலைபேசியில் பேசுவதற்கே பயந்தார்.

என்னுடைய சகோதரியின் மகன் என்னோடுதான் தங்கி யிருந்தான். அவன் சிறுவன். நான் இன்னும் அதை நம்பவில்லை. நாங்கள் யாரும் அந்தப் பவுடரைக் குடித்ததாக எனக்கு நினை வில்லை. பழைய தலைமுறையினர் மட்டுமல்லாமல் புதிய தலைமுறையினர்கூட மிகவும் நம்பிக்கையுடன் இருந்தோம்.

முதல் பதிவுகளையும், முதல் வதந்திகளையும் நான் நினைத்துப் பார்க்கிறேன். நான் இதிலிருந்து அதற்கும், இந்த நிலைமை யிலிருந்து அந்த நிலைமைக்கும் இயங்கிக் கொண்டிருந்தேன். அது மிகவும் சிரமமானது. எழுத்தாளராக நான் இங்கேயிருந்து சிந்தித்துக் கொண்டிருந்தேன். எப்படி எனக்குள் இரண்டு பேர் — செர்னோபிலுக்கு முன்னால், செர்னோபிலுக்கு பின்னால் — இருக்கமுடியும். 'முன்னால்' நான் எப்படியிருந்தேன் என்பதை நினைவுக்குக் கொண்டு வருவது மிகவும் கடினமாக இருந்தது.

அதிலிருந்தே என்னுடைய பார்வை மாறிவிட்டது.

ஆரம்பத்தில் சில நாட்கள் பாதிக்கப்பட்ட பகுதிக்கு நான் சென்றேன். அங்கு செல்லும் வழியில் ஒரு கிராமத்தில் தங்கியது கூட நினைவில் இருக்கிறது. அங்கு நிலவிய அமைதியைப் பார்த்தால் எனக்கே அதிர்ச்சியாக இருந்தது. பறவைகள் எதுவுமில்லை. நடந்து போய்க் கொண்டிருக்கும் தெருவில் எதுவும் இல்லை. ஒரே அமைதி. வீடுகள் அனைத்தும் காலியாக இருந்தன, அங்கிருந்த மக்கள் எல்லோரும் சென்றிருந்தனர். சுற்றிலும் இருந்த அனைத்தும் மூடப்பட்டிருந்தன, ஒரு ஈ, காக்கையைக்கூட காணவில்லை.

சுட்யானி என்கிற கிராமத்திற்கு நாங்கள் சென்றி ருந்தோம் — அங்கு 149 கியூரிகள் இருந்தது. அதன் பின் மாலினோவ்காவிற்குச் சென்றோம். அங்கே 59 கியூரிகள். அணு ஆயுதப் பரிசோதனை நடந்து கொண்டிருந்த பகுதியில் ரோந்து சுற்றிவந்த ராணுவ வீரர்களிடம் இருந்ததைவிட நூறுமடங்கு ‘அதிகமான கதிர்வீச்சை’ அம்மக்கள் உள்வாங்கிக் கொண்டிருந்தனர். அணுஆயுதப் பகுதிகளில் ஆயிரம் மடங்கு இருந்தது. கதிர்வீச்சுமானியே ஆடியது, அதிலிருந்த அளவையும் தாண்டிவிட்டிருந்தது. ஆனால் கூட்டுப்பண்ணை அலுவலகங்களில் இருந்த அறிவிப்புப் பலகைகளில் பிராந்தியக் கதிரியக்க அதிகாரிகளின் கூற்றுப்படி அந்த இடத்தில் எந்தப் பிரச்சனையும் இல்லையென்றும், சாலட் *(வெங்காயம், தக்காளி, வெள்ளரி போன்றவை)* சாப்பிடலாம் எனவும் எழுதப்பட்டிருந்தது. எல்லாமும் விளைகிறது. எல்லோரும் சாப்பிடுகிறார்கள். இந்த கதிரியக்க அதிகாரிகள் இப்போது என்ன சொல்கிறார்கள்? கட்சியின் பிராந்தியச் செயலாளர்கள்? எப்படி அவர்கள் தங்களை இப்போது நியாயப் படுத்திக் கொள்ள முடியும்?

கிராமத்தில் நாங்கள் நிறைய குடிகாரர்களைப் பார்த்தோம். அவர்கள் வெறுமனே நடந்துகொண்டேயிருந்தார்கள். இதில் பெண்களும் குறிப்பாக பால்கார பெண்கள் *(இடைச்சிகள்)* இருந்தனர்.

ஒரு கிராமத்தில் அங்கிருந்த கிண்டர் கார்டனுக்கு நாங்கள் சென்றோம். குழந்தைகள் அங்குமிங்கும் ஓடிக் கொண்டிருந்த தோடு, மணலிலும் விளையாடிக் கொண்டிருந்தனர். அங்கிருந்த இயக்குநர், மாதத்திற்கு ஒரு முறை மணலை மாற்றுவதாகவும்

ஏதோவோர் இடத்திலிருந்து மணலைக் கொண்டு வருவதாகவும் கூறினார். அவர்கள் எங்கிருந்து கொண்டுவருகிறார்கள் என்பதை உங்கள் ஊகத்துக்கே விட்டு விடுகிறேன். குழந்தைகள் எல்லாம் சோகத்துடன் இருந்தனர். நாங்கள் ஜோக் சொன்னாலும் அவர்கள் சிரிப்பதில்லை. அதற்கு அங்கிருந்த ஆசிரியர்கள், "எங்கள் குழந்தைகள் சிரிக்கமாட்டார்கள், முயற்சிக்கக்கூட வேண்டாம். அவர்கள் தூங்கும்போது அழுவார்கள்" என்று கூறினார்கள். சமீபத்தில் குழந்தையொன்றுக்கு தாயான பெண்ணை நாங்கள் தெருவில் சந்தித்தோம். "வெளியே 59 கியூரிகள் இருக்கிறதே, இங்கே உன்னை பிரசவிக்கச் சொன்னது யார்?" எனக் கேட்டேன். டாக்டரும் — கதிரியக்க நிபுணரும் வந்தார்கள் என்றும் குழந்தையின் துணிகளை வெளியே உலர்த்த முடியாது என்றும் கூறினாள். அவர்களை அங்கேயே தங்கி யிருக்கும்படி சமாதானப்படுத்த அவர்கள் முயற்சித்ததாகவும் கூறினாள். அவர்கள் மக்களை அங்கிருந்து வெளியேற்றினாலும் விவசாயத்திற்காகவும், உருளைக்கிழங்கு அறுவடைக்காகவும் மக்களை மீண்டும் அங்கே கூட்டிக்கொண்டு வந்தனர்.

கட்சி பிராந்தியக் கமிட்டிகளின் செயலாளர்கள் இப்போது என்ன சொல்கிறார்கள்? எப்படி அவர்கள் இதை நியாயப் படுத்தப் போகிறார்கள்? இது யாருடைய குற்றம் என்று அவர் கள் சொல்லப் போகிறார்கள்?

என்னிடம் வழிமுறைகள் — மிக ரகசியமான வழிமுறைகள்— குறித்து அதிகமான தகவல்கள் உள்ளன. நேர்மையான புத்தகம் ஒன்றை நீங்கள் எழுத வேண்டுமென்பதற்காக அவை யெல்லாவற்றையும் நான் உங்களிடம் கொடுத்து விடுகிறேன். மாசடைந்த கோழிகளை என்ன செய்ய வேண்டுமென்பதற்கான வழிமுறை இருக்கிறது. எந்தவொரு கதிர்வீச்சுப் பொருட்களையும் கையாளுவது போல நீங்கள் பாதுகாப்பு உடைகளை — ரப்பர் கையுறைகள், ரப்பர் அங்கிகள், காலணிகள் போன்றவற்றை அணிய வேண்டும். இறைச்சியில் குறிப்பிட்ட அளவுக்கு மேல் கியூரிகள் இருந்தால் அதை உப்புத் தண்ணீரில் கொதிக்க வைக்க வேண்டும், அதன் பின் அந்தத் தண்ணீரை கழிவறையில் ஊற்றிவிட்டு இறைச்சியை எதற்கு வேண்டுமென்றாலும் பயன்படுத்தலாம். கியூரியின் அளவு அதிகமாக இருந்தால் அதை அரைத்து மாவாக மாற்றி கால்நடைகளுக்கு உணவாகக் கொடுக்கலாம். இப்படித்தான் அவர்கள் இறைச்சி சம்பந்தமான திட்டத்தை நிறைவேற்றினார்கள். மாசடைந்த பகுதியிலிருந்து

கொண்டு வந்த பொருட்களை சுத்தமான பகுதிகளில் மலிவு விலைக்கு விற்றார்கள். அதைக் கொண்டு செல்லும் ஓட்டுநர்கள் என்னிடம், இந்த கன்றுகள் எல்லாம் வினோதமாக இருக்கின்றன. அதனுடைய மென் மயிர் தரையைத் தொடுகிறது. அவை மிகவும் பசியுடன் இருந்ததால் குப்பை, காகிதம் என அனைத்தையும் தின்றதாகக் கூறினார்கள். அவற்றிற்கு சாப்பாடு கொடுப்பது மிகவும் எளிது. அவற்றை அவர்கள் கூட்டு பண்ணைக்கு விற்றார்கள். ஓட்டுநர்களை யாருக்கேனும் விருப்பமெனில் அவர்கள் அதைத் தங்களோடு அவர்களது பண்ணைக்கு எடுத்துச் சென்றார்கள். இது ஒரு குற்றமாகும்!

சிறிய ட்ரக் ஒன்றை சாலையில் சந்திக்க நேரிட்டது. ஏதோ இறுதிச்சடங்குக்கான வண்டி போல மிகவும் மெல்ல சென்று கொண்டிருந்தது. நாங்கள் காரை நிறுத்தினோம். ஓட்டுநர் குடிகாரனோ என நினைத்தேன். வண்டியை ஓட்டிக்கொண்டு வந்தது ஓர் இளைஞன். "நன்றாக இருக்கிறாயா?" என்று கேட்டதற்கு அவன், "ஆமாம், நான் மாசடைந்த நிலத்தை எடுத்துச் செல்கிறேன்" என்றான். "இந்த வெப்பத்திலும், இவ்வளவு தூசியிலும் இதை எடுத்துச் செல்வதற்கு நீ என்ன பைத்தியமா? உனக்கு இனிமேல்தான் திருமணமாகி, குழந்தைகள் எல்லாம் பிறக்க வேண்டும்!" என்று சொன்னதற்கு அவன் "ஒரு சிறு பயணத்திற்கு யார் எனக்கு 50 ரூபிள்கள் தருவார்கள்?" என்று கேட்டான். அந்த காலகட்டத்தில் 50 ரூபிள்களுக்கு அழகான ஒரு ஆடை வாங்க முடியும். அப்போது மக்கள் கதிர்வீச்சு பற்றி பேசுவதைக் காட்டிலும் ரூபிள்கள் பற்றிதான் பேசினார்கள். அவர்களுக்கு இந்த மாதிரி சின்னச்சின்ன ஊக்கத்தொகைகள் கிடைத்தன. மனித உயிருக்கான மதிப்போடு ஒப்பிடும்போது இது சிறிய தொகைதானே.

ஒரே நேரத்தில் அது வேடிக்கையாகவும், சோகமாகவும் இருந்தது.

– ஐரினா கிசேலேவா, பத்திரிகையாளர்.

ஒருவர் மீது இன்னொருவர் கொண்டிருக்கும் வரையறையற்ற அதிகாரம்

நான் ஒரு இலக்கியவாதி இல்லை. இயற்பியலாளன். எனவே நான் உண்மைகளை, உண்மைகளை மட்டுமே சொல்லப் போகிறேன்.

செர்னோபில் குறித்து இறுதியாக யாராவது ஒருவர் பதில் சொல்லியாக வேண்டும். 1937ஆம் ஆண்டுக்கு ஏற்பட்டது போல இதற்கும் பதில் சொல்ல வேண்டிய நேரம் வரும். ஐம்பது வருடங்கள்கூட ஆகலாம். எல்லோருக்கும் வயதாகியிருக்கலாம். இறந்தும் போயிருக்கலாம். அவர்கள் எல்லோரும் குற்றவாளிகள் *(அமைதி).* நாம் உண்மைகளை விட்டுச் செல்லவேண்டும். அவர் களுக்கு அது தேவைப்படும்.

ஏப்ரல் 26, தொழில் நிமித்தம் நான் மாஸ்கோவில் இருந்தேன். அங்கேதான் இந்தச் சம்பவம் குறித்து தெரிந்து கொண்டேன்.

நான் மின்ஸ்க்கில் இருந்த பெலாரஷ்யன் கம்யூனிஸ்ட் கட்சியின் மத்தியக் கமிட்டியைச் சேர்ந்த பொதுச் செயலாளர் நிக்கோலாய் ஸ்லையுன்கோவை ஒரு முறையில்லை மூன்று முறை கூப்பிட்டேன். ஆனால் அவர்கள் எனக்கு தொடர்பு தரவில்லை. அதன்பின் அவருடைய உதவியாளருடன் தொடர்பு கொண்டேன். எனக்கு அவரை நன்கு தெரியும்.

"நான் மாஸ்கோவிலிருந்து பேசுகிறேன். ஸ்லையுன்கோவுடன்

பேச வேண்டும். என்னிடம் ஒரு தகவல் இருக்கிறது. அவர் அதைக் கண்டிப்பாகக் கேட்கவேண்டும். மிகவும் அவசரமான தகவல்" என்றேன்.

நான் அரசாங்க லைனில்தான் கூப்பிட்டேன். ஆனால் அவர்கள் அப்போதே அதை தடை செய்ய ஆரம்பித்திருந்தார்கள். அந்த விபத்து பற்றி பேச ஆரம்பித்தவுடன் தொடர்பு துண்டிக்கப்பட்டது. இதிலிருந்து அவர்கள் "கேட்கிறார்கள்" என்பது தெரியவந்தது! சரியான நபர்கள்தான் அதைக் கேட்கிறார்கள் என்கிற நம்பிக்கையிலிருந்தேன். அரசாங்கத்துக்குள் ஓர் அரசாங்கம். நான் மத்திய கமிட்டியின் முதல் செயலாளரை அழைத்தேன். நான் யார்? பெலாரஷ்யன் அகாடமி ஆஃப் சயின்ஸின் ஒரு பிரிவான இன்ஸ்டிடியூட் ஆஃப் நியூக்ளியர் எனர்ஜி அமைப்பின் இயக்குநர், பேராசிரியர், அகாடாமியின் உறுப்பினர் — தொடர்பாளார். இத்தனை தகுதியிருந்தும் நானே அவருடன் பேசுவதற்குத் தடை செய்யப்பட்டேன்.

ஸ்லையுன்கோவைத் தொடர்பு கொள்வதற்கு எனக்கு இரண்டு மணி நேரம் ஆயிற்று. அவரிடம், "எனது கணக்கின்படி இது ஒரு தீவிரமான விபத்து" — அந்த நேரத்திற்குள் மாஸ்கோவில் பலருடன் தொடர்புகொள்ளும் வாய்ப்பும் கிடைத்ததால் நான் சில தகவல்களை சேகரித்து வைத்திருந்தேன் — "கதிர்வீச்சு தாக்குதலுடன் கூடிய மேகம் நம்மை, பெலாரஸை, நோக்கி நகர்ந்து கொண்டிருக்கிறது. நாம் உடனே மக்களுக்கு அயோடின் மூலம் நோய்த்தடுப்புக்கு ஏற்பாடு செய்வதுடன் அனைவரையும் ஸ்டேஷனுக்கு அருகில் இருக்குமாறு குடி வெளியேற்றம் செய்ய வேண்டும். விபத்து நடந்த இடத்திலிருந்து 100 கிலோமீட்டர் தொலைவுக்குள் மனிதரோ அல்லது மிருகங்களோ இருக்கக்கூடாது" என்றேன்.

"எனக்கு இது குறித்து ஏற்கனவே அறிக்கைகள் வந்துவிட்டன. அங்கே தீ விபத்துதான் ஏற்பட்டிருந்தது. அதை இப்போது அணைத்து விட்டார்கள்" என்று ஸ்லையுன்கோவ் கூறினார்.

என்னால் கட்டுப்படுத்த முடியவில்லை. அது பொய்! சுத்தப் பொய்! ஒரு மணிநேரத்திற்கு ஐந்து டன் வரை கிராஃபைட் எரியக் கூடும் என எந்தவொரு இயற்பியலாளரும் கூறுவார். எவ்வளவு நேரம் அது எரியுமென்று நினைத்துக் கொள்ளுங்கள்!

மின்ஸ்க் செல்லக்கூடிய முதல் ரயிலைப் பிடித்து நான் கிளம்பினேன். நான் அந்த இரவு முழுவதும் தூங்கவில்லை. காலையில்

நான் வீட்டில் இருந்தேன். நான் எனது மகனின் தைராய்டை பரிசோதித்துப் பார்த்தேன் — அப்போதைக்கு அதுதான் சரி யான கதிர்வீச்சுமானியாக எனக்குத் தெரிந்தது. அது ஒரு மணி நேரத்துக்கு 180 மைக்ரோ ராண்ட்ஜன்னாக இருந்தது. அவனுக்கு பொட்டாசியம் அயோடின் தேவைப்பட்டது. இது சாதாரண அயோடின்தான். குழந்தைக்கு அரைகிளாஸ் கரைப்பானில் இரண்டு அல்லது மூன்று சொட்டுகளும், பெரியவர்களுக்கு மூன்று அல்லது நான்கு சொட்டுகளும் இது தேவை. அணு உலை 10 நாட்களுக்கு எரிந்தது. இதுவும் பத்து நாட்களுக்கு உட்கொண்டிருக்க வேண்டும். ஆனால் யாரும் நாங்கள் சொல்வதைக் கேட்கவில்லை! விஞ்ஞானிகள் சொல்வதையும், டாக்டர்கள் சொல்வதையும் யாரும் கேட்கவில்லை. அவர்கள் அறிவியலையும், மருத்துவத்தையும் அரசியலாக்கினார்கள். கண்டிப்பாக, அவர்கள் அரசியலாக்கினார்கள்! இதற்கான பின்னணியை நாம் மறக்கக் கூடாது. நாம் 10 வருடங்களுக்கு முன்பு எப்படியிருந்தோம். கே.ஜி.பி ரகசியமான தேடல்களை மேற்கொண்டிருந்தது. 'மேற்கத்திய குரல்கள்' எல்லாம் கேட்க முடியாதபடி மூடப்பட்டன. ஆயிரக் கணக்கானக் கட்டுப்பாடுகளும், கட்சி, ராணுவ ரகசியங்களும் இருந்தன. அதோடு சோவியத் அணுகுண்டு நிலக்கரி போல மிகவும் பாதுகாப்பானது என்கிற நினைப்போடு அனைவரும் வளர்க்கப்பட்டு வந்தனர். பயம், தப்பெண்ணம் ஆகியவற்றோடு பிணைக்கப்பட்டிருந்தோம். நம்முடைய நம்பிக்கையின் மீது மூடநம்பிக்கையையும் வைத்திருந்தோம்.

ஆனால் உண்மைகளை வைத்திருக்கவில்லை. மறுநாள், அதாவது ஏப்ரல் 27 அன்று நான் உக்ரைன் எல்லையில் உள்ள கோமல் பிராந்தியத்துக்கு செல்ல முடிவெடுத்தேன். நான் 'பிராகின், கோய்னிகி, நரோவ்ல்யா' போன்ற பெரிய நகரங் களுக்குச் சென்றேன். அவையெல்லாம் ஸ்டேஷனிலிருந்து 20, 30 கிலோமீட்டர் தூரத்தில்தான் இருந்தன. எனக்கு அதிகத் தகவல் தேவைப்படது. நான் பின்புலக் கதிர் வீச்சைக் கணக்கிடுவதற்காக எல்லாக் கருவிகளையும் எடுத்துச் சென்றேன். அதற்கான பின்னணி இதுதான் — பிராகினில் மணிக்கு 30,000 மைக்ரோ ராண்ட்ஜனும், நரோவ்ல்யாவில் மணிக்கு 28,000 மைக்ரோ ராண்ட்ஜனும் இருந்தது. ஆனால் மக்கள் வயல்வெளிகளில் விதைத்துக் கொண்டும், புல்வெளியை சீராக்கிக் கொண்டும், ஈஸ்டர் முட்டைகளுக்கு வண்ணம் தீட்டிக்கொண்டும், கேக் பேக் செய்துகொண்டும் ஈஸ்டருக்குத் தயாராகிக் கொண்டிருந்தார்கள்.

அவர்கள், "கதிர்வீச்சு என்றால் என்ன? எங்களுக்கு எந்த உத்தரவும் வரவில்லை. மேலிடத்திலிருந்து எங்களுக்கு அறுவடை எந்த வேகத்தில் இருக்கிறது? என்ற செய்திதான் வந்தது" எனக் கூறினார்கள். அவர்கள் என்னை ஒரு கிறுக்கனைப் பார்ப்பது போல பார்த்தார்கள். "பேராசிரியரே, நீங்கள் என்ன சொல்கிறீர்கள்? — ராண்ட்ஜன், மைக்ரோ - ராண்ட்ஜன் — இது ஏதோ வேறொரு கிரகத்திலிருந்து வந்தவர் பேசுவது போல இருக்கிறது" என்றார்கள்.

நாங்கள் மீண்டும் மின்ஸ்க்கு திரும்பினோம். எல்லோரும் தெருவில் இருந்தனர். மக்கள் ஐஸ்க்ரீம், சாண்ட்விச், கேக் போன்ற வற்றை விற்றுக் கொண்டிருந்தனர். தலைக்கு மேலே கதிர்வீச்சைக் கொண்ட மேகம் சூழ்ந்திருந்தது.

ஏப்ரல் 29, தேதி வாரியாக எனக்கு எல்லாம் நினைவிருக்கிறது. காலை எட்டு மணி. நான் ஸ்லையுன்கோவின் வரவேற்பறையில் உட்கார்ந்திருந்தேன். நான் உள்ளே செல்ல முயற்சி செய்து கொண்டிருந்தேன். அவர்கள் என்னை உள்ளே விடவில்லை. நான் அங்கே மாலை 5.15 மணி வரை உட்கார்ந்திருந்தேன். 5.30 மணியளவில் ஒரு பிரபலமான கவிஞர் ஸ்லையுன்கோவின் அறையிலிருந்து வெளியே வந்தார். எனக்கு அவரைத் தெரியும். அவர் என்னிடம், "தோழர் ஸ்லையுன்கோவும் நானும் பெலாரஷ்யன் கலாச்சாரம் குறித்து உரையாடிக் கொண்டிருந்தோம்" என்றார்.

"செர்னோபிலிலிருந்து உடனடியாக எல்லோரையும் குடிவெளி யேற்றம் செய்து காப்பாற்றவில்லையென்றால் பெலாரஷ்யன் கலாச்சாரமோ, உங்கள் புத்தகத்தைப் படிப்பதற்கோ யாரும் இருக்கமாட்டார்கள்!" என்றேன்.

"நீங்கள் என்ன சொல்கிறீர்கள்? அதைத்தான் ஏற்கனவே அணைத்து விட்டார்களே!" என்றார்.

நான் இறுதியாக ஸ்லையுன்கோவைப் பார்க்க உள்ளே சென்றேன். நான் அவரிடம் நேற்று முன் தினம் பார்த்ததைப் பற்றிக் கூறினேன். மக்களை நாம் காப்பாற்ற வேண்டும்! உக்ரைனில் — என்னை அங்கே கூப்பிட்டார்கள் — அவர்கள் ஏற்கனவே குடி வெளியேற்றம் செய்து கொண்டிருக்கிறார்கள் என்றேன்.

"உங்கள் நிலையத்தைச் சேர்ந்தவர்கள் ஏன் கதிர் வீச்சுமானி யுடன் நகரெங்கும் சுற்றித்திரிந்து மக்களை பயப்படச் செய்கிறார்

ஸ்வெட்லானா அலெக்ஸியேவிச் 325

கள்? நான் ஏற்கனவே மாஸ்கோவில் இருக்கும் சோவியத் ரேடியாலஜிக்கல் ப்ரொடெக்சன் போர்டைச் சேர்ந்த பேராசிரியர் இலினுடன் ஆலோசனை செய்துவிட்டேன். அவர் எல்லாம் வழக்கம் போல்தான் இருக்கிறது என்று சொன்னார். ஸ்டேஷனில் அரசாங்க அலுவலகக் குழுவும், வழக்கறிஞர் அலுவலகமும் இருக் கிறது. ராணுவத்தையும் அனுப்பி வைத்திருக்கிறோம், அனைத்து ராணுவக் கருவிகளும் இருக்கின்றன" என்றார்.

நம்மிடம் ஏற்கனவே ஆயிரக்கணக்கான டன்கள் சீசியம், அயோடின், ஈயம், சிர்கோனியம், கேட்மியம், பெரிலியம், போரியம், அளவிடமுடியாத அளவுக்கு புளூட்டோனியம் (செர்னோபிலின் யுரேனியம் — கிராஃபைட் வகை அணு உலை ஆயுத தரத்திலான புளூட்டோனியத்தை ஏற்கனவே உற்பத்தி செய்தது. இது அணுகுண்டுகளுக்கானது) — மொத்தத்தில் 450 வகை கதிரியக்கச் சிதைவு அணுக்கருக்கள் இருக்கின்றன. இது ஹிரோசிமாவில் போடப்பட்ட அணு குண்டைப் போல 350 அணுகுண்டுகளுக்குச் சமமானது. அவர்கள் இயற்பியல் பற்றியும், இயற்பியல் விதிகள் பற்றியும் பேசுவதற்குப் பதிலாக எதிரிகள் பற்றியும், எதிரிகளைத் தேடுவது பற்றியும் பேசினார்கள்.

சீக்கிரமாகவோ அல்லது தாமதமாகவோ, யாரோ ஒருவர் இதற்கெல்லாம் பதில் சொல்லியே ஆகவேண்டும். நான் ஸ்லையுன்கோவிடம், 'நீங்கள் ஒரு ட்ராக்டர் தொழிற்சாலையின் இயக்குநர், ட்ராக்டர் சம்பந்தப்பட்ட துறையில் நிபுணர். எனவே கதிர்வீச்சு என்ன செய்யுமென்று உங்களுக்குத் தெரியாது. ஆனால் நான் ஒரு இயற்பியலாளான் என்பதால் கதிர்வீச்சினால் என்ன விளைவுகள் ஏற்படும் என்பது எனக்குத் தெரியும்" என்றேன். ஆனால் அவருடைய கண்ணோட்டத்தில், இது என்ன? சில பேராசிரியர்கள், இயற்பியலாளர்கள் மத்திய கமிட்டி என்ன செய்ய வேண்டுமென்று சொல்லப் போகிறார்களா? இல்லை. அவர்கள் ஒன்றும் குற்றவாளிக் கும்பல் இல்லை. அறியாமை, கீழ்படிதல் ஆகிய இரண்டினுடைய சதிதான் இது. அவர்களுடைய வாழ்க்கையின் கொள்கை என்னவெனில், கட்சியும் அதைத்தான் அவர்களுக்குக் கற்றுக் கொடுத்திருக்கும், ஒருபோதும் ரிஸ்க் எடுக்க வேண்டாம் என்பதுதான். எல்லோரையும் மகிழ்ச்சியாக வைத்திருப்பதே சிறந்தது. அப்போதுதான் ஸ்லையுன்கோ பதவி உயர்வுக்காகமாஸ்கோவிற்குஅழைக்கப்பட்டார்.அவர்அதிகாரத்தில் இருப்பவர்களுக்கு மிகவும் நெருக்கமானவர். கிரெம்ளினிலிருந்து கோர்பசெவ் முதற்கொண்டு அவரை அழைத்து மேற்கத்திய

நாடுகள் ஏற்கனவே சத்தம் போட்டுக் கொண்டிருக்கின்றன. நீங்கள் — பெலாரஷ்யன்கள் — பீதியைக் கிளப்பாமல் இருங்கள் என சொல்லியிருக்கக்கூடும் என்பது என் ஊகம். நீங்கள் உங்கள் அதிகாரிகளிடம் தயவாக நடந்து கொள்ளவில்லையெனில் பதவி உயர்வோ, அயல்நாட்டுப் பயணமோ, பண்ணை வீடோ கிடைக்காது. நாம் இன்னும் தன்னிறைவு அமைப்பை, அதாவது இரும்புத்திரைக்குப் பின்னாலேயே இருந்திருந்தால் மக்கள் இன்னும் ஸ்டேஷனுக்குப் பக்கத்தில்தான் வாழ்ந்து கொண்டிருக்க வேண்டும். அவர்கள் இதை மூடி மறைத்து விட்டார்கள்! கீட்ரிம், செமிபாலட்னிஸ்க் ஆகியவற்றை நினைவில் வைத்திருங்கள். நாம் இன்னும் ஸ்டாலினின் நாட்டில்தான் இருக்கிறோம்.

சமூகப் பாதுகாப்பு வழிமுறைகளின்படி அணு சம்பந்தப்பட்ட விபத்தோ அல்லது தாக்குதலோ ஏற்பட்டால் அந்தப் பகுதியில் உள்ள அனைத்து மக்களுக்கும் அயோடின் தடுப்புமருந்து கொடுக்க வேண்டும். பயமுறுத்தக்கூடிய மாதிரியான சூழ் நிலையில் இதைப் பின்பற்ற வேண்டும். அந்த சமயத்தில் அங்கே மணிக்கு மூவாயிரம் மைக்ரோ - ராண்ட்ஜன் இருந்தது. ஆனால் அவர்கள் அதிகாரம் பற்றி கவலைப்பட்டார்களே தவிர மக்களைப் பற்றி கவலைப்படவில்லை. மக்களுக்கான நாடாக இருந்ததை விட அதிகாரம் நிறைந்த நாடாக இருந்தது. எப்போதும் நாடுதான் முதலில், மனித உயிருக்கான மதிப்பு பூஜ்யம்தான். அவர்களுக்கு அதற்கான வழி தெரியும் — அறிவிப்பு எதுவும் இருக்காது, பீதியடையமாட்டார்கள். அவர்கள் அயோடினை தண்ணீர் இருக்கக்கூடிய ரிசர்வாயரில் கலந்து விடுவார்கள் அல்லது பாலோடு கலந்து விடுவார்கள். அந்த நகரத்தில் 700 கிலோகிராம் அளவுக்கு அயோடின் கலவை இந்தக் காரணத்துக்காகவே இருப்பில் இருந்தது. ஆனால் அது உபயோகப் பட்டுத்தப்படாமல் எங்கே இருந்ததோ அங்கேயே இருந்தது. மக்கள் அணுவுக்கு பயப்படுவதை விட அவர்களது அதிகாரிகளுக்குப் பயந்தார்கள். ஒவ்வொருவரும் உத்தரவுக்காகவும், தொலைபேசி அழைப்பிற்காகவும் காத்திருந்தார்கள். அவர்களாக எதுவும் செய்யவில்லை.

எங்கு சென்றாலும் என்னுடைய சிறிய பெட்டியில் நான் கதிர்வீச்சுமானியை எடுத்துச் சென்றேன். ஏன்? ஏனென்றால், சில முக்கியமான நபர்களைப் பார்க்கச் செல்லும்போது பல இடங்களில் வரவேற்பறையில் தடுத்து நிறுத்தப்பட்டேன். அவர்கள் என்னைப் பார்த்துப் பார்த்து அலுத்துப் போயிருந்தார்கள். அந்த

நேரத்தில் நான் என்னோடு எடுத்துச் செல்லும் கதிர்வீச்சுமானி மூலம் வரவேற்பறையில் அமர்ந்திருக்கும் செயலாளர்கள் அல்லது ஓட்டுநர்களின் தைராய்ட் இருக்குமிடத்தில் அதை வைத்து கதிர்வீச்சைக் கணக்கிட்டேன். அவர்களில் சிலர் பயந்தார்கள், இதனால் சில நேரங்களில் என்னை உள்ளே செல்ல அனுமதித்தார்கள். அதன் பின் என்னிடம் மக்கள், "ப்ரொஃபஸர், நீங்கள் ஏன் எல்லோரையும் பயமுறுத்திக் கொண்டிருக்கிறீர்கள்? நீங்கள் ஒருவர்தான் பெலாரஷ்யர்களைப் பற்றிக் கவலைப்படுபவர் என நினைத்துக் கொண்டிருக்கிறீர்களா? மக்கள் எப்போதாவது இறக்கத்தான் போகிறார்கள் — அது புகைப்பிடிப்பதன் மூலமோ, வாகன விபத்து மூலமோ அல்லது தற்கொலை மூலமாகவோக்கூட இருக்கலாம்" என்றார்கள். அவர்கள் உக்ரேனியர்களைப் பார்த்து சிரித்தார்கள். அவர்கள் கிரெம்ளினுக்கு முன்னால் பணம், மருந்து, கதிர்வீச்சைக் கணக்கிடும் கருவி (இது போதுமான அளவுக்கு இருப்பில் இல்லை) என பலவற்றிற்காகவும் அங்கு நின்றிருந்தார்கள். இதற்கிடையில் ஸ்லையுன்கோவ் சூழ்நிலையை விளக்க 15 நிமிடங்கள் எடுத்துக் கொண்டார். 'எல்லாமே நன்றாக இருக்கிறது. நாங்களே இதைக் கையாண்டு கொள்வோம்' என்றார். அவர்கள் எல்லோரும் அவரைப் பாராட்டினர். அப்படித்தான் இது கையாளப்பட்டது. எனது பெலாரஷ்ய சகோதரர்களே! அந்தப் பாராட்டிற்கான விலை எத்தனை உயிர்களை காவு வாங்கியிருக்கும்?

சில அதிகாரிகள் அயோடின் உட்கொள்வதாக எனக்குத் தகவல் கிடைத்தது. என்னோடு நிலையத்தில் உடன் பணியாற்று பவர்கள் அவர்களைப் பரிசோதனை செய்தபோது அவர்களது தைராய்ட் சுத்தமாக இருப்பதாகத் தெரியவந்தது. அயோடின் உட்கொள்ளவில்லையெனில் அப்படியிருப்பதற்கான சாத்தியமே இல்லை. அவர்களுடைய குழந்தைகளையும் சத்தம் போடாமல் வெளியேற்றி விட்டார்கள். மாசடைந்த பகுதிகளுக்கு அவர்கள் செல்லும்போது வாயுக் கவசம், பிரத்யேக அங்கி ஆகியவை அணிந்து சென்றார்கள் — ஆனால் சாதாரண மக்களுக்கு அவை கிடைக்கவில்லை. மின்ஸ்க்கு அருகில் சிறப்பு மந்தை ஒன்றை அவர்கள் வைத்திருந்தார்கள். இதில் ரகசியம் எதுவும் இல்லை. அங்கிருந்த ஒவ்வொரு பசுவிற்கும் ஓர் எண் கொடுக்கப்பட்டிருந்தது. அந்தப் பசுக்களை அவர்கள் தொடர்ந்து கண்காணித்து வந்தார்கள். அவற்றிற்கென்று பிரத்யேகமான நிலம், பிரத்யேகமான நாற்றங்கால் என ஏற்பாடு செய்யப்பட்டிருந்தன.

இதில் அருவருப்பான விஷயம் என்னவெனில் — யாரும் இதற்கு பதிலளிக்கவில்லை.

அவர்கள் என்னை அலுவலகத்தில் வரவேற்பதை நிறுத்தி விட்டார்கள். எனவே நான் கடிதங்கள் என்கிற குண்டுமழையைப் பொழிந்தேன். அதிகாரப்பூர்வமான அறிக்கைகள், வரைபடங்கள், எண்ணிக்கைகள் ஆகியவற்றை அதிகாரத்திலிருக்கும் அனை வருக்கும் அனுப்பினேன். ஒவ்வொரு கோப்பிலும் 250 பக்கங்கள் வீதம் 4 கோப்புகளை அவர்களுக்கு அனுப்பினேன். அந்தக் கோப்பில் குறிப்பிடப்பட்டிருந்தவை அனைத்தும் உண்மை, உண்மையைத் தவிர வேறெதுவுமில்லை. எதற்கும் இருக்கட்டுமென்றெண்ணி நான் ஒவ்வொன்றிலும் இரண்டு பிரதிகள் எடுத்து வைத்திருந்தேன். ஒரு பிரதி நிறுவனத்தில் எனது அலுவலகத்திலும் இன்னொரு பிரதியை வீட்டிலும் ஒளித்து வைத்தேன். என் மனைவி அந்தக் காரியத்தைச் செய்தாள். நான் ஏன் பிரதிகள் எடுத்து வைத்திருக்க வேண்டும்? அந்த மாதிரியான நாட்டில்தான் நாம் வாழ்ந்து கொண்டிருக்கிறோம். இப்போதெல்லாம், எப்போதும் நான் எனது அறையை மூடிவைத்துக்கொண்டுதான் வேலை பார்க்கிறேன். ஒரு முறை நான் பயணம் முடித்துவிட்டு திரும்பி வந்து பார்த்தால் அனைத்துக் கோப்புகளும் காணாமல் போயி ருந்தன. நான் உக்ரைனில் வளர்ந்தவன் என்றாலும் என் மூதாதையர்கள் கோசாக்கைச் சேர்ந்தவர்கள். எனவே என்னிடம் கோசாக்குகளுக்கான குணாதிசயமும் உண்டு. நான் அவர்களுக்குத் தொடர்ந்து எழுதிக் கொண்டிருந்தேன், பேசிக் கொண்டிருந்தேன். மக்களைப் பாதுகாப்பது அவசியமாக இருந்தது! அவர்களை உடனடியாக குடிவெளியேற்றம் செய்ய வேண்டியிருந்தது! நாங்கள் அங்கு தொடர்ந்து சென்று கொண்டிருந்தோம். எங்களது நிறுவனத்தில்தான் மாசடைந்த பகுதிகள் எல்லாம் எது, எதுவென்று முதன் முதலில் வரைபடத்தில் குறித்தது. தென்பகுதி முழுவதும் சிவப்பு நிறத்தில் இருந்தது.

இது ஏற்கனவே வரலாறாகி விட்டது — அதாவது குற்றத்தின் வரலாறு.

நிலையத்தில் இருந்த கதிர்வீச்சைக் கணக்கிடும் கருவிகள் அனைத்தையும் அவர்கள் எடுத்துச் சென்றுவிட்டார்கள். எந்த வித விளக்கமும் கொடுக்காமல் அவர்கள் அதைப் பறிமுதல் செய்தார்கள். என்னை மிரட்டி தொலைபேசி அழைப்புகள் வீட்டுக்கு வர ஆரம்பித்தன. "மக்களை பயமுறுத்துவதை கைவிடுங்

கள் ஃப்ரொஃபஸர். இல்லையென்றால் நீங்கள் ஒரு மோசமான இடத்துக்குப் போக வேண்டியிருக்கும். எந்த அளவுக்கு மோசமான இடமென்று தெரிய வேண்டுமா? அதைப் பற்றியெல்லாம் உங்களுக்கு நாங்கள் சொல்வோம்" என்றனர். நிலையத்தில் வேலைபார்த்து வந்த விஞ்ஞானிகளுக்கும் இது போல அழுத்தம் கொடுத்தனர். பயமுறுத்தக்கூடிய தந்திரோபாயங்கள்.

நான் மாஸ்கோவுக்கும் கடிதம் எழுதினேன்.

அதற்குப் பிறகு, அகாடமி ஆஃப் சயின்ஸின் தலைவர் ப்ளாட்டோனோவ் என்னை அழைத்தார். பெலாரஷ்யன்களுக்கு நீங்கள் எவ்வளவோ செய்திருக்கிறீர்கள். அவர்கள் உங்களை அதற்காக நினைவில் வைத்திருப்பார்கள். ஆனால் நீங்கள் மாஸ்கோவிற்குக் கடிதம் எழுதியிருக்கத் தேவையில்லை. அது மிகவும் மோசமானது. உங்களைப் பதவியை விட்டு நீக்குமாறு அவர்கள் கோரிக்கை வைத்திருக்கிறார்கள். நீங்கள் ஏன் எழுதினீர்கள்? யாரை எதிர்த்து நீங்கள் எழுதுகிறீர்கள் என்று உங்களுக்குப் புரியவில்லையா?

என்னிடம் வரைபடங்களும், எண்ணிக்கையும் இருக்கின்றன. அவர்களிடம் என்ன இருக்கிறது? அவர்கள் என்னைப் பைத்தியக்கார மருத்துவமனையில் வைக்க முடியும். அவர்கள் என்னை மிரட்டவும் செய்தார்கள். எனக்கு கார் விபத்து ஏற்படுவது போல கூட அவர்களால் செய்ய முடியும், அதையும் சொல்லிக்கூட அவர்கள் எச்சரித்தார்கள். சோவியத்துக்கு எதிராக பிரச்சாரம் செய்வதாகக்கூட என்னை நீதிமன்றத்தில் நிறுத்தலாம். அல்லது நிறுவனத்தில் ஆணிகள் வைத்திருந்த டப்பாவைக் காணவில்லை யென்றுகூட சொல்லலாம்.

அவர்கள் என்னை நீதிமன்றத்துக்கு கொண்டு சென்றார்கள்.

அவர்கள் எதை விரும்பினார்களோ அது கிடைத்தது. எனக்கு இருதயவலி ஏற்பட்டது (அமைதி).

நான் எல்லாவற்றையும் எழுதி வைத்திருந்தேன். அனைத்தும் கோப்பில் இருந்தன. அனைத்தும் உண்மைகள். உண்மைகளைத் தவிர வேறில்லை.

நாங்கள் கிராமத்திலிருந்த சிறுவர்களையும், சிறுமிகளையும் பரிசோதித்துக் கொண்டிருந்தோம். அவர்கள் எல்லோருக்கும் 1500, 2000, 3000 என மைக்ரோ - ராண்ட்ஜன்கள் இருந்தன. சிலருக்கு

3000க்கும் அதிகமாகவே இருந்தது. அந்தச் சிறுமியர் பிற்காலத்தில் பிரசவிக்க முடியாது. அவர்களுடைய மரபியலில் மாற்றங்கள் இருந்தன. ட்ராக்டர் ஒன்று உழுது கொண்டிருந்தது. என்னோடு இருந்த கட்சிக்காரர் ஒருவரிடம், "ட்ராக்டர் ஓட்டுனர் குறைந்த பட்சம் வாயு கவசத்தையாவது அணிந்திருக்கலாம் இல்லையா?" எனக் கூறினேன்.

"இல்லை, அவர்கள் அதையெல்லாம் அணியமாட்டார்கள்."

"என்ன, உங்களிடம் அவை இல்லையா?"

"ஓ, எங்களிடம் எக்கச்சக்கமாக இருக்கிறது. 2000-மாவது ஆண்டு வரை உபயோகிக்கும் அளவுக்கு அது எங்களிடம் இருக்கிறது. நாங்கள் அவர்களிடம் கொடுக்கவில்லை. அப்படிக் கொடுத்தால் அவர்கள் பீதியடைந்து விடுவார்கள். எல்லோரும் ஓடி விடுவார்கள், வெளியேறிவிடுவார்கள்" என்றார்.

"உங்களால் எப்படி இப்படி செய்ய முடிகிறது?"

"ப்ரொஃபஸர், இதை நீங்கள் எளிதாகச் சொல்லிவிடலாம். உங்களுக்கு வேலை போய்விட்டால் உடனே இன்னொரு வேலை கிடைக்கும். ஆனால் நான் எங்கே போவேன்?"

ஒருவர் மீது இன்னொருவர் வரம்பற்ற அதிகாரத்தைக் கொண்டிருக்க முடிந்தது. எப்படிப்பட்ட அதிகாரம்! இனிமேலும் இது ஒரு தந்திரமோ, பொய்யோ இல்லை, இது அப்பாவிகளுக்கு எதிரான யுத்தம்.

ப்ரீபியாட்டின் ஓரமாக நாங்கள் சென்று கொண்டிருந்தோம். மக்கள் அங்கே கூடாரம் அமைத்து குடும்பத்தோடு தங்கியிருந்தனர். அவர்கள் நீச்சலடித்துக்கொண்டும், தோலின் நிறம் மாறுவதற்கான செயலிலும் ஈடுபட்டிருந்தனர். அணு மேகங்களுக்குக் கீழ் அவர்கள் இத்தனை வாரங்களாக நீச்சலடித்துக் கொண்டிருக்கிறார்கள் என்பது அவர்களுக்குத் தெரியாது. அவர்களிடம் பேசுவது முற்றிலும் தடை செய்யப்பட்டிருந்தது. ஆனால் நான் குழந்தை களிடம் சென்று விளக்கிக் கூறினேன். அவர்கள் என்னை நம்ப வில்லை. "எப்படி வானொலியும், தொலைக்காட்சியும் இதைப் பற்றி எதுவும் சொல்லவில்லை?" என்னுடன் வந்த உள்ளூர் கட்சி அலுவலகத்தைச் சேர்ந்தவர் இது குறித்து எதுவும் பேசவில்லை. அவருடைய முகபாவனைகளைக் கொண்டு

சிந்தனைகளை ஓரளவுக்கு அனுமானித்தேன் — அவர் இதை பதிவு செய்வாரா, மாட்டாரா? ஆனால் அதே நேரத்தில் அவர் இந்த மனிதர்களுக்காகவும் பரிதாபப்படுகிறார்! அவரும் அனை வரையும் போலத்தான். ஆனால் நாங்கள் திரும்பிச் செல்லும்போது யார், எது வெற்றி பெறும் என்று தெரியவில்லை. அவர் பதிவு செய்வாரா, மாட்டாரா? ஒவ்வொருவரும் அவர் களுக்கு உகந்ததை தெரிவு செய்து கொண்டார்கள் *(நீண்ட நேர அமைதி).*

இந்த உண்மையை வைத்துக்கொண்டு இப்போது என்ன செய்வது? இதை எப்படிக் கையாள்வது? இதைப் பெரிது படுத்தினால் மீண்டும் முன்னால் நடந்தது போலவே நடக்கும். நாம் இன்னும் ஸ்டாலினின் நாட்டில்தான் இருக்கிறோம். நாம் இன்னும் ஸ்டாலினின் மக்கள்தான்!

– **வாஸிலி போரிஸோவிச் நெஸ்டெரென்கோ,** பெலாரஷ்யன் அகாடமி ஆஃப் சயின்ஸில் இருக்கும் இன்ஸ்டிடியூட் ஃபார் நியூக்ளியர் எனர்ஜி பிரிவின் இயக்குநர்.

நாங்கள் ஏன் செர்னோபிலை நேசிக்கிறோம்

1986ஆம் ஆண்டு — அப்போது நாங்கள் எப்படியிருந்தோம்? எப்படி இந்த தொழில்நுட்ப உலகம் பார்த்தது? நாங்கள் எல்லாம் உள்ளூர் அறிவுஜீவிகள். எங்களுக்கென்று ஒரு நட்பு வட்டம் இருந்தது. நாங்கள் எங்களுக்கென்று ஒரு வாழ்க்கை அமைத்துக் கொண்டு எங்களைச் சுற்றியிருக்கும் அனைத்திலிருந்தும் விலகி இருந்தோம். அதுதான் எங்களது எதிர்ப்பின் வடிவமாக இருந்தது. எங்களுக்கென்று சில விதிகளை வடிவமைத்துக் கொண்டோம் — 'ப்ராவ்தா' பத்திரிகையைப் படிப்பதில்லை. ஆனால் 'ஓகோன்யோக்' பத்திரிகையை ஒருவரிடமிருந்து இன்னொருவருக்கு என விநியோகித்தோம். அவர்கள் தங்களது 'பிடியைக்' கொஞ்சம் தளர்த்தினார்கள். நாங்கள் நன்றாகக் குடித்தோம். நாங்கள் சோல்ஷெனிட்ஸ்யன், ஷாலமோவ் ஆகியோர் எழுதியதைப் படித்தோம். ஒருவருடைய வீட்டுக்கு மற்றவர்கள் சென்றோம். சமையல்கட்டில் முடிவற்று பேசினோம். வாழ்க்கையிலிருந்து இன்னும் அதிகமாக ஏதாவது எங்களுக்கு வேண்டியிருந்தது. அது என்ன? எங்கேயோ தொப்பியில் திரைப்பட நடிகர்கள் — காதரீன் டெனியூவ் — இருந்தனர். எங்களுக்கு சுதந்திரம் தேவையாக இருந்தது. எங்கள் நட்புவட்டத்தில் இருந்தவர்களில் சிலருக்கு ஒருவரை ஒருவர் பிடிக்காமல் போயிற்று. சிலர் ஏதோவொரு தொழிலில் ஈடுபட்டனர். சிலர் கட்சியில் சேர்ந்தார்கள். அரசு கவிழும் என யாரும் நினைக்கவில்லை. அது இப்படித்தான்

இருக்கும், அதோடு தொடர்ந்து செயல்படும் என்றும் நாங்கள் நினைத்தோம். நாங்கள் எங்களுக்கென்று இருந்த ஒரு சிறிய பகுதியில் வாழ்ந்து வந்தோம்.

செர்னோபில் விபத்து நடந்தபோது எங்களது எதிர்வினையும் மற்றவர்களின் எதிர்வினை போலத்தான் இருந்தது. இதில் நமக்கென்ன இருக்கிறது? அதிகாரிகள் கவலைப்பட்டுக் கொள்ளட்டும். அது அவர்களது வேலை — செர்னோபில், மிகவும் தூரத்தில் இருந்தது. நாங்கள் வரைபடத்தில்கூட அதைப் பார்த்தது இல்லை. அந்த நேரத்தில் நடந்தது என்ன என்கிற உண்மையைக் கூடத் தெரிந்து கொள்ள விரும்பவில்லை.

அவர்கள் பால் பாக்கெட்டில் எல்லாம் 'குழந்தைகளுக்கானது', 'பெரியவர்களுக்கானது' என முத்திரை குத்த ஆரம்பித்தார்கள் — அது வேறொரு கதை. நான் கட்சி உறுப்பினர் இல்லை. இருந்தாலும் இன்னும் இங்கே வாழ்ந்து கொண்டிருக்கிறேன். எங்களுக்கு பயமாக வேறு இருந்தது. 'ஏன் முள்ளங்கிச் செடியின் இலைகள் எல்லாம் பீட்ரூட் கிழங்கின் இலைகள் மாதிரி இருக்கின்றன?' தொலைக்காட்சிப் பெட்டியை திருப்பினால் அவர்கள் "மேற்கத்திய நாடுகளின் ஆத்திரமூட்டலை கேட்காதீர்கள்!" என்றார்கள். அப்போதுதான் எங்களுக்கு உறுதியாக தெரிய ஆரம்பித்தது.

மே தினப் பேரணி? யாரும் எங்களைப் போகச் சொல்லி கட்டாயப்படுத்தவில்லை. எனவே வாய்ப்பிருந்தும் நாங்கள் போகவில்லை. அங்கு கூட்டம் அதிகமாக, குதூகலமாக இருந்ததா என எனக்கு நினைவில்லை. எல்லோரும் கவலைப்பட்டார்கள். அவர்கள் கூட்டத்தோடு சேர்ந்திருப்பதை விரும்பினார்கள். மக்கள் யாராவது ஒருத்தரை — அதிகாரத்திலிருப்பவர்கள், அரசாங்கத்தைச் சேர்ந்தவர்கள், கம்யூனிஸ்ட்டுகள் — திட்ட விரும்பினார்கள். இப்போது நான் நினைத்துப் பார்க்கிறேன். எங்களுக்கு உண்மையை அறிந்து கொள்வதில்கூட ஆர்வமில்லை. நாங்கள் முள்ளங்கி சாப்பிடலாமா என்பதைத் தெரிந்து கொள்வதில் தான் ஆர்வமாக இருந்தோம்.

நான் கிம்வோலோக்னோ தொழிற்சாலையில் பொறியிய லாளராக இருந்தேன். அந்தச் சமயத்தில் புதிய கருவியை நிறுவுவதற்காக கிழக்கு ஜெர்மனியைச் சேர்ந்த நிபுணர்கள் குழு ஒன்று வந்திருந்தது. எப்படி இன்னொரு கலாச்சாரத்தைச் சேர்ந் தவர்கள் நடந்து கொள்கிறார்கள் என்பதை நான் பார்த்தேன்.

அவர்களுக்கு விபத்து பற்றி தெரியவந்தவுடன் உடனடியாக மருத்துவ கவனிப்பு, கதிர்வீச்சுமானிகள், தரமான சாப்பாடு வேண்டுமெனக் கோரினார்கள். அவர்கள் ஜெர்மன் நாட்டு வானொலி ஒலிபரப்பைக் கேட்டு என்ன செய்ய வேண்டும் என தெரிந்து கொண்டார்கள். அவர்களுடைய கோரிக்கைகள் எல்லாம் நிராகரிக்கப்பட்டது என்பது வேறொரு கதை. உடனே அவர்கள் தங்களது உடைமைகளையெல்லாம் மூட்டை கட்டிக் கொண்டு அங்கிருந்து செல்லத் தயாரானார்கள். எங்களுக்கு டிக்கெட் வாங்கிக் கொடுத்து வீட்டுக்கு அனுப்புங்கள் என்றார்கள். நீங்கள் எங்களுக்குப் பாதுகாப்பு அளிக்கவில்லையெனில் நாங்கள் கிளம்புகிறோம் என்றார்கள். அவர்கள் தங்களது எதிர்ப்பைத் தெரிவித்தனர், தங்களது அரசாங்கத்துக்குத் தந்தி அனுப்பினார்கள். அவர்கள் குடும்பத்துடன் வந்திருந்ததால் மனைவிக்காகவும், குழந்தைகளுக்காகவும், அவர்களின் வாழ்விற்காகவும் போராடி னார்கள். ஆனால் நாம்? நாம் எப்படி நடந்து கொண்டோம்? ஓ, அந்த ஜெர்மானியர்கள், அவர்களையெல்லாம் அதிக கவனத்துடன் பார்த்துக் கொண்டார்கள். அவர்கள் மிகவும் முரட்டுத்தனத்துடன் இருந்தனர். அவர்கள் கோழைகள்! அவர்கள் பீட்ரூட் சூப், இறைச்சி ஆகியவற்றில் எல்லாம் கதிர்வீச்சு எவ்வளவு இருக்கிறதென்று பார்த்தார்கள், என்னவொரு வேடிக்கை! நமது மனிதர்கள், உண்மையான மனிதர்கள், ரஷ்யர்கள். அவர்கள் அணுஉலையுடன் போராடிக் கொண்டிருந்தனர். அவர்கள் தங்களது உயிரைப் பற்றிக் கவலைப்படவில்லை. உருகிக் கொண்டிருக்கும் அந்தக் கூரையில் வெறும் கைகளுடனும், கேன்வாஸ் கையுறைகளுடனும் (இதை நாங்கள் ஏற்கனவே தொலைக்காட்சியில் பார்த்திருந்தோம்) இருந்தனர். வயதானவர்கள் போல நமது குழந்தைகளும் கையில் கொடியுடன் போராட்டத்திற்குச் சென்றனர் *(சிந்தனை).* ஆனால் இப்படி துளியும் பயமில்லாமல் இருப்பதுகூட காட்டு மிராண்டித்தனம்தான். நாம் எப்போதும் 'நாம்' என்றுதான் சொல்வமேயொழிய 'நான்' என்று சொல்வதில்லை. சோவியத் வீரத்தை நாம் காண்பிப்போம், சோவியத் குணாதிசயங்கள் எதால் ஆக்கப்பட்டிருக்கின்றன என்பதைக் காண்பிப்போம்'. இதையெல்லாம் நாம் முழு உலகத்துக்கும் காண்பிப்போம்! இதுதான் நான்! நான் இறக்க விரும்பவில்லை. எனக்குப் பயமாக இருக்கிறது.

ஒருவரின் உணர்வுகளை இங்கிருந்து பார்க்க வேண்டும். எப்படி அது வளர்ந்து மாற்றமடைகிறது. நான் அதைக் கவனித்தேன்.

அதன்பின் என்னைச் சுற்றி நடக்கும் விஷயங்களில் அக்கறை செலுத்தத் தொடங்கினேன். செர்னோபிலுக்குப் பிறகு அதுதான் இயற்கையான எதிர்வினையாக இருந்தது. நாங்களும் 'நான்' என சொல்லிக் கொள்வதைப் பழக ஆரம்பித்தோம்.

மிகப் பெரிய சாம்ராஜ்யம் சரிந்து விழுந்தது. முதலில் ஆஃப்கானிஸ்தான். அதன் பின் செர்னோபில். அது சரிந்து விழும்போது நாங்கள் தனியாக இருப்பதை உணர்ந்தோம். நான் செர்னோபிலை நேசிக்கிறேன். இதைச் சொல்ல எனக்குப் பயமாகத்தான் இருக்கிறது. யுத்தம் போல அது எங்கள் வாழ்வு மற்றும் துயரங்களுக்குமான அர்த்தமாக மாறிவிட்டது. செர்னோபிலுக்குப் பிறகு எங்களது இருப்பு குறித்து உலகம் தெரிந்து கொண்டது. அது ஐரோப்பாவிற்கான ஜன்னலாக எங்களுக்கு அமைந்துவிட்டது. நாங்கள் அதனால் பாதிக்கப்பட்டவர்கள். ஆனாலும் அதன் குருமார்கள். எனக்கு சொல்வதற்குப் பயமாக இருந்தாலும், அது இப்படித்தான்!

இப்போது இது என்னுடைய வேலை. நான் அங்கு சென்று பார்த்துக் கொள்கிறேன். அந்தப் பகுதியில் சரிந்து விழக்கூடிய நிலைகளில் உள்ள காட்டேஜ்களில் மக்கள் இன்னும் பயந்தபடியேதான் வாழ்ந்து கொண்டிருக்கிறார்கள். ஸ்டாலினுடைய ராணுவ காலத்தைக் கனவு கண்ட அவர்கள் எல்லா தேர்தல்களிலும் பலமான நபர்களுக்குத்தான் வாக்களித்து வந்தனர். அங்கே அவர்கள் ராணுவ சூழ்நிலையில்தான் வசித்து வந்தனர் — காவல்துறையின் கண்காணிப்பு மையம், ராணுவ வீரர்கள், அனுமதிச் சீட்டு முறை, ரேசனிங், அரசு அதிகாரிகள் விநியோகிக்கும் மனித நல நிவாரணம். ஜெர்மன், ரஷ்யன் மொழிகளில் அந்தப் பெட்டிகளில், 'விற்கவோ, பரிமாற்றிக் கொள்ளவோ முடியாது' என எழுதப்பட்டிருந்தது. ஆனால் அது விற்கப்பட்டும், பரிமாறப்பட்டும் வந்தது.

அது ஒரு விளையாட்டு போல, கண்காட்சி போல இருந்தது. சில வெளிநாட்டினர் கிறிஸ்து அல்லது வேறொருவரின் பெயரில் நிவாரணப் பொருட்களைக் கொண்டு வந்திருந்த வண்டிகளோடு நான் இருந்தேன். வெளியே குட்டையிலும், சகதியிலும் தங்களு டைய கோட்டுடனும், கையுறைகளுடனும் நம் இனத்தவர் நின்று கொண்டிருந்தனர். அவர்கள் மலிவான விலை கொண்ட காலணி அணிந்திருந்தார்கள். 'எங்களுக்கு எதுவும் வேண்டாம்' என அவர்கள் கூறினாலும் அவர்களுடைய கண்கள், 'இதெல்லாம்

எப்படியும் திருடு போகத்தான் போகிறது' என்று சொல்வது போல இருந்தது. இருந்தாலும் ஒரு பெட்டியையோ அல்லது க்ரேட்டையோ பற்றிக் கொள்ளத்தான் ஆசை. வெளிநாட்டு சரக்கா, இல்லையா! வயதான பெண்மணிகள் எல்லாம் எங்கே வாழ்ந்து கொண்டிருக்கிறார்கள் என்று எங்களுக்குத் தெரியும். திடீரென்று ஒரு மூர்க்கத்தனமான, வெறுக்கத்தக்க விருப்பம் என்னுள் எழுந்தது. 'நான் உங்களுக்கு ஒன்றைக் காண்பிக்கப் போகிறேன். நீங்கள் அதை ஒருபோதும் ஆப்பிரிக்காவில் பார்த்திருக்க முடியாது, வேறெங்கும் பார்க்கவும் முடியாது அதுதான் 200 கியூரி, 300 கியூரி' என்றேன். இதைக் கேட்டவுடன் வயதான பெண்மணிகள் எப்படி மாறுகிறார்கள் என்பதைக்கூடக் கவனித்தேன் — சொல்லப்போனால், சிலர் உண்மையிலேயே நடிகைகள்தான். அவர்களுடைய தனியுரை அவர்களுக்கு மனப்பாடமாகத் தெரிந்திருந்தது. சரியான இடங்களில் அழுதார்கள். முதலில் வெளிநாட்டினர் வந்தபோது பாட்டிமார்கள் எதுவும் பேசாமல் அழுதுவிட்டு சென்று விட்டார்கள். அடுத்த முறை எப்படி பேச வேண்டுமென்று அவர்களுக்குத் தெரிந்திருந்தது. ஒரு வேளை இதனால் அவர்களுடைய குழந்தைகளுக்கு அதிகமாக ஒரு பாக்ஸ் மிட்டாய் அல்லது துணிகள் கிடைக்கக்கூடும். அவர்கள் தங்களது குடிசைகளை விட்டுவிட்டு வெளியேறிச் செல்லாமல் இருப்பதற்குக் காரணம் இந்த மிட்டாயும், ஜெர்மன் சாக்லேட்டும் காரணமில்லை. மாறாக அவர்கள் தங்கள் வாழ்க்கை முழுவதும் இதே இடத்தில் வாழ்ந்து கொண்டிருப்பதுதான்.

நாங்கள் திரும்பி வரும் நேரத்தில் சூரியன் அஸ்தமனமாகிக் கொண்டிருந்தது. "பாருங்கள், இந்த நிலம் எவ்வளவு அழகாக இருக்கிறது!" என்றேன். சூரியன் காட்டுக்கும், வயல்வெளிக்கும் ஒளியூட்டிக்கொண்டு எங்களுக்கு பிரியாவிடை தந்தது. ரஷ்யன் பேசக்கூடிய ஜெர்மானியர்களில் ஒருவர், 'இது அற்புதமாக இருக் கிறது. ஆனால் மாசற்றது' என்றார். அவர் கையில் கதிர்வீச்சுமானி இருந்தது. அப்போது நான், 'இந்த சூரிய அஸ்தமனம் எனக்கு மட்டுந்தான் போல' என நினைத்தேன். இந்நிலம் என்னுடைய நிலம். நான்தான் இங்கு வாழ்ந்து வருகிறேன்.

– நாடல்யா அர்செனியெவ்னா ரோஸ்லோவா, தலைவி, மோகிலெவ் விமன்ஸ் கமிட்டி ஃபார் தி சில்ட்ரன் ஆஃப் செர்னோபில்

குழந்தைகளின் குரல்கள்

ஆலிஓஸா பெல்ஸ்கி, 9; ஆன்யா பாகுஷ்,10; நடாஷா டோரெட்ஸ்க்யா, 16; லேனா ஷூட்ரோ, 15; யூரா ஷூக்,15; ஓல்யா ஸ்வோநாக்,10; ஸ்நேஷ்னா ஷினெவிச்,16; ஐரா குட்ரியெச்வா,14; ல்யா காஸ்கோ, 11; வான்யா கோவாரோவ், 12; வாடிம் கர்ஸ்னோ சோல்னிஸ்கோ, 9; வாஸ்யா மிக்குலிச், 15; ஆண்டன் நாஷிவான்கின், 14; மாரட் டாடர்ட்செவ், 16; யூலியா தாராஸ்கின்னா, 15; காட்யா ஷெவ்சுக், 15; போரிஸ் ஷ்கிர்மான்கோவ், 16.

கருநிறத்தில் மேகம், கடுமையான மழை. யாரோ பெயின்ட்டை ஊற்றியது போல் குட்டைகள் எல்லாம் மஞ்சள் நிறத்திலும், பச்சை நிறத்திலும் இருந்தன. அது பூக்களில் ஏற்பட்ட தூசி என அவர்கள் கூறினார்கள். பாட்டி எங்களை பாதாள அறை ஒன்றில் அடைத்து வைத்துவிட்டு முழங்காலிட்டு எங்களுக்காக பிரார்த்தனை செய்தார். அதை எங்களுக்கும் கற்றுக் கொடுத்தார். "பிரார்த்தியுங்கள்! உலகம் முடியப் போகிறது. இது நமது பாவங்களுக்கு கடவுள் கொடுத்த தண்டனை" என்றார். என் சகோதரனுக்கு எட்டு வயது, எனக்கு ஆறு வயது. நாங்கள் செய்த பாவங்களையெல்லாம் நினைத்துப் பார்க்க ஆரம்பித்தோம். ராஸ்பெரி ஜாம் இருந்த பாட்டிலை அவன் உடைத்துவிட்டான், எனது புதிய உடை வேலியொன்றில் பட்டு கிழிந்துவிட்டது.

இதை நான் ஓரிடத்தில் ஒளித்து வைத்திருந்தேன். அம்மாவிடம் இது பற்றி சொல்லவில்லை.

◆

ராணுவ வீரர்கள் நாங்கள் இருந்த இடத்துக்கு காரில் வந்தார்கள். யுத்தம் ஆரம்பமாகிவிட்டதோ என நான் நினைத்தேன். அவர்கள், "முடக்கம்", "ஐஸோடோப்புகள்" எனப் பலவற்றைப் பற்றிக் கூறினார்கள். ஒரு வீரர் பூனையைத் துரத்திக்கொண்டு ஓடினார். கதிர்வீச்சுமானி பூனையின் மேல் தானாக இயங்க ஆரம்பித்தது — க்ளிக், க்ளிக். ஒரு சிறுவனும், சிறுமியும்கூட அந்தப் பூனையைத் துரத்திக்கொண்டு சென்றனர். சிறுவன் ஒழுங்காக இருந்தான். ஆனால் அந்தச் சிறுமிதான் "நான் அந்தப் பூனையை விடமாட்டேன்!" என சொல்லியபடி அழுதுகொண்டே இருந்தாள். அவள் கத்தினாள்: "ஓடி விடு, சிறு குழந்தையே ஓடிவிடு!" என்றாள். ஆனால் ராணுவ வீரரோ பெரிய ப்ளாஸ்டிக் பை வைத்திருந்தார்.

◆

பெரியவர்கள் பேசிக் கொண்டிருந்தார்கள். பாட்டி அழுது கொண்டிருந்தார். நான் அனைத்தையும் கேட்டுக் கொண்டிருந்தேன். நான் பிறந்ததிலிருந்தே (1986) அந்தக் கிராமத்தில் புதிதாக பையனோ, பெண்ணோ பிறக்கவில்லை. நான் மட்டுந்தான். நான் கூட பிறந்திருக்க முடியாது என்றே டாக்டர் கூறினார். ஆனால் அம்மாவோ மருத்துவமனையிலிருந்து ஓடிப்போய் பாட்டியின் வீட்டில் ஒளிந்து கொண்டார். எனவே நான் பாட்டியின் வீட்டில் பிறந்தேன். இது பற்றி அவர்கள் பேசிக் கொண்டிருந்ததை நான் கேட்டேன்.

எனக்குச் சகோதரனோ, சகோதரியோ இல்லை. ஆனால் எனக்கு விருப்பமாயிருந்தது.

நான் பிறந்திருக்காவிட்டால் எப்படியிருந்திருக்கும்? நான் எங்கே இருப்பேன்? வானத்திலா? இன்னொரு கிரகத்திலா?

◆

விபத்து நடந்த பிறகு முதல் வருடத்தில் எங்கள் நகரத்திலிருந்த குருவிகள் எல்லாம் காணாமல் போய்விட்டன. அவை எல்லா இடங்களிலும் விழுந்து கிடந்தன. அதை இலைகளோடு ஒரு கொள் கலனில் வைத்து எடுத்துச் சென்றார்கள். அந்த வருடம் முழுவதும் இலைகளை எரிக்க அவர்கள் மக்களை அனுமதிக்கவில்லை. ஏனென்றால் அவை கதிர்வீச்சு கொண்டவை அதனால் அவர்கள் இலைகளைப் புதைத்து விட்டார்கள்.

இரண்டு வருடம் கழித்து குருவிகள் அங்கே திரும்பிவந்தன. எங்களுக்கு மகிழ்ச்சியாக இருந்தது. நாங்கள் ஒருவரையொருவர் கூப்பிட்டு, “நான் நேற்று குருவி பார்த்தேன்! அவையெல்லாம் திரும்பவந்துவிட்டது” என பேசிக் கொண்டோம்.

மே பக்ஸூம் காணாமல் போய்விட்டிருந்தன, அவை திரும்பி வரவில்லை. நூறு அல்லது ஆயிரம் வருடங்கள் கழித்து ஒரு வேளை திரும்பி வரக்கூடும். அப்படித்தான் எங்கள் ஆசிரியர் கூறினார். நான் அவற்றைப் பார்க்கவில்லை.

♦

செப்டம்பர் 1, பள்ளிக்கூடம் செல்வதற்கான முதல் நாள். ஒரு பூ கூட இல்லை. பூக்கள் எல்லாம் கதிர்வீச்சின் தாக்குதலுக்கு உள்ளாகியிருந்தது. முன்பெல்லாம் வருடத்தின் ஆரம்பத்தில் தோட்டக்காரர்கள் வேலை பார்ப்பார்கள். ஆனால் இந்த வருடம் அவர்களுக்குப் பதிலாக ராணுவ வீரர்கள் வேலை பார்த்தார் கள். அவர்கள் மலர்களையெல்லாம் கத்தரித்தார்கள். நிலத்தை வெட்டி கார்களிலும், ட்ரெயிலர்களிலும் எங்கேயோ கொண்டு சென்றார்கள்.

ஒரு வருடத்தில் அவர்கள் எங்கள் எல்லோரையும் வெளியேற்றி விட்டு கிராமத்தைப் புதைத்து விட்டார்கள். அங்கு சென்று வந்த அப்பாவின் வண்டி ஓட்டுநர் எங்களிடம் இதைக் கூறினார். முதலில் அவர்கள் ஐந்தடி ஆழத்துக்கு பெரிய குழியைத் தோண்டி னார்கள். அதன் பின் தீயணைப்புப் படையைச் சேர்ந்த ஒருவர் வந்து வீடு முழுவதையும் மேற்கூரையிலிருந்து கீழே அடித்தளம் வரையிலும் நன்றாகக் கழுவி விட்டார். இதனால் கதிர்வீச்சு தூசி மேலும் பரவாதபடி கட்டுப்படுத்தப்பட்டது. அவர்கள் ஜன்னல்கள், கூரை, கதவு என எல்லாவற்றையும் கழுவினார்கள். அதன் பின் கிரேன் மூலம் வீட்டை இழுத்துக்கொண்டுபோய்

குழியில் போட்டார்கள். அங்கே பொம்மைகள், புத்தகங்கள், கேன்கள் எல்லாம் சிதறிக் கிடந்தன. அவற்றை அகழ் எந்திரம் அள்ளிக்கொண்டு சென்றது. அதன் பின் மணல், களிமண் போட்டு அந்த இடத்தை சமன் செய்தனர். அதன் பின் அங்கே கிராமத்துக்குப் பதிலாக காலி வெளிதான் இருந்தது. எங்கள் நிலத்தில் அவர்கள் சோளம் பயிரிட்டார்கள். எங்களது வீடு, பள்ளிக்கூடம், கிராம கவுன்சில் அலுவலகம் எல்லாம் அங்கே இருந்தது. எனது செடிகளும், இரண்டு ஸ்டாம்ப் ஆல்பங்களும் அங்கே இருந்தன. நான் அதை என்னோடு கொண்டு வந்து விடலாம் என நினைத்தேன். என்னிடம் பைக்கும் இருந்தது.

♦

எனக்கு 12 வயதுதான் ஆகிறது. ஆனால் அதற்குள்ளாக நான் செல்லாக்காசாகி விட்டேன். தபால்காரர் இரண்டு பென்சன் செக்குகளைக் கொண்டு வருவார். ஒன்று எனக்கு இன்னொன்று தாத்தாவுக்கு. எனக்கு ரத்தப் புற்றுநோய் இருப்பது தெரிந்தவுடன் வகுப்பில் உள்ள பெண்கள் என் அருகில் உட்கார மறுத்து விட்டனர். அவர்கள் என்னைத் தொட விரும்பவில்லை.

என்னுடைய அப்பா செர்னோபிலில் வேலை செய்ததினால் தான் எனக்கு உடல்நிலை சரியில்லாமல் போனது என்று டாக்டர்கள் கூறினார்கள். நான் அந்தச் சம்பவத்துக்குப் பிறகுதான் பிறந்தேன். நான் அப்பாவை மிகவும் நேசித்தேன். அவர்கள் அப்பாவைத்தேடி ஒரு நாள் இரவு வந்தார்கள். அவர்கள் அப்பாவை கூட்டிக்கொண்டு போனது எனக்குக் கேட்கவில்லை. நான் தூங்கிக் கொண்டிருந்தேன். மறுநாள் காலையில் அம்மா அழுது கொண்டிருந்தார். 'அப்பா இப்போது செர்னோபிலில் இருப்பார்' எனக் கூறினார்.

அவர் யுத்தத்திற்குச் சென்றிருப்பது போல நாங்கள் அவருக் காகக் காத்திருந்தோம்.

திரும்பி வந்த அவர் மீண்டும் தொழிற்சாலைக்குப் போக ஆரம்பித்துவிட்டார். அவர் எங்களிடம் எதுவும் சொல்லவில்லை. நான் பள்ளிக்கூடத்தில் ஒவ்வொருவரிடமும் எனது அப்பா செர்னோபில் போய்விட்டு இப்போதுதான் திரும்பியிருக்கிறார். அவர் ஒரு கலைப்பாளர். அந்த விபத்து நடந்து முடிந்த பிறகு அதைச் சுத்தம் செய்ததெல்லாம் இந்த கலைப்பாளர்கள்தான். அவர்கள் எல்லோரும் ஹீரோக்கள் என நான் தம்பட்டம்

அடிப்பதைப் பார்த்து அனைவரும் பொறாமையடைந்தனர்.

ஒரு வருடத்திற்குப் பிறகு அவருடைய உடல்நிலை பாதிக்கப் பட்டது.

அவருடைய இரண்டாவது அறுவை சிகிச்சைக்குப் பிறகு நாங்கள் மருத்துவமனையின் வளாகத்தைச் சுற்றி வந்தோம். அந்த சமயத்தில்தான் அவர் செர்னோபில் பற்றி எங்களிடம் பேசினார்.

அவர்கள் அணுஉலைக்கு வெகு அருகில் இருந்து வேலை செய்திருக்கிறார்கள். அது மிகவும் அமைதியாகவும், அழகாகவும் இருந்ததாக அவர் சொன்னார். அவர்கள் வேலை செய்து கொண்டிருக்கும்போது இந்த சம்பவம் நடைபெற்றிருக்கிறது. தோட்டங்கள் எல்லாம் மலர்ந்து கொண்டிருக்கின்றன. ஆனால் யாருக்காக? மக்கள் அனைவரும் கிராமத்தைவிட்டு சென்று விட்டனர். அவர்கள் தேவையானதை எடுத்துக்கொண்டு வேண்டாதவற்றை விட்டுவிட்டுச் சென்றுவிட்டார்கள். சீசியம், ஸ்ட்ரோண்டியம் ஆகியவற்றால் மாசடைந்திருந்த மேற்புர மண்ணை எடுத்தார்கள். மேற்கூரையையெல்லாம் கழுவினார்கள். மறுநாள் கதிர்வீச்சுமானி மறுபடியும் கதிர்வீச்சின் அளவைக் காட்டியது.

“அங்கிருந்து வரும்போது அவர்கள் நாங்கள் செய்த தியாகத்தைப் பாராட்டி ஒரு சான்றிதழ் தந்தார்கள்”. அவர் பேசினார், பேசினார், பேசிக்கொண்டே இருந்தார். சென்ற முறை மருத்துவமனையில் இருந்து வந்தவுடன் அவர், “நான் உயிரோடு இருந்தால் எனக்கு இயற்பியல், வேதியியல் எதுவும் தேவையில்லை. நான் தொழிற்சாலை வேலையை விட்டு வெளியே வந்து ஆடு, மாடு மேய்க்கும் இடையனாக வேலை செய்வேன்” என்றார். இப்போது என்னுடைய அம்மாவும், நானும் தனியாக இருக்கிறோம். அம்மா என்னை தொழிற்பயிற்சி நிறுவனத்திற்கு அனுப்ப விரும்பினாலும் எனக்குப் போக விருப்பமில்லை. அங்கேதான் என் அப்பா படித்தது.

♦

நான் கவிதைகள் எழுதுவதுண்டு. நான் ஐந்தாவது கிரேடில் இருக்கும்போது ஒரு பெண்ணைக் காதலித்தேன். ஏழாவது கிரேடில் இறப்பு என்றால் என்ன என்பதைக் கண்டு கொண்டேன்.

நான் கார்சியா லோர்காவின் "தி க்ரை"ஸ் ப்ளாக் ரூட் *(the cry's blackroot)* படித்தேன். பறப்பது எப்படி எனக் கற்றுக் கொண்டேன். எனக்கு அது பிடிக்கவில்லை, ஆனால் என்ன செய்வது?

என்னுடைய நண்பனின் பெயர் ஆண்ட்ரி. அவர்கள் அவனுக்கு இரண்டு அறுவை சிகிச்சைகள் செய்துவிட்டு வீட்டுக்கு அனுப்பினர். ஆறு மாதங்களுக்குப் பிறகு அவனுக்கு மூன்றாவது அறுவை சிகிச்சை செய்ய வேண்டியதாக இருந்தது. ஆனால் அவனோ எல்லோரும் ஜிம் வகுப்புக்குச் சென்றபின் காலியாக இருந்த வகுப்பறையில் பெல்ட்டை மாட்டி தூக்குப் போட்டுக் கொண்டான். அவனை ஓடுவதற்கோ, குதிப்பதற்கோ அனுமதிக்கவில்லை என டாக்டர் கூறினார்.

யூலியா, காட்யா, வாடிம், ஒக்சானா, ஒலெக், இப்போது ஆண்ட்ரி. "நாம் எல்லோரும் இறந்த பின் அறிவியலாகி விடுவோம்" என்று ஆண்ட்ரி கூறுவதுண்டு. காட்யா, "நாம் எல்லோரும் இறந்த பின் மறக்கப்பட்டு விடுவோம்" என்றாள். ஒக்சானா, "நான் இறந்துவிட்டால் என்னை சுடுகாட்டில் புதைக்க வேண்டாம். எனக்கு பயமாக இருக்கும். அங்கே இறந்தவர்களும், காகங்களும்தான் இருக்கும்" என்றாள். யூலியா அழுதுகொண்டே "என்னை வயல்வெளியில் புதையுங்கள்" என்றாள். வானத்தைப் பார்க்கும்போது அது எனக்காக உயிரோடு இருக்கிறது. ஏனெனில் அவர்கள் எல்லோரும் அங்கே இருக்கிறார்கள்.

தனித்த மனிதக் குரல்

கொஞ்ச காலத்துக்கு முன்னால் நான் மிகவும் சந்தோஷமாக இருந்தேன். ஆனால் அது ஏன் என்பதற்கானக் காரணம் எனக்கு மறந்துவிட்டது. இப்போது இன்னொரு வாழ்க்கை போன்ற உணர்வு ஏற்பட்டிருக்கிறது. எனக்கு எதுவும் புரியவில்லை. எப்படி இன்னொரு வாழ்க்கையை ஆரம்பிப்பது என்று எனக்குத் தெரியவில்லை. ஆனால் வாழ வேண்டுமென்று விருப்பம் இருக்கிறது. இதோ இங்கே நான் இருக்கிறேன். சிரிக்கிறேன், பேசுகிறேன். எனக்கு மனமே உடைந்துவிட்டது. நான் இயக்கமற்று முடங்கி கிடக்கிறேன். எனக்கு யாருடனாவது பேச வேண்டும் போல இருக்கிறது. ஆனால் மனிதராக இருக்கக்கூடாது. தேவாலயத்துக்குப் போவதுண்டு. மலையிலிருப்பது போன்ற ஓர் அமைதி அங்கே உண்டு. மிகவும் அமைதியான சூழ்நிலை, உங்களுடைய வாழ்க்கையைக்கூட மறந்துவிடுவீர்கள். நான் காலையில் எழுந்திருக்கும் போது, எனது கைகள் சுற்றிலும் இருப்பதை உணரும் — அவர் எங்கே? இது அவருடைய தலையணை, அவரது வாசனை. சாளரத்தைச் சுற்றி ஒரு சிறிய பறவை அங்கிருந்த மணியில் பட்டு அது ஓசை எழுப்ப அந்த ஓசை என்னை எழுப்பி விட்டது. இந்த சத்தத்தை நான் இதற்கு முன் கேட்டதில்லை, அந்தக் குரல். அவர் எங்கே? எல்லாவற்றையும் என்னால் சொல்ல முடியாது. எல்லாவற்றையும் பற்றி என்னால் பேச முடியாது. நான் எப்படி உயிர் வாழ்ந்து கொண்டிருக்கிறேன்

என்றுகூட என்னால் புரிந்து கொள்ள முடியவில்லை. மாலை நேரத்தில் என் மகள் என்னருகில் வந்து, 'அம்மா, நான் எனது வீட்டுப்பாடங்களை ஏற்கனவே முடித்துவிட்டேன்' என சொல்லும்போதுதான் எனக்குக் குழந்தைகள் இருக்கிறார்கள் என்பதே நினைவுக்கு வரும். ஆனால் அவர் எங்கே? 'அம்மா எனது பட்டன் விழுந்து விட்டது, தைத்து தருகிறாயா?' நான் எப்படி அவர் பின்னால் போய் அவரைச் சந்திக்க முடியும்? நான் தூங்கும் வரை எனது கண்களை மூடிக்கொண்டு அவரை நினைத்துக்கொண்டே படுத்திருந்தேன். எனது தூக்கத்தில் அவர் வந்தார், ஆனால் அதுவும் அவ்வப்போது, மிகவும் வேகமாக வந்து சென்றார். இதோ காணாமல் போய்விட்டார். அவருடைய காலடி சத்தத்தைக்கூட என்னால் கேட்க முடியும். ஆனால் அவர் எங்கே போனார்? எங்கே? அவர் இறக்க விரும்பவில்லை. அவர் ஜன்னல் வழியாகப் பார்த்து அதன் பின் மேலே வானத்தைப் பார்ப்பார். அவர் உயரத்திலிருந்து பார்க்க வேண்டுமென்பதற்காக நான் அவருக்குக் கீழ் மூன்று தலையணைகளை வைத்தேன். அவர் நீண்ட நாட்களுக்கு முன்பு இறந்து போனார். ஒரு வருடம் ஆகிவிட்டது (நீண்ட நேரம் அமைதியாக இருந்தார்)

இல்லை, கவலைப்படாதீர்கள். நான் இனிமேல் அழமாட்டேன். நான் பேச வேண்டும். மற்றவர்கள், எனது தோழி சொல்வது போல மறந்துவிட்டேன் என்று எனக்கு நானே சொல்லிக் கொள்ள முடியாது. எங்களுடைய கணவன்மார்கள் ஒரே வருடத்தில் தான் இறந்து போனார்கள். அவர்கள் இருவரும் செர்னோபிலில் ஒன்றாக இருந்தார்கள். ஆனால் அவள் ஏற்கனவே திருமணம் செய்து கொள்ளும் முடிவில் இருந்தாள். அதற்காக நான் அவளைக் கண்டிக்க மாட்டேன் — அதுதான் வாழ்க்கை. நீங்கள் வாழ வேண்டும். அவளுக்கு குழந்தைகள் இருக்கின்றன.

எனது பிறந்தநாள் அன்று அவர் செர்னோபிலுக்குச் சென்றார். வீட்டிற்கு விருந்தினர்கள் வந்திருந்தார்கள். அவர்களிடம் மன்னிப்பு கேட்டுவிட்டு கிளம்பிச் சென்றார். அவர் என்னை முத்தமிட்டார். அவருக்காக வெளியே கார் காத்திருந்தது.

அன்றைக்கு அக்டோபர் 19, 1986 — எனது பிறந்தநாள். அவர் ஒரு கட்டிடத்தொழிலாளி, அவர் சோவியத் யூனியன் முழுவதும் சுற்றியிருக்கிறார். அவருக்காக நான் காத்திருந்தேன். இப்படித்தான் நாங்கள் வருடக்கணக்காக வாழ்ந்து கொண்டிருந் தோம் — காதல் பறவைகளைப் போல. எங்களுக்குள் 'குட்பை'

சொல்லிக் கொள்வோம், பிறகு 'கூடி'க் கொள்வோம். எங்கள் அம்மாக்களிடையே ஒரு பயம் இருந்து வந்தது. ஆனால் நாங்கள் அதை உணரவில்லை. அது ஏனென்று இப்போதுதான் தெரிகிறது. அவர் எங்கே போகிறார் என்று எங்களுக்குத் தெரியும். பக்கத்துவீட்டில் இருக்கும் பையனின் பத்தாவது கிரேடு இயற்பியல் புத்தகத்தை வாங்கி நான் ஒரு பார்வை பார்த்திருக்க வேண்டும். அவர் தொப்பிகூட அணியாமல் சென்றார். அவரோடு சென்ற மற்றவர்களின் தலைமுடியெல்லாம் ஒரு வருடத்திற்குப் பிறகு கொட்டிவிட்டது. ஆனால் இவருடையது மட்டும் குதிரைக்கு இருப்பது போல அடர்த்தியாக வளர்ந்து வந்தது. அவரோடு வேலைக்குச் சென்றவர்களில் யாரும் இப்போது இல்லை. இவருடைய குழுவைச் சேர்ந்த அனைவரும், அதாவது ஏழு பேர், இறந்து விட்டனர். அவர்கள் எல்லாம் இளைஞர்கள். ஒருவருக்குப் பின் ஒருவராக இறந்து போயினர். சம்பவம் நடந்த மூன்றாம் ஆண்டில் முதலாமவர் இறந்து போனார். நாங்கள் ஏதோ விதி என நினைத்தோம். அதன் பின் இரண்டாவது, மூன்றாவது, நான்காவது என மரணம் வரிசையாகத் தொடர்ந்தது. மீதி இருந்தவர்கள் தங்களது முறைக்காகக் காத்துக் கொண்டிருந்தனர். அப்படித்தான் அவர்கள் வாழ்ந்து வந்தார்கள். எனது கணவர் தான் கடைசியாக இறந்தவர். அவர் மிகவும் உயரத்தில் வேலை பார்த்துவந்தார். காலி செய்யப்பட்ட கிராமங்களில் எரிந்து கொண்டிருக்கும் விளக்குகளை அணைக்க அவர்கள் உயிரற்றிருந்த வீடுகளின் மீதும், நடமாட்டமில்லாத தெருக்களில் இருந்த விளக்குக் கம்பங்களின் மேலும் ஏறினார்கள். எப்போதும் அவர்கள் உயரத்திலேயேதான் இருந்தார்கள். அவர் கிட்டத்தட்ட 2 மீட்டர் உயரமும், 90 கிலோகிராம் எடையும் கொண்டவராக இருந்தார் — அவரை யாரால் கொல்ல முடியும்? *(திடீரென்று அவர் சிரித்தார்).*

ஓ, நான் எவ்வளவு சந்தோஷமாக இருந்தேன்! அவர் திரும்பி வந்தார். அவர் எப்போது திரும்பிவந்தாலும் ஒரு பார்ட்டி ஏற்பாடு செய்வோம். நான் மிகவும் நீளமான, அழகான ஒரு இரவு உடை அணிந்திருந்தேன். எனக்கு விலையுயர்ந்த உள்ளாடைகள் அணிவ தென்றால் மிகவும் பிடிக்கும். நான் வைத்திருக்கும் துணிகள் எல்லாமே நன்றாக இருக்கும். ஆனால் இந்த இரவு உடை பிரத்யேகமானது. முதல் நாள், எங்களின் முதல் இரவு. அவருடைய உடல் முழுவதும் எனக்கு மனப்பாடமாகத் தெரியும். நான் அனைத்து இடங்களிலும் முத்தம் கொடுத்தேன். சில வேளைகளில் அவருடைய உடம்பின்

ஒரு பகுதிதான் நான் என கனவு காண்பது உண்டு. அதாவது நாங்கள் பிரிக்கமுடியாத தம்பதிகள். அவர் போய்விட்டால் நான் அவரை 'இழந்து' விட்டது போல உணர்வேன், உடல்ரீதியாகவும் அந்த வலியை உணர்வேன். கொஞ்ச நாட்களுக்கு நாங்கள் பிரிந் திருந்தாலும் எதையோ இழந்துவிட்டது போன்ற உணர்வு எனக்கு ஏற்படும்.

அவர் திரும்பி வந்தபோது அவருடைய நிணநீர் முடிச்சில் சில முடிச்சுகள் இருந்தன. அவை பார்க்க சிறிதாக இருந்தாலும் எனது உதட்டின் மூலம் அதை உணர்ந்தேன். "நீங்கள் டாக்டரிடம் போவீர்கள்தானே எனக் கேட்டதற்கு?". "அது தானாக போய்விடும்" எனக் கூறி என்னை சமாதானப்படுத்தினார். "செர்னோபிலில் வேலை எப்படியிருக்கிறது?" "சாதாரண வேலைதான்". அவரி டத்தில் எந்தவிதமான மிரட்சியோ அல்லது பீதியோ இல்லை. அவரிடமிருந்து எனக்குக் கிடைத்த ஒரே தகவல், "இங்கே எப்படியிருக்கிறதோ அப்படித்தான் அங்கேயும் இருக்கிறது" என்பதுதான். அங்கேயிருக்கக்கூடிய கஃபேயில் சாதாரண தொழிலாளர்களுக்கு நூடுல்ஸூம், டப்பாவில் அடைக்கப்பட்ட உணவும் முதல்மாடியில் வழங்கப்படுவதாகவும், அதிகாரிகளுக்கும் ஜெனரல்களுக்கும் பழங்கள், ரெட் ஒயின், மினரல் வாட்டர் போன்றவை இரண்டாவது மாடியில் வழங்கப்படுவதாகவும் கூறினார். மேலே அவர்களுக்கு சுத்தமான மேசைவிரிப்புகளும், ஒவ்வொருவருக்கும் டோசிமீட்டரும் கொடுக்கப்பட்டிருந்தன. ஆனால் சாதாரண தொழிலாளர்களின் குழுவுக்கு ஒரு கதிர்வீச்சு மானிகூட கொடுக்கவில்லை.

ஓ, நான் எவ்வளவு சந்தோஷமாக இருந்தேன்! நாங்கள் கடற் கரைக்குச் சென்றோம். அதுவும் வானம் போலவே எங்கும் இருந்தது. என்னுடைய தோழியும் அவளுடைய கணவருடன் சென்றாள். கடல் அழுக்காக இருக்கும் என அவள் நினைத்தாள் — 'எங்கே காலரா வந்து விடுமோ என பயமாக இருந்ததாக'க் குறிப்பிட்டாள். அது உண்மையும்கூட. அது குறித்து பத்திரிகை களில்கூட எழுதியிருந்தார்கள். அது குறித்து என் நினை வில் வித்தியாசமாக இருந்தது. வானம் போல கடலும் எங்கும் இருக்கும் என்பது என் ஞாபகம். அதுவும் நீலம், இதுவும் நீலம். அவர் அருகிலேயே இருந்தார்.

நான் காதலுக்காகவே பிறந்தவள். பள்ளிக்கூடத்தில் மாணவி கள் அனைவரும் பல்கலைக்கழகத்துக்குப் போய் படிப்பது அல்லது

வேலை சம்பந்தமான காம்சோமால்* பயணம் குறித்து கனவு கண்டு கொண்டிருந்தார்கள். ஆனால் நானோ திருமணம் பற்றிய கனவில் இருந்தேன். நான் காதலிக்க விரும்பினேன், அதுவும் நடாஷா ரோஷ்டோவ் போல தீவிரமாக. 'ஜஸ்ட் டு லவ்'. ஆனால் இது குறித்து நான் யாரிடமும் சொல்ல முடியாது. ஏனென்றால் அந்த நேரத்தில் நீங்கள் காம்சோமால் பயணம் குறித்துதான் கனவு கண்டு கொண்டிருக்க வேண்டும். அதைத்தான் அவர்கள் எங்களுக்குக் கற்றுக் கொடுத்தார்கள். மக்கள் சைபீரியாவுக்கு போக விருப்பப்பட்டார்கள். அவர்கள் அது குறித்து பாடியது நினைவிருக்கிறதா... *"past the fog and smell of the taiga"*. நான் முதல் வருடம் பல்கலைக்கழகம் செல்லவில்லை. தேர்வில் எனக்குப் போதுமான மதிப்பெண்கள் கிடைக்கவில்லை. எனவே நான் தொடர்பு நிலையத்துக்கு வேலைக்குச் சென்றேன். அங்குதான் இவரைச் சந்தித்தேன். அவரிடம் எனது காதலை முதலில் கூறும்போது, "என்னைத் திருமணம் செய்து கொள்ளுங்கள். நான் உங்களை மிகவும் காதலிக்கிறேன்!" என்றேன். அவர் பார்ப்பதற்கு அற்புதமாக இருந்தார். நான் காற்றில் மிதந்து கொண்டிருந்தேன். "என்னைத் திருமணம் செய்து கொள்ளுங்கள்." *(சிரித்தார்)*

இன்னொரு முறை அதைப்பற்றி நினைத்துக் கொள்வேன். என்னையே உற்சாகப்படுத்திக் கொள்ள சில வழிகளைக் கண்டுபிடித்தேன் — மரணம் என்பது முடிவல்ல, அவர் வேறு ஏதோ ஒன்றாக மாறி இன்னொரு உலகத்தில் வாழ்கிறார். நான் நூலகத்தில் வேலை பார்த்து வந்தபோது அதிகப் புத்தகங்கள் படித்தேன். அதிகமானவர்களைச் சந்தித்தேன். நான் மரணத்தைப் புரிந்து கொள்வதற்காக அது குறித்து பேச விரும்பினேன். நான் ஆறுதலை எதிர்பார்த்தேன். நான் பத்திரிகைகளிலும், புத்தகங் களிலும் படித்தேன். மரணம் பற்றிய நாடகம் ஏதாவது நடந்தால் அதைப் பார்க்க தியேட்டருக்குப் போனேன். அவர் இல்லாமல் இருப்பது எனக்கு உடல்ரீதியில் மிகப் பெரிய வலியாக இருந்தது. நான் தனியாக இருக்க முடியாது.

அவர் டாக்டரிடம் செல்ல விரும்பவில்லை. "நான் இது பற்றி எதுவும் கேட்கவும் இல்லை, எனக்கு வலி எதுவும் இல்லை" என்றார். ஆனால் அவரது நிணநீர் முடிச்சுகள் ஏற்கனவே முட்டை வடிவத்தில் இருந்தது. நான் அவரை காருக்குள் பலவந்தமாகத் தள்ளி மருத்துவமனைக்கு அழைத்துச் சென்றேன். அவர்கள் புற்றுநோய்

* ரஷ்யாவின் பொதுவுடமை இளைஞர் அமைப்பு

மருத்துவரைப் போய் பார்க்குமாறு பரிந்துரை செய்தார்கள். ஒரு டாக்டர் அவரைப் பார்த்துவிட்டு இன்னொரு டாக்டரைக் அழைத்து, 'செர்னோபிலைச் சேர்ந்த இன்னொருவர் இங்கே நம்மிடம் வந்திருக்கிறார்' என்றார். அதற்குப் பிறகு அவரை அனுப்பவில்லை. ஒரு வாரத்துக்குப் பின் அவர்கள் அறுவை சிகிச்சை செய்தனர். அவர்கள் தைராய்ட் சுரப்பியையும் குரல் வளையையும் எடுத்துவிட்டு அதற்குப் பதிலாக ஏதோ குழாயைப் பொருத்தினார்கள். ஆமாம்... *(அவர் அமைதியாக இருந்தார்).* ஆமாம், அதுவும் ஒரு சந்தோஷமான தருணம்தான். கடவுளே! நான் கடைகளுக்குச் சென்று டாக்டர்களுக்குக் கொடுப்பதற்காக சாக்லேட் டப்பாக்கள், இறக்குமதி செய்யப்பட்ட மதுபானங்கள், நர்ஸ்களுக்கென்று சாக்லேட்கள் என பலவற்றையும் வாங்கினேன். அவர்களும் அதைப் பெற்றுக் கொண்டார்கள். இதற்கிடையில் அவர் என்னைப் பார்த்துச் சிரித்தார். "அவர்கள் கடவுள் இல்லை என்பதை புரிந்து கொள். போதுமான அளவுக்கு கீமோவும், ரேடியேஷனும் கொடுக்க வேண்டும். அதை அவர்கள் இந்த சாக்லேட்கள் இல்லாமலே கொடுப்பார்கள்" என்றார். ஆனால் நான் வாசனை திரவியம், கேக் வாங்குவதற்காக நகரின் இன் னொரு பகுதிக்குச் சென்றேன். அந்தக் காலகட்டத்தில் யாரையும் தெரியவில்லையென்றால் இவற்றையெல்லாம் வாங்கமுடியாது. எல்லாம் 'மேசைக்குக் கீழான' (கறுப்புச் சந்தை) பரிவர்த்தனைதான். அவர் வீட்டுக்கு வருவதற்கு சற்று முன்பாகத்தான் கிடைத்தது.

அவர்கள் அவரை வீட்டுக்கு அனுப்பினார்கள்! அவர்கள் என்னிடம் பிரத்யேகமான ஊசி ஒன்றைக் கொடுத்து அதை எப்படி உபயோகிக்க வேண்டும் என்றும் கூறினார்கள். நான் அவருக்கு அந்த ஊசி மூலம் தான் சாப்பாடு கொடுக்கவேண்டும். எல்லாம் எப்படி செய்வது என்பதைக் கற்றுக் கொண்டேன். ஒரு நாளைக்கு 4 முறை சாப்பாடு கொடுக்க வேண்டும். புதிதாக சமைத்ததைத்தான் கொடுக்க வேண்டும். நான் சமைத்து அதை கூழ்போலக் கடைந்து அந்த ஊசி வழியாக ஊற்ற வேண்டும். நான் அந்த ஊசியை அவருக்கு மாட்டியிருக்கும் பெரிய குழாயோடு இணைக்க வேண்டும். அதுதான் அவர் வயிற்றுக்குச் செல்லக்கூடியது. அவருக்கு வாசனை என்கிற உணர்வே போய் விட்டிருந்தது. நான் அவரிடம், 'இதன் ருசி எப்படியிருக்கிறது?' எனக் கேட்டால் அவருக்குச் சொல்லத் தெரியவில்லை.

அப்படியிருந்தாலும் நாங்கள் திரைப் படத்துக்கெல்லாம் சென்று வந்தோம். அங்கே நாங்கள் முத்தமிட்டுக் கொண்டோம்.

நாங்கள் ஒரு சிறிய நூலிழையில் தொங்கிக் கொண்டிருந்தாலும் மறுபடியும் வாழ ஆரம்பித்திருக்கிறோம் என்கிற சிந்தனைதான் இருந்தது. செர்னோபில் பற்றி பேசிக் கொள்ளக் கூடாது, அதைப் பற்றிய ஞாபகமே இருக்கக்கூடாது என முயற்சி செய்தோம். அது ஒரு தடைசெய்யப்பட்ட விஷயமாகக் கருதினோம். அவரை தொலைபேசி அருகிலேயே நான் வரவிடுவதில்லை, அவருடையக் குழுவைச் சேர்ந்தவர்கள் ஒவ்வொருவராக இறந்து கொண்டிருந்தனர். ஒரு நாள் காலை அவருடைய அங்கியைக் கொடுப்பதற்காக எழுப்பினேன் ஆனால் அவரால் எழுந்திருக்க முடியவில்லை, பேச முடியவில்லை. அவருடைய கண்கள் பெரிதாக இருந்தன. அப்போதுதான் அவர் பயப்பட ஆரம்பித்தார். ஆமாம்... *(மறுபடியும் அமைதி)*

அதற்குப் பிறகு ஒரு வருடம் ஆனது. அவர் அந்த வருடம் முழுவதும் கொஞ்சம் கொஞ்சமாக இறந்து கொண்டுதான் இருந்தார். ஒவ்வொரு நாளும் அவரது உடல்நிலை மோசமானது, ஆனால் அவருக்கு அவரது குழுவைச் சேர்ந்தவர்களும் இறந்து கொண்டிருக்கிறார்கள் என்பது தெரியாது. இப்படிப்பட்ட நினைப்போடுதான் நாங்கள் வாழ்ந்து கொண்டிருந்தோம். இப்படி வாழ்வதும் சாத்தியமில்லாத ஒன்று ஏனென்றால் அது என்னவென்று நமக்குத் தெரியாது. அவர்கள், ‘செர்னோபில்’ என்று சொன்னார்கள். ‘செர்னோபில்’ என்று எழுதினார்கள். ஆனால் யாருக்கும் அது என்னவென்று தெரியவில்லை. எங்களைப் பய முறுத்துவது போல ஏதோவொன்று ஆரம்பமானது. எல்லாமே எங்களுக்கு வித்தியாசமாக இருந்தது — நாம் ஒரே மாதிரி பிறக்கவில்லை, அதேபோல ஒரே மாதிரி இறக்கப் போவதும் இல்லை. செர்னோபிலுக்குப் பிறகு மக்கள் எல்லாம் எப்படி இறந்தார்கள்? எந்தவொன்றையும் விட நான் இவரை அதிகமாக நேசித்தேன், நான் அவரை பிரசவித்திருந்தால் கூட இந்த அளவுக்கு நேசித்திருக்க மாட்டேன். அப்படிப்பட்டவர் என் கண் முன்னாலேயே கோர உருவமாக மாறிக் கொண்டிருந்தார். அவருடைய நிணநீர் முடிச்சை அவர்கள் அகற்றிவிட்ட பிறகு அவருடைய சுழற்சி தடைப்பட்டது, அவருடைய மூக்கு ஏதோ ஒரு மாதிரியாக மாறியது, அது மூன்று மடங்குப் பெரிதாக வளர்ந்தது. அவருடைய கண்களும் ஒரு பக்கமாக வித்தியாசமான திசையில் மாறியது. அவர் அவராகவே இல்லை. அதன் பின் ஒரு கண் சுத்தமாக மூடிவிட்டது.

நான் எதைப் பார்த்து பயப்பட்டேன்? அவருடைய முகத்தை

அவர் பார்த்துவிடுவாரோ என்றுதான் எனக்கு பயமாக இருக்கும். அவர் என்னைப் பார்த்து கேட்க ஆரம்பித்தார். கை ஜாடை காட்டி கண்ணாடி கொண்டுவரச் சொன்னார். அதை நான் மறந்து விட்டது போல அல்லது கேட்காதது போல சமையலறைக்கு ஓடிவிட்டேன். இந்தத் தந்திரத்தை இரண்டு நாட்கள் கடைப் பிடித்தேன். மூன்றாவது நாள் அவர் ஒரு நோட்டுப்புக்கில் பெரிய எழுத்துகளில் "கண்ணாடியைக் கொண்டு வா!!!" என எழுதி என்னிடம் காண்பித்தார். அவரால் முணுமுணுக்கக் கூட முடியாமல் போன பின் நாங்கள் எழுத்து மூலம் தான் தகவல் பரிமாற்றம் செய்து கொண்டிருந்தோம். அவர் முற்றிலும் பேசமுடியாத நிலைக்கு வந்துவிட்டார். நான் சமையலறைக்குப் போய் பாத்திரங்களை அங்குமிங்குமாக போட்டு சத்தம் எழுப்பிக் கொண்டிருந்தேன். அதாவது அவர் எழுதியதை நான் இன்னும் படிக்கவில்லை அல்லது தவறாகப் புரிந்து கொண்டேன் என்று அதன் மூலம் தெரியப்படுத்த முயற்சித்தேன். அவர் மீண்டும் அதே ஆச்சரியக்குறிகளுடன் "கண்ணாடியைக் கொண்டு வா!!!" என எழுதிக் காண்பித்தார்.

வேறு வழியில்லை என்பதால் நான் மிகவும் சிறிய கண்ணா டியைக் கொண்டு வந்து அவரிடம் கொடுத்தேன். அவர் அதில் தன் முகத்தைப் பார்த்துவிட்டு தலையைப் பிடித்துக் கொண்டு தலையணையில் முன்னும் பின்னுமாக அடித்துக் கொண்டார். நான் அவரிடம் அப்படியெல்லாம் செய்ய வேண்டாம் என மன்றாடினேன் —'உங்களுக்கு உடல்நிலை கொஞ்சம் தேறியவுடன் நாம் ஒரு கைவிடப்பட்ட கிராமத்திற்குச் சென்றுவிடுவோம். அங்கே ஒரு வீடு வாங்கிக் கொண்டு அங்கேயே வாழ்வோம். நீங்கள் அதிக மக்கள் இருக்கும் பெரிய நகரத்தில் வாழ விரும்பவில்லையெனில் நாம் நமக்காக மட்டும் கிராமத்தில் வாழ்வோம்' என்றேன். நான் வேடிக்கைக்காகச் சொல்லவில்லை. அவரோடு நான் எங்கு வேண்டுமென்றாலும் போயிருப்பேன். எங்கே சென்றாலும் அவருடன் இருக்க வேண்டும். அவர் தான் எனக்கு முக்கியம். நான் விளையாட்டுக்காக இதைச் சொல்லவில்லை.

எனக்கு நினைவில்லாதது பற்றி நான் பேச விரும்பவில்லை. ஆனால் எல்லாமே நடந்தது. நான் மரணத்திற்கு பிறகு என்ன இருக்கும் என்றும் நினைத்துப் பார்க்க ஆரம்பித்தேன் *(நிறுத்தினார்)*

நாங்கள் இருவரும் சந்திக்கும் போது எனக்கு வயது 16, அவர்

என்னை விட 7 ஆண்டுகளுக்கு மூத்தவர். நாங்கள் இரண்டு வருடம் தொடர்ந்து சந்தித்துக் கொண்டோம். மின்ஸ்க்கில் பிரதான தபால் அலுவலகத்துக்கு பக்கத்திலிருந்த வோலோடார்கோவா தெருவில் இருந்த பெரிய கடிகாரத்துக்குக் கீழே நாங்கள் சந்தித்துக் கொள்வதை விரும்பினேன். நான் மிகவும் மோசமான தொழிற்பேட்டைக்கு அருகில் வசித்து வந்தேன். நான் 5 ஆம் எண் பேருந்தில்தான் பயணிப்பது வழக்கம். அது பிரதான தபால் நிலையத்தில் நிற்காமல் சிறிது முன்னே சென்று குழந்தை களுக்கான துணிகள் விற்கும் கடைக்கருகில் நிற்கும். நான் அங்கே எப்போதும் தாமதமாகத்தான் போவேன். பஸ் அந்த இடத்தைக் கடந்து செல்லும்போது அவரைப் பார்த்து, 'ஓ, எப்படிப்பட்ட ஒரு அழகான ஆண் நமக்காகக் காத்துக் கொண்டிருக்கிறார்' என நினைத்துக் கொள்வேன். இரண்டு வருடங்களாக நான் குளிர்காலத்தையோ, கோடைக்காலத்தையோ, ஏன் எதையுமே அவதானிக்கவில்லை. அவர் என்னைக் கச்சேரிகளுக்கும், எனது விருப்பப்பாடகியான எடித் பீயேகா *(Edith Piekha)*வின் நிகழ்ச்சி களுக்கும் அழைத்துச் சென்றார். நாங்கள் நடனம் நடைபெறும் இடங்களுக்குச் செல்லவில்லை. ஏனெனில் அவருக்கு நடனம் ஆடத் தெரியாது. நாங்கள் ஒருவருக்கொருவர் முத்தமிட்டுக் கொண்டோம். அவர் என்னை 'மை லிட்டில் ஒன்' என அழைத்தார். என்னுடைய பிறந்தநாள். அது எப்போதும் என்னுடைய பிறந்தநாள். எனது பிறந்தநாளன்று வினோதமான ஆனால் முக்கியமான நிகழ்வுகள் எனக்கு நடந்தன. அதன்பின் நான் விதியை நம்புவதை விட்டுவிட்டேன். ஐந்து மணிக்கு வழக்கமாக சந்திக்கும் இடத்தில் அவருக்காகக் காத்திருந்தேன். ஆனால் அவர் வரவில்லை. ஆறு மணி ஆனது அப்போதும் வரவில்லை. நான் மன அமைதியை இழந்து விட்டேன். நான் எனது பேருந்து நிறுத்தத்தை நோக்கி அழுது கொண்டே நடந்தேன். ரோட்டை கடந்தேன். அதன் பின் எனக்கு ஏதோ தோன்றவும் திரும்பிப் பார்த்தேன். அவர் வேலைக்கான உடையுடனும், பூட்ஸ் கால்களுடனும் என்னை நோக்கி ஓடி வந்து கொண்டிருந்தார். அப்படித்தான் அவரை விரும்பினேன். வேட்டைக்கார ஜாக்கெட், செயிலர் சட்டை என எது போட்டாலும் அவருக்கு அது பொருத்தமாக இருந்தது. நாங்கள் அவருடைய வீட்டிற்குச் சென்றோம். அவர் உடைகளை மாற்றிக் கொண்டார். எனது பிறந்தநாளை உணவகத்தில் கொண்டாடுவது என தீர்மானித்துப் புறப்பட்டோம். ஆனால் எங்களால் உள்ளே நுழைய முடியவில்லை. மாலைநேரம், எல்லோரும் மேலாளருக்கு ஐந்து அல்லது பத்து

என 'தள்ளி' உள்ளே சென்று கொண்டிருந்தனர். ஆனால் எங்களுக்கு அதை எப்படிச் செய்வதென்று தெரியவில்லை. 'சரி, நாம் ஒரு ஷேம்பெய்னும், கேக்கும் வாங்கிக்கொண்டு பூங்காவுக்கு செல்வோம்' என்று கூற, அங்கே சென்று கொண்டாடினோம். அவர் அப்படிப்பட்டவர்தான். கார்கிப் பூங்காவில் நாங்கள் காலைநேரம் வரை உட்கார்ந்திருந்தோம். அந்த மாதிரியான ஒரு பிறந்தநாள் அதற்குப் பிறகு எனக்குக் கிடைக்கவில்லை. அப்போதுதான் அவரிடம், "நான் உங்களை மிகவும் காதலிக்கிறேன், என்னைத் திருமணம் செய்து கொள்ளுங்கள்" என்றேன். அவர் சிரித்துக்கொண்டே, "நீ இன்னும் சின்னப் பெண்" என்றார். ஆனால், மறுநாளே நாங்கள் பதிவாளர் அலுவலகத்துக்குச் சென்றோம்.

எனக்கு மிகவும் மகிழ்ச்சியாக இருந்தது! யார் எது சொன்னாலும் என் வாழ்வில் நான் எதையும் மாற்றிக் கொள்ள மாட்டேன். நாங்கள் திருமணம் செய்து கொள்ளவிருந்த நாளன்று இவருடைய பாஸ்போர்ட்டைக் கண்டுபிடிக்க முடிய வில்லை. வீடு முழுவதையும் தலைகீழாகத் தேடினால்கூட அது கிடைக்கவில்லை. எனவே பதிவுப் புத்தகத்தில் ஒரு சிறிய காகிதத்தில் தற்காலிகமாக எழுதி வைத்துக் கொண்டார்கள். 'மகளே, இது நல்ல சகுனமாக இல்லை' என்று சொல்லி அம்மா அழுதார். அவருடைய பாஸ்போர்ட் ஒரு பழைய பேண்ட்டுக்குள் இருந்ததை பிற்பாடு கண்டுபிடித்தோம். காதல்! காலை நேரங்களில் கண்ணாடி முன் நின்று கொண்டு நான் நடனம் ஆடுவது உண்டு — நான் இளமையானவள், அழகானவள், அவர் என்னைக் காதலிக்கிறார்! இப்போது எனக்கு அந்த முகம் மறந்து போய் விட்டது — அதாவது எனக்கு அப்போது இருந்த முகம். அந்த முகத்தை இனி எப்போதும் கண்ணாடியில் பார்க்கமுடியாது.

இது பற்றி நான் வார்த்தைகளால் பேச முடியுமா? ரகசியங்கள் இருந்தன — அது என்னவென்று எனக்கு இன்னும் புரியவில்லை. எங்களுடைய கடைசி மாதத்தில்கூட அவர் இரவில் என்னைக் கூப்பிட்டார். அவருக்கு விருப்பம் இருந்தது. முன்பிருந்ததை விட என்னை அவர் அப்போது அதிகமாக நேசித்தார். பகல் வேளையில் நான் அவரைப் பார்க்கும்போது இரவு என்ன நடந்தது என்று என்னாலேயே நம்பமுடியவில்லை. நாங்கள் பிரிய விரும்பவில்லை. நான் அவரை வருடினேன், தடவி விட்டேன். அந்தத் தருணங்களில் எங்களது மகிழ்ச்சியான நேரங்களை நினைத்துக் கொண்டேன். காம்சட்காவிலிருந்து அவர் தாடியுடன் திரும்பி வந்தது, எனது பிறந்த நாளை பூங்காவில் கொண்டாடியது. "என்னை திருமணம்

செய்து கொள்ளுங்கள்" என்று சொன்னது. இதையெல்லாம் பற்றி நான் பேச வேண்டுமா? பேசலாமா? ஆண்கள் பெண்களை அணுகுவது போல நான் அவரை அணுகினேன். மருந்து தவிர அவருக்கு நான் என்ன கொடுக்கமுடியும்? நம்பிக்கை...? அவர் இறக்க விரும்பவில்லை.

ஆனால் நான் என் அம்மாவிடம் எதுவும் சொல்லவில்லை. அவர் என்னைப் புரிந்து கொள்ளமாட்டார். அவர் எங்களைத் திட்டுவார். ஏனென்றால் இது சாதாரண புற்றுநோய் இல்லை. அது குறித்தே சாதாரண மானவர்கள் பயப்பட்டுக் கொண்டிருக்கிறார்கள். இது செர்னோபில் சம்பந்தப்பட்ட புற்றுநோய். இது சாதாரணமான புற்றுநோயை விட மோசமானது. டாக்டர்கள் என்னிடம், 'கட்டி உடம்பிலேயே உருமாறியிருந்தால் அவர் விரைவிலேயே இறந்திருக்கக்கூடும். ஆனால் அது நகர்ந்து முகத்தை நோக்கி மேலே வர ஆரம்பித்திருக்கிறது. ஏதோ கருப்பு நிறத்தில் அவரிடத்தில் வளர்ந்திருக்கிறது. அவருடைய கன்னம் எங்கேயோ போய்விட்டது, கழுத்துப் பகுதியை பார்க்கவே முடியவில்லை, நாக்கு வெளியே வந்துவிட்டது. அவருடைய நரம்புகள் புடைத்துக்கொண்டு வெளியே தெரிந்தன. அவருக்கு கழுத்து, கன்னங்கள், காதுகள் என அனைத்துப் பக்கங்களில் இருந்தும் ரத்தக் கசிவு ஏற்பட ஆரம்பித்தது. நான் குளிர்ந்த நீரில் நனைத்த துணியை அவர் மேல் வைத்தேன். எதுவும் உதவவில்லை. மிகவும் மோசமான நிலையில் இருந்தார். முழுத் தலையணையும் அதை மறைத்திருந்தது. குளியலறையிலிருந்து கழுவும் கிண்ணத்தை எடுத்து வந்தேன். அவர் நினைவிலிருக்கும்போது கைகள் இரண்டையும் தட்டினால் அது ஆம்புலன்ஸை கூப்பிடுவதற்கான சமிக்ஞை ஆகும். அவர் இறக்க விரும்பவில்லை. அவருக்கு வயது 45. நான் ஆம்புலன்ஸைக் கூப்பிடலாம், அவர்களுக்கு எங்களை நன்றாகத் தெரியும். ஆனால் அவர்கள் வருவதற்கு விரும்பவில்லை. 'எங்களால் உங்கள் கணவருக்கு எதுவும் செய்ய முடியாது' எனச் சொல்லி விட்டார்கள். ஏதாவது போதை மருந்தை வேண்டுமானால் கொடுத்துப் பாருங்கள். அதை எப்படிக் கொடுப்பது என்பதைக் கற்று வைத்திருந்தேன். ஆனால் அதுவும் பலனளிக்கவில்லை.

ஒரு முறை எப்படியோ ஒரு ஆம்புலன்ஸை வரவழைத்திருந்தேன். அதில் இளம் வயது டாக்டர் ஒருவர் இருந்தார். "மன்னிக்கவும், இவர் செர்னோபிலிருந்து வந்தவரா...? அங்கு சென்ற பலரில் இவரும் ஒருவரா...?". நான், "ஆமாம்" என்றேன். அவர் சத்தமாக,

"ஓ, பெண்ணே, அப்படியென்றால் இது சீக்கிரம் முடியட்டும், சீக்கிரம்!, செர்னோபிலிருந்து வந்தவர்கள் எப்படி சாவார்கள் என்பதை நான் பார்த்திருக்கிறேன்" என்றார். இதை நான் உருவகப் படுத்திச் சொல்வதாக நினைக்க வேண்டாம். என் கணவருக்கு அப்போது நினைவு இருந்தது. அவர் இதைக் கேட்டிருந்தாலும் எதுவும் சொல்லவில்லை. அவருடைய குழுவில் உயிரோடு இருப்பவர் அவர் ஒருவர்தான் என்பதை அவரால் ஊகித்திருக்க முடியாது.

இன்னொரு முறை பக்கத்திலிருக்கும் மருத்துவமனையிலிருந்து ஒரு நர்ஸ் வந்திருந்தார். அவர் வராந்தாவில் நின்றுகொண்டு உள்ளே வர மறுத்துவிட்டார். "ஓ, என்னால் முடியாது!" என்றார். என்னால் முடியுமா? என்னால் எதுவும் செய்ய முடியும். எதை நினைத்துப் பார்க்க முடியும்? எப்படி அவரைக் காப்பாற்றுவது? அவர் வலியால் நாள் முழுவதும் கத்திக் கொண்டிருந்தார். இறுதியாக எனக்கு ஒரு வழி தோன்றியது — ஊசியில் வோட்காவை நிரப்பி அதை அவருக்குப் போட்டேன். அவர் திரும்பினார். வலி மறந்துவிட்டிருந்தது. என்னால் இதை நினைத்துப் பார்த்திருக்க முடியாது. எனக்குத் தெரிந்த பெண் ஒருவர் இதைக் கூறினார். அவர்களுக்கும் இதே மாதிரியான அனுபவம் இருந்தது.

அவருடைய அம்மா வரும்போதெல்லாம், "நீ ஏன் அவனை செர்னோபிலுக்கு அனுப்பினாய்? நீ எப்படி அவனை அனுப் பலாம்?" எனக் கேட்டார். அவரைப் போகாமல் தடுத்திருக்கலாம் என எனக்கு அந்த நேரத்தில் தோன்றவில்லை. அழைப்புக்கு மறுப்புத் தெரிவிக்கலாம் என்பது பற்றி ஒருவேளை அவரும் நினைத்துப் பார்த்திருக்கமாட்டார். அப்போதிருந்த காலகட்டம் வேறு. ராணுவம் அதிகாரம் செலுத்திய காலகட்டம். நான் அவரிடம் ஒரு முறை, "அங்கே சென்றது குறித்து இப்போது வருந்துகிறீர்களா?" என்று கேட்டதற்கு அவர் தலையை ஆட்டி, 'இல்லை' என்று கூறினார். அவர் தனது நோட்புக்கில், 'நான் இறந்துவிட்டால், காரையும் உபயோகப்படுத்தப்படாமல் இருக்கும் டயரையும் விற்றுவிடு. டோலிக்கை திருமணம் செய்து கொள்ள வேண்டாம்' என எழுதியிருந்தார். டோலிக் அவரது சகோதரர். அவர் என்னை விரும்பினார்.

நான் அவருக்கு அருகில் அமர்ந்திருந்தேன். அவர் தூங்கிக் கொண்டிருந்தார். அவருடைய தலைமுடி பார்ப்பதற்கு அழகாக

இருக்கும். நான் ஒரு கத்திரியை எடுத்து வெட்டிவிட்டேன். அவர் கண்ணைத் திறந்து நான் கையில் என்ன வைத்திருக்கிறேன் என்பதைப் பார்த்துவிட்டுச் சிரித்தார். இன்னும் என்னிடம் அவரது கைக்கடிகாரம், ராணுவ அடையாள அட்டை, செர்னோபிலில் வாங்கிய பதக்கம் *(அமைதி)* எல்லாம் இருக்கிறது. எனக்கு மகிழ்ச்சியாக இருக்கிறது! பிரசவ வார்டில் மணிக்கணக்காக நேரத்தை செலவிட்டேன். அவர் வருகையை எதிர்பார்த்து ஜன்னலருகில் உட்கார்ந்திருந்தது இன்னும் என் நினைவில் இருக்கிறது. என்ன நடந்தது என்று உண்மையிலேயே எனக்குத் தெரியவில்லை — என் மேல் என்ன தவறு? அவரை அதிகமாகப் பார்க்க முடியவில்லை. அது கூடிய விரைவில் முடிவுக்கு வரும் என நினைத்தேன். காலையில் அவருக்காக உணவு தயாரிக்க வேண்டும், அவர் சாப்பிடுவதைப் பார்த்து வியப்பில் ஆழ வேண்டும். அவர் ஷேவிங் செய்வதை, தெருவில் நடப்பதை என எல்லாவற்றையும் பார்க்க வேண்டும். நான் ஒரு நல்ல நூலகர். ஆனால் வேலையை எப்படிக் காதலிப்பது என்று எனக்குத் தெரிந்திருக்கவில்லை. நான் அவரை மட்டுந்தான் காதலித்தேன். அவர் மட்டுமே. அவர் இல்லாமல் என்னால் இருக்க முடியாது. இரவில் நான் சத்தம் போடுவதுண்டு. தலையணையில் முகம் புதைத்துக் கத்துவதுண்டு. இதனால் என் குழந்தைகள் அதைக் கேட்க வாய்ப்பில்லை.

அவர் வீட்டை விட்டுவிட்டு போவார் என எனக்கு ஒருபோதும் தோன்றியதில்லை. என் அம்மாவும் அவருடைய சகோதரரும் டாக்டர்கள் கூறியதாக சாடை மாடையாக என்னிடம் மின்ஸ்க்கு அருகில் இருக்கும் பிரத்யேக மருத்துவமனை ஒன்று இருப்பது பற்றி கூறிவிட்டு அங்கு இது போன்ற நம்பிக்கையிழந்த ஆட்களை — அதாவது சாகும் தருவாயில் இருப்பவர்களை — அனுப்புவார்களென்றும் ஏற்கனவே ஆஃப்கானிஸ்தானிலிருந்து கை, கால் இழந்து சோவியத்துக்குத் திரும்பிய ராணுவ வீரர்கள் இருப்பதாகவும் இப்போது அவர்கள் செர்னோபிலிலிருந்து வந்தவர்களையும் அங்கே அனுப்புவதாகவும் கூறினார்கள். அவர்கள் என்னைக் கெஞ்சினார்கள் — அங்கே சிறப்பாக இருக்கும், எப்போதும் டாக்டர்கள் இருப்பார்கள் என்றார்கள். ஆனால் எனக்கு சம்மதமில்லை. அதுபற்றி கேட்கக்கூட எனக்கு விருப்பமில்லை. அதன் பின் அவர்கள் அவரை சமாதானம் செய்ய முயற்சித்தனர். அவர் என்னிடம், “உன்னை நீ வருத்திக் கொள்வதை விட்டு விட்டு என்னை அங்கே கொண்டு செல்”

என சொல்ல ஆரம்பித்தார். இதற்கிடையில் நான் மருத்துவ விடுப்பு அல்லது தனிநபர் விடுப்பு கேட்டிருந்தேன். ஏனென்றால் குழந்தைக்கு உடல்நிலை சரியில்லையென்றால்தான் மருத்துவ விடுப்பு எடுக்கலாம். தனிநபர் விடுப்பு ஒரு மாதத்துக்கு மேல் இருக்கக்கூடாது. அவர் நோட்புக் முழுவதும் அவரை அங்கே கொண்டு சேர்க்குமாறு எனக்கு எழுதியிருந்தார். கடைசியாக அவருடைய சகோதரருடன் காரில் சென்றேன். அது கிராமத்தில் கோடியில் இருந்தது. அது க்ரீபென்கா—மரத்தினால் கட்டப்பட்டிருந்த மிகப் பெரிய வீடு—என அழைக்கப்பட்டது. அதற்கடுத்து ஒரு கிணறு இருந்தது. கழிவறை வெளியே இருந்தது. சில வயதான பெண்கள் கருப்பு உடை அணிந்திருந்தனர். மதம் சம்பந்தப்பட்டவர்கள் போல தெரிந்தது. நான் காரில் இருந்துகூட இறங்கவில்லை. நான் எழுந்திருக்கவில்லை. அன்றிரவு நான் அவரை முத்தமிட்டேன். 'எப்படி நீங்கள் என்னை அங்கு கொண்டு போகும்படி கேட்கலாம்? அது ஒருபோதும் நடக்க நான் விடமாட்டேன்! ஒரு போதும் அது நடக்காது!' நான் அவர் உடல் முழுவதும் முத்தமிட்டேன்.

கடைசி சில வாரங்கள் மிகவும் பயமுள்ளதாக இருந்தது. அரைலிட்டர் கேனில் சிறுநீர் கழிக்க அரைமணி நேரம் ஆனது. அவ்வளவு நேரமும் அவருடைய கண்களை கீழேயே வைத்திருந்தார், அவர் வெட்கப்பட்டார். "ஓ, நீங்கள் எப்படி அப்படியெல்லாம் நினைக்கலாம்?" என்று நான் சொன்னேன். அவரை முத்தமிட்டேன். கடைசி நாளன்று, அவர் கண்ணைத் திறந்தார், உட்கார்ந்தார், சிரித்துக்கொண்டே, "வால்யுஸ்கா!" (நான்) என்று சொல்லிக்கொண்டே இறந்துவிட்டார். அவர் தனியாக இறந்து போனார். எல்லோரும் தனியாகத்தான் இறந்து போவார்கள். அவர்கள் என்னை அழைத்தார்கள். "நாங்கள் அவர் சாதித்தற்கான சிவப்பு சான்றிதழைக் கொண்டுவருகிறோம்" எனக் கூறினார்கள். நான் அவரிடம், "உங்களுடன் வேலை பார்ப்பவர்கள் வருவதாகவும், வரும்போது சான்றிதழ் கொண்டு வருவதாகவும் கூறுகிறார்கள்" என்றேன். அவர் "வேண்டாம்" என்று தலையை அசைத்தார். ஆனால் அவர்கள் வந்தார்கள். அவர்கள் பணமும், லெனின் படம் போட்டிருந்த சிவப்பு கோப்பில் சான்றிதழும் வைத்துக் கொண்டு வந்திருந்தனர். நான் அதை எடுக்கும்போது நினைத்தேன். 'இதற்காகத்தான் அவர் செத்துக் கொண்டிருக்கிறாரா? செர்னோபில் மட்டுமில்லை. கம்யூனிஸமே வெடித்துச் சிதறிக் கொண்டிருக்கிறது' என பத்திரிகைகள்

கூறுகின்றன. ஆனால் படம் ஒன்றுதான்'. அவர்கள் அவரிடம் நல்லதாக ஏதாவது சொல்ல வேண்டுமென்று விரும்பினார்கள். ஆனால் அவர் போர்வையை இழுத்துப் போர்த்தி தன்னை மறைத்துக் கொண்டார். அவருடைய முடி மட்டுந்தான் வெளியே நீட்டிக் கொண்டிருந்தது. அவர்கள் அங்கே சிறிது நேரம் நின்று கொண்டிருந்துவிட்டு போய்விட்டார்கள். யாரையும் பார்ப்பதற்கு அவர் பயப்பட்டார். என்னை மட்டுந்தான் அவர் பயப்படாமல் பார்த்தார். நாங்கள் அவரைப் புதைக்கும்போது அவருடைய முகத்தின் மேல் இரண்டு கைக்குட்டைகள் வைத்து மூடினோம். யாராவது கேட்கும்பட்சத்தில் அதை எடுத்தேன். அதைப் பார்த்த ஒரு பெண்மணி மயக்கப்பட்டுவிட்டார். அந்தப் பெண்ணுக்கு அவரின் மேல் காதல் இருந்தது. அதற்காக நான் பொறாமைப் பட்டேன் என்றுகூட சொல்லலாம். "நான் அவரைக் கடைசியாக ஒரு முறை பார்க்கலாமா?" என்று கேட்டார். நான் சரியென்று சொன்னேன். அவர் இறந்த போது அவருக்கு அருகில் வந்து பார்க்க யாரும் விரும்பவில்லை. எல்லோருக்கும் பயமாக இருந்தது என்பதை நான் அந்தப் பெண்ணிடம் சொல்லவில்லை. எங்கள் வழக்கப்படி உறவினர்களைக் குளிப்பாட்டி, உடை மாற்றிவிடக் கூடாது. சவக்கிடங்கில் இருந்து வந்த இரண்டு உதவியாளர்கள் வோட்கா கேட்டார்கள். 'நசுங்கிச் செத்தவர்கள், அடிப்பட்டுச் செத்தவர்கள், தீயில் கருகிச் செத்த குழந்தைகள் என பலவிதத்திலும் இறந்தவர்களை நாங்கள் பார்த்துவிட்டோம் ஆனால் இது போல யாரையும் பார்த்ததில்லை. செர்னோபில்வாசிகளின் இறப்பு மிகவும் பயமுறுத்துவதாகவே இருக்கிறது' என்றார்கள் *(அமைதி)*. இறந்து போன அவர் அங்கே கிடத்தி வைக்கப்பட்டிருந்தார். அவர் உடம்பு சூடாக இருந்தது. அவரைத் தொட முடியாது. அவர் இறந்தவுடன் வீட்டில் இருந்த கடிகாரங்கள் செயல்படுவதை நிறுத்திவிட்டேன். அவர் இறந்தபோது நேரம் காலை 7 மணி.

அவரில்லாத முதல் சில நாட்கள், நான் இரண்டு நாட்கள் தொடர்ந்து தூங்கினேன். யாரும் என்னை எழுப்பவில்லை. நான் எழுந்தேன்; தண்ணீர் குடித்தேன்; எதுவும் சாப்பிடவில்லை. மறுபடியும் போய் படுத்துக்கொண்டேன். அதை இப்போது நினைத்தால் வித்தியாசமாக இருக்கிறது. என்னால் அதற்கு விளக்கம் சொல்லமுடியவில்லை. "எப்படி நான் அந்த மாதிரி தூங்கினேன்?" எனது தோழியின் கணவர் இறக்கின்ற சமயத்தில் அவள் ஏன் இவ்வளவு அழகாக இளமையுடன் இருக்கிறாள் என்றெண்ணி அவள் மேல் அவர் சாப்பாட்டை வீசி எறிந்திருக்

கிறார். ஆனால் என்னவரோ, என்னைப் பார்த்தார், பார்த்துக் கொண்டேயிருந்தார். அவருடைய நோட்புக்கில், 'நான் இறந்து விட்டால், என்னை எரித்து விடுங்கள். நீ பயப்படுவதில் எனக்கு விருப்பமில்லை' என எழுதியிருந்தார். செர்னோபிலைச் சேர்ந்த மனிதர்கள் இறந்தபின்னும் அவர்கள் உடலில் கதிர்வீச்சு இருப்பதாக ஒரு வதந்தி நிலவி வந்தது. மாஸ்கோ மருத்துவமனையில் இறந்து போன செர்னோபில் தீயணைப்புப் படையைச் சேர்ந்தவர்களை மாஸ்கோவில் உள்ள மிட்டினோவில் புதைத்தார்கள். அவர்களிடத்தில் இன்னும் கதிர்வீச்சு இருப்பதாக நான் எங்கேயோ படித்ததாக ஞாபகம். மக்கள் அவர்களைச் சுற்றி வருவார்கள். ஆனால் உறவினர்கள் யாரையும் அவர்களுக்குப் பக்கத்தில் புதைக்கவில்லை. இறந்தவர்கள்கூட இறந்தவர்களைக் கண்டு பயந்தார்கள். ஏனென்றால் செர்னோபில் என்னவென்று யாருக்கும் தெரிந்திருக்கவில்லை. மக்களிடத்தில் ஊகங்களும், உணர்வுகளும்தான் இருந்தன. அவர் செர்னோபிலில் வேலை பார்த்தபோது போட்டிருந்த வெள்ளைநிற உடையைக் கொண்டு வந்திருந்தார். பேண்ட்கள் பிரத்யேக பாதுகாப்பு கொண்டதாக இருந்தன. அந்த சூட் அவர் இறக்கும் வரை எங்களின் பொருட்கள் வைக்கும் அறையில் இருந்தது. அதன் பின் என்னுடைய அம்மா, 'அவருடைய அனைத்துப் பொருட்களையும் தூக்கியெறிந்து விட வேண்டும்' என்று கூறினார். அவருக்குப் பயம். ஆனால் நானோ அந்த சூட்டைக்கூட வைத்துக் கொள்ள வேண்டுமென்று நினைத்தேன். அது குற்றமாகும் — வீட்டில் குழந்தைகள் இருந்தனர். எனவே நாங்கள் எல்லாவற்றையும் எடுத்துக் கொண்டு போய் நகருக்கு வெளியே புதைத்துவிட்டு வந்தோம். நான் அதிகப் புத்தகங்கள் படித்தேன். நான் புத்தகங்களின் மத்தியில் வாழ்கிறேன். ஆனால் எதுவும் இதைப் பற்றி விவரிக்கவில்லை. அவருடைய அஸ்தி கொண்ட கலயத்தைக் கொண்டுவந்தனர். எனக்குப் பயமெதுவுமில்லை. அதை வருடும்போது ஏதோ சிறியதாக சிப்பிகள் போல கையில் தென்பட்டது. அது அவரது இடுப்பு எலும்புகள். அதற்கு முன்பு அவருடைய பொருட்களைத் தொட்டிருக்கிறேன். ஆனால் அவர் பேசுவது போலவோ, அவரை உணர்ந்தது போலவோ தோன்றியதில்லை. ஆனால் அந்த கலயத்தில் உள்ளதைத் தொட்டபோது எனக்கு அவர் குறித்த உணர்வு ஏற்பட்டது. அவர் இறந்த அன்று இரவு அவருக்கு அருகில் நான் உட்கார்ந்திருந்தேன் — திடீரென்று ஒரு சிறிய புகைமூட்டம் போல ஏதோவொன்று தோன்றியது — அதே போல ஒரு காட்சியை நான் சுடுகாட்டிலும் பார்த்தேன். அது

அவருடைய ஆன்மா. என்னைத் தவிர வேறு யாரும் அதைப் பார்க்கவில்லை. நாங்கள் இருவரும் மீண்டும் ஒருவருக்கொருவர் சந்தித்துக் கொண்டதாக நான் நினைத்துக் கொண்டேன்.

நான் மிகவும் மகிழ்ச்சியாக இருந்தேன்! அவர் வேலை விஷயமாக சென்றிருக்கும்போது நான் அவர் திரும்பி வருவதற்கு மீதமிருக்கும் நாட்களையும், மணிகளையும் எண்ணிக் கொண்டிருப்பேன். உடல்ரீதியாக அவரில்லாமல் என்னால் இருக்கமுடியாது. அவருடைய சகோதரியின் வீட்டுக்கு சில சமயங்களில் செல்வதுண்டு. அப்போது அவரது சகோதரி, "நான் உனக்கு படுக்கையை இங்கேயும், அவருக்கு அங்கேயும் போடுகிறேன்" என்று சொல்வார். நாங்கள் இருவரும் ஒருவரையொருவர் பார்த்து சிரித்துக் கொள்வோம் — வெவ்வேறு அறைகளில் நாங்கள் படுத்துத் தூங்குவதை எங்களால் கற்பனைகூட செய்து பார்க்க முடியாது. அவரில்லாமல் என்னால் இருக்கமுடியாது. நாங்கள் ஓடிப்போனோம். அவருடைய சகோதரரும் இருந்தார். அவர்களிருவரும் ஏறக்குறைய ஒரே மாதிரி இருந்தார்கள். இப்போது யாரும் என்னைத் தொட்டால் நான் அழுதுவிடுவேன் என நினைக்கிறேன்.

யார் என்னிடமிருந்து அவரைக் கொண்டு சென்றது? எந்த உரிமையில்? 1986 ஆம் ஆண்டு அக்டோபர் மாதம் 19 ஆம் தேதி அவரை யுத்தத்துக்கு அழைப்பது போல சிவப்பு பேனருடன் கூடிய ஒரு அறிக்கையை அவர்கள் கொண்டு வந்தார்கள்.

(நாங்கள் தேநீர் குடித்துக் கொண்டிருக்கையில் அவர் குடும்பப் புகைப்படங்களைக் காண்பித்துக் கொண்டிருந்தார். அதில் திருமணத்தின்போது எடுத்த புகைப்படங்களும் இருந்தன. அதன் பின் நான் அங்கிருந்து புறப்படுவதற்காகக் கிளம்பினேன். அவர் என்னை நிறுத்தினார்).

நான் இப்போது எப்படி வாழப் போகிறேன்? நான் முடிவு வரை எல்லாவற்றையும் உங்களிடம் சொல்லவில்லை. நான் மிகவும் மகிழ்ச்சியாக இருந்தேன். தன்னிலை மறந்த நிலையில் மகிழ்ச்சியாக இருந்தேன். நீங்கள் என் பெயரைக் குறிப்பிடமாட்டீர்கள் என நினைக்கிறேன்? அங்கே ரகசியங்கள் இருக்கின்றன — மக்கள் ரகசியமாக தங்களுக்கு மட்டுமே கேட்குமாறு பிரார்த்தனை செய்து கொண்டார்கள் *(நிறுத்தினார்).* இல்லை, நீங்கள் என் பெயரை எழுதிக் கொள்ளுங்கள். கடவுளுக்குத் தெரியட்டும்.

நாங்கள் ஏன் சிரமப்பட வேண்டுமென்று நான் புரிந்து கொள்ள வேண்டும். எதற்காக நாங்கள் சிரமப்படவேண்டும்? எது என்னைக் காப்பாற்றியது? எது என்னை மீண்டும் வாழ்க்கைக்குத் தள்ளியது? என் மகன். எனக்கு இன்னொரு மகன் இருக்கிறான். எங்களுடைய மகன். அவன் நீண்ட நாட்களாக உடல்நலமில்லாமல் இருக்கிறான். அவன் வளர்ந்துவிட்டான். ஆனால் அவன் உலகத்தை இன்னும் ஐந்து வயது குழந்தைக்கானப் பார்வையிலேயேதான் பார்க்கிறான். நான் அவனோடு இருக்க விரும்புகிறேன். நோவின்கிக்கு அருகில் உள்ள ஒரு அபார்ட்மெண்ட்டுக்காக இந்த அபார்ட்மெண்ட்டை விற்க நினைக்கிறேன். ஏனெனில் நோவின்கியில்தான் மனநல மருத்துவமனை இருக்கிறது. அங்குதான் அவன் இருக்கிறான். 'அவன் வாழ வேண்டுமெனில் அங்குதான் அவன் இருக்க வேண்டும்' என்பது டாக்டர்களின் உத்தரவு. நான் வார இறுதி நாட்களில் அங்கே செல்வதுண்டு. அவன் என்னை வரவேற்பான் — அப்பா மிஷா எங்கே? எப்போது அவர் வருவார்? எனக் கேட்பான். என்னைப் பார்த்து வேறு யார் அப்படி கேட்கப் போகிறார்கள்? அவன் அவருக்காகக் காத்துக் கொண்டிருக்கிறான்.

நாங்கள் எல்லோரும் சேர்ந்து அவருக்காகக் காத்துக் கொண்டிருக்கிறோம். நான் செர்னோபில் பிரார்த்தனையை முணு முணுப்பேன். அவன் உலகத்தை குழந்தையின் கண்கள் கொண்டு பார்ப்பான்.

— வாலெண்டினா டிமோஃபீவ்னா பானாசெவிச், கலைப்பாளரின் மனைவி

முடிவுரைக்குப் பதிலாக

நான் மற்றவர்களுடைய சிரமங்களின் ஊடாகப் பயணிப்பவள். ஆனால், இங்கே மற்றவர்கள் போல நானும் ஒரு சாட்சி, அவ்வளவு தான். எனது வாழ்க்கையும் இந்த நிகழ்வின் ஒரு பகுதி. இவை எல்லாவற்றுடனும் நான் இங்கே வாழ்கிறேன்.

நமது நாட்டில் 350 அணுகுண்டுகள் இருக்கின்றன. அணு ஆயுத யுத்தம் ஆரம்பித்த போது மக்கள் அதைக் கவனிக்கவில்லை என்றாலும்கூட அதற்குப் பின்னும் அவர்கள் வாழ்ந்து கொண்டுதான் இருக்கிறார்கள்.

மற்ற யுத்தங்களிலிருந்து மக்கள் இங்கே வந்திருக்கிறார்கள். ஆர்மெனியா, ஜியார்ஜியா, அப்காஷியா, தஜிகிஸ்தான், செசென்யா போன்ற இடங்களிலிருந்தும், எங்கெல்லாம் துப்பாக்கிச் சூடு நடைபெறுகிறதோ அங்கிருந்தும் ஆயிரக்கணக்கான ரஷ்ய அகதிகள் கைவிடப்பட்ட இந்த நாட்டுக்கும், அழிக்கப்படாமல் புதைக்கப்பட்டிருக்கும் கைவிடப்பட்ட வீடுகளுக்கும் வருகிறார்கள். 25 மில்லியனுக்கும் அதிகமான ரஷ்ய இனத்தவர்கள் ஏறக்குறைய ஒரு நாடு — ரஷ்யாவிற்கு வெளியே இருக்கிறார்கள். அவர்களில் சிலருக்கு செர்னோபிலைத் தவிர போவதற்கு வேறு இடம் இல்லை. நிலம், நீர், காற்று எல்லாம் எப்படி மக்களைக் கொல்லும் என்கிற பேச்செல்லாம் அவர்களுக்கு விசித்திரமான

கதைகள். அவர்களைப் பற்றிய அவர்களது கதை மிகவும் பழையது, அதை அவர்கள் நம்பினார்கள் — துப்பாக்கியால் ஒருவரையொருவர் சுட்டுக்கொண்டு எப்படிச் செத்தார்கள் என்பதுதான் அந்தக் கதை.

எல்லாவற்றையும் அல்லது கூடியமட்டும் எல்லாவற்றையும் என்னால் புரிந்துகொண்டு அதை வெளிப்படுத்த முடியுமென்று நான் நினைத்திருந்தேன். ஆஃப்கானிஸ்தான் யுத்தம் பற்றி 'ஷின்கி பாய்ஸ் என்ற பெயரில் நான் எழுதிய புத்தகம் வெளி வந்தது. அந்தப் புத்தகம் எழுதுவதற்காக நான் ஆஃப்கானிஸ்தான் சென்றேன். அப்போது ஆஃப்கான் போராளிகளிடமிருந்து கைப்பற்றப்பட்ட ஆயுதங்களை என்னிடம் காண்பித்தது எனக்கு இப்போது நினைவுக்கு வருகிறது. அவற்றின் வடிவத்திலிருந்த பூரண முழுமையும் மனிதச் சிந்தனைகளை முழுமையாக வெளிப்படுத்தியிருந்த விதத்தையும் பார்த்து ஆச்சரியப்பட்டேன். எனக்கு அருகில் நின்று கொண்டிருந்த ஓர் அதிகாரி, "கிறிஸ்துமஸ் அலங்காரம் போல அழகாக இருக்கிறது என்று நீங்கள் குறிப்பிட்ட இந்த இத்தாலிய சுரங்கத்தில் யாராவது ஒருவர் அடியெடுத்து வைத்தால் இறைச்சி வாளியைத் தவிர வேறெதுவும் அதில் இருக்காது. நிலத்திலிருந்து ஸ்பூனில் சுரண்டிதான் அதை எடுக்க வேண்டும்" என்றார். நான் இதை எழுத உட்கார்ந்தபோது, நான் முதலாவதாக நினைத்தது, 'இது பற்றி நான் ஏதாவது சொல்ல லாமா?' என்பதுதான். நான் மிகச் சிறந்த ரஷ்ய இலக்கியம் மூலம் வளர்க்கப்பட்டவள். நீங்கள் நீண்ட தூரம் செல்வீர்கள் என்கிற சிந்தனையில்தான் நான் அந்த இறைச்சி பற்றி எழுதினேன். ஆனால் அந்தப் பகுதி — ஒரு தனி உலகம். உலகின் பிறபகுதிகளுக்குள் இருக்கக்கூடிய ஓர் உலகம் — எந்த இலக்கியம் சொல்வதைக் காட்டிலும் மிகவும் சக்தி வாய்ந்தது.

மூன்று வருடங்களாக நான் சுற்றித் திரிந்து அணுமின் நிலையத்தில் வேலைபார்த்த தொழிலாளிகள், விஞ்ஞானிகள், கட்சியைச் சேர்ந்த முன்னாள் அதிகாரிகள், மருத்துவர்கள், ராணுவ வீரர்கள், ஹெலிகாப்டர் விமானிகள், சுரங்கத் தொழிலாளிகள், அகதிகள், மீள் குடியேற்றம் செய்யப்பட்டவர்கள் என அனைத்துத் தரப்பு மக்களையும் சந்தித்தேன். அவர்கள் அனைவரும் வெவ்வேறான தலைவிதிகளையும், தொழில்களையும், மனோநிலையையும் கொண்டவர்களாக இருந்தார்கள். ஆனால் அவர்கள் உலகத்தில் செர்னோபில்தான் முக்கியப் பொருளாக இருந்தது. அவர்கள் எல்லாம் மிகவும் முக்கியமான கேள்விகளுக்கு பதிலளித்த

சாதாரண மக்கள்.

தெளிவற்ற உணர்வுகள், வதந்தியைக் காட்டிலும் எளிமையான உண்மைகள், அறிவியல் உண்மைகள் உண்மைக்கு நெருக்கமானதாக இருப்பதில்லை என நான் அடிக்கடி நினைத்ததுண்டு. ஏன் உண்மைகளை திரும்பச் சொல்லவேண்டும் — அவை நம்முடைய உணர்வுகளை மூடி மறைத்துவிடும். இந்த உணர்வுகளின் வளர்ச்சி — உண்மைகளைக் கடந்த பொங்கியெழக்கூடிய உணர்வுகள்தான் என்னை வசீகரித்தன. நான் அவற்றை கண்டுபிடிக்கவும், சேகரிக்கவும், பாதுகாக்கவும் முயற்சிக்கிறேன்.

வேறு யாருக்கும் தெரியாத ஒன்றை இம்மக்கள் ஏற்கனவே பார்த்துவிட்டார்கள். ஆனால் நானோ எதிர்காலம் குறித்து பதிவு செய்வது கொண்டிருப்பதாக உணர்ந்தேன்.

– ஸ்வெட்லானா அலெக்ஸியேவிச்